സക്കീന ബഷീർ

പതിയാശ്ശേരി കൊച്ചുമുഹമ്മദിന്റെയും ഫാത്തിമയുടെയും മകളായി മതിലകത്ത് ജനിച്ചു. O.L.F.G.H.S Mathilakam, എം.ഇ എസ് അസ്മാബി കോളേജ് എന്നിവിടങ്ങളിൽ വിദ്യാഭ്യാസം.

പുസ്തകങ്ങൾ: ഒരു വസന്തകാലത്തിന്റെ ഓർമ്മയ്ക്ക് (കഥാസമാഹാരം), വേനൽ മഴ, വെളിച്ചത്തിന്റെ അടരുകൾ, ഹൃദയരാഗം (നോവൽ)

ഭർത്താവ് : സിഎം ബഷീർ
മക്കൾ : ബാസിം, ബാസിൽ, ബാഷിക്, സൈറ ഐശ
വിലാസം : ചുള്ളിപ്പറമ്പിൽ ഹൗസ്,
പി.ഒ. ചക്കരപ്പാടം,
പെരിഞ്ഞനം,
തൃശ്ശൂർ ജില്ല.

Malayalam Language
Jeevithayamam
(Novel)
by
Sakkeena Basheer

♦

Published in May 2023
by Kairali Books Private Limited
Thalikkavu Road, Kannur.
Ph : 0497-2761200
Email : kairalibooksknr@gmail.com

♦

Cover Design
Shafeek Black Tea

♦

Printed at
Manipal Technologies Ltd.

Price ₹ : 350.00
22/23-24/Sl.No.1448/300/NS 18.6
ISBN 978-93-93397-74-4

ജീവിതയാമം

സക്കീന ബഷീർ

കൈരളി ബുക്സ്

ആമുഖം

സ്വന്തക്കാരെയും, ബന്ധക്കാരെയും ഇരുളും ഇടരും അറിയാതെ ജീവിപ്പിക്കുവാൻ ഗത്യന്തരമില്ലാതെ ജന്മനാടും പ്രിയപ്പെട്ടവരെയും വേർപിരിഞ്ഞ് അതിരറ്റ നൊമ്പരത്തോടെ പ്രവാസത്തിലേക്ക് കുതിക്കുന്നവർ.

ഗൾഫ് നാടുകളിലെത്തിപ്പെടുന്നവരിൽ പലരും തന്റെ പ്രതീക്ഷകളുടെ അതിർവരമ്പ് കടന്ന് ഉന്നതങ്ങളിൽ എത്തുന്നവരും, എങ്ങുമെത്താതെ നിർഭാഗ്യവശാൽ ദു:ഖഭാരത്തോടെ വിട പറഞ്ഞ് തിരിച്ചു പോകുന്നവരും ഇല്ലാതില്ല. സ്വന്തം ഇഷ്ടങ്ങളും സ്വാതന്ത്ര്യവും മറ്റുള്ളവർക്ക് അടിയറവു വെച്ച് പരസ്പരം വിശ്വസിച്ചും, സ്നേഹിച്ചും സഹകരിച്ചുമൊക്കെ നാലു ചുവരുകൾക്കുള്ളിൽ കഴിയാൻ വിധിക്കപ്പെട്ടവർ.

വേർപിരിഞ്ഞാൽ ഇനിയുമൊരു കൂടിക്കാഴ്ചയ്ക്ക് സാധ്യതയില്ലെന്ന ദു:ഖസത്യം അറിയാമായിരുന്നിട്ടും ഒരിറ്റു ആശ്വാസത്തിനായി അന്യദേശക്കാരോട് പോലും ആത്മബന്ധം പുലർത്തുന്നവർ.

ഈ ഭൂമിയിൽ എല്ലാ ജീവജാലങ്ങൾക്കും സർവ്വശക്തൻ അനുവദിച്ചു തരുന്ന വിലപ്പെട്ട ഇത്തിരിനേരം ഒത്തിരി കാര്യങ്ങൾ വേണ്ടത് വേണ്ടപ്പോൾ ചെയ്തുതീർക്കാതെ നാളേക്ക് മാറ്റിവെച്ച്, താൻപോലും അറിയാതെ ചോർന്നുപോയ സ്വന്തം ജീവിതത്തെ തിരിച്ചുപിടിക്കാൻ ആകാതെ വിലപിക്കുന്ന ഒരു പ്രവാസിയുടെ ജീവിതമാണ് ഈ നോവലിലൂടെ പകർത്താൻ ശ്രമിച്ചിട്ടുള്ളത്

കുറെയേറെ നാളുകളായി ഈ അറബി നാടിന്റെ സ്പന്ദനം ഏറ്റുവാങ്ങി ജീവിക്കുന്ന എനിക്ക് എന്റെ മനസ്സിനെ സ്പർശിച്ച ചില യാഥാർത്ഥ്യങ്ങളും സങ്കല്പങ്ങളും ഒക്കെ ഈ നോവലിൽ കൂടി പ്രകടിപ്പിക്കാൻ കഴിഞ്ഞിട്ടുണ്ട്

ജീവിതയാമം എന്ന നോവൽ വെളിച്ചത്തേക്ക് കൊണ്ടുവന്ന ജീവിതരാഗം മാസികയോടും അതിലുപരി ജീവരാഗത്തിന്റെ മാനേജിംഗ് എഡിറ്റർ ശ്രീ ഇടവ ശുക്കൂറിനോട് ഉള്ള നന്ദി എത്ര നല്ല വാക്കിലൂടെയാണ് അറിയിക്കേണ്ടത്. ഈ നോവലിന് അവതാരിക എഴുതിയ പ്രശസ്ത സാഹിത്യകാരൻ ശ്രീ സലിം അയ്യനത്തിനും ഒരുപാട്

നന്ദി അറിയിക്കുന്നു

എന്റെ കൃതികൾ വായിക്കുകയും എന്നെ പ്രോത്സാഹിപ്പിക്കുകയും വിമർശിക്കുകയും ചെയ്തു എന്റെ മനസ്സിൽ മധുരം നിറച്ച പ്രിയപ്പെട്ട വായനക്കാരെ നന്ദിയോടെ സ്മരിക്കുന്നു

നന്മ പൂക്കുന്ന മരുഭൂമരം

പ്രവാസം ഒരു ഒറ്റൽ വലയാണ്, അകപ്പെട്ടുപോയാൽ രക്ഷപ്പെടുക പ്രയാസം തന്നെ. വളരെ ചെറിയ പ്രായത്തിൽ പ്രവാസിയാകേണ്ടി വന്ന കബീർ അഹ്മദ് എന്ന മലയാളിയും ബാബ എന്നുവിളിക്കുന്ന അർബാബ് ഷെയ്ക്ക് മാജിദും, അറബി കുടുംബവും തമ്മിലുള്ള ആത്മബന്ധത്തിന്റെ കഥപറയുകയാണ് സക്കീന ബഷീർ എന്ന എഴുത്തുകാരി.

നോവൽ സാഹിത്യം വ്യത്യസ്തമായ പ്രമേയങ്ങളാലും നവീനമായ ആഖ്യാനങ്ങളാലും മാറ്റങ്ങൾക്ക് വിധേയമായി കൊണ്ടിരിക്കുന്ന വർത്തമാനകാലത്തും പ്രവാസകൃതികളിൽ ഉണ്ടാകുന്ന പുതിയ മാറ്റങ്ങളെ കണ്ടില്ലെന്ന് നടിക്കാൻ വിമർശകർ!ക്കാവില്ല.പ്രവാസ എഴുത്തുകാരുടെ സർഗ രചനകൾ മലയാള സാഹിത്യത്തിന് ഭാവുകത്വപരമായ പരിണാമം ഉണ്ടാക്കുകയും നമ്മുടെ സംവേദനങ്ങളെ കീഴ്മേൽ മറിക്കുകയും ചെയ്യുന്നു. പ്രവാസ കൃതികൾ പ്രത്യേകം അന്വേഷിച്ച് വായനക്കാർ വരുന്നു എന്നത് സത്യമാണ്. ബെന്യാമിന്റെ ആടുജീവിതം സമ്മാനിച്ച ജനകീയ വായനയെ ആഘോഷമാക്കിയത് പ്രവാസികൾ മാത്രമല്ല കേരളക്കരയിലുള്ള വായനക്കാരും ഇപ്പോൾ പ്രവാസ കൃതികളെ പ്രതീക്ഷയോടെ കാണുന്നു എന്നത് വായനയുടെ തെരഞ്ഞെടുപ്പിൾ വന്ന വലിയ മാറ്റമാണ്. ടി. വി കൊച്ചുബാവയും, ബാബു ഭരദ്വജും, കൃഷ്ണദാസും, പ്രവാസകൃതികളാൽ മലയാള സാഹിത്യത്തെ സമ്പന്നമാക്കി കടന്നുപോയവരാണ്. ആ ശ്രേണിയിലേക്ക് നവാഗതരായ എഴുത്തുകാർ കടന്നുവരുന്നു. അറബി ജീവിതവും സംസ്കാരവും കൃത്യമായി സംവദിക്കുന്ന കൃതിയാണ് സുറാബിന്റെ കല്ലിവല്ലി മുതൽ ഷാർജവരെയുള്ള കൃതികൾ. എ.എം മുഹമ്മദിന്റെ സഹറ, ആടുജീവിതം തീർത്ത മാസ്മരികതയിൽ ശ്രദ്ധിക്കപ്പെടാതെ പോയ കൃതിയാണെങ്കിലും ഒരു പുനർവായന ആ കൃതിയെ തേടിവരും എന്നു പ്രതീക്ഷിക്കാം. പ്രവാസത്തെ സംബന്ധിച്ച് ആധികാരികമായി രചനകൾ നിർവഹിക്കുന്ന മുസാഫിർ അഹ്മദ്, ഇ. കെ ദിനേശൻ തുടങ്ങിയവരുടെ കൃതികൾ വായനക്കാർ സ്വീകരിച്ചു കഴിഞ്ഞു. പ്രവാസ നോവൽ ശ്രേണിയൽ അറബി സംസ്കാരവും പൈതൃകവും മുഖമുദ്രയായി രചിക്കപ്പെട്ട നോവലാണ് സക്കീന ബഷീറിന്റെ ജീവിതയാമം.

ഒരു മനുഷ്യന്റെ കൗമാരവും യൗവ്വനവും ജീവിച്ചു തീർത്ത വഴികളിൽ സ്വയം തിരയുകയാണ് എന്തായിരുന്നു തന്റെ ജീവിതത്തിന്റെ ലക്ഷ്യമെന്ന്. അറബി സംസ്കാരവും പൈതൃകവും അറബി വീടുകളിലെ അച്ചടക്കവും സ്നേഹവും സ്നേഹരാഹിത്യവും കൃത്യമായി കൃതിയിൽ വരച്ചുവെച്ചിട്ടുണ്ട്.

ചക്കരക്കാവ് എന്ന സ്വന്തം ഗ്രാമത്തോടുള്ള തീർത്താൽ തീരാത്ത ഗൃഹാതുരതയും ഇഷ്ടവും സുൽത്താനയോടുള്ള ആത്മാർഥ പ്രണയവും കൊണ്ട് അകം നീറിപ്പുകയുമ്പോഴും ബാബയ്ക്കും ഉമ്മിയ്ക്കും വേണ്ടി ജീവിതം ഉഴിഞ്ഞു വെക്കുന്നു. നാട്ടിലേക്ക് പോയാൽ വൃദ്ധനായ ബാബ എങ്ങനെ കഴിയുമെന്ന ആധിയിൽ ശിഷ്ടജീവിതം മരുഭൂമിയിൽ തന്നെ ജീവിച്ചുതീർക്കുന്ന കബീർ അഹ്മദ് ജീവിച്ചിരിക്കുന്ന പ്രവാസികൾക്കുള്ള ഒരു ഉണർത്തുപാട്ടാണ്.

മനസ്സ് മുഴുവൻ നന്മയും ഇതര ജീവികളോടുള്ള കരുണയും ബന്ധുക്കളോടും ഉറ്റ സുഹൃത്തുക്കളോടുമുള്ള ആത്മാർഥമായ ഇഷ്ടവും കൊണ്ട് നന്മപൂക്കുന്ന ഒരു മരുഭൂമരമാവുകയാണ് കബീർ അഹ്മദ്. സുൽത്താന പലയിടത്തും വായനക്കാരന്റെ മനസ്സ് പ്രണയാർദ്രമാക്കുന്നു. പ്രവാസം ഒരു ശുഭപ്രതീക്ഷാ മുനമ്പാണ്. പലപ്പോഴും ആത്മീയതയിലേക്കുള്ള ഒരു മനുഷ്യന്റെ കവാടമാണ്. ഒറ്റപ്പെടൽ അവനെ പരിവർത്തനങ്ങൾക്ക് വിധേയരാക്കുന്നു. ക്രൂരന്മാരും താന്തോന്നികളുമായ മനുഷ്യരെ നന്മയുള്ള നല്ല മനുഷ്യരാക്കി മാറ്റുന്ന ഒരു രസതന്ത്രം പ്രവാസജീവിതത്തിനുണ്ട് എത്രയെത്ര കഥാപാത്രങ്ങളാണ് കബീർ അഹ്മദിലൂടെ കടന്നുപോകുന്നത്. മറ്റുള്ളവരുടെ ദുഖം തന്റെ ദുഖമാണെന്ന് കരുതി എല്ലാവർക്കും തുണയും സഹായകവുമാവുകയും സ്വയം ജീവിക്കാൻ മറന്നുപോകുകയും ചെയ്യുന്ന ഒരു മനുഷ്യന്റെ ഏകാന്തതയും ഉൾതുടിപ്പുകളും ഒറ്റപ്പെടലും നോവലിലുടനീളം വായനക്കാരന് ദർശിക്കാനാകും. എല്ലാത്തിനും പ്രപഞ്ചനാഥൻ കൂടെയുണ്ടെന്ന തോന്നലിലാണ് വർഷങ്ങൾ മുന്നോട്ട് ഗമിക്കുന്നത്. ഒരോ സന്ദിഗ്ദഘട്ടങ്ങളിലും തുണയായി പടച്ചവൻ കൂടെയുണ്ടെന്ന വിചാരം വായനക്കാരനും അനുഭവിക്കുന്നു. ആത്മീയതയും ദർശനങ്ങളും ഏകാന്തതയും കൂടിച്ചേർന്ന ഈ നോവൽ തീർച്ചയായും പുതിയൊരു വായനാസംസ്കാരത്തെ വളർത്തിയെടുക്കും.

എന്നിൽ പടർന്നുകയറിയ ഇത്തിക്കണ്ണികൾക്ക് വെള്ളവും വളവും പകർന്നുകൊടുത്ത് ജീവിപ്പിച്ചു. ഒന്നുകഴിയുമ്പോൾ മറ്റൊന്നായി തിരമാലപോലെ വന്നുകൊണ്ടിരിക്കുന്ന ആവശ്യങ്ങളിൽ പെട്ടുഴറി സ്വന്തം ജീവിതം മരുഭൂമിയിൽ എരിച്ചു കളയുന്നവർക്കുള്ള ഒരു താക്കീതുകൂടിയാണ് ഈ നോവൽ. ഒട്ടും അതിശയോക്തിയില്ലാതെ സങ്കൽപങ്ങളുടെ

അതിഭാവുകത്വങ്ങളില്ലാതെ അറബ് ജീവിതം കണ്ടറിഞ്ഞ ഒരു വ്യക്തിക്ക് മാത്രമേ ഇങ്ങനെയൊരു നോവൽ രചിക്കാൻ സാധിക്കുകയുള്ളൂ.

ഭൂതകാല സ്മരണകൾ അയവിറക്കുന്ന ഒട്ടകങ്ങളാണ് ഓരോ പ്രവാസിയും.. ദിക്കറിയാത്ത മരുഭൂമിയിലൂടെ സഞ്ചരിച്ച് ഒരു മരുപ്പച്ചയ്ക്കായ് പ്രതീക്ഷയോടെ കാത്തിരിക്കുന്നു. ഒടുവിൽ തന്റെ അസ്തിത്വം താൻ ജനിച്ചു വളർന്ന ചക്കരക്കാവ് എന്ന ഗ്രാമമാണെന്നറിഞ്ഞിട്ടും അവിടെയെത്താനാവാതെ വഴിപിരിഞ്ഞുപോകുന്ന ജീവിതം.

സ്നേഹിച്ച പെണ്ണു മണ്ണും മറ്റുള്ളവർക്കായി ത്യജിക്കേണ്ടി വന്നെങ്കിലും ആരെയും കുറ്റപ്പെടുത്താതെ മണലാരണ്യത്തിൽ ഒറ്റപ്പെട്ടുപ്പോയ ചുരുക്കം ചില വ്യക്തികൾക്കൊപ്പം കബിർ അഹ്മദിന്റെ പേരും വായനക്കാരുടെ മനസ്സിൽ തങ്കലിപികളാൽ മുദ്രണം ചെയ്യപ്പെടും എന്നതിൽ സശയമില്ല.

മലയാള സാഹിത്യലോകത്ത് ഈ കൃതിക്ക് ഒത്തിരിവായനക്കാരുണ്ടാകട്ടെ എന്ന് ആത്മാർഥമായി പ്രാർഥിക്കുന്നു.

സ്നേഹപൂർവ്വം
സലീം അയ്യനത്ത്

അദ്ധ്യായം
ഒന്ന്

വെയിലുദിച്ചു കഴിഞ്ഞിട്ടും പോകാൻ മടിച്ചുനിൽക്കുന്ന മൂടൽമഞ്ഞ്. തണുപ്പേറ്റ് കൈകാലുകളിലെ തൊലി ചുക്കിച്ചുളിഞ്ഞ് വരണ്ട് പൊരിയുന്നു. ഇന്ന് കുളിക്കുംമുമ്പേ ശരീരം മുഴുവനുമൊന്ന് എണ്ണതേച്ച് പിടിപ്പിക്കണം. അതത്ര ബുദ്ധിമുട്ടുള്ള കാര്യമൊന്നുമല്ല. എങ്കിലും എല്ലാറ്റിനുമൊരു അനാസ്ഥ.

കാൽപ്പാദങ്ങളിലൂടെ തണുപ്പ് അരിച്ചരിച്ച് കയറുന്നു. ചവിട്ടുപടിയിലേക്ക് കാലുകൾ നീട്ടിവെച്ച് പാദങ്ങൾ തടവി ഇരുന്നിരുന്ന കബീർഅഹ്മദ് ധരിച്ചിരുന്ന കന്തൂറയുടെ തുമ്പ് വലിച്ചിട്ടു.

ഒന്നാലോചിച്ചാൽ ഒക്കെയൊരു വിഡ്ഢിത്തം. അല്ലെങ്കിൽ മനുഷ്യർ ശരീരത്തെ ഇങ്ങനെ സംരക്ഷിക്കേണ്ട കാര്യമെന്ത്?

വെയിലേൽക്കുമ്പോൾ ഉരുകിപ്പോകുന്ന മഞ്ഞുകണങ്ങൾപോലെ ഒരുനാൾ ഞാനും ഉരുകിത്തീർന്നുപോകും. അതിന് ഇനിയെത്ര നാളുകളെന്ന് പടച്ചവന് മാത്രം അറിയാവുന്ന കാര്യങ്ങൾ.അതോർത്ത് വ്യാകുലപ്പെടേണ്ട കാര്യമെന്ത്? തീരുമ്പോൾ തീർന്നുപോകട്ടെ. ആർക്കെന്ത് ചേതം. എന്റേതെന്ന് അവകാശപ്പെടാൻ എനിക്കാരാണുള്ളത്?

മറ്റുള്ളവരുടെ നേട്ടത്തിനുവേണ്ടി ഭാരം ചുമക്കാൻ വിധിക്കപ്പെട്ട ഈ ജീവിതം കൊണ്ട് ഞാൻ നേടിയത് വലിയൊരു ശൂന്യത. അതായത് വെറും വട്ടപ്പൂജ്യം മാത്രം.

എന്നിൽ പടർന്നുകയറിയ ഇത്തിക്കണ്ണികൾക്ക് വെള്ളവും വളവും പകർന്നുകൊടുത്ത് ജീവിപ്പിച്ചു. ഒന്നുകഴിമ്പോൾ മറ്റൊന്നായി, ഇതാ ഈ ഭാരവും കൂടി നീ ഏറ്റുക എന്ന് പലരും അവ്യക്തമായി പറഞ്ഞു. എല്ലാവർക്കും സ്വന്തം കാര്യമായിരുന്നു വലുത്.

ഈ അറബി വീട്ടിൽ എല്ലാ സൗകര്യങ്ങളും എനിക്കുണ്ട്. പക്ഷെ ഒരു പുരുഷന്റെ ജീവിതം മിന്നിത്തിളങ്ങണമെങ്കിൽ ഒരു പെൺതുണ, കുട്ടികൾ, കുടുംബം എല്ലാം ഒരു മരീചികയായി എന്നിൽ അവശേഷിക്കുകയാണല്ലോ.. ഒറ്റാം തടിയായി ജീവിക്കാനാകും എന്റെ യോഗം.

മറ്റുള്ളവരുടെ കാര്യം സാധിപ്പിച്ചു കൊടുക്കുന്ന നെട്ടോട്ടത്തിനിടയിൽ ആലോചിക്കാൻ നേരം കിട്ടിയില്ല. അതർഹതപ്പെട്ടവരാരും ആ മഹത്കാര്യം തന്ത്രപൂർവ്വം എന്നെ ഓർമിപ്പിച്ചില്ലെന്ന് പറയുന്നതായിരിക്കും കൂടുതൽ ശരി.

എല്ലാ ജീവജാലങ്ങൾക്കും സ്വയരക്ഷയ്ക്കായി പ്രത്യേകിച്ച് മനുഷ്യന് മാത്രം നല്ലതും ചീത്തയും തിരിച്ചറിയാനുള്ള വിശേഷ ബുദ്ധിയും കൂടി പടച്ചതമ്പുരാൻ നൽകിയിട്ടുണ്ട്. അത് വേണ്ടവിധം വിനിയോഗിക്കാതെ എന്റെ ജീവിതം ഞാൻ സ്വയം തച്ചുടക്കുകയല്ലേ ചെയ്തത്.

കഴിഞ്ഞ കാലങ്ങളെയോ, കൊഴിഞ്ഞുപോയ യൗവനത്തെയോ ഓർത്ത് നിരാശപൂണ്ടിട്ടോ, അതുമല്ലെങ്കിൽ മറ്റുള്ളവരുടെ മേൽ കുറ്റം ചാരിയിട്ടോ യാതൊരു പ്രയോജനവുമില്ല. ഇനിയൊരിക്കലും തിരിച്ചുവരാൻ കഴിയാത്ത വിധം ഏതോ ധ്രുവങ്ങളിലേക്ക് പറന്നകന്നു പൊയ്കഴിഞ്ഞിരിക്കുന്നു എന്റെ യൗവ്വനകാലങ്ങൾ.എന്റെ ജീവിതം തികഞ്ഞ പരാജയമായി. ഇനിയിപ്പോൾ വരുന്നത് പോലെ വരട്ടെ.

ഈ മരുഭൂമിയിലെത്തിയിട്ട് വർഷങ്ങളെത്ര പിന്നിട്ടു. ജന്മനാടായ ചക്കരക്കാവിനേക്കാൾ എന്റെ വസന്തങ്ങൾ കൊഴിഞ്ഞുകൊണ്ടിരിക്കുന്നത് ഈ അറബി നാട്ടിലാണ്, എന്ന് നന്നായി ബോധ്യമുണ്ടെനിക്ക്. എങ്കിലും എന്തോ..കുറച്ചു ദിവസങ്ങളായി പലതരം ചിന്തകൾ കൂടിക്കുഴഞ്ഞ് ബഹളംവെച്ച് എന്റെ ഉറക്കം കെടുത്തുന്നു.

ഭൂതകാല സ്മരണകൾ എങ്ങോട്ടൊക്കെയാണ് എന്നെ എഴുന്നള്ളിച്ചു കൊണ്ടുപോകുന്നത്. എന്റെയുള്ളിൽ ദുഖത്തിന്റെ മഴത്തുള്ളികൾ വർഷിക്കാനായിട്ടാണോ..? ഏയ് ഞാനെന്തിനാണ് അങ്ങനെയൊക്കെ ചിന്തിക്കുന്നത്. എനിക്ക് സ്വന്തമെന്നവകാശപ്പെടാൻ ഈ ശരീരവും അതിൽ കുടികൊള്ളുന്ന ഓർമകളും മാത്രമല്ലേയുള്ളൂ..ചിന്താശക്തി മരവിക്കുന്നത് വരെ ചവർപ്പും കയ്പ്പും ഇത്തിരി മധുരവുമുള്ള ഓർമകൾ എന്നെ പിൻതുടരാതിരിക്കുമോ?.

ഓരോന്നോർത്തോർത്ത് ഇരുന്ന് നടുംപുറം കഴക്കുന്നു. കബീർ അഹ്മദ് ഒന്ന് നിവർന്നിരുന്നു. അല്ലാ, ഞാനെന്തൊരു ഇരിപ്പാണിത്. മൂടൽ മഞ്ഞ് നിറഞ്ഞു നിന്നതുകൊണ്ട് സമയം എത്രയാണെന്നും അറിയുന്നില്ല. ഇന്നിനി പ്രത്യേകിച്ച് ജോലിയൊന്നുമില്ലെന്ന് കരുതി വേണ്ടാത്ത ഓർമകളും കെട്ടിപ്പിടിച്ചിങ്ങനെ ചുരുണ്ടുകൂടി ഇരുന്നാൽ സുഖത്തിലങ്ങ് എഴുന്നേൽക്കാൻ തോന്നില്ല. അങ്ങനെയങ്ങനെ ഞാനൊരു കുഴിമടിയനായി തീർന്നേക്കാം.

അർബാബിന് ഭക്ഷണവും മരുന്നും കൊടുത്തുകഴിഞ്ഞ് അദ്ദേഹം

ഉറങ്ങുന്നതും കണ്ട് മുറ്റത്തേക്കിറങ്ങിയതാണ്. വിളിച്ചാൽ വിളിപ്പുറത്തെത്തണം. നാളേറെയുള്ള സഹവാസം കൊണ്ട് അദ്ദേഹത്തിന്റെ പതിവുകളെന്തെന്ന് എന്നോടാരും പറഞ്ഞറിയിക്കേണ്ട കാര്യമില്ല. അങ്ങനെ പരിചരിക്കുന്നത് ഞാൻപോലുമറിയാതെ എന്നിൽ അടക്കിവെച്ച ആഹ്ലാദമാണ്. ആ സന്ദർഭങ്ങളിൽ ആരോടും പറഞ്ഞറിയിക്കാനാകാത്തൊരു നിർവൃതിയണെനിക്കനുഭവപ്പെടുക.

അർബാബിന്റെ ദേശക്കാരനോ ഭാഷക്കാരനോ പോലുമല്ലാത്ത എങ്ങാണ്ടനിന്നോ വന്ന എന്നെ എത്രമാത്രം സ്നേഹിക്കുന്നു. ദിവസങ്ങൾ പിന്നിടുന്തോറും ആ സ്നേഹത്തിന്റെ തോത് കൂടിവന്നതേയുള്ളൂ. കൂടെപിറപ്പുകളിൽ നിന്നുപോലും കിട്ടാത്ത സ്നേഹം. എന്റെ മുഖമൊന്ന് വാടിയാൽ അല്ലെങ്കിൽ ഞാനൊന്ന് മൗനംപാലിച്ചാൽ എന്റെ അസ്വസ്ഥതയ്ക്ക് കാരണം ആരാഞ്ഞിട്ടേയുള്ളൂ ബാക്കിയെന്തും.

അരോഗദൃഢഗാത്രരായ എത്ര ചെറുപ്പക്കാരെ വേണമെങ്കിലും കിട്ടുമല്ലോ, എന്തിനും ഏതിനും അർബാബിന്. നീ ഒരു ജോലിയും ചെയ്യേണ്ട എന്നോടൊപ്പം നിന്നാൽ മതി. എന്നാണ് അദ്ദേഹത്തിന്റെ സ്നേഹത്തിൽ ചാലിച്ച ശാസന. എങ്കിലും അങ്ങനെ അടങ്ങിയൊതുങ്ങി അലസനായിരിക്കാതെ അല്ലറ ചില്ലറ ജോലിയൊക്കെ ചെയ്തുകൊണ്ടിരിക്കുന്നതാണെനിക്ക് തൃപ്തി.

അർബാബിന്റെ പിതാവായ ബാബയെ നഷ്ടപ്പെട്ടതുപോലെ അർബാബിനേയും എനിക്ക് നഷ്ടപ്പെടുമോ എന്ന ചിന്ത ഉറക്കത്തിലും ഉണർച്ചയിലും എന്നെ ദുഃഖത്തിലാഴ്ത്തിയിരുന്നു. ആ സംഭവം എനിക്ക് ഓർക്കാൻകൂടി ഇഷ്ടമില്ല.

ഫിസിയോ തെറാപ്പി ചെയ്യിക്കാൻ വരുന്ന സുഡാനി മെയിൽ നേഴ്സ് മിർഗാനി എത്താൻ നേരമായി. അർബാബ് ഷെയ്ക്ക് മാജിദിന്റെ അടുത്ത കൂട്ടുകാരനായതുകൊണ്ടാണ് ദിർഗാനി വീട്ടിൽ വന്ന് ചികിത്സിക്കുന്നത്. എന്തൊരനുഗ്രഹമാണത്.

അവന്റെ ഇത്രയും നാളത്തെ അദ്ധ്വാനത്തിനുള്ള ഫലമാണെന്ന് തോന്നുന്നു, അർബാബിന് കുറെശ്ശെ ചലനശേഷി തിരിച്ചുവന്നു തുടങ്ങി. ഇങ്ങനെപോയാൽ അധികം വൈകാതെ അദ്ദേഹം എഴുന്നേറ്റ് നടക്കുമായിരിക്കും. അങ്ങനെയാകണേ ഇലാഹീ..ദിവസവും അഞ്ചുനേരം നിസ്കരിച്ച് ഞാൻ ഉള്ളുരുകി ദുആ ചെയ്യുന്നുണ്ടല്ലോ..

കബീർ അഹ്മദ് പെട്ടെന്നെഴുന്നേറ്റു

ഹോതണുത്ത് വിറക്കുന്നു, അധികം ചൂടും തണുപ്പുമൊന്നും ഈ സുഖസമൃദ്ധിയിൽ ജീവിക്കുന്ന എനിക്ക് സഹിക്കാൻ കഴിയുന്നില്ല.

സ്ഥാനം തെറ്റിക്കിടന്നിരുന്ന ഷോളെടുത്ത് നന്നായൊന്നുകൂടി പുതച്ച്. തണുപ്പിന്റെ പ്രഹരത്തെ തടഞ്ഞു. അർബാബിന്റെ ദയനീയാവസ്ഥ ഓർത്തുകൊണ്ട് വിഷമത്തോടെ നാലഞ്ചടിനടന്ന് വീട്ടിലേക്ക് കടന്നു.

ഞാനെത്തിയപ്പോഴേക്കും അർബാബ് ഉണർന്നുകഴിഞ്ഞിരുന്നു. പതിവിന് വിപരീതമായി എന്നെ നോക്കി ശാന്തമായി പുഞ്ചിരിച്ചു. പകരം നല്ല തിളക്കമുള്ളൊരു പുഞ്ചിരി ഞാനും സമ്മാനിച്ചു. തിടുക്കത്തിൽ ഞാൻ അദ്ദേഹത്തിന്റെ അടുത്തെത്തി എഴുന്നേൽപിച്ചിരുത്താനായി മുതിർന്നു. എന്നെ തടഞ്ഞുകൊണ്ട് ഓരോ വാക്കും അളന്നുതിട്ടപ്പെടുത്തി പറയുന്നതുപോലെ ഞാനൊന്ന് ശ്രമിച്ചു നോക്കട്ടെ പ്രയാസപ്പെട്ട് ഇരുവശവും കൈകൾ കുത്തി നേർത്ത വിറയലോടെ എഴുന്നേറ്റിരുന്നു. അന്നേരം ആ മുഖത്ത് നിറഞ്ഞുനിന്നിരുന്ന ശുഭാപ്തി വിശ്വാസം, അത് എത്രയായിരുന്നെന്ന് പറഞ്ഞറിയിക്കാൻപോലും എനിക്കിപ്പോൾ പ്രയാസമാണ്.

നിന്നിടത്ത് നിന്നും ഉയരത്തിലേയ്ക്കൊന്ന് കുതിക്കണമെന്നുപോലും എനിക്കപ്പോൾ തോന്നി. ചിരിക്കാൻ ശ്രമിച്ചുകൊണ്ട് എന്നെ നോക്കിയെങ്കിലും, ആ കണ്ണുകളിൽ പടർന്ന ആനന്ദാശ്രുക്കൾ കവിളിലൂടെ ചാലിട്ടൊഴുകി. അതുകണ്ട് ഒരു പകർച്ചവ്യാധിപോലെ എന്റെ കണ്ണുകളും നിറഞ്ഞുകവിഞ്ഞൊഴുകി.

നാളെ പ്രഭാത നടത്തത്തിന് പോകാമെന്നതുപോലെ മൊഴിഞ്ഞു.

നീ ഇപ്പോൾ നടക്കാൻ പോകാറില്ലേ..?

ഇല്ല എന്നിർത്ഥത്തിൽ ഞാൻ തലകുലുക്കിയതേയുള്ളൂ.

എന്റെ ഊന്നുവടിയായ അർബാബില്ലാതെ എങ്ങനെ എനിക്കതിന് കഴിയുമെന്ന് പറയണമെന്നുണ്ടായിരുന്നു. ധിക്കാരം വേണ്ടെന്ന് മനസ്സ് വിലക്കി.

സുബ്ഹ് നമസ്ക്കാരം കഴിഞ്ഞാൽ ഒരിറക്ക് ഗാവയും കുടിച്ച് ഞാനും അർബാബും കൂടിയൊരു നടത്തമുണ്ട്. അപ്പോഴത്തെ തണുപ്പും കുളിർക്കാറ്റും അല്ലെങ്കിൽ നേർത്ത ചൂടും തിരക്കൊഴിഞ്ഞ നടപ്പാതകളും അതിനിടയിലൂടെ കടന്നുപോകുന്ന കാറ്റിനൊപ്പം ഇളകുന്ന ഈന്തപ്പനയോലകളും, അപ്പോഴത്തെ അന്തരീക്ഷത്തിനൊരു പ്രത്യേക ഭംഗിയാണെന്നെനിക്ക് തോന്നിയിട്ടുണ്ട്.

ചില ദിവസങ്ങളിൽ കടപ്പുറത്ത് ചെന്നിരിക്കും. ഓളങ്ങളിലൂടെ കടന്നുപോകുന്ന ബോട്ടുകളും ആകാശച്ചെരിവിലൂടെ പറന്നുപോകുന്ന പക്ഷികളേയുമൊക്കെ നോക്കിയിരുന്നായിരിക്കും ഓരോരോ ചോദ്യോത്തരങ്ങൾ.

ആ ദിവസങ്ങളിൽ അൽപ്പം വെകിയായിരിക്കും തിരിച്ചെത്തുക. എ

ങ്കിലും വ്യായാമം മുടക്കാറില്ല, എല്ലാറ്റിനും ഒരു നിഴൽപോലെ ഞാനും കൂടെ വേണം.എനിക്കും അതെല്ലാം ഒഴിച്ചുകൂടാൻ വയ്യെന്നായി.

എന്റെ പാതിജീവനായ അർബാബ് കിടപ്പായതിൽ പിന്നെ അത്തരം ചിട്ടകളൊന്നും പാലിക്കാറേയില്ല. അതിനെ കുറിച്ചൊക്കെ ഓർക്കുന്ന തുപോലും വിരളം. അതിന്റെയൊക്കെ അവശേഷിപ്പായിരിക്കാം എന്റെ മനസ്സും ശരീരവും ഉന്മേഷമില്ലാതിങ്ങനെ..

കുറെയൊക്കെ എന്റെ തോന്നലുകളുമാകാമല്ലോ?

ചിന്തകൾ വെടിഞ്ഞുകഴിഞ്ഞെങ്കിലും ഞാനദ്ദേഹത്തിന്റെ മുഖത്തേ ക്ക് നോക്കിയതുപോലുമില്ല. ആ മനസ്സിൽ എന്നിൽ ഉത്ഭവിച്ച അതേ ആ ലോചനകൾ തന്നെയായിരിക്കുമെന്ന് എനിക്കല്ലാതെ മറ്റാർക്കാണ് അറി യാവുന്നത്. തമ്മിൽതമ്മിൽ നോട്ടം ഇടഞ്ഞാൽ ഇനിയും ആ സങ്കടം ഞാൻ കാണേണ്ടിവരും. തൽക്കാലം വിഷയം മാറ്റുകയേ മാർഗ്ഗമുള്ളൂ. എന്നെനി ക്ക് തോന്നിയപ്പോഴേക്കും സുഡാനിപയ്യൻ മിർഗാനി കടന്നുവന്നു.

അർബാബ് എവുന്നേറ്റിരിക്കുന്നത് കണ്ട് മിർഗാനിയുടെ പരന്നമൂക്കും ഉണ്ടക്കണ്ണുകളും ഒന്നുകൂടി വികസിച്ചു. കനമേറിയ വലിയ ചുവന്ന ചു ണ്ടുകൾ വിടർന്നു. വെളുത്ത പല്ലുകൾ വെട്ടിത്തിളങ്ങി. മിർഗാനിയുടെ ഇത്രയും നാളത്തെ അദ്ധ്വാനത്തിനുള്ള ഫലം.

ശമ്പളത്തിനു പുറമെ നല്ലൊരു തുകയും വിലപിടിപ്പുള്ള സമ്മാന ങ്ങളും ഉദാരമനസ്കനായ അർബാബ് അവന് കൊടുക്കുമായിരിക്കും. എന്നാലും നഷ്ടമില്ല, അത്രമാത്രം ആത്മാർത്ഥതയോടെയാണ് മിർഗാ നി ഫിസിയോതെറാപ്പി ചെയ്യിച്ചിരുന്നത്.

പടച്ചതമ്പുരാൻ അവന് എല്ലാ ബർക്കത്തും റഹ്മത്തും കൊടുക്കട്ടെ. ഇനി ഒരാഴ്ച കൂടി കഴിഞ്ഞാൽ ആശുപത്രിയിലേക്ക് വന്നാൽ മതിയെ ന്നാണവർ പറയുന്നത്. എത്രയും വേഗത്തിൽ അർബാബിന് പൂർണ്ണ സുഖം കൈവരിക്കാൻ സാധിച്ചിരുന്നെങ്കിൽ

അൽഹംദുലില്ലാഹ്.. ദൈവത്തിന് സ്തുതി.

അദ്ധ്യായം

രണ്ട്

അറബികളുമായി അത്യധികം സൗഹൃദത്തിൽ കഴിഞ്ഞിരുന്ന എഞ്ചി നീയർ മാത്യൂസ് സാറാണ് എനിക്ക് ഈ ജോലി തരപ്പെടുത്തി തന്നത്. അതിന് മുമ്പ് എത്രയെത്ര സ്ഥലങ്ങളിൽ പണിയെടുത്തു. അവിടെ നിന്നു

ണ്ടായ തീക്ഷ്ണമായ അനുഭവങ്ങൾ അതൊന്നും പറഞ്ഞാൽ തീരില്ല.

തൊട്ടടുത്ത കാലത്തുള്ള സംഭവങ്ങളേക്കാൾ കൂടുതലായും ഓർമ യിൽ പച്ചപിടിച്ചു നിൽക്കുന്നത് അതിന് മുമ്പുണ്ടായ അനുഭവങ്ങളാ ണ്. ചെറുപ്പകാലത്തിനേക്കാൾ കുറച്ചുകൂടി ഗൗരവമായിട്ടാണ് ഞാനി പ്പോൾ ചിന്തിക്കാറുള്ളത്.

വിദ്യാഭ്യാസം കുറഞ്ഞ എനിക്ക് ലേബർ എന്നറിയപ്പെടുന്ന സാക്ഷാൽ കൂലിപ്പണിയാണ് കിട്ടിയത്. അമ്മാലികൾ എന്നൊരു ഓമനപ്പേരു കൂടി യുണ്ട് ആ തൊഴിലാളികൾക്ക്.

എന്നോടൊപ്പം ജോലി ചെയ്തിരുന്നവരിൽ അധികപേരും ബംഗാളി കളും, പാക്കിസ്ഥാനികളുമായിരുന്നു. ഞാനും സുദേവനും ബാലനും, ആന്റണിയും അങ്ങനെ കുറച്ചുപേരേ മലയാളികളായിട്ടുണ്ടായിരുന്നുള്ളു.

മതിമറന്നൊന്ന് ഉറങ്ങാൻ കൊതിയാണന്ന്. നേരംപുലരും മുമ്പേ ഉ ണർന്ന് ഞങ്ങൾ പലപല ജോലികളിൽ ഏർപ്പെടും.ഇത്രയും ആളുകൾ ക്കായി ആകെ രണ്ട് ബാത്ത്റൂമേയുള്ളൂ. തണുപ്പ് കിട്ടാനായി കുളികഴി ഞ്ഞ് തോർത്ത് യൂണിഫോമിന് മേലെ പുതച്ചാണ് പലരുടേയും നടപ്പ്.

കമ്പനി വണ്ടി എത്തുമ്പോഴേക്കും കുത്തബ്മിനാറിന്റെ ആകൃതിയി ലുള്ള ഭക്ഷണപാത്രവും കയ്യിലേന്തി ഒറ്റപ്പാച്ചിലാണ്. കർട്ടൺ വലിച്ചിട്ട് വണ്ടിയിൽ ഇരുട്ട് നിറയ്ക്കും പിന്നെ ഇറങ്ങുന്നത് വരെ കൂർക്കംവലിച്ച് ഉറങ്ങും. ആ ഉറക്കത്തിന്റെ അനുഭൂതിയൊന്ന് വേറെയാണ്.

സൂര്യനുദിക്കുമ്പോൾ തുടങ്ങുന്ന ജോലി അസ്തമയത്തിലേക്ക് കട ക്കുമ്പോഴായിരിക്കും അവസാനിക്കുക. ചില ദിവസങ്ങളിൽ പിന്നെയും നീളും. അതിനിടയിൽ ഭക്ഷണം കഴിക്കാൻ അരമണിക്കൂർ സമയമുണ്ട്.

സ്വസ്ഥമായൊന്നിരുന്ന് കഴിക്കാൻപോലും മടിയാണ്. ഇരുപ്പിന്റെ സു ഖത്തിലങ്ങ് എഴുന്നേൽക്കാൻ തോന്നില്ല. എത്ര കനമുള്ള ടവ്വൽ കൊ ണ്ട് തലമറച്ചാലും അതിനേയും തുളച്ചുകയറുന്ന വെയിൽനാളങ്ങൾ. വായു കടക്കാത്ത ഒറ്റ സിബ്ബിട്ട് പൂട്ടിയ കവറോൾ വിയർപ്പിനാൽ നന ഞ്ഞൊട്ടിയിരിക്കും.

വെള്ളം കുടിച്ചു കഴിഞ്ഞാൽ അൽപ്പം തലയിലൂടെ ഒഴിക്കും. മുഖ ത്തും കഴുത്തിലുമൊക്കെ തട്ടിത്തടഞ്ഞ് ഒഴുകുമ്പോൾ ചക്കരക്കാവിലെ കൊറ്റിക്കുളത്തിലൊന്ന് മുങ്ങിക്കുളിക്കാൻ കഴിഞ്ഞെങ്കിലെന്നോർത്തു പോകും. തണുപ്പുകാലമാണെങ്കിലോ അതോർക്കുമ്പോൾപോലും മേ ലാകെ കുളിരുന്നു.

കഠിനമായ ജോലി കഴിഞ്ഞ് തിരിച്ച് കൂടണയുമ്പോഴേക്കും വാടി ത്തളർന്ന് ഒരു പരുവമായിട്ടുണ്ടായിരിക്കും. കുളികഴിഞ്ഞ് എങ്ങനെയെ

ങ്കിലും ഒന്നു നടുനിവർത്താമെന്ന് കരുതിയാൽ ടപ്പേ എന്നങ്ങ് ഉറങ്ങി പ്പോകും.

ഭക്ഷണം കഴിക്കാൻ മാത്രം സഹകരിച്ചാൽ പോരല്ലോ എന്നു കരുതി സ്ഥിരം പാചകക്കാരായ പാക്കിസ്ഥാനി വസീമിന്റെയും യൂനുസിന്റെയുമൊക്കെ കൂടെകൂടും. മിക്കവാറും ദിവസങ്ങളിൽ പരിപ്പ് കറിയും കുബ്ബൂസുമാണ്. കഴിക്കാതെ മറ്റെന്ത് നിവൃത്തി.

വെള്ളിയാഴ്ചകളിലാണ് സ്പെഷ്യൽ വിഭവങ്ങൾ. വെണ്ടയ്ക്ക കൊണ്ടുണ്ടാക്കുന്ന ബിൻഡിക്കാസാലൻ ഗ്രീൻപീസ്, ഇറച്ചിമസാല, മീറ്റ് ബോൾസ് ചേർത്തുണ്ടാക്കുന്ന മട്ടൻകറി. അതൊക്കെ പാക്കിസ്ഥാനി സ്പെഷ്യലാണ്. അതിനൊക്കെ മുൻകയ്യെടുക്കുന്നത് അക്രമും, ഇല്യാസുമൊക്കയാണ്.

ചില വെള്ളിയാഴ്ചകളിൽ ബംഗാളി വിഭവങ്ങളാണ് ബുർഹാനും രഞ്ജുവും, മസൂറുമൊക്കെയാണ് അതിന്റെ ആശാന്മാർ. മുട്ട പ്രധാനമായി ചേർക്കുന്ന കൊനീർടോം മസാലയിൽ കുഴഞ്ഞുമറിഞ്ഞു കിടക്കുന്ന ബഞ്ചനപിട്ടിക്ക വഴുതനങ്ങയാണ് അതിലെ നായകൻ. കൂട്ടത്തിൽ ഒരു മധുര വിഭവവും. സ്വീറ്റ്ഗോജ പ്രമേഹം പിടിക്കാൻ പിന്നെ മറ്റൊന്നും വേണ്ട.

മസൂദിന്റെ സഹോദരൻ അറബിവീട്ടിൽ ജോലിചെയ്യുന്ന റുബാർഹാൻ ചിലപ്പോഴൊക്കെ കൊണ്ടുവരുന്ന എരിവും പുളിയുമില്ലാത്ത ബിരിയാണി, മന്തി, ടിക്ക, കബാബ് ഇത്തരം റോയൽ ഫുഡ് ആദ്യമാദ്യം തൊട്ടു നോക്കില്ലായിരുന്നു. പിന്നീടു രുചിനോക്കി തുടങ്ങി, പല ദേശങ്ങളിലേയും രുചിഭേദങ്ങൾ നാക്കിനും ആമാശയത്തിനും ശീലമായി.

പാചകം ചെയ്യാൻ സ്വതവേ മടിയന്മാരായ ഞങ്ങൾ മലയാളികൾ ഒരു മര്യാദയുടെ പേരിൽ വല്ലപ്പോഴുമുണ്ടാക്കുന്ന കേരളീയ വിഭവങ്ങൾ എരിഞ്ഞിട്ട് ഇറക്കാനും രുചികൊണ്ട് തുപ്പാനും വയ്യ എന്നാണവരുടെ പക്ഷം.

സുദേവനാണ് കുറച്ചെങ്കിലും പാചകം അറിയുന്നത്. അവൻ ഭക്ഷണമുണ്ടാക്കുന്ന ദിവസം ഹോട്ടലിലേക്ക് ഒറ്റ മുങ്ങലാണ്. റംസാൻ വ്രതകാലം തുടങ്ങിയാൽ പാചകം ചെയ്യേണ്ട, പള്ളിയിൽ നിന്നും അറബി വീടുകളിൽ നിന്നും ആവശ്യത്തിലധികം വിഭവങ്ങൾ കിട്ടും. രഞ്ജുവും ആന്റണിയും മല്ലേഷും ബാലനുമൊക്കെ ഞങ്ങളോടൊപ്പം നോമ്പെടുക്കും വ്രതകാലത്ത് ഉച്ചവരെമാത്രമേ ജോലിയുണ്ടാകൂ.

വ്യാഴാഴ്ച വെളുക്കുമ്പോഴേക്കും മനസ്സിനൊരു പ്രശാന്തിയാണ്. എങ്ങനെയെങ്കിലും ഇന്നത്തെ ജോലിയൊന്ന് കഴിഞ്ഞ് കിട്ടിയാൽ നാളെ

വെള്ളിയാഴ്ച ഒഴിവുദിവസം. ചിരിയും കളിയും ടി.വി കാണലുമൊക്കെ യായി വ്യാഴാഴ്ച ഏറെ വൈകിയാണ് ഉറങ്ങുക.എങ്കിലും ഉച്ചവരെ ഉറ ങ്ങിത്തീർക്കാനുള്ളതല്ല വെള്ളിയാഴ്ച്ചയിലെ വിലപ്പെട്ട സമയം എന്ന ബോധ്യമുണ്ട് ഞങ്ങൾക്ക്.

വെള്ളിയാഴ്ച തുണികൾ കഴുകി ടെറസ്സിന് മുകളിൽ ഉണങ്ങാനിടും. ചാക്ക്പോലെ കട്ടിയുള്ള കവറോൾ വിരിച്ചിട്ട് പുറമെ നിന്ന് നോക്കിയാൽ നീലക്കൂടാരം ഉണ്ടാക്കിവെച്ചപോലെ തോന്നും.

പിന്നെ വ്യായാമവും എണ്ണതേച്ചുള്ള തിരുമ്മലുമൊക്കയാണ്.. വസീം തലനിറയെ കടുകെണ്ണ തേച്ച് തടവിക്കൊണ്ടിരിക്കും. അകാല നരയും മുടികൊഴിച്ചിലുമൊക്കെ ഉണ്ടാകില്ലത്രെ. റുബാർഹാൻ മേലാസകലം തേച്ചുപിടിപ്പിക്കും. ചെറുപ്പത്തിലേയുള്ള ശീലമാണത്രെ.ബംഗാൾ, പാ ക്കിസ്ഥാൻ,നേപ്പാൾ ഇവിടെയൊക്കെ പാചകത്തിനും ഇന്ധനമായും ക ടുകെണ്ണ ഉപയോഗിക്കും.

ഇനി ഒരാഴ്ച മുഴുവനും ശരീരം വെയിൽ കൊള്ളിക്കാനുള്ളതല്ലേ, അവനവന്റെ ശരീരത്തെ നന്നായി കാത്തുസൂക്ഷിക്കണമെന്നത് ദൈവേച്ഛ യാണത്രെ. വസീമിന്റെ സ്ഥിരം വാചകമാണിത്.

ഓക്കാനം വരുന്ന മണമാണ് കടുകെണ്ണക്ക്. ജലദോഷം, ചുമ ആസ് തമ ഇവയെ ചെറുത്ത് നിൽക്കാനായി കടുകെണ്ണ നെഞ്ചിൽ തടവുന്നത് കാണാം. മുഖത്തെയും ചുണ്ടിലെയുമൊക്കെ പാട് മാഞ്ഞുപോകാനാ യി ഉറങ്ങുന്നതിനു മുമ്പ് കടുകെണ്ണ തേക്കുന്നത് രഞ്ജുവിന്റെ സ്ഥിരം ജോലിയാണ്. അങ്ങനെ കടുകെണ്ണയുടെ മണവും ക്രമേണ എനിക്ക് ശീലമായി. ഇടക്കൊക്കെ ഞാനും അത് ഉപയോഗിച്ച് തുടങ്ങി.

വെയിൽ ചാഞ്ഞ് കഴിഞ്ഞാൽ പുറത്തുപോയി ഉല്ലസിക്കാനുള്ള തി ടുക്കമാണ്, വെള്ളിയാഴ്ചകൾ അതിവേഗത്തിൽ കടന്നുപോകും. പിന്നെ മ്ലാനമായ രാപ്പകലുകൾ. അടുത്ത ഒഴിവ് ദിവസത്തിനായുള്ള കാത്തി രിപ്പ്.

ആ ജോലിയുമായി ഞങ്ങൾ നന്നായി പൊരുത്തപ്പെട്ടു. കമ്പനി എ ന്തോ പ്രശ്നമായി അടച്ചുപൂട്ടി. എല്ലാവർക്കും ജോലി നഷ്ടമായി. പിന്നീ ട് പല കോൺട്രാക്ട് കമ്പനികളിലും ജോലി ചെയ്തു. പണി ഉണ്ടെ ങ്കിൽ ഉണ്ട് ഇല്ലങ്കിൽ ഇല്ല എന്ന മട്ടായിരുന്നു.

ചില സ്ഥലങ്ങളിൽ കഠിനാദ്ധ്വാനം മാത്രം ബാക്കി. നേരെ ചൊവ്വെ ശമ്പളം കിട്ടില്ല. തലചായ്ക്കാനൊരിടം, ഉണ്ണാനും ഉടുക്കാനുമുള്ള വക അങ്ങനെ മനുഷ്യന്റെ അടിസ്ഥാന ആവശ്യത്തിനുള്ളതെങ്കിലും കിട്ടേ ണ്ടെ. ഇതിലും ഭേദം സ്വന്തം നാട്ടിൽ കൂലിപ്പണി തന്നെയാണെന്ന് പോ

ലും തോന്നിപ്പോയി.

ദുഖം പൂണ്ട് നാളുകൾ കഴിച്ചുകൊണ്ടിരിക്കുന്നതിനിടയിലാണ് ഗ്രിഗറി അണ്ണന്റെ 'അൽ അമേലിയ' ക്ലീനിംഗ് കമ്പനിയിലൊരു ജോലി ശരിയായത്. ആ ജോലിയിൽ പിടിച്ചുകയറി. ഞങ്ങളെല്ലാവരുമുണ്ടായിരുന്നു. ആ കൂട്ടുകെട്ട് പൊട്ടിപ്പോകാതെ കൊണ്ടുനടന്നു.

മിക്കവാറും വെള്ളിയാഴ്ച ദിവസങ്ങളിൽ വീടുകൾ, പുതുതായി തുറക്കുന്ന ഓഫീസുകൾ, കമ്പനികൾ, ഹോട്ടലുകൾ എന്നിവയൊക്കെ വൃത്തിയാക്കുവാൻ അൽ അമേലിയ ക്ലീനിംഗ് കമ്പനിയിലേക്ക് ആവശ്യക്കാർ വിളിക്കും. എളുപ്പത്തിൽ ജോലിതീർത്ത് കൊടുക്കുവാനായി ഞങ്ങൾ നാലഞ്ചു പേർ കൂടിയാണ് പോകുന്നത്.

ആ നാളിലാണ് കമ്പനിയുടെ തൊട്ടടുത്ത ഫ്ളാറ്റിൽ താമസിക്കുന്ന വത്സമ്മ ചേച്ചിയെ പരിചയപ്പെടുന്നത്. ചേച്ചിയുടെ ജോലിക്കാരി നാട്ടിൽ പോയിരുന്ന സമയമായിരുന്നു അത്. ആഴ്ചയിൽ രണ്ട് ദിവസം ചേച്ചിയുടെ വീട് ക്ലീൻചെയ്യുവാൻ എന്നെ വിളിച്ചു. എന്റെ ക്ലീനിംഗ് നന്നായി ബോധിച്ചത് കൊണ്ടാകാം, ചേച്ചിയുടെ ശുപാർശയിൽ മൂന്നുനാല് വീടുകളിൽ കുടി എനിക്കവസരം കിട്ടി.

എല്ലാം ഞാൻ ഏറ്റെടുത്തു. എന്റെ എക്കാലത്തേയും സ്വപ്നമായ ഡ്രൈവിംഗ് പഠനം എന്ന കണക്കുകൂട്ടലായിരുന്നു അതിന് പിന്നിൽ

പെട്ടെന്നൊരു സുപ്രഭാതത്തിൽ ഗ്രിഗറി അണ്ണൻ മുങ്ങിയ വാർത്ത എന്റെ മനസ്സിനെ പിടിച്ചുലച്ചു. കുടുംബം കുറച്ചുനാൾ നാട്ടിൽ നിൽക്കാനാണെന്ന ഭാവത്തിൽ ഒട്ടനവധി സാധനങ്ങൾ കാർഗോ വഴി നാട്ടിലേക്കയച്ച് അതിനുപിറകെ കുടുംബത്തേയും പറഞ്ഞയച്ച് ഗ്രിഗറി അണ്ണൻ തൻകാര്യം സുരക്ഷിതമാക്കി.

ഒരു പക്ഷേ ഇനി ഞങ്ങളെല്ലാവരേയും ചോദ്യം ചെയ്യലിനായി പോലീസ് സ്റ്റേഷനിൽ പോകേണ്ടിവരും. നിരപരാധികളാണെങ്കിലും പോലീസ്, കേസ്, കോടതി എന്നൊക്കെ കേൾക്കുമ്പോഴേ ശരീരം വിറയ്ക്കുന്നു. ഇവിടത്തെ ശിക്ഷാവിധി ഓർക്കാനേ വയ്യ.

ചോരനീരാക്കി രാപ്പകലില്ലാതെ അന്യനാട്ടിൽ കിടന്ന് അദ്ധ്വാനിച്ച് ഒന്നു പച്ചപിടിച്ച് വന്നപ്പോഴേക്കും ഇങ്ങനെയൊക്കെ ആയിത്തീർന്നല്ലോ. എന്റെ ദുഖഭാരം ആരിലേക്കാണ് ഇറക്കിവെക്കേണ്ടത്. ഞങ്ങളെല്ലാവരും തുല്യദുഖിതരാണല്ലോ..

ഞങ്ങളിൽ പലരും പലവഴിക്ക് പിരിഞ്ഞു. പലരും സ്വന്തം നാടുകളിലേക്ക് തിരിച്ചു. കൂടെപ്പിറപ്പുകളെപോലെ കഴിഞ്ഞിരുന്ന അന്യദേശ സുഹൃത്തുക്കളെ ഇനി ജീവിതത്തിലൊരിക്കലെങ്കിലും കാണാൻ കഴിയു

മോ എന്ന ചിന്ത ഞങ്ങളെ തളർത്തി. സ്നേഹാദരങ്ങൾക്കും ചങ്ങാത്ത ത്തിനുമൊക്കെ മൂല്യമുണ്ടായിരുന്നൊരു കാലമായിരുന്നു അത്.

ഈ അവസ്ഥയിൽ നാട്ടിലേക്ക് ചെന്നാൽ പിന്നെ എന്റെ വീട്ടുകാർ ക്ക് ആരാണ് ഒരു തുണ. ഞാനാകെ ആശയക്കുഴപ്പത്തിലായി.

അദ്ധ്യായം
മൂന്ന്

തേടിത്തേടി നടന്നും പലരോടും കെഞ്ചിയും ഒടുവിൽ ഒരു പരോപ കാരിയായ രാമകൃഷ്ണൻ ചേട്ടന്റെ അറ്റ്ലസ് സൂപ്പർമാർക്കറ്റിൽ കയറി പ്പറ്റി. എന്റെ ദയനീയാവസ്ഥ മനസ്സിലായിട്ടായിരിക്കാം രാമകൃഷ്ണൻ മുതലാളി ചോദിച്ചു.

ബീടും കുടിയുമൊന്നുമില്ലേ ങ്ങക്ക്?

ഇല്ല എന്ന് ഞാൻ തലയാട്ടി. വീണ്ടും ചോദിച്ചു.

പിന്നെ നിങ്ങ ഏടയാ നിക്ക്യാ

ഞാൻ ഉത്തരം പറയുംമുമ്പ് അദ്ദേഹം പറഞ്ഞു.

ഈ കടേടെ പിന്നിലെ മുറി ബെടുപ്പാക്ക്. ബെല്ല്യ സൗകര്യന്നുല്ല്യ, നിങ്ങക്കൊറ്റക്കല്ലേ..ബേണങ്കീ നിന്നോ..

ഒന്നാലോചിച്ചിട്ടാണ് മുതലാളി പറഞ്ഞത്. എനിക്കാണെങ്കിൽ ഒരു നിമിഷം പോലും ആലോചിക്കാനില്ലല്ലോ..അതുതന്നെ ധാരാളമാണ് എ ന്ന മട്ടിലായിരുന്നു എന്റെ മറുവാക്ക്.

കുറച്ച് വിസ്താരമുണ്ടെങ്കിലും വെപ്പും തീറ്റയും ഉറക്കവും എല്ലാം കൂടിയ ഒരു തളം. അതിനോട് ചേർന്ന ഒരു ബാത്ത്റൂമും. തീറ്റയും കുടി യും വെറുതെ കിടപ്പും വിശ്രമവുമായി ആർഭാടത്തോടെ സുഖസമൃദ്ധി യിൽ ജീവിക്കുകയല്ലല്ലോ എന്റെ ഉദ്ദേശ്യം.

ലേബർ ക്യാമ്പിലെ കൊതുക് കടിയും പാഞ്ഞുനടക്കുന്ന എലികളു ടെ തട്ടും മുട്ടും, റൂംമേറ്റ്സിന്റെ സംസാരവും കമന്റുകളും കേട്ട് ഉറക്ക ത്തെ പുൽകിയിരുന്ന എനിക്ക്, അന്നത്തെ ദിവസം ഉറക്കം വന്നില്ല. വെ റുതെ കണ്ണടച്ച് ഉറങ്ങണമെന്ന ഉദ്ദേശ്യത്തോടെ കിടന്നിട്ടുപോലും.എ ന്തൊക്കെയോ എനിക്ക് നഷ്ടമായതുപോലെ. മുറിയിൽ ഇരുട്ട് വിഷാദം നിറച്ചുവെച്ചിരിക്കുകയാണോ..ഒറ്റപ്പെടലിന്റെ വേദനയ്ക്ക് മൂർച്ചകൂട്ടുവാ നെന്ന വണ്ണം, എന്നെനിക്ക് തോന്നി.

ആ അന്തരീക്ഷവുമായി ഞാൻ ഇണങ്ങിച്ചേർന്നു. അല്ലാതെ മറ്റെന്ത്

നിവൃത്തി. ലേബർക്യാമ്പിൽ കഴിഞ്ഞപ്പോഴുണ്ടായപോലെ അത്രനേരത്തെയൊന്നും ഉണരേണ്ട. എങ്കിലും തൊട്ടടുത്ത് ഷെയ്ക്ക് സായിദ് പള്ളിയിൽ നിന്നും സുബ്ഹാ ബാങ്ക് കേട്ടാലുടൻ ഞാനെഴുന്നേൽക്കും.

പള്ളിയിൽ പോയിവന്നാൽ എന്റെ വീട്ടുജോലികളെല്ലാം തീർത്ത്, കടതുറന്ന് അതിനകവും പുറവുമൊക്കെ തൂത്ത് തുടച്ച് മിനുക്കും. കൃഷ്ണൻ മുതലാളി കടയിലെത്തിയാൽ ആകെയൊന്ന് കണ്ണോടിക്കും. നീ നേർത്തെ ബന്നിന? കാലത്ത് ബല്ലതും കയ്ച്ചീന? ബയറ് കാഞ്ഞ് ബല്ല സൂക്കേടും ബരുത്തണ്ട, എന്ന ഒന്നിനുപിറകെ മറ്റൊന്നായുള്ള ചോദ്യത്തിൽ എന്നോടുള്ള ദയാവായ്പ്പും അഭിനന്ദനവുമെല്ലാം വേണ്ടുവോളം അടങ്ങിയിട്ടുണ്ടായിരിക്കും.

കസ്റ്റമേഴ്സ് ആവശ്യപ്പെടുന്ന സാധനസാമഗ്രികൾ സൈക്കിളിൽ വീട് വീടാന്തരം എത്തിച്ച് കൊടുക്കുന്നത് ഞാനാണ്. ഒന്ന് റിലാക്സ് ചെയ്ത് മൂളിപ്പാട്ടൊക്ക പാടിയുള്ളൊരു സൈക്കിൾ സവാരി.

ളുഹർ നമസ്ക്കാരം കഴിഞ്ഞാൽ ഒക്കുമെങ്കിൽ എന്റെ ഓവർടൈം ജോലിയായ ഹൗസ്ക്ലീനിംഗ് നടത്തും. കടയിൽ തീരെ തിരക്കില്ലാത്ത സമയമാണത്. രാമകൃഷ്ണൻ മുതലാളി ഉച്ചവിശ്രമത്തിനുശേഷം കടയിലേക്ക് വരുമ്പോഴേക്കും ഞാനവിടെ ഹാജരായിട്ടുണ്ടായിരിക്കും.

നാട്ടിൽ നിന്നും കത്തുകൾ ഇടതടവില്ലാതെ എത്തിക്കൊണ്ടിരിക്കും എന്റെ വീട്ടിലെ കഷ്ടപ്പാടുകൾ എന്നെ നേരിട്ട് അറിയിക്കുവാനും നാട്ടിൽനിന്നും അവധികഴിഞ്ഞെത്തിയവരെ ഏൽപിച്ചിരുന്നു.

കൊടുക്കാൻ ബാക്കിയുണ്ടായിരുന്ന സ്ത്രീധനതുക എത്രയും പെട്ടെന്ന് കൊടുത്തു തീർക്കണമത്രെ. കബീർ പണം അയക്കുമ്പോൾ ഇങ്ങോട്ടെത്തിക്കാൻ നിന്റെ വീട്ടുകാർക്കെന്താ ഇത്ര അമാന്തം. കുറച്ച് ദിവസം നീ വീട്ടിൽ പോയിനിൽക്ക്.എന്നാലേ കാര്യങ്ങൾക്കൊരു നീക്ക് പോക്കുണ്ടാവൂ. എന്റെ സഹോദരി ഉമ്മുകുൽസുവിന്റെ കണ്ണീരിൽ കുതിർന്ന കത്തിന്റെ ഉള്ളടക്കമായിരുന്നു.

എന്റെ എന്നത്തേയും മോഹമായ ഡ്രൈവിംഗ് പഠിത്തത്തിനായി സ്വരുക്കൂട്ടിയ പണവും പിന്നെയും കടംവാങ്ങിയ തുകയും അയച്ചുകൊടുത്തു. തൽക്കാലം ആശ്വാസം. ഒന്നിനുപിറകെ ഒന്നായി ഉമ്മുക്കുൽസുവിന്റെ പ്രശ്നങ്ങൾ തന്നെയുണ്ടല്ലോ വേണ്ടുവോളവും ഇളയ സഹോദരി സാജിദയ്ക്ക് വിവാഹാലോചനകൾ മുറുകിക്കൊണ്ടിരിക്കുന്നു. അവളുടെ പഠിത്തം കഴിയാറായിരിക്കുന്നു. ഗൾഫുകാരന്റെ പെങ്ങളായതുകൊണ്ട് എന്നെക്കൊണ്ട് താങ്ങാനാകാത്ത ആലോചനകളാണ് വന്നുകൊണ്ടിരിക്കുന്നത്.

എന്റെ അവസ്ഥ പറഞ്ഞാൽ വീട്ടുകാരോ നാട്ടുകാരോ വിശ്വസിക്കുമോ? തന്നെയുമല്ല എന്റെ വിശദാംശങ്ങൾ മുഴുവനും എഴുതി അറിയിച്ചാൽ ഒന്നിനും പരിഹാരവുമാകില്ല.

എല്ലാം ഓർത്താൽ ഭ്രാന്ത് പിടിക്കുമെന്ന് ഉറപ്പാണ്. എങ്കിൽ ഒന്നും അറിയാതെ കഴിയാമായിരുന്നു എന്നുപോലും ഞാൻ ചിന്തിച്ചുപോയി.

അസ്തഗ്ഫിറുള്ളാ..പൊറുത്ത് തരണമെ റബ്ബേ

അൽഫത്മ ഇംഗ്ലീഷ് സ്കൂളിലെ കണ്ടക്ടറായിട്ടായിരുന്നു എന്റെ അടുത്ത നിയോഗം. വത്സമ്മച്ചേച്ചിയുടെ സ്ട്രോംഗ് റക്കമെന്റിന്റെ ഫലമായാണ് ആ ജോലികിട്ടിയത്.

“ബണ്ടീലെ കണ്ടക്ടറായിട്ടാണ് നിന്നെ ബിളിച്ചത് ഏടയാ..? അപ്പ ഈടത്തെ പണി നിനക്ക് ബേണ്ടെ”

തമ്പുരാനെ ഈ ജോലിയും അവസാനിച്ചോ..എന്റെ ഉള്ളിലൊരു ഇടിമുഴക്കം

“വേണം മൊതലാളീ അത് ഉച്ചവരെയുള്ളൂ, മൂന്നുമണിക്കുള്ളിൽ ഞാൻ എത്തിക്കോളാം.”

“മൊതലാളീം തൊയ്ലാളീം ഒന്നും ഈടെ ബർത്താനത്തിൽ ബേണ്ട, ഇന്നലെ നിങ്ങ ആടെ പോയിനാ?”

“പോയി, നാളെ തൊട്ട് ജോലിക്ക് കയറാൻ പറഞ്ഞിട്ട്ണ്ട്. ഞാനെന്ത് വേണോന്ന് രാമകൃഷ്ണേട്ടനോട് ചോദിച്ചിട്ടാകാമെന്നു വെച്ചു

വളരെ വിനയാന്വിതനായാണ് ഞാൻ പറഞ്ഞത്. എന്റെ കടങ്ങളും പ്രാരബ്ധങ്ങളുമെല്ലാം മുതലാളിക്ക് നന്നായറിയാം

“പണികഴിഞ്ഞ് ബേഗം വന്നേക്കണം. ബണ്ടീതന്നെ കുത്തിരിക്കാണ്ട്.”

ഞാൻ ചിരിച്ചെന്ന് വരുത്തി ആശ്വാസത്തോടെ

അൽഫത്മ ഇംഗ്ലീഷ് സ്കൂൾ ബസ്സിലെ കുട്ടികളുമൊത്ത് ചിരിച്ചും രസിച്ചുമൊക്കെയാണ് എന്റെ ജോലി നിർവ്വഹിക്കുന്നത്. കരളിന്റെ പുകച്ചിലിന് അൽപം തെളിനീരൊഴിച്ച ആശ്വാസമാണപ്പോൾ.

കൊച്ചുകുട്ടികളെ സ്കൂൾബാഗടക്കം പൊക്കിയെടുത്ത് വണ്ടിയിൽ കയറ്റുക, റോഡ് മുറിച്ചുകടത്തുക ഇതൊക്കെ ഒരു വിനോദമായേ ഞാൻ കണക്കാക്കിയിരുന്നുള്ളൂ.

കുട്ടികൾ സ്കൂളിൽ ഇറങ്ങിക്കഴിഞ്ഞാൽ സമയം പാഴാക്കാതെ വണ്ടിയ്ക്കകം വൃത്തിയാക്കലാണ്. കുട്ടികൾ വലിച്ചെറിയുന്ന പാക്കറ്റുകളും കടലാസ്സുകളുമൊക്കെ കൊട്ടക്കണക്കിനാണ് അടിച്ചുവാരിക്കളയുന്നത്. ചില പീക്കിരികളുടെ ഛർദ്ദിലും മറ്റു വൃത്തികേടുകളും വരെ തൂത്ത്

തുടക്കേണ്ടിയും വരാറുണ്ട്.

സ്കൂൾ ജോലി കഴിഞ്ഞാൽ ഡ്രൈവിംഗ് പഠിത്തം. തിരിച്ചുവന്ന് രാവിലെ ഞാൻ തട്ടിക്കൂട്ടിയുണ്ടാക്കിയ ഭക്ഷണം കഴിച്ച് പെട്ടെന്ന് കടയിലേക്ക് പ്രവേശിക്കും. രാവിലെ ഞാൻ അവധിയായതു കൊണ്ട് ശമ്പളം കുറഞ്ഞു. എങ്കിലും ജോലിയിൽ നിന്നും പിരിച്ചു വിട്ടില്ലല്ലോ

മുതലാളിക്ക് ഒരു വിധത്തിലും അലോസരമുണ്ടാകാതിരിക്കാൻ ഞാൻ പരമാവധി ശ്രമിച്ചു. മുതലാളിയുടെ വണ്ടി തുടക്കുന്നത് കണ്ട് അടുത്ത ഫ്ളാറ്റിലെ മൂന്നുവണ്ടികൾ കൂടി കിട്ടി. പകൽ സമയം കിട്ടാറില്ല. തന്നെയുമല്ല നനഞ്ഞ വസ്ത്രങ്ങളുമായെങ്ങനെയാണ് ജോലിക്ക് പോകുക.

രാത്രി ഷോപ്പടച്ചു കഴിഞ്ഞാൽ ആ ജോലികൂടി കഴിഞ്ഞാണ് എന്റെ ഗൃഹപ്രവേശം. ചില ദിവസങ്ങളിൽ ഭക്ഷണംപോലും വേണ്ട. വിശപ്പ് കെട്ട്പോയിട്ടുണ്ടായിരിക്കും. കിടക്കുന്നതേ ഓർമയുണ്ടാകൂ..ഓർക്കാൻ തുടങ്ങുമ്പോഴേക്കും ഗാഢനിദ്രയിൽ ലയിച്ചുപോകാറാണ് പതിവ്.

കുട്ടികളെ സ്കൂളിൽ എത്തിച്ചു കഴിഞ്ഞാൽ മിക്കവാറും ദിവസങ്ങളിൽ ഉച്ചവരെ വിശ്രമമാണ്. സ്കൂൾ കോമ്പൗണ്ടിൽ നോൺടീച്ചിംങ് സ്റ്റാഫിനായി അനുവദിച്ചു തന്നിട്ടുള്ള ഔട്ട്ഹൗസിൽ കഴിച്ചുകൂട്ടാം അത്രയും നേരം

ആ നേരത്ത് ഞാനും സ്റ്റീഫനും അവിടുന്ന് മുങ്ങും. സ്കൂൾ വിടുന്ന സമയമാകുമ്പോഴേക്കും ഞങ്ങൾ സ്കൂളിൽ പൊങ്ങിയിട്ടുണ്ടാകും

വീട് ക്ലീനിംഗ് ജോലിയിലേക്ക് ഞാനും ചെറിയ തോതിൽ സെയിൽസ് ജോലിയിലേക്ക് സ്റ്റീഫനും. സ്കൂൾ വണ്ടിയിലാണല്ലോ യാത്ര. എനിക്ക് ആധിയായി എന്നാണാവോ നമ്മുടെ ഈ കള്ളത്തരം പൊളിയാൻ പോണത്. സ്കൂൾ അധികാരികളുടെ ശ്രദ്ധയിൽപ്പെട്ടാൽ പണിതെറിച്ചതു തന്നെ.

"നമ്മൾ അദ്ധ്വാനിച്ച് കാശുണ്ടാക്കാൻ വേണ്ടീട്ടല്ലേ.പോണടത്തോളം പോട്ടെ. കുടുങ്ങുന്നങ്കിൽ നിന്റൂടെ ഞാനുണ്ടല്ലോ..നീ പേടിക്കേണ്ടാട്ടാ."

സ്റ്റീഫൻ എനിക്ക് ധൈര്യം തന്നു.

അങ്ങനെ കുറച്ച് സുമനസ്സുകളുടെ കാരുണ്യത്തിൽ ഞാനങ്ങനെ കഴിഞ്ഞു കൂടി. ഒരിക്കൽ വത്സമ്മച്ചേച്ചി എന്നെ വിളിച്ചു ഒരു മുഖവുരയുമില്ലാതെ പറഞ്ഞു.

"കബീറേ, അൽഫത്മ ഇംഗ്ലീഷ് സ്കൂളീന്ന് ഒരിച്ചിരി ദൂരെയൊള്ളൂ. എന്റെ ഒരു ബന്ധുവിന്റെ വീട്ടിൽ ക്ലീനിംഗിന് നിന്നെ അയക്കാന്ന് ഞാൻ പറഞ്ഞേ..അവർ നിന്നെ വിളിക്കുമെ."

അത്രയും പൈസ എനിക്ക് കിട്ടുന്നെങ്കിൽ കിട്ടിക്കോട്ടെ എന്നായിരിക്കും വത്സമ്മച്ചേച്ചിയുടെ ഉദ്ദേശ്യം.

"അയ്യോ..ചേച്ചി സ്കൂളും കടയും കഴിഞ്ഞാൽ എനിക്ക് ഒട്ടും സമയമില്ല"

"നീ എന്നാ ഈ പറയുന്നേ കബീറെ ഇതാന്നേല് സ്കൂളീന്ന് കൊർച്ച് ദൂരേള്ളൂ, അയ്ന് വേണ്ടി ഒരിച്ചിരി നേരംപോലും പിടിക്കുവേല. അല്ലന്നുണ്ടേല് ഏതേലും ഒഴിവുള്ള ഒരീസം അന്നേലും ചെയ്തേച്ചാ മതി."

എന്ന് കൂടി പറഞ്ഞപ്പോഴാണ് ഞാനതിന് മുതിർന്നത്.

ഞാനുമൊരു മനുഷ്യജീവിയല്ലേ..അൽപമെങ്കിലും വിശ്രമിച്ചില്ലെങ്കിൽ രോഗബാധിതനായി വേഗം തീർന്നു പോയേക്കാം. എല്ലാം മറന്ന് ഞാനതും ഏറ്റടുത്തു.

വത്സമ്മച്ചേച്ചിയുടെ ബന്ധുവിന് ചിരിയെന്നൊരു വികാരമേ ഇല്ല. വിശന്നിരിക്കുന്ന മനുഷ്യരെപ്പോലെ ദേഷ്യം മാത്രമാണെപ്പോഴും. എന്ത് കേട്ടാലും എന്നെ ബാധിക്കുന്നതെല്ലെങ്കിൽ ഞാൻ വായടച്ചിരിക്കുന്നു. അതാണ് എന്നെ രക്ഷപ്പെടുത്തുന്നൊരു സംഗതി. എനിക്കെന്റെ ജോലി അതെത്ര പെട്ടെന്ന് ഭംഗിയായി ചെയ്ത് തീർക്കണമെന്നേയുള്ളൂ.

അത്രയൊക്കെ ശ്രമിച്ചിട്ടും ഒരു ദിവസം എനിക്ക് ഏറ്റുമുട്ടേണ്ടി വന്നു

"ഒള്ളത് പറയുവാന്നേല് താൻ ഇതിനാത്തോട്ട് കടന്നേച്ച് വന്നാ വിയർപ്പ് നാറുവാ, ഒരിച്ചിരിപോലും എനിക്കത് സഹിക്കാൻ പറ്റുവേല."

ഈ നരുന്ത് പെണ്ണിനേക്കാൾ എത്ര മൂപ്പുണ്ടെനിക്ക്. ചേട്ടൻ എന്നല്ലെങ്കിലും നിങ്ങൾ എന്നെങ്കിലും എന്നെ സംബോധന ചെയ്യാമല്ലോ

പോട്ടെ, എന്റെ സഹോദരി സാജിദയോളമേയുള്ളൂ എന്നോർത്ത് ഞാനത് ചിരിച്ചു തള്ളി.

"കുളിച്ചൊരുങ്ങി അത്തറുംപൂശി ഇത്തരം ജോലിക്ക് വരാൻ പറ്റോ മോളേ.."

ചിലപ്പോഴൊക്കെ എന്റെ സംസാരം അങ്ങനെയാണ്, സന്ദർഭത്തിന്റെ ഗൗരവം മനസ്സിലാക്കാതെ

"മോളോ.. താനെന്താ പറഞ്ഞേ.. എനിക്കിതൊന്നും പിടിക്കുവേല."

"പിന്നല്ലാതെ, മാഡം കൊച്ചമ്മ എന്നൊന്നും വിളിക്കാനുള്ള മൂപ്പെത്തിയിട്ടില്ലല്ലോ കൊച്ചേ നിനിക്ക്."

അതോടെ അവളുടെ വാക്കുകൾക്ക് കയ്പ് കൂടിക്കൂടി വന്നു. എന്തിനധികം അഴിച്ചുവെച്ച സ്വർണ്ണം ഞാൻ മോഷ്ടിച്ചെന്നുകൂടി പറഞ്ഞപ്പോൾ ഞാൻ ശരിക്കും മരവിച്ചപോലെയായി.

ഇനിമേലിൽ ഇത്തരത്തിലെന്നോട് സംസാരിക്കരുത്. അഹങ്കാരി എന്ന് ഞാനും ശബ്ദമുയർത്തിപ്പറഞ്ഞു. അന്നത്തെ ജോലി പൂർത്തിയാക്കി കൊടുത്ത് ഞാൻ അവിടെ നിന്നും പോന്നു. ഇനി എത്ര ഗതികെട്ടാലും ഇങ്ങോട്ടില്ല. വത്സമ്മച്ചേച്ചി പിന്നെയും നിർബന്ധിച്ചു.

“കഴിഞ്ഞുപോയ ജീവിതത്തിൽ ഞാനെത്രമാത്രം സഹിച്ചു. ഇനിയും അങ്ങനെയൊക്കെ വേണ്ടിവന്നേക്കാം എന്ന് എന്റെ മനസ്സിനെ ഞാൻ പഠിപ്പിച്ചിരുന്നു. അതിനാൽ ഒന്നും എന്നെ ഏശുന്നതേയില്ല ഇതങ്ങനെയല്ലല്ലോ ചേച്ചീ.”

“ശകലം എട്ത്ത്ചാട്ടം കൂടുതലാന്നേ അവൾക്ക്, അതേകൂട്ട് ഒരു പാവം കുട്ട്യ.. നീയതൊന്നും മനസ്സിൽ വച്ചേച്ച് നടക്കല്ല വേണ്ട്യേത്.”

വത്സമ്മച്ചേച്ചിയുടെ കണ്ണിൽ എല്ലാവരും കുറ്റമറ്റവരാണ്. അങ്ങനെയൊക്കയാണെങ്കിലും ചേച്ചിയുടെ സാന്ത്വനവാക്കുകൾ കേട്ടപ്പോഴാണ് മനഃപ്രയാസം കുറഞ്ഞത്. എനിക്ക് അത്രമാത്രം വേദനിക്കുമെന്ന് അവൾ കരുതിയിട്ടുണ്ടാകില്ല.

അങ്ങനെ എത്രയെത്ര പൊള്ളുന്ന അനുഭവങ്ങൾ ഉറങ്ങിക്കിടക്കുന്നു ഈ നെഞ്ചിൻകൂട്ടിൽ. ഇപ്പോൾ അതെല്ലാം ഓർമകളായി കടന്നുവരുമ്പോൾ അയവിറക്കാനെന്തു സുഖം.

സ്കൂൾ മാനേജ്മെന്റ് മാറിക്കഴിഞ്ഞ ശേഷം കർശന നിയമങ്ങളാണ്. ബസ്സ് ഓടിയതിന്റെ കിലോമീറ്റർ നോട്ട് ചെയ്യും. ഇപ്പോൾ പ്യൂൺ ജോലിയും എനിക്ക് ചെയ്യേണ്ടി വരുന്നു. ഫയലുകൾ എത്തിക്കലും ഒതുക്കിവെക്കലുമൊക്കെയായി നിന്നുതിരിയാൻ നേരമില്ലാത്ത അവസ്ഥ.

അതിനിടയിലാണ് മറ്റൊരു നൂലാമാലയും എന്നെ ചുറ്റി വരിഞ്ഞത്. സ്കൂൾ കെട്ടിടം പൊളിച്ചു പണിയാൻ മിനിസ്റ്റർ ആജ്ഞ വന്നു. പുതുക്കി പണിയുന്നത് വരെ അവിടെ ജോലിയില്ല. കെട്ടിടം പണിയാൻ ചുരുങ്ങിയത് ഒന്നോ രണ്ടോ വർഷമെങ്കിലും വേണ്ടി വന്നേക്കാം. ഇനിയെങ്ങോട്ട് എന്നത് ഒരു ചോദ്യചിഹ്നമായി എന്നെ വേട്ടയാടി.

അദ്ധ്യായം
നാല്

രാവിലെ ഞാൻ കടയിൽ ഇല്ലെങ്കിലും മുതലാളിക്ക് കാര്യങ്ങൾ മാനേജ് ചെയ്യാമെന്നായിരിക്കുന്നു. സ്കൂൾ ജോലി ചെയ്തിരുന്ന സമയം മറ്റെവിടെയെങ്കിലും ജോലിചെയ്യാമല്ലോ. വൈകീട്ട് കടയിൽ തിരക്കാവു

മ്പോഴേക്കും എനിക്കവിടെ എത്താമെന്നുമൊക്കെയായിരുന്നു എന്റെ കണക്കുകൂട്ടലുകൾ. പക്ഷെ സ്വപ്നം കണ്ടതുപെലെ അത്ര എളുപ്പമൊന്നും ആയിരുന്നില്ല കാര്യങ്ങൾ.

ഒന്നും ആഗ്രഹിച്ചിട്ട് കാര്യമില്ലെന്നെനിക്ക് നന്നായി ബോധ്യപ്പെട്ടു. ജോലി തേടി നടന്നുനടന്ന് എനിക്ക് മടുത്തു കഴിഞ്ഞിരുന്നു. പ്രത്യാശയുടെ ചെറിയൊരു കണംപോലും എന്നിൽ അവശേഷിച്ചില്ല. ഇതിന് മുമ്പും എത്രയെത്ര പ്രതിസന്ധി ഘട്ടങ്ങൾ ഞാൻ തരണം ചെയ്തിട്ടുണ്ട്. അതുകൊണ്ട് എനിക്കിതൊന്നും ഒരു പുത്തൻകാര്യമല്ല.

എന്റെ സ്വന്തം കാര്യങ്ങൾ ഞാനുദ്ദേശിച്ചത് പോലെയൊന്നും നേടിയെടുക്കാൻ ഇന്ന് ഈ നിമിഷംവരെ കഴിഞ്ഞിട്ടുമില്ല. എല്ലാം വെട്ടിപ്പിടിക്കണമെന്നല്ല, തരക്കേടില്ലാത്തൊരു ജീവിതം പുലർത്തണമെന്നേയുള്ളൂ. ചിന്ത എന്നു പറഞ്ഞാൽ ഏതൊരു മനുഷ്യന്റേയും പ്രകൃതമായതുകൊണ്ട് ഞാനും ചിന്തിക്കുന്നു എന്നേയുള്ളൂ.

സമയക്കുറവ് കൊണ്ട് മുടങ്ങിക്കിടന്നിരുന്ന ഡ്രൈവിംഗ് പഠനം തുടരാൻ ഞാൻ തീരുമാനിച്ചു. കുറെയേറെ ടെസ്റ്റ് കഴിഞ്ഞാണ് ലൈസൻസ് കിട്ടിയത്

എന്തൊരു ആവേശവും സന്തോഷവുമായിരുന്നു അന്നേരം.

സന്തോഷം പങ്കിടാനായി ഞാൻ അറ്റ്ലസ് സൂപ്പർമാർക്കറ്റിലേക്ക് പാഞ്ഞെത്തി. ലൈസൻസ് കിട്ടിയാൽ ആദ്യമായി രാമകൃഷ്ണേട്ടനേയും ഇരുത്തി അദ്ദേഹത്തിന്റെ വണ്ടിയിൽ തന്നെയാകട്ടെ എന്റെ കന്നി ഡ്രൈവിംഗ്. തൊട്ടടുത്തേക്കായാലും കുഴപ്പമില്ല, എന്നൊക്കെ ഞാൻ പലവട്ടം ആലോചിച്ചിരുന്നു. ഞാനെങ്ങനെ അദ്ദേഹത്തോട് പറയുമെന്ന ആശയക്കുഴപ്പത്തിൽ നിന്നു

“നമ്മക്ക് ഏടെ പോഗണ്ടെ? ബണ്ടി എട് ഒന്ന് ബെളീലെറങ്ങാ. ബേഗം കൊറച്ച് ഓടിച്ച്, ഈടടത്ത് ബെക്കനെ പോയ് വരാ. നീ ബെറ്ങ്ങനെ ആലോയ്ച്ച് നിക്കാന്ന്.”

വണ്ടി ഓടിച്ച് ഞാൻ പരിചയിക്കട്ടെ എന്ന ഉദ്ദേശ്യമായിരിക്കാം കൃഷ്ണേട്ടന്.ഹോ. അന്നേരത്തെ എന്റെ സന്തോഷം എത്രയായിരുന്നു.

പടച്ചവനേ..എന്റെയൊരു കാര്യം അമിതാവേശം കൊണ്ട് വണ്ടി ഒന്ന് മുട്ടി. ഫയർ സ്റ്റേഷനടുത്തെത്തിയപ്പോഴാണത് സംഭവിച്ചത്. പേടിച്ചതുപോലെ ഒട്ടും കാര്യമായില്ല. പിന്നീട് മുതലാളിയുടെ വണ്ടിയെടുക്കാൻ സമ്മതിച്ചില്ല.

നിരാശയുടെ ദിനങ്ങളിലൂടെ ഞാൻ കടന്നുപോയി. വത്സമ്മച്ചേച്ചിയുടെ വീടിനടുത്ത് ബീച്ച് ഏറിയയിലെ തിരക്കില്ലാത്ത സ്ഥലത്ത് ‘ഹസീബാ’

സ്ട്രീറ്റിൽ അല്പസമയം ചേച്ചിയുടെ വണ്ടിയെടുത്ത് വളരെ സൂക്ഷിച്ച് ഓടിച്ചു പഠിക്കുവാൻ ചേച്ചി അനുവാദം തന്നു. ഞാനൊട്ടും പ്രതീക്ഷിക്കാത്ത ഒരു സ്വപ്നമാണ് വത്സമ്മച്ചേച്ചി എനിക്ക് ചെയ്തുതന്നത്.

'ഇബ്ൻ ബാഷിക്' സ്കൂളിലെ സൂപ്പർവൈസറായിരുന്ന വത്സമ്മച്ചേച്ചി ജോലിക്ക് പോയിരുന്നത് സ്കൂൾ ബസ്സിലായിരുന്നു. ചേച്ചിക്ക് ലൈസൻസ് ഉണ്ടെങ്കിലും വണ്ടി എടുത്തിരുന്നത് വല്ലപ്പോഴും മാത്രം. എൽദോ അച്ചായൻ റിഗ്ഗിൽ നിന്നും ഇരുപത്തിയെട്ട് ദിവസത്തെ അവധിക്ക് വരുമ്പോഴാണ് വണ്ടി കൈകാര്യം ചെയ്തിരുന്നത്. അല്ലാത്ത ദിവസങ്ങളിൽ മിക്കപ്പോഴും വണ്ടി പാർക്കിംഗ് ഏരിയയിൽ വിശ്രമത്തിലായിരുന്നു.

ഒഴിവുദിവസങ്ങളിൽ വളരെ അടുത്ത സ്ഥലത്തേക്ക് ഷോപ്പിംഗിനോ, പച്ചക്കറി മാർക്കറ്റിലോ, ഫിഷ്ബസാറിലോ അല്ലെങ്കിൽ വീട് സന്ദർശനത്തിനോ പോകുവാനായി ചേച്ചി എന്നെ വിളിക്കും. എന്നെ സംബന്ധിച്ചിടത്തോളം വളരെ വലിയൊരു കാര്യമായിരുന്നു അത്.

"കർത്താവേ ഇങ്ങനാണേൽ ഞാൻ കാണുവേല, കുത്തിക്കുലുക്കി എന്റെ നടുവെട്ടുവ്വേ, എൽദോച്ചനാന്നേൽ സ്ഥലത്തില്ല. അന്നേരം എന്റെ കാര്യം കേട്ടേച്ചാൽ ചുമ്മാ അതിയാൻ കൂടി വിഷമിക്കുമേ. നിനക്കെന്നാ കബീറെ ഇത്രേം ധൃതി. കൊർച്ചൂടെ മെല്ലെ ഓടിച്ചാ മതി. അല്ലെന്നുണ്ടേല്..നിനക്കറിയാവല്ലോ ഇതാന്നേല് എനിക്കിച്ചിരിപോലും തെരക്കില്ല."

ചേച്ചി ചിരിച്ചുകൊണ്ട് ആ മട്ടിൽ പറയുമ്പോൾ എന്റെ മനസ്സിൽ ആത്മവിശ്വാസവും ധൈര്യവുമൊക്കെ നിറഞ്ഞുതുളുമ്പും. മാസങ്ങൾ കഴിഞ്ഞപ്പോഴേക്കും നല്ലൊരു ഡ്രൈവറായി മാറിക്കഴിഞ്ഞെന്ന് എനിക്ക് സ്വയം തോന്നി. എങ്കിലും ഒരിടത്തും ജോലികിട്ടിയില്ല.

അക്കാലത്ത് ഈ എമിറേറ്റ്സിൽ കോളേജുകളൊന്നും തന്നെയില്ല. പഠിക്കുവാൻ വിദ്യാർഥികൾ ഇല്ലെന്ന് തന്നെ പറയാം. ഫാമിലികളാണെങ്കിലോ വളരെ കുറവ്. വത്സമ്മച്ചേച്ചിയുടെ മകൾ സ്കൂൾ തലം കഴിഞ്ഞു. പത്തൊമ്പത് വയസ്സ് കഴിഞ്ഞപ്പോഴേക്കും മെയ്മോൾ ലൈസൻസും കരസ്ഥമാക്കി. എങ്കിലും വണ്ടി എടുക്കുവാൻ വത്സമ്മച്ചേച്ചി സമ്മതിച്ചില്ല.

"ഇച്ചിരൂടെ കഴിഞ്ഞോച്ച് തരാം, ഇല്ലേലുണ്ടല്ലോ മെയ്മോളെ, നീ എന്നാ പറഞ്ഞാലും വഴക്കിട്ടാലും ഇത്രംദൂരേക്ക് വണ്ടി ഞാൻ തരത്തില്ല. ഞാൻ ചുമ്മാ പറയേല. കൊച്ചേ അയ്ന് വേണ്ടി നീ ചുമ്മാ വാശിപിടിക്കത്തേ ഉള്ളേ.പേടിയൊന്ന് മാറികിട്ടിയാച്ചേല് അന്നേരം നോക്കാം."

ചേച്ചി ദൃഢമായി പറഞ്ഞു.

മെയ്മോളെ വിക്ടോറിയ കോളേജിൽ കൊണ്ടുവിടുക തിരിച്ചുകൊണ്ടുവരിക അങ്ങനെ ഒരു ജോലി എനിക്ക് തന്നു ചേച്ചി.

"തൊറന്ന് പറയുവാന്നേല്, പൊങ്കൊച്ചുങ്ങളെ നേരെചൊവ്വേ കോളേജിൽ വിട്ടേച്ച് കൊടുക്കൂന്നൊരു ധൈര്യമാണ്."

ചേച്ചിക്ക് എന്നെ അമിത വിശ്വാസമായിരുന്നു.

ഈ എമിരേറ്റ്സിൽ നിന്നും ഒരു മണിക്കൂർ ദൂരമുണ്ട്. അന്ന് ഇന്നത്തെപോലെ ഗതാഗതകുരുക്കിൽ വീർപ്പുമുട്ടേണ്ടി വരാറില്ല മിക്കപ്പോഴും വാഹനങ്ങൾക്ക്. അടുത്തയാഴ്ചമുതൽ മാത്യൂസ് സാറിന്റെ മകൾ ജൂണിയും ജിമ്മിസാറിന്റെ മകൾ ജൂലിയറ്റും മുഹമ്മദ് സാറിന്റെ മകൾ റജബും വരാൻ സാധ്യതയുണ്ട്.

തിരക്കില്ലാത്ത സ്ഥലത്തെത്തുമ്പോൾ ഡ്രൈവ് ചെയ്യാൻ മെയ്മോൾക്ക് അവസരം കൊടുക്കണമെന്നും വത്സമ്മച്ചേച്ചി എന്നെ ഏൽപിച്ചു.

"പെമ്പിള്ളേര് കൂടിയേച്ചാ എന്നാകുരുത്തക്കേടാ. സ്പീഡ് കൂടുതലാന്നേല് നീ നോക്കിക്കോണേ അന്നേരം നീ ഓടിച്ചേരെ"

"അതൊക്കെ ഞാനേറ്റന്നേ ചേച്ചി പേടിക്കേണ്ട." ഞാൻ ഉറപ്പുകൊടുത്തു.

വിക്ടോറിയ കോളേജിലേക്ക് പോകുംവഴി ചിലപ്പോഴൊക്കെ ചേച്ചിയെ ഷോപ്പിംഗ് മാളിലോ, ടൈലറിംഗ് സെന്ററിലോ ഹൈപ്പർമാർക്കറ്റിലോ വിട്ടുകൊടുക്കും. ചേച്ചിയുടെ കൂട്ടുകാരികളിൽ ആരെങ്കിലുമൊക്കെ അവിടെ കാത്തു നിൽക്കുന്നുണ്ടായിരിക്കും.പലപ്പോഴും ചർച്ചിലേക്കാണ് കൊണ്ടുവിടുന്നത്. അങ്ങനെ എന്നെ കണ്ടു പരിചയിച്ച് പലർക്കും എന്നെ അറിയാം

ചേച്ചി വണ്ടിയിലുണ്ടായാൽ അവരുടെ സ്വാതന്ത്ര്യം കുറയുമെന്നാണ് മെയ്മോളുടെ പരാതി.

എത്ര നിർബന്ധിച്ചിട്ടും മെയ്മോളുടെ ഫീസ് ഞാൻ വാങ്ങിയില്ല

അത്രയെങ്കിലും ചെയ്തില്ലെങ്കിൽ ഞാൻ വെറുമൊരു നന്ദികെട്ടവനായിപോകുമല്ലോ

"നന്ദിയൊക്കെ നിന്റെ കയ്യേല് മുറുക്കിപിടിച്ചേരെ വേണന്നുണ്ടേല് ഞാൻ മേടിച്ചോളാവേ"

ചേച്ചിയുടെ സംസാരത്തിൽ മിക്കപ്പോഴും ഫലിതത്തിന്റെ കിരണങ്ങൾ പ്രകാശം ചൊരിഞ്ഞുകൊണ്ടിരിക്കും ആ മനസ്സുപോലെ

രാമകൃഷ്ണൻ മുതലാളി അറ്റ്ലസ് സൂപ്പർമാർക്കറ്റ് വിൽക്കാൻ പോകുകയാണെത്രെ. ആ വാർത്ത എന്റെയുള്ളിൽ തീവ്രമായൊരു സംഘർ

ഷത്തിന് വഴിയൊരുക്കി. ഒരിക്കൽ മാത്രമല്ല പലപ്രാവശ്യം ഇക്കാര്യം പറഞ്ഞു മുതലാളി

“ഞായേ ഈ കട ബിക്കാൻ പോവുന്ന്, ബയസ്സിപ്പോ എത്ര കയിഞ്ഞ്. അനക്കിനി വയ്യ. എന്നാലും അനക്ക് എല്ലാം തന്ന ഈ മണ്ണ് ബിട്ടു പോകാൻ മടിയാണ്. നാട്ടില് ഇണ്ടാക്യ പൊരയെല്ലാം ബെറ്തെ കെടക്ക്ന്ന്. ഇനീ ഉള്ള കാലം അനക്ക് അന്റെ നാട്ടീല് കയ്ച്ച് കൂട്ടാന്നാ ബിജാരിക്ക്ന്ന്”

ഈയിടെയായി കുറച്ച് ഗൗരവമായി തന്നെയാണ് മുതലാളി ആ കാര്യം ചിന്തിക്കുന്നതെന്ന് തോന്നുന്നു. ആ അഭയവും എനിക്ക് നഷ്ടമാകുന്നതിന് മുമ്പ് വേറൊരു ജോലി കണ്ടുപിടിച്ചേ മതിയാകൂ. ഞാൻ പറയാതെ തന്നെ മുതലാളി എന്നെ കുറിച്ച് ചിന്തിച്ചിരുന്നു.

“ഓനില്ലേ കബീറ് ഓനൊരു പണികിട്ട്യ എങ്ങനേയും കയിഞ്ഞ് കൂടേ്യനെ. ഓനെ ബിശ്വസിക്കാൻ കൊള്ളാന്ന്. മാത്യു ബിചാരിച്ചാ ഒരു പണി ശര്യാക്കാൻ കയ്യോല, ഇല്ലങ്കി ഓന്റെ കാര്യം ബല്ലാത്ത ബേജാറാന്നേ.”

“രാമകൃഷ്ണേട്ടാ ആ കാര്യം എന്റെ മനസ്സിലുണ്ട്, എന്തേലും ഒത്താൽ ഞാനറീക്കാ”

“അന്വേഷണം ഒന്നുങ്കൂടി ബേഗത്തിലാക്കാ. ഓനീപ്പോ ഒന്നാന്തരായിറ്റ് ബണ്ടി ഓടിക്കും.” മുതലാളി മാത്യു സാറിനെ വീണ്ടും ഓർമപ്പെടുത്തി.

മുതാലാളിയുടെ ആ വാചകങ്ങൾ എന്നെ അത്ഭുതപ്പെടുത്തി. അപ്പോൾ രാമകൃഷ്ണേട്ടന് എന്നെ കുറിച്ചൊരു മതിപ്പൊക്കെ ഉണ്ടല്ലേ എന്ന മട്ടിൽ ഞാനദ്ദേഹത്തെ പാളിനോക്കി. മാത്യൂസ് സാറിനോട് മാത്രമല്ല കടയിൽ വരുന്ന പരിചയക്കാരായ പല വി. ഐ പി കളോടും മുതലാളി എന്റെ കാര്യം സൂചിപ്പിച്ചിരുന്നു.

എനിക്കൊരു ജോലികിട്ടിയാൽ മുതലാളിക്ക് മനസ്സമാധാനത്തോടെ നാട്ടിലേക്ക് മടങ്ങാം. എന്നെ വഴിയിൽ ഉപേക്ഷിച്ചെന്നൊരു കുറ്റബോധവുമില്ലാതെ എന്നായിരുന്നു അതിന്റെ ധ്വനി. ആ വലിയ മനസ്സിൽ എന്നോടുള്ള ദയാവായ്പ് അത്രത്തോളമുണ്ടായിരുന്നെന്ന് എനിക്ക് മനസ്സിലാക്കാൻ തെല്ലും പ്രയാസമുണ്ടായിരുന്നില്ല. മുഹറം ഒന്ന് ഒഴിവുദിവസമായ ഒരു ഞായറാഴ്ച തിളച്ചുമറിയുന്ന വെയിലത്ത് മാത്യൂസ് സാർ കടയിലേക്ക് കയറിവന്നു. കൂളറിൽ നിന്നും ഇഷ്ടപാനീയമായ കോക് ടെയിൽ ജ്യൂസ് എടുത്ത് വായിലേക്ക് കമഴ്ത്തി. കജൂർ സിറപ്പിന്റെ പെട്ടി പൊട്ടിച്ച് ഒന്നൊന്നായി അടുക്കി വെക്കുകയായിരുന്നു, ഞാൻ മുതലാളി

യോട് സംസാരിച്ച ശേഷം മാത്യൂസ് സാർ എന്നെ നോക്കി പറഞ്ഞു. "അതൊക്കെ പോട്ടെ ഇനിയാണ് സന്തോഷവർത്ത രാമകൃഷ്ണേട്ടാ... അവന്റെ കാര്യം ഞാൻ അർബാബിനോട് പറഞ്ഞിട്ടുണ്ടായിരുന്നു. അഹമ്മദ് ബിൻ ഫസൽ സൈഫിന്റെ വീട്ടിലേക്ക് ഒന്നുപോയി നോക്ക്."

"അന്റെ മാത്തൂ.. ബലിച്ചു നീട്ടാണ്ട് പേര് ചുറുക്കി പറയ്ന്ന്." മാത്യൂസ് സർ പുഞ്ചിരിച്ചുകൊണ്ട് തുടർന്നു.

ഡ്രൈവർ വിജയൻ വരുന്നത് വരെ. "അഹ്മദ് ബിൻ ഫസൽ സൈഫ് ഇന്ന് വൈകീട്ട് വീട്ടിലുണ്ടാകും. ഇനിയും ഒട്ടും അമാന്തിക്കേണ്ട. ഇന്നു തന്നെ ആയിക്കോട്ടെ. അല്ലെങ്കിൽ ആ ജോലി കൈവിട്ട് പോയേക്കാം."

മുതലാളി പറഞ്ഞ് എന്നെയും, എന്റെ ദയനീയാവസ്ഥയും മാത്യൂസ് സാറിന് തന്നെയറിയാമല്ലോ. മിഴിച്ചു നിന്ന എന്റെ തോളിൽ തട്ടി. മാത്യൂസ് സാർ പറഞ്ഞു.

"നീ നല്ലോണം നിന്നാൽ മൂന്നുമാസത്തെ അവധികഴിഞ്ഞാലും വേറെന്തൊങ്കിലും ജോലിയൊക്കെ നിനക്കവിടെ കിട്ടുമെന്നുറപ്പ്. ഞാനും നിനക്ക് വേണ്ടി അദ്ദേഹത്തോട് ശുപാർശ ചെയ്യാം. എല്ലാം നിന്റെ ഭാഗ്യം പോലെവരും. നീ ഒന്നുകൂടി ഉഷാറാകണം."

ആ മഹാമനസ്ക്കനു നേരെ ഞാൻ പോലുമറിയാത്ത എന്റെ കൈകൾ കൂപ്പി നന്ദി അറിയിച്ചു.

"ഇങ്ങനെ അന്തംവിട്ട് നിക്കാതെ ശ്രദ്ധിക്കുന്നുണ്ടോ നീ?"

മറുപടി പറയാൻ വാക്കുകൾ തിരയുകയായിരുന്നു. എന്റെ മനസ്സപ്പോൾ

"സ്ഥലം എവിടെയാണെന്നറിയോ നിനക്ക്. ക്ലോക്ക് റൗണ്ട് കഴിഞ്ഞ് റൈറ്റ് തിരിഞ്ഞാൽ. ഷെയ്ക്ക് മൻസൂർ റോഡിലെത്തും. അവിടെന്ന് നേരെപോയാൽ പോക്കറ്റ് റോഡിലേക്ക് തിരിയും. പിന്നെയും ലെഫ്റ്റെടുത്ത് റുബ്ബാൻ റോഡിലേക്ക് കടന്നാൽ അൽനീഫാ കോൺട്രാക്റ്റ് കമ്പനിയുടെ മുമ്പിൽ നിന്ന് നേക്കിയാൽ ദൂരെ കാണുന്ന വെളുത്ത കൂറ്റൻ മതിൽക്കെട്ട്. മൂന്ന് ഗേറ്റ് കടന്ന് വേണം ഉള്ളിലെത്താൻ. ഫസൽ സൈഫ് മജ്‌ലിസിൽ ഇരിക്കുന്നുണ്ടാകും."

അറബികൾ വല്ലാത്ത കർക്കശ സ്വഭാവക്കാരാണെന്നാണ് ഞാൻ കേട്ടിരുന്നത്. അതിനാൽ ശകലം ഭയം എന്നെ അലട്ടാതിരുന്നില്ല. ഈ ജോലികൂടി ഇല്ലെങ്കിൽ എന്റെ വീട്ടിലെ സ്ഥിതി വല്ലാത്ത പരുക്കലിലാവും. ഞാനല്ലെങ്കിൽ പിന്നെ ആരാണ് അവർക്കൊരു തുണ.

എന്റെ ചേട്ടന്മാർക്ക് രണ്ട്പേർക്കും കാര്യമായ ജോലിയൊന്നുമില്ല.

അവരുടെ കുടുംബംപോലും നോക്കാൻ പാടുപെടുകയാണവർ. മൂത്ത ജ്യേഷ്ഠന് മൂന്ന് പെൺകുട്ടികളാണ്. മൂത്തവൾക്ക് കല്യാണാലോചനകൾ വന്നു തുടങ്ങുന്നു. കഴിഞ്ഞ കത്തിൽ ഇക്ക അതേപ്പറ്റി സൂചിപ്പിച്ചിരുന്നു. ആ ഭാരം മുഴുവൻ എന്റെ തലയിലാണ്.

ഈ ജോലികിട്ടിയിരുന്നെങ്കിൽ പരമാവധി പിടിച്ചു നിൽക്കാൻ നോക്കാം. ഗത്യന്തരമില്ലെങ്കിൽ ചക്കരകാവിലേക്ക് മടങ്ങാം. അവിടെയാണെങ്കിൽ സ്വന്തം നാട്ടിലാണെന്നൊരു സമാധാനമെങ്കിലുമുണ്ടാകും.

ഏത് ജോലിയും എത്ര ഭാരപ്പെട്ടതായാലും ചെയ്യേണ്ടി വന്നാൽ എനിക്ക് ചെയ്യാൻ കഴിയുമെന്ന് അനുഭവത്തിൽ നിന്നും നല്ലൊരു പാഠം ഉൾക്കൊണ്ടു കഴിഞ്ഞു. അല്ലാതെ ഈ നാട്ടിൽ കടിച്ചുതൂങ്ങി നിന്ന് ജീവിതം വെറുതെ ഹോമിച്ചു കളയാമെന്നാല്ലാതെ വിദ്യാഭ്യാസം കുറഞ്ഞ എനിക്ക് മറ്റെന്ത് ജോലി കിട്ടാനാണ്.

ഇതൊക്കെ പറഞ്ഞാൽ എന്റെ വീട്ടുകാർക്ക് മനസ്സിലാകില്ല. "നീ എങ്ങനെയെങ്കിലും പിടിച്ചു നിൽക്ക്. ഇങ്ങോട്ടോടി വന്നിട്ടെന്ത് ചെയ്യാൻ. നിന്റെ വരുമാനമില്ലെങ്കിൽ എല്ലാകാര്യങ്ങളും തുലഞ്ഞതു തന്നെ. ഈ മാസത്തെ പൈസ അയക്കാൻ മറന്നോ? നിനക്കൊരാൾക്ക് കഴിഞ്ഞുകൂടാൻ ഇത്രമാത്രം ചിലവെന്ത്. പാൽക്കാരൻ, പത്രക്കാരൻ, സൂപ്പർമാർക്കറ്റ്, പച്ചക്കറി കട എന്നുവേണ്ട എല്ലാവർക്കും ആ പണം കിട്ടിയിട്ട് വേണം കഴിഞ്ഞമാസത്തെ കടം വീട്ടാൻ. അവരെ കാണുമ്പോൾ കാശ് ചോദിക്കുമോ എന്ന പേടിയാണ്. ഇങ്ങോട്ട് ചോദിക്കുന്നതിന് മുമ്പേ കൊടുക്കുന്നതാണല്ലോ അതിന്റെ ശരി. എങ്കിലല്ലേ ഇനിയും കടം തരാൻ അവർക്കും ഉത്സാഹം കാണൂ." വീട്ടുകാർക്ക് ഇതേ എഴുതാനുള്ളൂ..

കഴിഞ്ഞ കത്തിൽ ഞാനെഴുതിയ സാധനങ്ങൾ മറക്കാതെ കൊടുത്തയക്കണം. അടുത്തമാസം അവസാനം കൈതക്കാട്ടിലെ അശോകൻ ഇങ്ങോട്ട് വരുന്നുണ്ട്. സാധനങ്ങൾ വാങ്ങിക്കാൻ നേരമില്ലെന്നോർത്ത് ഇക്കാക്ക വിഷമിക്കേണ്ട, ഇനിയും ഒരുമാസം സമയമുണ്ടല്ലോ

ഉമ്മുക്കുത്സുവിന്റെ ആവശ്യങ്ങളാണിതെല്ലാം. കൂട്ടത്തിൽ ഒരു മാസത്തെ സമയവും സൗജന്യമായി അവൾ അനുവദിച്ചു തന്നിരിക്കുന്നു.

വാപ്പായുടെ കത്ത് ഒന്നോടിച്ചു വായിച്ചു. വിശദമായൊന്ന് വായിക്കാൻ കൂടി എനിക്ക് ഇന്ന് സമയം കിട്ടിയിട്ടില്ല. മാമയുടെ മകളുടെ കല്ല്യാണത്തിന് ഒന്നും കൊടുത്തില്ലെങ്കിൽ ഉമ്മാക്കല്ലേ അതിന്റെ കുറച്ചിൽ. നോമ്പ് പെരുന്നാൾ കഴിഞ്ഞാൽ കല്യാണമാണ്. മോൻ എത്രയും വേഗം കാശ് എത്തിക്കാൻ നോക്കണേ. എഴുത്തിലെ പ്രധാന പോയിന്റുകൾ മനസ്സിലായി. വരുന്ന കത്തുകളിൽ ഓർമപ്പെടുത്തലുകൾ മാത്രമാണെ

പ്പോഴും

ഇത്തരം ചൂടേറിയ ചിന്തകളുമായി ചൂടുപിടിച്ചിരിക്കുമ്പോഴാണ് ഫസൽ സൈഫിന്റെ വീടിനപ്പുറത്തായി ടാക്സി ഡ്രൈവർ പാക്കിസ്ഥാനി കുട്ടൂസ് ഭായ് വണ്ടി നിർത്തിയത്. എനിക്കുള്ളതിൽ വെച്ചേറ്റവും നല്ല പാന്റും ഷർട്ടുമാണ് ധരിച്ചിരിക്കുന്നത്. ചുളിവുപറ്റിയിട്ടുണ്ടോ എന്ന് ഞാനൊന്ന് വീക്ഷിച്ചു

ഞാനത്ര ഫക്കീർ ഒന്നുമല്ല. കാണുന്നവർ അങ്ങനെ ധരിക്കട്ടെ. എന്റെ ഇല്ലായ്മകൾ മറ്റുള്ളവരെ അറിയിക്കുന്നതെന്തിന് എന്നെനിക്ക് തോന്നി.

അദ്ധ്യായം
അഞ്ച്

ഞാൻ ഗേറ്റ് കടന്നു ആ പരിസരം ആകെയൊന്ന് കണ്ണോടിച്ചു. വളരെ വിശാലമായ സ്ഥലം. നോക്കെത്താ ദൂരത്തോളം നട്ടുപിടിപ്പിച്ച വൃക്ഷനിരകളുടെ മേലാപ്പിനടിയിൽ മാനുകളും മയിലുകളും വിഹരിക്കുന്നു. അതിനുചുറ്റും വെളുത്ത നിറമുള്ള പൊക്കമില്ലാത്ത പട്ടികകൾ കൊണ്ട് ചിട്ടയോടെ ഉണ്ടാക്കിയ വേലിക്കെട്ട്. എത്ര മനോഹരമായ കാഴ്ച.

വേലിക്ക് പുറത്ത് താനേ മുളച്ച കള്ളിമുൾ ചെടികൾ അതിൽ നാക്കിന്റെ ആകൃതിയിലുള്ള പച്ചപ്പൊടിപ്പുകൾ. പച്ച നിറത്തിലുള്ള തണ്ടുകൾ വിലങ്ങനെയും കുറുകെയും മോലോട്ടുമൊക്കെ വളർന്ന് ഇലകളില്ലാത്ത മറ്റൊരിനം. ചുരുട്ടിവെച്ച പായ ഇടയ്ക്കിടെ കെട്ടിവെച്ചതുപോലെ വേറൊരിനവും ഇടതൂർന്ന് നിൽക്കുന്നു. വേലിക്കെട്ടിനുള്ളിലായി മാനുകൾക്കും മയിലുകൾക്കുമൊക്കെ ഭക്ഷണം കൊടുക്കാനും പരിചരിക്കാനുമൊക്കെയാണെന്ന് തോന്നുന്നു നാലഞ്ചാളുകളുണ്ട്.

പോക്കുവെയിൽ പോകാനൊരുങ്ങുന്നു. മരനിരകളുടെ നീണ്ട നിഴലുകൾ മായാൻ വെമ്പുകയാണ്. പൊടുന്നനെ വീശിയ കാറ്റേറ്റ് മരച്ചില്ലകൾ വിറച്ചു.

പക്ഷികൾ മൃദുസ്വരങ്ങൾ മുഴക്കിക്കൊണ്ട് തിരക്കിട്ട് പറന്നുപോകുന്നു. അടക്കാകിളികൾ പോലുള്ളവ കൂട്ടത്തോടെ മരക്കൊമ്പുകളിൽ കൂടണഞ്ഞു. പക്ഷികളുടെ സ്വരത്തിന് കൊഴുപ്പുകൂട്ടാനെന്ന വണ്ണം ഇണപ്രാവുകളുടെ കുറുകൽ. റൂഹാനിക്കിളികൾ ചിലച്ചാൽ ആരുടെയെങ്കിലും മരണം ഉറപ്പാണെന്ന അന്ധവിശ്വാസം ബാല്യത്തിലേ മനസ്സിൽ ഉറച്ചുപോയതുകൊണ്ട് അവയുടെ ചിലച്ചിൽ എന്റെയുള്ളിൽ ഭീതിയുണർ

ത്തി.

അർബാബ് എവിടെയാണുള്ളതെന്ന് ആരോടെങ്കിലും ചോദിക്കണമെന്ന ഉദ്ദേശ്യത്തിൽ ഞാനങ്ങോട്ട് നടന്നു. ഇന്നോ ഇന്നലെയോ പിറന്ന മാൻകുട്ടികളെ തൊട്ടുതലോടി പുറംതിരിഞ്ഞ് കുത്തുകാലിൽ ഇരിക്കുന്ന പാക്കിസ്ഥാനി ഭായിയെ ഞാൻ വിളിച്ചു. തിരിഞ്ഞു നോക്കിയ ആൾ എന്റെ മുഖത്തേക്ക് ഉറ്റുനോക്കി. അന്നേരം ഞാനെന്റെ ഓർമയിൽ പരതി. അധികം ചികയേണ്ടി വന്നില്ല. ആ മനുഷ്യനാരാണെന്ന് പെട്ടെന്നെനിക്ക് കണ്ടെത്താൻ കഴിഞ്ഞു. എന്നോടൊപ്പം ലേബർക്യാമ്പിൽ ജോലിചെയ്തിരുന്ന വസീം ആയിരുന്നു അയാൾ. അവനെ കണ്ടതോടെ എന്നെ ബാധിച്ചിരുന്ന ആകംക്ഷയും, ഭയവും എങ്ങോ പോയ് മറഞ്ഞു. മനസ്സിലെ ഭാരം ലഘൂകരിക്കപ്പെട്ടത് പോലെ..ജോലി നിർത്തിവെച്ച് എന്നടുത്തേക്ക് ഒറ്റക്കുതിപ്പിന് അവനെത്തി. കബിർഭായ് എന്നെ വിളിച്ച് ആലിംഗനത്താൽ എന്നെ ശ്വാസം മുട്ടിച്ചു.കടുകെണ്ണയുടെ മണം അവന്റെ ഇടതൂർന്ന മുടിയിൽ നിന്നും പ്രവഹിച്ചു. ലേബർ ക്യാമ്പിൽ സൗഹാർദ്ദം പങ്കുവെച്ച കഴിഞ്ഞകാലങ്ങൾ എന്റെ ഓർമയിൽ തൂവൽവിരിച്ച് നിന്നു.

ഞങ്ങൾ തമ്മിൽ പിരിയുമ്പോൾ മനസ്സിന്റെ പിടച്ചിൽ എത്രമാത്രമായിരുന്നു. ജീവിതത്തിലൊരിക്കലെങ്കിലും കണ്ടുമുട്ടുമെന്ന് സങ്കൽപിക്കാൻ പോലും കഴിഞ്ഞിരുന്നില്ല. എത്രമാത്രം വിശേഷങ്ങളാണ് തമ്മിൽ പങ്കുവെക്കാനുണ്ടായിരുന്നത്.

ലേബർ ക്യാമ്പിലെ ജോലി നഷ്ടമായതോടെ പാക്കിസ്ഥാനിലേക്ക് പോയ വസീം കല്യാണം കഴിഞ്ഞു ഇരട്ടക്കുട്ടികളുടെ പിതാവാണിപ്പോൾ

ഇവിടെ ജോലിയ്ക്കെത്തിയിട്ട് മാസങ്ങളേ ആയിരുന്നുള്ളൂ. പ്രധാനപ്പെട്ട ലഘുവിവരങ്ങളെ അവനെ കുറിച്ചറിയാൻ കഴിഞ്ഞുള്ളൂ.

ബാക്കിയൊക്കെ പിന്നീട് സംസാരിക്കാം. കബീർഭായ് വന്നകാര്യം ആദ്യം നടക്കട്ടെ. വസീം തിടുക്കംകൂട്ടി.

അവനോടൊപ്പം മജ്ലിസിനടുത്തേക്ക് നടന്നു. അവന്റെ കരുത്തുറ്റ വാചകങ്ങൾ എന്തും നേരിടാമെന്നുള്ള ആത്മധൈര്യം എന്നിൽ നിറച്ചു. വസീം ജോലി തീർക്കുവാനായി തിരക്കോടെ തിരിച്ചു നടന്നു. ഒറ്റപ്പെട്ട ഞാൻ മജ്ലിസിനു പറുറത്ത് വാതിലിനരികിൽ നിശ്ചലനായി ചുമരും ചാരി ഒതുങ്ങി നിന്നു.

കന്തൂറയിട്ട മൂന്നുപേരും സ്യൂട്ട് ധാരികളായ രണ്ടാളുകളും മജ്ലിസിലിരുന്ന് ഗാവ കുടിച്ച് അർബാബുമായി ഗൗരവമായെതെന്തോ വലിയ കാര്യങ്ങൾ ചർച്ച ചെയ്യുകയാണ്. അവർ പുറത്തിറങ്ങിയാലേ എനി

ക്ക് അർബാബിനെ മുഖം കാണിക്കാനൊക്കൂ. ഇതെപ്പോഴാണൊന്നവ സാനിക്കുക.

സമയം കടന്നുപോകുന്നു. ഈന്തപ്പനയോലകളുടെ കടുംപച്ചയിൽ കറുപ്പു നിറം പടർന്നു. മജ്‌ലിസിനപ്പുറത്തെ തോട്ടം കൂടുതൽ ഇരുണ്ടു.ഇ രുട്ട് പരക്കാൻ തുടങ്ങിയെങ്കിലും ചൂടിന് വലിയ ശമനമൊന്നുമില്ല. അർ ബാബിന്റെ അതിഥികൾ പുറത്തേക്കിറങ്ങി വണ്ടിയിൽ കയറാൻ നേരം തിരിച്ചുവന്നു എന്തോ പറയാൻ മറന്നതുപോലെ അർബാബിനടുത്തേ ക്ക് വീണ്ടും വന്നു. അതിനിടയിൽ അദ്ദേഹം എന്നെയൊന്ന് നോക്കിയെ ന്നുതോന്നുന്നു, പക്ഷേ ശ്രദ്ധിച്ചില്ല ചർച്ച മതിയാക്കാറായില്ലേ ഇതുവ രെ.

ഇതെനിക്കൊരു പൊല്ലാപ്പായല്ലോ. ഇനിയും ഞാൻ കാത്തുനിൽക്കേ ണ്ടി വരുമോ? തിരിച്ചുപോകാമെന്നു കരുതിയാൽ അതും നടക്കുന്ന കാ ര്യമൊന്നുമല്ല. ഈ സമയത്ത് വരാനാണല്ലോ മാത്യൂസ് സാർ പ്രത്യേ കം പറഞ്ഞത്. ഇന്ന് കഴിഞ്ഞ് നാളെ വെളുക്കുമ്പോഴേ വന്നാലും ഈ ജോലി എനിക്ക് നഷ്ടമാകും. കിട്ടുമെന്ന് യാതൊരു ഉറപ്പുമില്ലല്ലോ. വ സീം എന്നടുത്തേക്കയ്ക്ക് വരികയായിരുന്നെങ്കിൽ അവനോടൊന്ന് അ ഭിപ്രായം ചോദിക്കാമായിരുന്നു എന്നോർത്ത് ഞാൻ നിസ്സഹായനായി നിൽക്കുമ്പോഴേക്കും അതിഥികൾ മിക്കവരും വണ്ടിയിൽ കയറിയിരു ന്നു. ആശ്വാസമായി വീണ്ടും വണ്ടിയിൽനിന്നും പുറത്തിറങ്ങാതിരുന്നാൽ മതിയായിരുന്നു. നല്ല തലയെടുപ്പും, വെണ്മയാർന്ന നിറവും, കട്ടിയുള്ള പുരികവും, പ്രകാശമുള്ള വലിയ കണ്ണുകളുയർത്തി എന്റെ നേരെയു ള്ള നോട്ടവും കണ്ടപ്പോൾ ഇതായിരിക്കാം അർബാബെന്ന് ഞാൻ ഊ ഹിച്ചു. എന്നെ അടുത്തേക്ക് വിളിച്ചു. സംഭ്രമത്തോടെ ഞാനങ്ങോട്ടു നീ ങ്ങി. അദ്ദേഹം പൂശിയ വിലകൂടിയ അത്തറിന്റെ പരിമളവുമേറ്റ് ഞാൻ നിന്നു.

എന്താണ് ചെയ്യേണ്ടതെന്ന് എനിക്കറിയില്ലായിരുന്നു. ഘനഗാംഭീര്യ മുള്ള ശബ്ദത്തോടെ അദ്ദേഹം സംസാരിച്ചു. അന്നേരം എങ്ങോട്ടോ വെ റുതെ നോക്കിയ എന്നോട് കണ്ണുകളിലേക്ക് നോക്കി കാര്യം പറയാൻ ആജ്ഞാപിച്ചു. അർബാബ് എന്നെ പഠിപ്പിച്ച ആദ്യപാഠമായിരുന്നു അ ത്.

ചെറുപ്പകാലത്തെ മദ്രസ്സ പഠനത്തിൽ നിന്നും അർബ് വാക്കുകൾ എളുപ്പത്തിൽ മനസ്സിലാക്കാൻ എനിക്ക് കഴിഞ്ഞിരുന്നു. എങ്കിലും അറ ബ് സംസാരിക്കുവാൻ അത്രയൊന്നും അവസരം കിട്ടാതിരുന്നത് കൊ ണ്ട് ഹിന്ദി, തമിഴ്, ബംഗാളി എന്നീ ഭാഷകളെപ്പോലെ ഒരു വിധം തെറ്റി

ല്ലാതെ പറയുവാൻ എനിക്കറിയില്ലായിരുന്നു.

അർബാബിന് മുമ്പിൽ ഉത്തരം പറയാനാകാതെ കണ്ണ് മിഴിച്ച് നിന്നിരുന്നെങ്കിലും അദ്ദേഹം പറഞ്ഞതെന്താണെന്ന് മനസ്സിലാക്കാൻ എനക്ക് കഴിഞ്ഞു. നാളെ അതിരാവിലെ യാത്ര പോകാനുണ്ട്, ഭക്ഷണം കഴിച്ച് വിശ്രമിച്ചോളൂ

കേട്ടത് വിശ്വസിക്കാൻ ഒരു മാത്ര നേരമെടുത്തു. സന്തോഷവും അത്ഭുതവും തിക്കിത്തിരക്കി മനസ്സിലേയ്ക്കോടിയെത്തി.

അല്ലെങ്കിലും ഞാനത്ര ഭാഗ്യം കെട്ടവനൊന്നുമല്ല എന്നുപോലും എനിക്ക് തോന്നിപ്പോയി.

പിന്നീട് ഞാൻ ഭയന്നതുപോലെ കൂടുതൽ ചോദ്യങ്ങളൊന്നുമുണ്ടായിരുന്നില്ല. ചോദിച്ചിരുന്നെങ്കിൽ എന്തു മറുപടി പറയണമെന്നൊന്നും ഞാൻ കരുതി വെച്ചിരുന്നില്ല. മാത്യൂസ് സാർ എന്നെക്കുറിച്ച് വിവരിച്ചിട്ടുണ്ടായിരിക്കാനാണ് സാധ്യത. കൂടുതൽ ഭവ്യത കാണിച്ചു നിന്ന എന്നോട് പൊയ്ക്കൊള്ളാൻ ആംഗ്യം കാണിച്ചു. ഹൊ ആശ്വാസമാണന്നേരം എനിക്കനുഭവപ്പെട്ടത്. ഒന്നും പറയാനാകാതെ ഞാൻ തലകുലുക്കിയതേയുള്ളൂ

അപ്പോഴേക്കും വസീം ജോലികഴിഞ്ഞ് എന്നടുത്തേക്ക് ഓടിപ്പാഞ്ഞ് വരുന്നുണ്ടായിരുന്നു.

നീ ഒരു കാര്യം ചെയ്യ്, ഇന്ന് എന്റെ മുറിയിൽ അന്തിയുറങ്ങാം. അല്ലാതെ നീ പരിശ്രമിച്ചാലും നാളെ പുലർച്ചയ്ക്ക് തന്നെ ഇങ്ങോട്ടെത്താൻ കഴിഞ്ഞെന്ന് വരില്ല. ഇങ്ങനെയൊരു സൗകര്യമുള്ളപ്പോൾ കഷ്ടപ്പെടേണ്ട കാര്യവുമില്ലല്ലോ എന്ന നല്ലൊരാശയം വസീം കണ്ടെത്തി.

ഇനി അടുത്ത പ്രശ്നം. ഇന്ന് വരാൻ കഴിയില്ലെന്ന് മുതലാളിയെ അറിയിക്കാൻ എന്താണൊരു വഴി. കുറച്ച് നടന്ന് റോഡിലേയ്ക്കെത്തിയാലേ ഫോൺബൂത്ത് കാണുകയുള്ളൂ. ഈ നേരത്ത് അവിടെ നല്ല തിരക്കായിരിക്കും. കുറെനേരം കാത്തുനിൽക്കേണ്ടി വരുമെന്നുറപ്പാണ്. വിവരം അറിയിച്ചില്ലെങ്കിൽ ഞാനദ്ദേഹത്തെ മറന്നു എന്ന് വ്യഖ്യാനിച്ചേക്കാം. വെറുതെയെന്തിന് മറ്റൊരാൾക്ക് മുഷിച്ചിലുണ്ടാക്കുന്നു. എനിക്ക് തുണയായി വസീം ഉണ്ടായിരുന്നത് കൊണ്ട് ആ പ്രശ്നവും പരിഹരിച്ചു.

അക്കാലത്ത് ഇന്നത്തെപോലെ നിമിഷനേരം കൊണ്ട് സന്ദേശങ്ങൾ കൈമാറുവാനോ കാര്യങ്ങൾ അപ്പപ്പോൾ അറിയിക്കുവാനോ മൊബൈൽ ഫോണും വാട്സപ്പുമൊന്നും ഇല്ലായിരുന്നു.

മറുപുറത്ത് മുതലാളിയുടെ സന്തോഷം തുടിക്കുന്ന ശബ്ദം എന്റെ കാതുകളിൽ പൊഴിഞ്ഞു.

"അപ്പൊ അനക്ക് പണിയായി, അൽഹംദുലില്ലാഹ്"

"ഉറപ്പില്ല കൃഷ്ണേട്ടാ നാളെ എങ്ങനെയാണെന്നറീല്ല, എന്ത് പറയൂന്നും അറീല്ല. എല്ലാം എന്റെ യോഗം പോലെയേ വരൂ."

"നിങ്ങ ബേജാറാകേണ്ട. ഈ പണി അനക്ക് തന്നെ കിട്ടും. പണികയ്ഞ്ഞ് നാളെ ഈടക്ക് ബന്നിറ്റ് ബേഗം ആടയ്ക്ക് തിരിച്ചുപോഗാലോ ബരോ"

"വരാം കൃഷ്ണേട്ടാ"

"എന്ന ഫോൺ ബെച്ചോ ബെറ്തെ കാശ് കളയേണ്ട."

എന്റെ കണ്ണുകൾ നിറയുകയാണല്ലോ. ഞാനെന്തിനാണിങ്ങനെ അകാരണമായി കരയുന്നതെന്നെനിക്കൊരു പിടിയും കിട്ടുന്നില്ല. എങ്കിലും ഒരു കുളിർക്കാറ്റ് ഉഷ്ണത്തെ ഒപ്പിയെടുക്കുന്നതുപോലെയുള്ളൊരു സുഖം എന്റെ ഉള്ളിൽ നിറച്ചു മുതലാളിയുടെ സംഭാഷണം. ഞങ്ങളുടെ അന്യോന്യബന്ധം അത്രമാത്രം ഉറ്റതായിരുന്നുവോ

കടയിലെ തിരക്കൊഴിഞ്ഞ് മുതലാളി ഇപ്പോൾ തനിച്ചായിരിക്കും. എന്നെ എന്തെങ്കിലുമൊക്കെ പറഞ്ഞുകൊണ്ടിരിക്കുന്നത് മുതലാളിക്കൊരു രസമാണ്. അത് കേൾക്കാൻ എനിക്കും. അങ്ങനെയെങ്കിലും മതിവരുവോളം സ്വന്തം ഭാഷ പ്രയോഗിക്കാമല്ലോ എന്നാണ് കൃഷ്ണേട്ടൻ മുതലാളിയുടെ ന്യായീകരണം.

ഞാൻ ധരിച്ചിരിക്കുന്ന വസ്ത്രവുമായി കിടന്നുറങ്ങിയാൽ ചുളിവ് വീണ് ആകെ നാശമാകും. നാളെ അതിരാവിലെ അർബാബിന്റെ ഡ്രൈവർ സ്ഥാനത്തിരിക്കുമ്പോൾ ഒരു ഗെറ്റപ്പൊക്കെ വേണ്ടെ. ഇന്ന് ഇവിടെ കഴിയേണ്ടി വരുമെന്ന ധാരണയില്ലാത്തതുകൊണ്ട്, മാറ്റിയുടുക്കുവാനുള്ള വസ്ത്രങ്ങൾ ഞാൻ കരുതിയിരുന്നില്ല.

തൽക്കാലത്തേക്ക് അഡ്ജസ്റ്റ് ചെയ്യാനായി വസീം ഒരു പുതിയ കന്തൂറ എനിക്കെടുത്തു തന്നു. അവന് ആരോ കൊടുത്തതായിരുന്നു അത്.ശരീരഭാഗങ്ങൾ മുറുകാതെയും വലിയാതെയും ശ്വാസംമുട്ടാതെയുമൊക്കെ അയച്ചിടാൻ പറ്റിയ ഡ്രസ്സ്. എന്റെ കഴുത്ത് മുതൽ കാൽപാദം വരെ അതിൽ മറഞ്ഞു.

കന്തൂറ, ഭായിക്ക് നന്നായി ചേരുന്നു. ഇപ്പോൾ ഒരു അറബി ലുക്കൊക്കെ ഉണ്ട്. വസീം കുലുങ്ങിച്ചിരിച്ചു കൊണ്ട് എന്നെ നോക്കി പറഞ്ഞു.

വസീമിന്റെ മുറിയിൽ മറ്റു രണ്ടുപേർ കൂടിയുള്ളത് കൊണ്ട് എനിക്കുകൂടി കിടക്കാനുള്ള സ്ഥലത്തിനായി പരതിക്കൊണ്ടിരിക്കുമ്പോഴാണ്, അവധിയിൽ നാട്ടിൽപോയ ഡ്രൈവർ വിജയന്റെ മുറി എനിക്ക് ഉപയോഗിക്കാമെന്ന വാർത്തയുമായി ഒരു പരിചാരകൻ ഓടിക്കിതച്ചെത്തിയത്.

“എന്നാൽ ഭായ് ചെല്ല്. അതാകും കൂടുതൽ സൗകര്യപ്രദം. ഇൻഷാ അല്ലാഹ് നമുക്ക് രാവിലെ കാണാം.” വസീം എന്നെ പ്രോത്സാഹിപ്പിച്ചു.

ഇന്നലെ വരെ കഴിഞ്ഞിരുന്ന മുറിവെച്ചുനോക്കുമ്പോൾ എന്നെ സംബന്ധിച്ചിടത്തോളം ഒരു രാജകൊട്ടാരമായിരുന്നു അത്. ഇതിനുമുമ്പൊന്നും കിട്ടാതിരുന്ന നല്ലൊരു കട്ടിലും കിടക്കയും കമ്പിളിയുമൊക്കെ എന്റെ സുഖമായ ഉറക്കത്തിന് തുണയായി ഉണ്ടായിരുന്നെങ്കിലും ഉള്ളിൽ എന്തോ തടസ്സം പോലെ ഒരു ചെറിയ നൊമ്പരം അള്ളിപ്പിടിച്ചിരുന്നു.

എന്റെ മനസ്സിലെ ലോക്കറിൽ സുരക്ഷിതമായി വച്ചിരിക്കുന്ന സ്വർണ്ണക്കട്ടി കൂടുതൽ വെൺമയാർന്ന് നിൽക്കുന്ന സുൽത്താന. അവൾ എനിക്കയക്കുന്ന കത്തുകൾ വിലപ്പെട്ട വസ്തുക്കളോടൊപ്പം ഒരു ബ്രീഫ് കേസിൽ സൂക്ഷിച്ച് വെച്ചിരിക്കുകയാണ്. ഇപ്പോൾ അതൊന്ന് കിട്ടിയിരുന്നെങ്കിൽ. സാധാരണ ഇത്തരം ഘട്ടത്തിൽ ഞാൻ ചെയ്യാറുള്ളതുപോലെ ഒരാവൃത്തിയല്ല, പല ആവർത്തി വായിച്ചുവായിച്ച് എന്നിൽ കയറിക്കൂടിയ നൊമ്പരത്തെ ആട്ടിയകറ്റാമായിരുന്നു.

അവളെ ഒരു നോക്ക് കാണണമെന്ന ആഗ്രഹം ഉള്ളിലൊതുക്കിക്കൊണ്ട് എത്രനാളുകളായി സുൽത്താനയിൽ നിന്നകന്ന് അന്യനാട്ടിൽ ഞാൻ കഴിച്ചുകൂട്ടുന്നു. അവളെ കുറിച്ചോർക്കുമ്പോഴൊക്കെ എന്റെ തൊട്ടടുത്തവൾ നിൽക്കുന്നുണ്ടെന്ന് എനിക്ക് തോന്നും. ശൂന്യതയെ പുൽകിക്കൊണ്ട് ഞാൻ പറഞ്ഞു.

“എന്നരികിൽ നീ ഉണ്ടായിരുന്നെങ്കിൽ ഇപ്പോൾ ഈ നിമിഷം.”

തമ്മിൽ കണ്ടുമുട്ടാൻ ഇനി അധികം കാലതാമസം വേണ്ടിവരില്ല. അങ്ങനെയൊക്കെ മനക്കോട്ട കെട്ടുകയാണ് ഞാൻ. അല്ലാതെ മറ്റെന്ത് നിവൃത്തി.

തമ്മിൽ കാണാൻ ഇനിയും വൈകിയാൽ നിന്നെ എനിക്ക് നഷ്ടപ്പെടുമോ എന്ന ചിന്തപോലും എന്നെ ദുഖിതനാക്കുന്നു. അകന്നിരുന്നപ്പോഴാണ് സുൽത്താന ഒരാവേശമായി എന്റെ ചിന്തകളിൽ പടർന്നത്.

ഞാൻ യാത്ര പറയാൻ നേരം ആ കണ്ണുകൾ കണ്ണീരിൽ മുങ്ങി ചുവന്നു. ദുഖം പുരണ്ട കവിൾ തടങ്ങളിൽ തഴുകിയ എന്റെ വിരലുകൾ ആ കണ്ണീർ മഴയിൽ നനഞ്ഞു. സങ്കടം കടിച്ചമർത്തി ഒരു വരണ്ട ചിരിയോടെ എന്റെ ദുഖബാഷ്പം അവൾ കാണാതിരിക്കാനായി അതിവേഗം മുന്നോട്ടു നടന്നു. അന്നേരം ഞാനൊന്ന് തിരിഞ്ഞു നോക്കുകപോലും ചെയ്തില്ലെന്ന് അവൾ പരിഭവത്തോടെ എഴുതി കണ്ടു. ആത്മഗതത്തിൽ മഴുകി പരിസരം പോലും ഞാൻ മറന്നു. ജനൽ കർട്ടന്റെ വിടവിലൂടെ നി

ലാവെട്ടം വീതിയുള്ള നീണ്ട വര വരച്ചതു പോലെ അകത്തേക്ക് കടന്നു എന്റെ ബെഡിനറ്റത്തേക്ക് പതിച്ചു. ഞാനെഴുന്നേറ്റ് ചെന്ന് ജനൽ ചില്ലു പാളികൾ അൽപം തുറന്നുവെച്ചു

ചന്ദ്രൻ നന്നായി പ്രകാശിക്കുന്നതോടെ നക്ഷത്ര തിളക്കം മങ്ങിയിട്ടുണ്ട്. തുഴഞ്ഞു നീങ്ങിക്കൊണ്ടിരിക്കുന്ന മേഘങ്ങൾ, കുറ്റിച്ചെടികളിലും മണ്ണിലും വീടുകൾക്ക് മീതെയുമൊക്കെ വീഴുന്ന നിലാവെളിച്ചം. ഏന്തി വലിഞ്ഞ് നോക്കിയിട്ടും പരിസരം മുഴുവനായും കാണാൻ കഴിയാത്തതുകൊണ്ട് ശരിക്കൊന്നും മനസ്സിലായില്ല. എങ്കിലും വളരെ നേരം ഞാനതൊക്കെ നോക്കിനിന്നു.

ഈ കാണുന്ന ചെറിയ ചെറിയ വീടുകൾ ഇവിടത്തെ ജോലിക്കാർക്ക് താമസിക്കാനുള്ളതായിരിക്കും. നാളെ നേരം കിട്ടുകയാണെങ്കിൽ വസീമിനോടൊപ്പം ഈ പരിസരമാകെയൊന്ന് നടന്ന് കാണണം. നാളെത്തോടെ എന്റെ ജോലി അസാനിച്ചാൽ ഇനിയൊരിക്കലും ഇവിടേക്ക് എനിക്ക് പ്രവേശനം കിട്ടിയില്ലെങ്കിലോ?

ഉറക്കത്തിന്റെ മുന്നോടിയായി ഒരു നീണ്ട കോട്ടുവാ കൈ കൊണ്ട് ചെറുത്തു. രാത്രിയുടെ മുക്കാൽഭാഗവും അവസാനിച്ചിരിക്കുന്നു. പക്ഷികളും വൃക്ഷങ്ങൾപോലും ഉറങ്ങിയെന്ന് തോന്നുന്നു. ഒരു ഇലപോലും അനങ്ങുന്നില്ല. ഇനി എത്ര നേരമുണ്ട് എനിക്കൊന്ന് ഉറങ്ങാൻ. നാളെ പുലർച്ചെക്ക് എഴുന്നേൽക്കണമെന്ന് എനിക്ക് അറിയാതെയല്ല.

എന്റെ കണ്ണിൽ നിന്നകന്ന് ദിവസങ്ങൾ പിന്നിടുന്തോറും സുൽത്താനയെ കുറിച്ചുള്ള ഓർമകൾക്ക് വിടവ് കൂടിക്കൊണ്ടിരിക്കുയായിരുന്നു. പക്ഷേ ഈയിടയായി അവാച്യമായ ശക്തിയുറ്റ ഓർമകൾ, വേറൊന്നും ചിന്തിക്കാൻ സമ്മതിക്കാതെ തെളിഞ്ഞ് വരുന്നു. ചിലപ്പോൾ അധികം വൈകാതെ കണ്ടുമുട്ടാം എന്നതിന്റെ മുന്നോടിയായിരിക്കുമോ

എനിക്കുമൊന്ന് ഉറങ്ങാൻ കഴിഞ്ഞിരുന്നെങ്കിൽ നാളെ ആദ്യത്തെ ചുവട് തന്നെ പിഴച്ചുപോകാതെ ശ്രദ്ധിച്ചില്ലെങ്കിൽ എല്ലാം കുഴഞ്ഞുമറിഞ്ഞതു തന്നെ. ഖുർആൻ സൂക്തങ്ങൾ ചൊല്ലി, ദുആ ചെയ്ത് തലവഴി മൂടി പുതച്ച് ഞാൻ ഉറങ്ങി. മുട്ടുകേട്ട് ഞെട്ടിപ്പിടഞ്ഞെഴുന്നേറ്റു ഉറക്കച്ചടവോടെ വാതിൽ തുറന്നു. ഇന്നലെ കണ്ട പരിചാരകൻ.

നേരം നല്ല വണ്ണം പുലർന്നിരുന്നു. പുതിയ ചുറ്റുപാടും പിന്നെ പല പലകാര്യങ്ങളും എന്റെ മനസ്സിൽ ഉയർന്നുവന്ന് ഇന്നലത്തെ ഉറക്കം കെടുത്തി. അതൊന്നും നേരം വൈകി ഉണർന്നതിന് ഒരു കാരണമായി പറയാൻ പറ്റിയതല്ലല്ലോ. ഇന്നത്തോടെ എന്റെ ജോലി അവസാനിച്ചതുതന്നെ തുടക്കത്തിലേ അവസാനിച്ചു എന്ന് പറഞ്ഞതുപോലെ പുതിയൊ

രു ദിവസത്തിന്റെ തുടക്കം തികഞ്ഞ ഉന്മേഷത്തോടെ ആകേണ്ടതിനുപകരം ഇനി കഴിഞ്ഞ കാര്യങ്ങൾ ഓർത്തുനിന്നിട്ടെന്ത് കാര്യം. വരുന്നതു വരട്ടെ. ഉറങ്ങിപ്പോയതു കൊണ്ട് ഉദ്ദേശിച്ച സമയത്ത് എഴുന്നേൽക്കാൻ കഴിഞ്ഞില്ല എന്നതല്ലാതെ മനപൂർവ്വം ഞാൻ തെറ്റൊന്നും ചെയ്തിട്ടില്ലല്ലോ. ഞാൻ സ്വയം ന്യായീകരിച്ചു.

പക്ഷേ ഞാൻ തേടിവന്നത് എന്റെ കുറ്റംകൊണ്ട് നേടിയെടുക്കാൻ കഴിയാതെ വരുമോ എന്നൊരു ചിന്ത എന്നെ ആശങ്കയിലാഴ്ത്തി.

അദ്ധ്യായം
ആറ്

അർബാബിന് യാത്രപോകാനായി പരിചാരകൻ കാണിച്ചുതന്ന വണ്ടി, സമയം തെല്ലും പാഴാക്കാതെ തിടുക്കത്തിൽ കഴുകി കഴിഞ്ഞു. എന്നെ സംബന്ധിച്ചേടത്തോളം അതൊരു ജോലിയേ അല്ല. ഏറ്റവും എളുപ്പത്തിൽ ചെയ്യാവുന്നൊരു കാര്യമായിട്ടേ എനിക്ക് തോന്നിയിട്ടുള്ളൂ. ഇന്നലെ വരെ ഒരു പാർട്ട് ടൈം വർക്കായി ഞാൻ ചെയ്തിരുന്ന ജോലിയാണല്ലോ

നന്നായൊന്നു കൂടി മിനുങ്ങാനായി വീണ്ടുമൊന്ന് തുടങ്ങാനാഞ്ഞപ്പോഴേക്കും അർബാബും മറ്റ് രണ്ട് അറബികളും കൂടി തുടക്കാനാഞ്ഞ അതാവരുന്നു. വൈകിയതിന് ഇനിയെന്ത് സമാധാനം പറയുമെന്നോർത്ത് ഭയംകൊണ്ടെനിക്ക് നാവനക്കാനായില്ല. ഇത്ര സമയവും ഉറങ്ങിയതിൽ എനിക്ക് ലജ്ജതോന്നി. ആ മുഖത്ത് ഗൗരവം നിറഞ്ഞു നിൽക്കുന്നു.

അത്രയുമായപ്പോഴേക്കും ഈ ജോലിയെ കുറിച്ചുള്ള എന്റെ എല്ലാ മോഹങ്ങളും ക്ഷയിച്ചു. ഒരു ഉത്തരവാദിത്തവുമില്ലാത്ത ഇവനെ ഈ ജോലിക്ക് കൊള്ളില്ല എന്നായിരിക്കുമോ ആ മുഖഭാവത്തിന്റെ ധ്വനി. നിമിഷങ്ങളോളം എന്റെ ജോലി നോക്കിനിന്നു അദ്ദേഹം.

എന്റെ അമ്പരപ്പ് മനസ്സിലാക്കിയെന്ന് തോന്നുന്നു. അതാകാം എന്നോട് ദേഷ്യപ്പെടാതെ നിൽക്കുന്നത്. വിട്ടു വീഴ്ച ചെയ്യുന്ന മനുഷ്യ സ്നേഹിയാണദ്ദേഹമെന്ന് ഞാൻ പതുക്കെ മനസ്സിലാക്കുകയായിരുന്നു. പക്ഷെ എന്റെ മനസ്സ് മുഴുവൻ നിരാശയാകുന്ന അന്ധകാരം വ്യാപിപ്പിച്ചുകൊണ്ട്, കൂടെയുണ്ടായിരുന്ന അറബികളോടൊപ്പം മറ്റൊരു വണ്ടിയിൽ കയറി യാത്ര തിരിച്ചു.

ഇനി ഞാനെന്താണ് ചെയ്യേണ്ടതെന്നൊരു വാക്ക് പോലും പറയാ

തെയാണല്ലോ അർബാബ് പോയത്. എന്റെ സംശയം ബലപ്പെട്ടു. ഈ ജോലി എനിക്ക് വിധിച്ചിട്ടില്ലെന്ന് ആശ്വസിക്കാം. തൽക്കാലം അതെയുള്ളൊരു വഴി.

ഞാനിനി എന്തു ചെയ്യണം എന്ത് ചെയ്യരുത് എന്ന് തിരിച്ചറിയാനും കഴിയുന്നില്ലല്ലോ. ഈ പരിസരത്തെങ്ങും ആരേയും കാണുന്നില്ല. വസീം ഉറങ്ങുകയായിരിക്കുമോ അല്ലെങ്കിൽ അവൻ ജോലി തുടങ്ങിയിട്ടുണ്ടാകും. തിരക്കിനിടയിൽ ഇങ്ങോട്ട് വരാൻ നേരം കിട്ടിയിട്ടുണ്ടാവില്ല. ഇവിടെ ഏകാന്തനായി കണ്ണുംമിഴിച്ചിങ്ങനെ നിന്നിട്ടെന്ത് കാര്യം. ഞാനിന്നലെ കഴിച്ചുകൂട്ടിയ മുറിയിൽ പോയിരുന്നു. അതെന്റെ സ്വന്തമെന്ന് പറയാനുള്ള അവകാശം കിട്ടിയിട്ടില്ലല്ലോ. അങ്ങനെ ഓരോരോ ചിന്തകൾ എന്റെ മനസ്സിനെ ഞെരിക്കാൻ തുടങ്ങി.

പെട്ടെന്നെന്റെ മുന്നിൽ പ്രത്യക്ഷപ്പെട്ടതുപോലെ വസീം. അന്നേരം എന്റെയുള്ളിൽ സമാധാനത്തിന്റെ ഒരു പ്രതിഫലനം. പരിസരബോധമില്ലാതെ ഇതെന്തൊരു ഇരിപ്പാണ് കബീർഭായ്. കതക് തുറന്ന് കിടക്കുന്നത് കണ്ടപ്പോൾ ഞാൻ വെറുതെയൊന്ന് കയറിനോക്കിയതാണ്. ഇക്കണക്കിന് ആരെങ്കിലും വന്ന് റൂം പൊക്കിയെടുത്ത് കൊണ്ടുപോയാലും ഭായി അറിയില്ലല്ലോ. ഭായി അർബാബിനൊപ്പം പോയിരിക്കുമെന്നാണ് ഞാൻ കരുതിയിരുന്നത്. മുഖത്തെന്താ ഒരു പ്രയാസം പോലെ? ഇന്നലെ ഉറക്കം ശരിയായില്ലേ.

അവന്റെ സ്നേഹ വചനങ്ങൾ എന്നെ ബാധിച്ചിരുന്ന വിഷാദചിന്തകൾ മായ്ച്ചു കളഞ്ഞു. വസീമിനോട് ഞാൻ കാര്യം പറഞ്ഞു. ഭായി അതൊന്നും ഓർത്ത് നിരാശപ്പെടേണ്ടതില്ല.

അർബാബ് അർജന്റായി എവിടെയെങ്കിലും പോയതായിരിക്കും. അതൊക്കെ ഇവിടുത്തെ പതിവ് കാഴ്ചയാണ്. എപ്പോഴും ഈ പോക്കും വരവും.

തയ്യാറായി ഇരുന്നോ. ചിലപ്പോൾ ഉടനെ തിരിച്ചു വന്നിട്ടായിരിക്കും ഭായിയേയും കൊണ്ടുപോകുന്നത്. അപ്പോഴേക്കും നമുക്ക് നാസ്ത കഴിക്കാം.

അവൻ എന്നെയും വിളിച്ച് ധൃതിയിൽ നടന്നു. ജോലിക്കാർക്കുള്ള ഭക്ഷണം തയ്യാറാക്കുന്ന വളരെ വലിപ്പമുള്ള അടുക്കള. വലിയ വലിയ പാചക പാത്രങ്ങൾ ഒരു ഭാഗത്തായി അടുക്കിവെച്ചിരിക്കുന്നു. ഭക്ഷണം ഇഷ്ടമുള്ളതെടുത്ത് ഇഷ്ടംപോലെ കഴിക്കാം. ഞാൻ കുബ്ബൂസും, വെജിറ്റബിൾ കറിയുമെടുത്ത് കഴിച്ചു.

അപ്പോഴും എന്റെ മനസ്സ് നിരാശയുടെ അഗാധഗർത്തത്തിൽ ആണ്ടു

കിടക്കുകയായിരുന്നു. എത്രമാത്രം ജോലിക്കാരാണിവിടെ. എല്ലാവരും ഓരോരോ ജോലിയിലേർപ്പെട്ടിരിക്കുന്നു. എനിക്ക് മാത്രം ഈ വെറുതെയിരിപ്പ്. ഇന്നലെ വരെ ഏത് നേരവും ഓരോരോ ജോലിയുമായി കെട്ടിമറിഞ്ഞിരുന്ന എനിക്ക് വല്ലാത്തൊരു വിരസത അനുഭവപ്പെട്ടു.

വസീം പറഞ്ഞത് പച്ചപ്പരമാർഥമായിരുന്നു. അർബാബും സംഘവും എത്തിക്കഴിഞ്ഞു. ഇവിടെ എനിക്ക് ജോലികിട്ടുമോ. ഇല്ലയോ എന്നറിയാനായി ഞാനദ്ദേഹത്തിന്റെ അരികത്ത് ചെന്ന് അർബാബിന്റെ മുഖത്തേക്ക് നോക്കി നിന്നു.നേരത്തെ കണ്ട ഗൗരവഭാവം ഇപ്പോഴും മുഖത്തില്ലെന്നത് എന്നിൽ ധൈര്യം നിറച്ചു.

ഫലാജ് എന്ന സ്ഥലത്തേക്കുള്ള തോട്ടത്തിലേക്ക് തൊഴിലാളികളേയും കൊണ്ട് ഉടനെ പോകണമെന്നായിരുന്നു അദ്ദേഹത്തിന്റെ ആജ്ഞ. ഏറെ ദാഹിച്ചവന് കുളിർജലം കിട്ടിയത്പോലെയായിരുന്നു എനിക്കന്നേരം.

എന്നോടൊപ്പം പോരാൻ നാല് ബംഗാളികളും തയ്യാറായി തിടുക്കത്തിൽ അവർ വണ്ടിയിൽ കയറിയിരുന്നു. ചൂട് കൂടുംമുമ്പായി ഫലാജിൽ എത്തിയില്ലെങ്കിൽ, സൂര്യൻ അത്യുച്ചത്തിലെത്തിയാൽ ജോലിതുടങ്ങുമ്പോഴേക്കും, അമ്പ് തറക്കുന്നത്പോലുള്ള സൂര്യതാപം കൊണ്ട് സഹികെടുമത്രെ.

മാസത്തിൽ ഒരിക്കലോ അല്ലെങ്കിൽ രണ്ട് തവണയോ ഫലാജിലേക്കവർ പോകാറുണ്ട് ഒരാൾ പറഞ്ഞതിനപ്പുറം മറ്റൊരാൾ തുടർന്ന് പറഞ്ഞ് സമയം കഴിച്ചു. കുറച്ചു നേരം സംസാരിക്കാതിരുന്നപ്പോൾ എനിക്കുറക്കം വന്നു. ഇന്നലെത്തെ ബാക്കി പത്രം. വണ്ടി റോഡിനരികിലേക്ക് ഒതുക്കിയിട്ടു. വണ്ടിയിൽ കരുതിയിരിക്കുന്ന വെള്ളമെടുത്ത് നന്നായൊന്ന് മുഖം കഴുകി.

ഹാറൂൺ പറയുന്ന വഴിയിലൂടെയാണ് ഞാൻ വണ്ടി ഓടിക്കുന്നത്. ഒട്ടകങ്ങൾ കടക്കാതിരിക്കാനായി റോഡിനിരുവശവും കമ്പിവേലിനാട്ടിയിരിക്കുന്നു. പൊങ്ങിയും താഴ്ന്നുമുള്ള പ്രദേശത്തെ ചുവന്ന പൂഴിമണ്ണിൽ കാറ്റിന്റെ കരവിരുത്. ബദുക്കളുടെ കൂടാരങ്ങളുടെ മുറ്റത്ത് കുള്ളൻ മരങ്ങളുടെ താഴെ ഒട്ടകങ്ങൾ വിശ്രമിക്കുന്നു. ഒരു കൂട്ടം വരിവരിയായ് നീങ്ങുന്നു. ബദുക്കളുടെ ഒന്നുരണ്ടു കുട്ടികൾ ഒട്ടകപ്പുറത്ത് കയറിയിരിക്കുന്നു.

അതിനപ്പുറത്ത് കാണുന്ന വലിയ മൈതാനത്തിലാണത്രെ കാമൽ റെയ്സ് നടക്കുന്നത്. ഇത്രയും നേരം ഒന്നും മിണ്ടാതിരുന്നിരുന്ന ഹബീബ് മിയ വാചാലനായി.

“എന്റെ ചാച്ചയുടെ നാല് മക്കളേയും കാമൽ റെയ്സിനായി ചാച്ച അറബിക്ക് വിട്ടുകൊടുത്തിരിക്കുകയാണ്. അതിന് പകരമായി ചാച്ചയ്ക്ക് നല്ല ജോലിയും ശമ്പളവുമൊക്കെയാണ് കൊടുക്കുന്നത്. ഓരോ റെയ്സിനും ജയിച്ചാൽ കോടിക്കണക്കിനാണ് അറബികൾ നേടുന്നത്. ബംഗ്ലാദേശിലെ കുട്ടികൾ മാത്രമല്ല അഫ്ഗാനിസ്ഥാൻ, പാക്കിസ്ഥാൻ, സുഡാൻ, ഇറാൻ എന്നിവിടങ്ങളിലെ കുട്ടികളുമുണ്ട്. ഈ കുട്ടികളെ ക്യാമ്പിൽ നിന്ന് പുറത്തേക്ക് വിടാതെ ഔസ്ബാഹിൽ താമസിപ്പിക്കും.

ഈ കുട്ടികൾക്ക് കാമൽ ഫാമിന് പുറത്ത് ജീവിക്കാനറിയില്ല. എന്തിനധികം സ്വന്തം ഭാഷപോലും അജ്ഞാതമാണവർക്ക്.പങ്കെടുക്കുന്ന ഒട്ടകങ്ങൾക്ക് സമൃദ്ധമായ ഭക്ഷണവും പരിചരണവുമാണ്.

സവാരി ചെയ്യുന്ന കുട്ടികൾക്ക് ഭാരം കൂടാതിരിക്കാനായി ചെറിയൊരളവ് മാത്രം ആഹാരമേ കൊടുക്കൂ. ഈയിടെ ഒരു കുട്ടി തലകറങ്ങി ഒട്ടകപ്പുറത്ത് നിന്ന് വീണ് മരിച്ചല്ലോ. ഇനിമുതൽ കുട്ടികളെ നിരോധിച്ചുകൊണ്ട് ഒട്ടകപ്പുറത്ത് ഡമ്മികളെ ആക്കാൻ പോകുന്നെന്ന് എന്റെ ചാച്ച പറഞ്ഞു കേട്ടു.”

ഒരു പുതിയ അറിവായിരുന്നു എനിക്കത്. “ആ കാണുന്ന ചായക്കടയുടെ മുമ്പിൽ വണ്ടി നിർത്തണേ. അവന് സംസാരിച്ച് തൊണ്ട വരണ്ടിട്ടുണ്ടായിരിക്കും.” മല്ലേഷിന്റെ ഫലിതം. കടുപ്പത്തിലൊരു ചായ അപ്പോൾ എനിക്കും ആവശ്യമായിരുന്നു.

“ഇവിടന്നങ്ങോട്ട് മനുഷ്യവാസം കുറവാണ്. അതിനാൽ കടകളും ഇല്ല.” ഡാനമിയ വിവരിക്കുന്നുണ്ടായിരുന്നു. ഞാൻ കേൾക്കാനാണീ വിശദീകരണം. അവിടെ വെറും സുലൈമാനിമാത്രമേ ഉണ്ടായിരുന്നുള്ളൂ.

ഇക്കാലത്ത് എത്ര തരം ചായകളാണ്, സാഫ്റോൺ ടീ, ഏലയ്ക്കാ ടീ, ബ്ലാക്ക് ടീ, കരക്ക് ടീ, മസാലടീ, ലമൺ ടീ, ഹോർലിക്സ് ടീ, ഡാൻസിംഗ് ടീ. പിന്നെയും ഉണ്ട്. കാലംപോയൊരു പോക്ക്.

പിന്നെയും കുറെ നേരം പിന്നിട്ടു. അധികം ആളുകളൊന്നും ആ വഴി പോകുന്നില്ല. ഒരു വലിയ ഹമ്പ് കടന്ന് പോക്കറ്റ് റോട്ടിലേക്ക് തിരിഞ്ഞു.തോട്ടത്തിലേക്കുള്ള വഴിയായിരുന്നത്. പിന്നെ ഇടത്തോട്ട് റോഡില്ലെങ്കിലും ഉറച്ചുകിടക്കുന്ന ഇടവഴിയുടെ അറ്റത്ത് വണ്ടി നിർത്തി.

പട്ടികയും, പനയോലകളും കമ്പികൊണ്ട് ചേർത്ത് കെട്ടിയുണ്ടാക്കിയ പടിവാതിൽ. ശരിക്കും എന്റെ നാട്ടിൽ കണ്ടിട്ടുള്ളതുപോലെ അതെനിക്ക് വല്ലാതെ ഇഷ്ടപ്പെട്ടു. തെങ്ങോലയ്ക്ക് പകരം പനയോല എന്നൊരു വ്യത്യാസമേ ഈ ഗേറ്റിനുള്ളൂ

ആ ഉറപ്പുള്ള പടിവാതിൽ തുറന്നു തന്നത് അവിടത്തെ വാച്ച്മാനാ

ണ് കനയ്യ.

ഇവിടേക്ക് മറ്റാർക്കും പ്രവേശനമില്ല. അർബാബിന്റെ പിതാവിന്റെ സ്വന്തം സ്ഥലമാണ്. ഞാൻ ആകെയൊന്ന് നോക്കി കണ്ടു. ഏക്കറുകണക്കിന് പരന്നുകിടക്കുന്ന സ്ഥലം. ആടുകളും പക്ഷികളും അക്വേറിയവുമൊക്കെ ഉൾപെട്ടിട്ടുണ്ടവിടെ. എവിടെനോക്കിയാലും പുഷ്പങ്ങളും, ഫലവൃക്ഷങ്ങളും. അങ്ങ് ദൂരെ വൃക്ഷത്തലപ്പുകൾ ഉമ്മവെച്ച് നിൽക്കുന്ന ഒരു ചെറിയ പാലസ് ആണത്. മല്ലേഷ് എന്റെ സംശയം തീർത്തു തന്നു.

പാലസിന്റെ ഉമ്മറത്ത് കുട്ടികൾക്കുള്ള വിനോദോപാധികളുണ്ട്. അതിനകം വൃത്തിയാക്കി കൊണ്ടിരിക്കുന്ന മൂന്നോ നാലോ പേരുണ്ട്. പുറത്തെ അടുക്കളയിൽ കണ്ട പടുകൂറ്റൻ ഫ്രിഡ്ജിനുള്ളിൽ ഭക്ഷണ സാമഗ്രികൾ സുലഭമായുണ്ട്. കൊച്ചുകുട്ടികൾക്ക് അർജന്റായി കൊടുക്കേണ്ട മരുന്നുകൾ വരെയുണ്ടതിൽ.

ബാബയുടെ മക്കളും സുഹൃത്തുക്കളും കുടുംബവും ചിലപ്പോൾ ബാബയുമൊക്കെ ഇടയ്ക്കിടെ സുഖവാസത്തിനായി ഇവിടെ തങ്ങാറുണ്ടത്രെ. അതിന്റെ ഭാഗമാണ് ഇന്നത്തെ ക്ലീനിംഗ്. സാവധാനം ഞാൻ അതിലേയൊക്കെ ചുറ്റി നടന്നു.

കുറച്ചു ദൂരെയായി ഒരു വൻവൃക്ഷം അതിൽ ഏറുമാടംപോലെ ഉണ്ടായിരിക്കുന്നു. ഇവിടെ വന്നിരുന്നാൽ എല്ലാ അസ്വസ്ഥതകളും ഒഴിഞ്ഞുപോകുമെന്നെനിക്ക് തോന്നി. വൃക്ഷത്തണലിൽ വിവിധയിനം അടുപ്പുകളും, വാഷ്ബേസിനുകളും ഘടിപ്പിച്ചിട്ടുണ്ട്.ഉണങ്ങിയ ഇലകൾ തറയിലാകെ വീണു കിടക്കുന്നു.

ഉണങ്ങിയ കൊമ്പുകളിൽ തൂക്കിയിട്ടിരിക്കുന്ന നിറഞ്ഞ സഞ്ചിപോലെ തേനീച്ചക്കൂട്. വലുതും ചെറുതുമായ ഒട്ടനേകം മത്സ്യങ്ങൾ നീന്തിപ്പുളയുന്ന അക്വേറിയത്തിന് മുകളിലെ പാലത്തിലൂടെ ഞാനങ്ങോട്ട് കടന്നു. അതിർത്തിയിലായി വലിയകുന്നിൻ താഴ്‌വരയാണ്. പച്ചക്കറികളും ഫലവൃക്ഷങ്ങളും സുലഭമായുണ്ട്. കുറെ ദൂരത്തായി ഓടിട്ട വീടുകൾ. അതിൽ ആൾതാമസമുണ്ടെന്ന് തോന്നുന്നു.

എന്നോടൊപ്പം വന്നവർ തോട്ടത്തിൽ പണിയെടുക്കുകയാണ്. ഇവിടെനിന്ന് നോക്കുമ്പോൾ അരികെ എന്ന് തോന്നാമെങ്കിലും കുറെ നടന്നാലേ അങ്ങോട്ട് എത്തിച്ചേരാൻ കഴിയൂ. പൊക്കം കുറഞ്ഞ മുസമ്പി. മരങ്ങളുടെ വിളയാട്ടമാണവിടെ. നിറയെ കായ്ച്ചു നിൽക്കുന്നു. ചിലതിൽ കായ്കൾ താഴെ മുട്ടിക്കിടക്കുന്നു. വേനൽക്കാലമായതു കൊണ്ടാവാം കായ്ച്ച് നിൽക്കുന്ന മാവുകളും. പിന്നെ എത്ര തരം വൃക്ഷങ്ങളാണ്.

കൊഴിഞ്ഞ മുസമ്പി ആർക്കും വേണ്ട. ഒരു മൂലയിൽ കൂട്ടിയിട്ടിരിക്കുന്നു.

മുറിച്ച് നിലത്തിട്ടിരുന്ന ഒരു മരത്തടിയിൽ ഞാൻ ഇരുന്നു. മരുഭൂമിക്ക് ചേരാത്തവണ്ണം മഴക്കാലത്ത് നല്ല മഴയും ഇവിടെ കിട്ടാറുണ്ടത്രെ. നട്ടുച്ച നേരത്ത്പോലും വിവിധയിനം പക്ഷികളുടെ സംഗീത ധ്വനി കേൾക്കുന്നു.

മാങ്ങയും മുസമ്പിയും നാരങ്ങയും വേപ്പിലയുമൊക്കെ കുറെ പറിച്ചെടുത്ത് വത്സമ്മച്ചേച്ചിക്ക് കൊണ്ടുകൊടുക്കാമായിരുന്നു.

കൃഷ്ണേട്ടനോട് ഇതൊക്കെ വിവരിച്ചാൽ "അന്റെ ബഡായി ഒന്നുമതിയാക്ക്" എന്നായിരിക്കും പ്രതികരണം. പിന്നെ കുലുങ്ങിയൊരു ചിരിയുണ്ട്

ഞാനെഴുന്നേറ്റ് തോട്ടത്തിനപ്പുറത്തേക്ക് നടന്നു. ആരും ശ്രദ്ധിക്കാതെ കിടക്കുന്ന ഒരു കൊച്ചരുവിയിൽ തെളിഞ്ഞ ഓളങ്ങളുടെ വെള്ളപ്പത കല്ലുകളിൽ തട്ടി ശബ്ദമുണ്ടാക്കി ഒഴുകുന്നതിന്റെ മർമ്മരം എന്നെ വല്ലാതെ ആകർശിച്ചു. അരുവിക്കരയിൽ മൃദുവും പച്ചനിറവുമുള്ള ആകർഷണീയമായ പുല്ല് വളർന്ന് മൂടി കിടക്കുന്നതിൽ ഇരുന്ന് എന്റെ കാൽപാദങ്ങൾ വെള്ളത്തിൽ തൊടുവിച്ചു.

മരുഭൂമിയിൽ ഇങ്ങനെയും ഒരു സ്ഥലമോ എന്ന് ഞാനത്ഭുതപ്പെട്ടു. സ്വർഗ്ഗത്തിന്റെ ഒരു നുറുങ്ങ് അടർത്തിയെടുത്ത് ഭൂമിയിൽ കൊണ്ടുവെച്ചതായിരിക്കുമോ. അങ്ങനെയും എനിക്ക് ചിന്തിക്കാമല്ലോ

വെള്ളം കുടിക്കാനായി ആടുകൾ കൂട്ടത്തോടെ പാഞ്ഞുവന്നു. രാവിലെ മുതൽ സ്വതന്ത്രരായി മേഞ്ഞു നടക്കുകയായിരുന്നല്ലോ. സന്ധ്യയ്ക്ക് അവയ്ക്ക് തലചായ്ക്കാനായി വലിയൊരു ആട്ടിൻകൂട് കനയ്യയുടെ വീട്ടിനടുത്തായി ഉണ്ടാക്കിയിട്ടുണ്ട്. അവയുടെ നിയന്ത്രണവും അയാളായിരിക്കും.

പടവുകൾ കയറി ചെന്നാലാണ് സ്വിമ്മംഗ്പൂൾ. വെയിലും മഴയും, മഞ്ഞും ഏൽക്കാതിരിക്കാനായി അതിനൊരു മേൽക്കൂരയുണ്ട്. സ്വിമ്മിംഗ് പൂളിലേക്ക് കുറെ നേരം ഞാൻ നോക്കി നിന്നു. അപ്പോഴേക്കും എന്നെ ഭക്ഷണം കഴിക്കാനായി വിളിച്ചു.

ഞാൻ മാത്രമാണ് നവാഗതൻ. ചുറ്റിനടത്തം നിർത്തി ഞാനവരോടൊപ്പം ഭക്ഷണത്തിന് ഇരുന്നു. ഇനിയും കാണാൻ ബാക്കിയുണ്ടായിരുന്നു കാഴ്ചകൾ.

പാലസിന്റെ വരാന്തയിലെ വീതിയുള്ള അരമതിലിൽ വീശിയകലുന്ന കാറ്റേറ്റ് ഞാൻ കിടന്നൊന്ന് മയങ്ങിപ്പോയി. ആരൊക്കെയോ സം

സാരിക്കുന്നത് കേട്ട് ഞാൻ കണ്ണ് തുറന്നു. പാർക്ക് ചെയ്തിട്ടിരിക്കുന്ന പിക്കപ്പ് വാനിൽ പച്ചക്കറികളും പഴവർഗ്ഗങ്ങളും കാർട്ടനുകളിലാക്കി കൊണ്ടുവെക്കുന്നു.

ഞാൻ ഓടിച്ചിരുന്ന വണ്ടിയുടെ ഡിക്കി തുറന്നുകൊടുത്തു. കുറെയൊക്കെ അതിനുള്ളിലെടുത്തു വെച്ചു. സൂര്യൻ ചെരിഞ്ഞു. ചൂട് നന്നായി കുറഞ്ഞിട്ടുണ്ട്. ഇരുട്ടിയാൽ യാത്ര ബുദ്ധിമുട്ടാകും അതിനാൽ കഴിയുന്നതും വേഗം പോകാനവർ തിടുക്കം കൂട്ടി. കനയ്യയും യൂനുസും തന്ന ചായ ഊതിക്കുടിച്ച് കഴിഞ്ഞ് ഞങ്ങൾ പോകാനൊരുങ്ങി.

പ്രകൃതിയും, മനുഷ്യരും കൂടി ഒരുക്കിയെടുത്ത ഈ പറുദീസ വിട്ട് തിരികെ പോകാൻ മനസ്സുണ്ടായില്ല. ഇനിയും ഇവിടെ വരാൻ അവസരം കിട്ടുകയാണെങ്കിൽ ആ സന്ദർഭം ഞാനൊരിക്കലും പാഴാക്കി കളയുകയില്ല എന്ന് ഉറപ്പിച്ചു.

ഒരു പഴുത് കിട്ടിയാൽ വത്സമ്മച്ചേച്ചിയേയും കൂട്ടുകാരികളേയും, കൃഷ്ണേട്ടനേയുമൊക്കെ ഈ സ്ഥലം കാണിച്ചുകൊടുക്കണം. അതിന് പ്രത്യേകം അനുവാദം വാങ്ങേണ്ടി വരും. 'ആദ്യം നീയൊന്ന് ചുവടുറപ്പിക്കട്ടെ എന്നിട്ടാവാം മനപ്പായസമുണ്ണൽ.' എന്റെ മനസ്സിന്റെ മന്ത്രണം.

ഇവിടെ നിന്നും ആവശ്യസാധനങ്ങൾ വാങ്ങാനായി കുറെ ദൂരെ പോകേണ്ടതിനാൽ ഒരു മാസത്തേയ്ക്കാവശ്യമായ സാധനങ്ങൾ വാങ്ങിക്കൊണ്ടു വന്ന് പിക്കപ്പ് വാനുമായി ജോസഫേട്ടനും ഞങ്ങളെ അനുഗമിച്ചു.

ഇത്രയും നേരംകൊണ്ട് ഞാനവരുമൊക്കെയായി നല്ല അടുപ്പത്തിലായി. മുന്നോട്ടു പോകുന്തോറും സൂര്യപ്രകാശം മങ്ങി പെട്ടെന്നെത്തിയ ശക്തമായ കാറ്റിൽ, അന്തരീക്ഷം പൊടികൊണ്ട് മൂടി. ഒന്നും കാണാൻ വയ്യാതെയായി. ഞങ്ങളോരുരുത്തരുടേയും ഉള്ള് പിടഞ്ഞു. ഒട്ടും തിരക്കില്ലാത്ത റോഡായതു കൊണ്ടും ദൈവത്തിൽ ഭാരമേൽപിച്ചു കൊണ്ടും ആപത്തൊന്നും കൂടാതെ എത്തിച്ചേർന്നു.

ആകാംക്ഷ, ഭയം, സംഭ്രമം,കൗതുകം എല്ലാം കൂടി സമ്മിശ്രമായ വർഷങ്ങൾക്കപ്പുറത്തെ ആ സന്ധ്യയും പിറ്റേന്നത്തെ പ്രഭാതവും ഫലാജ് യാത്രയുടേയുമൊക്കെ ഓർമകളുടെ വലിയൊരു തിര മറിഞ്ഞു പിന്നെയും മറിഞ്ഞു വരുന്നു.

കബീർഅഹ്മദ് എന്ന ഞാൻ ഈ അറബിവീട്ടിൽ ജോലിക്കെത്തിയിട്ടിപ്പോൾ എത്രനാളായി. അതിനിടയിൽ എത്രയെത്ര കാര്യങ്ങൾ കാണുവാനും മനസ്സിലാക്കുവാനുമുള്ള അവസരങ്ങൾ കിട്ടി. ഈ കാലയളവിൽ അർബാബിന്റെയും ബാബയുടെയും, ഉമ്മിയുടെയും വിശ്വസ്ത സേവകനായി മാറുവാൻ എനിക്ക് കഴിഞ്ഞെന്നാണെന്റെ വിശ്വാസം..

മാഷാ അള്ളാ

ഈ ജോലിയിൽ കയറിപ്പറ്റാൻ കാരണക്കാരായ കൃഷ്ണൻ മുതലാളിയേയും, മാത്യൂസ് സാറിനോടും നന്ദി പറയാൻ പറ്റിയ വാക്കുകൾ എന്റെ കൈവശമില്ല.

ബാബയ്ക്ക് എങ്ങോട്ട് തിരിയണമെങ്കിലും ഞാൻ വേണമെന്നായിരിക്കുന്നു. ബാബയുടെ മൂത്തമകനാണ് എന്റെ അർബാബ് ഫസൽ സൈഫ്. ഞാൻ അർബാബെന്നൊക്കെ വിളിക്കുമെങ്കിലും എന്നെക്കാൾ ഒന്നോ രണ്ടോ വയസ്സേ കൂടുതലുള്ളൂ അർബാബിന്.

"അബൂയിക്ക് കബീറിനെ വല്ലാതെ ബോധിച്ചിരിക്കുന്നു. തൽക്കാലം നീ അബൂയിയോടൊപ്പം നിൽക്ക്. എന്താവശ്യമുണ്ടെങ്കിലും വേണ്ടതുപോലെ നീ ചെയ്തുകൊടുത്തേക്കണം" (ബാബയാണ് ഈ അബൂയി)

എന്റെ അർബാബിന്റെ ഈ ആജ്ഞ ഞാൻ ശിരസാവഹിച്ചു. എങ്കിലും കുറച്ചുകൂടി ഉണർവ്വുള്ള രസകരമായ ഡ്രൈവിംഗ് അർബാബും കൂട്ടുകാരുമൊത്തുള്ളതായിരുന്നു എന്ന ഒരു നേർത്ത വേദനയും എന്നെ അലട്ടാതിരുന്നില്ല.

ഫസൽ സൈഫിന്റെ വീടുപണി പൂർത്തിയാക്കുവാനുള്ള നെട്ടോട്ടത്തിലായിരുന്നു ബാബ. അതിനുശേഷമാണ് ഫസൽ സൈഫിന് നിശ്ചയിച്ചുവെച്ച പെൺകുട്ടി നൂറയെ കല്യാണം കഴിച്ച് പുതിയ വീട്ടിലേക്ക് കൊണ്ടുവരുന്നത്. വീട് ഫർണിഷിംഗ് കഴിഞ്ഞു. ജോലിക്കാരെ വരെ തയ്യാറാക്കി കഴിഞ്ഞു.

അറബികളുടെ രീതി അങ്ങനെയാണ്. നിക്കാഹ് കഴിഞ്ഞാൽ വധുവിന്റെ ചിലവ് മുഴുവൻ വരന്റെ വീട്ടുകാർക്കാണ്. കല്യാണത്തിനാണെങ്കിലോ മണവാട്ടിയുടെ വീട്ടുകാർക്ക് ഒരു ചിലവും ഇല്ല. അവർക്ക് സ്ത്രീയാണ് ധനം, അല്ലാതെ സ്ത്രീകൾക്ക് കിട്ടുന്ന ധനത്തിനല്ല മുൻതൂക്കം. സ്ത്രീധനം ഇല്ലാത്തതുകൊണ്ട് മംഗല്യഭാഗ്യം ലഭിക്കാതെ യൗവ്വനവും സൗന്ദര്യവും നിറം മങ്ങിക്കൊണ്ടിരിക്കുന്ന എത്രയെത്ര സ്ത്രീ രത്നങ്ങളാണ് നമ്മുടെ നാട്ടിൽ ജീവിതം ഹോമിച്ചുകൊണ്ടിരിക്കുന്നത്.

എന്തൊരു വിരോധാഭാസമാണത്. ഇതൊക്കെ ഞാൻ ഓർക്കാൻ തുടങ്ങുമ്പോഴേക്കും എന്റെ മനസ്സിൽ കയറിയിരിക്കുന്ന സുൽത്താന എന്ന കാന്താരിപ്പെണ്ണ് കലപിലകൂട്ടി. 'കബീർക്കാ, ഇത്തരം മോടിപിടിപ്പിച്ച വാക്കുകൾ ആരെ കേൾപിക്കാനാണ്.'

സുൽത്താനാ..നിന്റെ പൊന്നും പണവും മണ്ണും ഒന്നും എനിക്ക് വേണ്ട, അതെല്ലാം ഞാൻ സ്വന്തമായി അദ്ധ്വാനിച്ചുണ്ടാക്കും. അറബികളുടെ രീതി അനുകരിക്കാൻ എനിക്കെന്തൊരാവേശമാണ്. പക്ഷെ ഒരു സ

മൂഹത്തിൽ ജീവിക്കുമ്പോൾ ഞാനൊരാൾ മാത്രം തീരുമാനിച്ചാൽ പോരല്ലോ. എങ്കിലും പരമാവധി ചെറുത്തുനിൽക്കാൻ എനിക്ക് കഴിഞ്ഞേക്കാം എന്താ, എന്റെ തീരുമാനം നിനക്ക് ഇഷ്ടപ്പെട്ടോ..?

നിന്റെ ഇളംതുടുപ്പുള്ള നേർത്ത ചുണ്ടുകളും, വരിതെറ്റാതെയുള്ള പല്ലുകളും, കുലുങ്ങി ചിരിക്കുമ്പോൾ ചുവക്കുന്ന മുഖവുമൊക്കെ എന്റെ മനസ്സിൽ തെളിഞ്ഞുവരുന്നു. കല്യാണമെന്ന ശുഭദിനം നമ്മുടെ ജീവിതത്തിലെന്നാണുണ്ടാവുക. കാലമേറെയായല്ലോ നിന്നെപോലെ ഞാനും കാത്തിരിക്കുന്നു. എത്രയോ വട്ടം ആ രംഗം മനഃക്കണ്ണിൽ കണ്ടുകഴിഞ്ഞു. നിരാശ നിറഞ്ഞ ദീർഘനിശ്വാസം ഞാൻ അടക്കിപ്പിടിച്ചു.

സൂര്യനസ്തമിച്ചിട്ട് നേരമേറെയായി.ഫസൽ സൈഫിന്റെ കല്യാണത്തിന്റെ മുന്നോടിയായി ഘടിപ്പിച്ചിട്ടുള്ള അലങ്കാര ബൾബുകളുടെ പ്രകാശധോരണി മൂലം രാത്രിയാണെന്ന് തോന്നുന്നതേയില്ല. കുശിനിയിലും വീടിനകത്തും പുറത്തും തിരക്കോട് തിരക്ക്.

വധുവിന് വേണ്ടി വാങ്ങിയ ആഭരണങ്ങളും, പുടവകളും കാണുവാനായി വരുന്ന സ്ത്രീകളെ സ്വീകരിക്കുന്നത് ഉമ്മിയും ബാബയുടെ സഹോദര ഭാര്യ അംനയുമാണ്. എന്റെ സുൽത്താന പർദ്ദയിട്ട് അണിഞ്ഞൊരുങ്ങി വന്നാൽ സൗന്ദര്യത്തിൽ ഈ അറബിപ്പെണ്ണുങ്ങൾ പോലും തോറ്റുപോകുമെന്ന് പറഞ്ഞാൽ ഒട്ടും അതിശയോക്തിയാവില്ല. തിരക്കൊഴിഞ്ഞപ്പോൾ ഞാനും ബാബയോടൊപ്പം അകത്തേക്ക് കടന്നു. ബാബയുടെ നിഴൽപോലെയാണല്ലോ ഞാനിപ്പോൾ. വധൂ ഗൃഹത്തിലേക്ക് കൊണ്ടുപോകുവാനായി ഒരു പെട്ടിനിറയെ കട്ടിയേറിയ സ്വർണ്ണാഭരണങ്ങൾ ഓരോന്നും എത്ര പവനോളം തൂക്കമുണ്ടായിരിക്കും. കണ്ണഞ്ചിപ്പിക്കുന്ന മുത്തുകളും, കല്ലുകളും പതിപ്പിച്ച വെളുത്ത ഗൗണും, വസ്ത്രാഭരണങ്ങളും പ്രത്യേകം മാറ്റിവെച്ചിരിക്കുന്നു. മണവാട്ടിക്ക് കല്യാണദിവസം ധരിക്കാനുള്ളതാണത്. എല്ലാം കൂടി കോടിക്കണക്കിന് വിലമതിക്കുന്നവയായിരിക്കും. ഇതൊക്കെ നേരിൽ കാണുവാനെങ്കിലുമുള്ള യോഗം പരമദരിദ്രനായ എനിക്കുണ്ടായല്ലോ തമ്പുരാനേ..

കബിർക്കാ.. എപ്പോഴുമെന്തിനാണീ ആത്മനിന്ദ? സുൽത്താന ഉള്ളിലിരുന്ന് കൊഞ്ചലോടെ മന്ത്രിക്കുന്നത് വ്യക്തമായി ഞാൻ കേട്ടു. ശരിക്കും അവളുടെ പരിഭവം എന്നിൽ സന്തോഷം നിറച്ചു.

നിക്കാഹ് കോടതിയിൽ വെച്ചാണിവർ നടത്തുന്നത്. ഓരാഴ്ച മുമ്പേ അതെല്ലാം കഴിഞ്ഞു. വിവാഹവസ്ത്രങ്ങളണിഞ്ഞ് വരുന്ന നൂറയുടെ സ്ഥാനത്ത് സുൽത്താനയാണ് എന്റെ സങ്കൽപത്തിൽ. മണവാളൻ ഫസൽ സൈഫിന്റെ സ്ഥാനം ഈ ഞാനാണ് അലങ്കരിക്കുന്നത്. ആ മധു

രസ്മരണകൾ വരിവരിയായി എന്റെ മനസ്സിലേക്ക് കടന്നു വരുന്നുണ്ടായിരുന്നു.

ആ മോഹങ്ങൾ കുറച്ച് അതിര് കടന്നെങ്കിലും, കൊള്ളാം എനിക്ക് ഇഷ്ടപ്പെട്ടു. മനഃപായസത്തിന് ഒട്ടും മധുരം കുറക്കേണ്ട കബിർക്ക. നിരാശനാകാതെ ആശയോടുകൂടി തന്നെ മുന്നോട്ടു പോകൂ, എന്നെ കളിയാക്കി ചിരിപൊത്തിപ്പിടിച്ചു സുൽത്താന. ശ്ശെടാ, അതും അവളറിഞ്ഞോ? എനിക്കൽപ്പം ജാള്യത തോന്നി.

സാരമില്ല, അതിനവൾക്ക് തികച്ചും അവകാശമുണ്ടല്ലോ

കബീറെ, വണ്ടിയിൽ ചാരിനിന്ന് നീ എന്ത് സ്വപ്നമാണ് കാണുന്നത്. എല്ലാമൊന്ന് വേഗമാകട്ടെ." വെളുത്ത വട്ടമുഖത്തിൽ അൽപം ഉന്തിയ താടിയിലെ രോമങ്ങൾ തഴുകി വലിച്ചു നീട്ടിക്കൊണ്ടാണ് ചോദ്യം.

ബാബയുടെ ഇളയ സഹോദരൻ ജാബിറിന്റെ ശബ്ദമാണാ കേട്ടത്. അദ്ദേഹത്തിന്റെ സാന്നിദ്ധ്യമില്ലാതെ ഈ വീട്ടിൽ ഒരു കാര്യവും നടക്കില്ലെന്നമട്ടാണ്. ജോലിക്കാർക്ക് ഓരോരോ നിർദ്ദേശങ്ങൾ കൊടുത്ത് എല്ലായിടത്തും ഓടിപ്പാഞ്ഞ് നടക്കും.

കല്യാണ ചിലവിനുള്ള സാധന സാമഗ്രികൾ വാഹനത്തിൽ നിറയ്ക്കുകയാണ് ജോലിക്കാർ. ഉപ്പ് തൊട്ട് കർപ്പൂരം വരെയുണ്ടതിൽ. അവരെ സഹായിക്കാനായി ഞാനവിടേക്ക് ചെന്നു. ജാബിറിനെക്കൊണ്ട് ഇനി എന്നെ ഒന്നും പറയിപ്പിക്കേണ്ട എന്ന് ഞാൻ കരുതി.

കല്യാണ ചിലവിനുള്ള സാധനങ്ങളും, ആഭരണങ്ങളും, പുടവയുമൊക്കെ വധൂ ഗൃഹത്തിലേക്ക് അടുത്ത ബന്ധുക്കൾ കൊണ്ടുകൊടുക്കും. ഒന്നിനു പിറകെ ഒന്നായി വണ്ടികൾ നിർത്താതെ ഹോൺമുഴക്കി കൊണ്ടാണ് യാത്ര. രസകരമായ ആ ചടങ്ങ് ഇന്ന് വൈകുന്നേരമാണ്.

പ്രകൃതി ഇരുട്ടുന്നതും, വെളുക്കുന്നതുമൊക്കെ എത്ര വേഗത്തിലാണ്. ബുധനാഴ്ചയായി. ഇന്നാണ് കല്യാണാഘോഷം. കുറച്ചകലെയായി മൈതാനത്തിൽ കെട്ടിയുണ്ടാക്കിയ കൂറ്റൻ കൂടാരത്തിനകത്താണ് കല്യാണപ്പാർട്ടി. നിലമൊക്കെ ടൈൽസ് വിരിച്ച്, അകമാകെ അലങ്കരിച്ച് എത്രപേരുടെ എത്ര ദിവസത്തെ പ്രയത്നഫലമാണ് ഈ കൂടാരവും അലങ്കാരപ്പണികളും. ആവശ്യം കഴിഞ്ഞാൽ ടെന്റ് പൊളിച്ചുമാറ്റും. അതാണേറെ സങ്കടം. അറബികൾക്ക് അതൊന്നും ഒരു വിഷയമേയല്ല.

ഇന്ന് പുരുഷന്മാർക്ക് മാത്രമാണ് പാർട്ടി നടത്തുന്നത്. നാളെ വ്യാഴാഴ്ച സ്ത്രീകൾക്ക് അതാണ് വർണ്ണ പകിട്ടുള്ള ആഘോഷം. വിവിധതരം ഫാഷനിലുള്ള വസ്ത്രങ്ങൾ ധരിച്ച് അതിന് മേലെ പർദ്ദയിട്ടാണ് സ്ത്രീകൾ വരുന്നത്.

കബീർക്കാ സ്ത്രീകളെ അധികം വർണ്ണിക്കേണ്ട

സുൽത്താന ഇടയിൽ കയറി പറഞ്ഞു.

ഇവളുടെയൊരു കാര്യം. ഞാനൊന്ന് പറഞ്ഞ് തീർക്കട്ടെ, നീയൊന്നടങ്ങിയിരിക്ക് സുൽത്താന.

സ്ത്രീകൾ ടെന്റിന് അകത്തേക്ക് കടന്നാൽ പർദ്ദ ഊരിവെച്ച് സ്വതന്ത്രരായിരിക്കും. ഈ ഉദ്ദേശ്യശത്തിലാണ് ടെന്റിനകത്തേക്ക് ഒരാൺകുഞ്ഞിനുപോലുമുള്ള പ്രവേശനം കർശനമായി നിരോധിച്ചിട്ടുള്ളത്.

വധു അണിഞ്ഞൊരുങ്ങി നേരെ ആഘോഷപ്പാർട്ടിയിലേക്ക്. ഒന്നു രണ്ടു മീറ്ററോളം ദൂരത്തിൽ നിലത്തിഴയുന്ന വെളുത്ത ഗൗണും, വജ്രാഭരണങ്ങളും അണിഞ്ഞ് കടന്നുവരുമ്പോൾ ടെന്റിനുള്ളിൽ ഇരുഭാഗങ്ങളിലും നിൽക്കുന്ന സ്ത്രീകൾ കുരവയിട്ട് എതിരേൽക്കും.

കൂടാരത്തിൽ പ്രത്യേകമായുണ്ടാക്കിയ വലിയ റാംപിലൂടെ ക്ഷണിതാക്കൾക്ക് കാണുവാനായി തോഴിമാരുടെ അകമ്പടിയോടെ മണവാട്ടി ഒരു തവണ അങ്ങോട്ടുമിങ്ങോട്ടും നടക്കുമ്പോൾ നിലത്തിഴയുന്ന ഗൗണിന്റെ തുമ്പ് പിടിക്കാൻ രണ്ടുമൂന്ന് കുട്ടികളും ഉണ്ടാകും. രണ്ടു കുടുംബക്കാരും ചേർന്ന് പെണ്ണിനെ വേദിയിൽ കൊണ്ടിരുത്തും. പിന്നെ പാട്ടും നൃത്തവും, ഒരു ബഹളം തന്നെയാണ്.

സമയമേറെ കഴിഞ്ഞുവരുന്ന മണവാളനും സംഘവും അകത്തേക്ക് പ്രവേശിക്കുവാൻ സ്ത്രീകളോട് അനുവാദം ചോദിക്കും. അന്നേരം അവിടെ കൂടിയിരിക്കുന്ന സ്ത്രീകൾ ഊരിവെച്ചിരുന്ന പർദ്ദ എടുത്തണിയും. മണവാളനൊപ്പം മണവാട്ടിയുടെ സഹോദരന്മാർ മാത്രമേ കാണൂ.

അവർ ചില്ലറപൈസ വാരി കൈപൊക്കി എറിയും. മണവാളനെ എതിരേൽക്കാനായി രണ്ടുഭാഗത്തും നിൽക്കുന്ന സ്ത്രീകളുടെ കുരവയുടെ അകമ്പടിയോടെ മണവാളനെ മണവാട്ടിക്കരികെ സ്റ്റേജിലിരുത്തി അല്പം കഴിഞ്ഞാൽ സഹോദരന്മാർ തിരിച്ചുപോകും. ചടങ്ങുകൾ കഴിഞ്ഞാൽ അന്നുതന്നെ ഹണിമൂൺ ആഘോഷിക്കാനായി പുറപ്പെടും. സന്തോഷിക്കാനായി മാത്രം ജനിച്ചവരാണവരെന്ന് നമുക്ക് തോന്നിപ്പോകും.

സന്ധ്യയാകുമ്പോഴാണ് ആഘോഷം തുടങ്ങുന്നത്. അന്നേരം മുതൽ ഭക്ഷണ മേശ സജീവമാകും. സാലഡ്. കുബ്ബൂസ്, ഹമൂസ്, കബാബ് ആൽക്കഹോളില്ലാത്ത വിവിധയിനം പാനീയങ്ങൾ ഇവയാണ് ആദ്യം വിളമ്പുന്നത്. ഒരു സമയം കഴിഞ്ഞാൽ അതെടുത്ത് മാറ്റി അടുത്ത വിഭവങ്ങൾ നിരത്തും. ഫരീതി, ഹരീസ്, മന്തി, വിവിധതരം ബിരിയാണികൾ എന്നിവയാണ് അടുത്തത്. പിന്നെയുമുണ്ട് ഒന്നുരണ്ട് വിഭവങ്ങൾ.

ഭക്ഷണം കഴിഞ്ഞാൽ മദ്ക്കനിൽ ദുഹൂൻ പുകച്ചു കൊണ്ടുവരും. അതിന്റെ സുഗന്ധവും, കൂടി ഏൽപിച്ചിട്ടേ പാർട്ടി അവസാനിപ്പിക്കുക യുള്ളൂ. അപ്പോഴേക്കും രാത്രി വളരെ വൈകീട്ടുണ്ടാകും.

പാട്ടും ന!ൃത്തവും, കുരവയും സംഗീതത്തിന്റേയും വാദ്യോപകരണ ങ്ങളുടേയും ധ്വനിയും, ഭക്ഷണ വിഭവങ്ങളും, സുഗന്ധവും പെൺകൊ ടികളുടെ മേനിയഴകും എല്ലാം ചേർന്നലിഞ്ഞ വർണ്ണാഭമായ ആ കൂടാ രത്തിൻ കീഴെ ഇരിക്കുമ്പോൾ വേറേതോ ലോകത്തിൽ അകപ്പെട്ടതു പോലെയുള്ള പ്രതീതിയാണനുഭവപ്പെടുക.

വിനോദ സഞ്ചാരം കഴിഞ്ഞ് തിരിച്ചെത്തിയാൽ ദമ്പതികൾക്കായി ഉ ണ്ടാക്കിയ പുതിയ വീട്ടിലാണ് താമസിക്കുന്നത് മണവാളനും മണവാട്ടി യും

സന്തോഷം നിറഞ്ഞ ദിനങ്ങൾക്ക് വിരാമമിട്ടുകൊണ്ട് നടുക്കുന്നൊ രു വാർത്തയുമെത്തി. ബാബയുടെ സഹോദരൻ ജാബിർ ഒരാക്സി ഡന്റിൽ മരിച്ചു. മനുഷ്യനെ ഒരിക്കലും സ്വതന്ത്രനാക്കാതെ വിധി പ ന്താടുന്നു. ഇന്നലെ ഈ സമയത്ത്പോലും ഈ വീട്ടിൽ ഉണ്ടായിരുന്നു. ആരോടും പറഞ്ഞറിയിക്കാനാകാത്തൊരു വിഷാദം എന്റെ നെഞ്ചിൽ കൂടിനുള്ളിൽ നിറഞ്ഞു.

ഈ നിമിഷം മുതൽ ആ ശരീരം ചലന രഹിതമായൊരവസ്ഥ. ഇനി ഈ ഭൂമിയിൽ സ്ഥാനമില്ല, ജാബിറിനെ എത്രയും പെട്ടെന്ന് മണ്ണിനടി യിലേക്ക് വെക്കാനുള്ള തത്രപ്പാടിലാണ്. അതാണ് മനുഷ്യാവസ്ഥ. അ തെത്ര ഉന്നത പദവിയിലുള്ളവരാണെങ്കിലും.

മയ്യത്ത് നമസ്കാരത്തിനായി കൊണ്ടുവെച്ച നേരം ബാബ എഴുന്നേ റ്റ് നിന്ന് വിഷാദത്തിന്റെ നനവാർന്ന ശബ്ദത്തിൽ ചോദിച്ചു.

“എന്റെ സഹോദരൻ ജാബിർ ആർക്കെങ്കിലും പണം തരാനുണ്ടെ ങ്കിൽ ആ ബാധ്യത ഞാൻ ഏറ്റെടുത്തിട്ടുണ്ട്.” അതിനുശേഷമേ നമസ് കരിച്ച് ഖബർസ്ഥാനിലേക്ക് മറവുചെയ്യുവാൻ കൊണ്ടുപോകുകയുള്ളൂ. അതാണ് അറബികളുടെ സമ്പ്രദായം.

മൂന്ന് ദിവസം ദുഖാചരണത്തിനായി പുരുഷന്മാർ മജ്ലിസിൽ (ഇരി ക്കാനായി വീടിനോട് ചേർത്തുണ്ടാക്കിയ വലിയഹാൾ) ഇരിക്കും. ഒരാൾ കടന്നുവരുമ്പോൾ വലിപ്പ ചെറുപ്പം നോക്കാതെ എല്ലാവരും എഴുന്നേറ്റ് നിന്ന് ദുഖം പങ്കിടാനെത്തിയവരെ, ഓരോരുത്തരായി അഭിവാദ്യം ചെ യ്യും നന്ദിയും അറിയിക്കും. മരിച്ച ആളുടെ വീട്ടിൽ മൂന്ന് ദിവസം ഭക്ഷ ണം ഉണ്ടാക്കുകയില്ല. ബന്ധുക്കളുടെ വീട്ടിൽ നിന്നും ഉണ്ടാക്കി കൊ ണ്ടുവരും.

അനുശോചനം അറിയിക്കാനായി എത്തിയവർക്കും ആ വീട്ടിൽ കൂടിയിരിക്കുന്നവർക്കും ഭക്ഷണം കൊടുക്കുന്നതിന് പുറമേ തളികകളിലാക്കി അനേകം വീടുകളിലേക്കും ദരിദ്രർക്കുമൊക്കെ സക്കാത്ത് കൊടുക്കും. ജാബിർ മരിച്ച ദിവസം തുടങ്ങിയതാണ്, എന്റെ വണ്ടിയിൽ ഭക്ഷണ തളികകൾ നിറച്ചുവെച്ച് ഓരോരുത്തർക്ക് ഞാനും കണ്ണനും വസീമും കൂടി കൊണ്ടുകൊടുക്കുന്ന ജോലി.

ജാബിറിന്റെ മരണശേഷം സ്വസ്ഥത നേടാനായി സാഹസപ്പെടുകയാണ് ബാബ. ജാബിറിന്റെ രൂപവും ഭാവവും അന്യോന്യബന്ധവും ഒരു ദിവസം കൊണ്ട് മറക്കാനാവില്ലല്ലോ. ജാബിറിന്റെ ബാധ്യത മുഴുവൻ തീർത്താലേ ബാബയ്ക്ക് സ്വസ്ഥത കിട്ടൂ.

ഇന്നലെ ചരിഞ്ഞുകിടന്ന് മൂടിപ്പുതച്ച് സുഖമായി ഉറങ്ങിക്കിടന്നിരുന്ന എന്നെ പാതിരാത്രി വിളിച്ചുണർത്തി നാളെ അതിരാവിലെ തയ്യാറാകണമെന്നറിയിച്ചു ബാബ.

മരിച്ചവരെ കുറ്റംപാറയുന്നത് പാപമാണെന്നറിയാം എങ്കിലും പറയാതിരിക്കാൻ വയ്യ. ജാബിർ ഒരു പരോപകാരി ആയിരുന്നുവെങ്കിലും, പണധൂർത്തും, ചീത്ത സ്വഭാവങ്ങളിലേക്ക് എടുത്തുചാട്ടവുമൊക്കെ ധാരാളമുണ്ടായിരുന്നു. ജാബിറിന് ഇഷ്ടപ്പെട്ട രീതിയിലേ കാര്യങ്ങൾ കാണുകയും, കേൾക്കുകയും ചെയ്തിരുന്നുള്ളൂ.

ആളൊരു പ്രാരാബ്ധക്കാരനാണ്, രണ്ട് ഭാര്യമാരും ആറ് മക്കളുമുണ്ട്. അവർക്ക് ഒരുപോലെയുള്ള വീടുകൾ ഉണ്ടാക്കി താമസിപ്പിച്ചിരിക്കുകയാണ്. ഖുലൂത്തും ബുദൂവും നാല്മാസം 'ഇദ്ദ' (ഭർത്താവ് മരിച്ചാൽ ഭാര്യയുടെ ദുഖാചരണം) ഇരിക്കുകയാണ്.

ജാബിറിന്റെ ഉറ്റവരും ഉടയവരുമായ സ്ത്രീകൾ ഖൈമ (സ്ത്രീകൾക്ക് ഇരിക്കാനായി താൽക്കാലികമായി ഉണ്ടാക്കിയ കൂടാരം) യിൽ കൂടിയിരുന്ന്, അനുശോചനമറിയിക്കാനെത്തിയവരെ അഭിവാദ്യം ചെയ്യുന്നു.

ഇദ്ദ ഇരിക്കുന്നത് വേറെ മുറിയിലാണ്, അത്യാവശ്യക്കാർക്ക് മാത്രമേ ഖുലൂത്തിനേയും ബുദൂറിനേയും കാണാൻ അനുവാദമുള്ളൂ.

ഇന്ന് അതിരാവിലെ കുളിച്ചൊരുങ്ങി ബാബയേയും കാത്ത് കാറിനരികിൽ നിൽക്കുകയാണ് ഞാൻ. ജാബിറിന്റെ കടം തീർക്കാൻ ഇന്നത്തെ യാത്ര ഏത് ദിശയിലേക്കാണെന്ന് എനിക്കൊരു ഊഹം പോലുമില്ല.

ദിവസങ്ങൾ കഴിയുമ്പോൾ മരണം കഴിഞ്ഞ വീട്ടിലും ജീവിതം തഴച്ചുവളർന്നുകൊണ്ടിരിക്കും. അത് ഏത് നാട്ടിലും അങ്ങനെ തന്നെയാണല്ലോ.

എത്ര ദിവസമായി ഈ തിക്കും തിരക്കും. അറ്റ്ലസ് സൂപ്പർമാർക്കറ്റി ലൊന്നു പോയിട്ട് ഒന്നൊന്നര മാസം കഴിഞ്ഞു. എന്നെയെങ്ങാനും കൃ ഷ്ണേട്ടന്റെ കയ്യിൽ കിട്ടിയാൽ വഴക്കു കേൾക്കേണ്ടി വരുമെന്നുറപ്പാ ണ്.

മറ്റൊരു പ്രധാനകാര്യം പോസ്റ്റ് ബോക്സ് 1087 ൽ കത്തുകൾ നോ ക്കണം. ഓൾഡ് ഷാബിയ വഴിപോയാൽ രണ്ടുകാര്യവും നടക്കും. ഫി ഷ്റൗണ്ട് കഴിഞ്ഞ് ലെഫ്റ്റിലേയ്ക്കെടുത്താൻ സൽമയിലേയ്ക്കെത്താം. അവിടെ അബ്ദുക്കാടെ കടയിലാണ് പോസ്റ്റ് ബോക്സ് 1087

കഴിഞ്ഞ മാസം നാട്ടിലേയ്ക്കയച്ച തുക കുറഞ്ഞു. അതിനുള്ള സ മാധാനം ഞാൻ പറയേണ്ടിവരും. എന്റെ മാമയുടെ മകൻ ജലാലിനെ നാട്ടിൽ നിന്നും ഇങ്ങോട്ട് കൊണ്ടുവരുവാനും ഈ നാട്ടിലെ വിസയാ ക്കുവാനും നല്ലൊരു ചിലവു വന്നു. ഇനി അവന് ജോലി കിട്ടുന്നത് വരെ അവനെ സംരക്ഷിക്കുകയെന്നത് എന്റെ കടമയാണല്ലോ.

രണ്ട് മാസത്തോളമായി, ജലാലിന് ജോലിയൊന്നും ശരിയാവാതെ യിരുന്ന് മടുത്തെന്നുള്ള ആവലാതിയാണെപ്പോഴും. അതുമൊരു പച്ചപ രമാർത്ഥമാണല്ലോ. ചക്കരക്കാവ് വീരുഷാ മെമ്മോറിയൽ എൽ.പി സ് കൂളിൽ അറബ് അധ്യാപക ജോലി രാജിവെച്ചിട്ടാണ് ഇവിടേക്കുള്ള കു ടിയേറ്റം. ഗൾഫ് നാട്ടിലേക്ക് വന്നാൽ മുഴുവൻ വെട്ടിപ്പിടിക്കാമെന്ന് പല രും ധരിക്കുന്നതുപോലെ അവനും ധരിച്ചുകാണും. അവനെയങ്ങനെ മു ഴുവനായും കുറ്റം പറയുന്നതിൽ അർത്ഥമില്ല. എല്ലാം ഓരോരുത്തരുടേ യും തലേലെഴുത്ത് പോലെയത്രെ.

നാടും വീടും വിട്ട് ഒരുപാട് ലക്ഷ്യങ്ങളുടേയും മോഹങ്ങളുടേയും ഭാണ്ഡവും പേറി തികച്ചും അപരിചിതമായൊരിടത്ത് വ്യത്യസ്ത ജീവി ത രീതിയുമായി ജീവിക്കുമ്പോഴാണ് നമ്മൾ സ്വന്തം നാടിന്റെ മഹത്വ മെന്തന്നറിയുന്നത്.

ജോലിയും രാജിവച്ച് ഒരു ഭാഗ്യപരീക്ഷണത്തിനായി വരേണ്ടിയിരു ന്നില്ല. ചിന്തിക്കാൻ പ്രേരിപ്പിക്കുന്ന അത്തരം അനുഭവങ്ങളിൽ സമയം നീക്കുകയാണ് ജലാൽ. അവന്റെ സംസാരം കേട്ട് എന്റെയുള്ളിൽ വി ഷാദത്തിന്റെ ഉറവപൊട്ടി.

ബാച്ച്ലേഴ്സിനോടൊപ്പം താമസിക്കുവാൻ അവന് ബുദ്ധിമുട്ടാണത്രെ. ഒരു നൂറുനൂറ് കുറ്റങ്ങളാണവരെ പറ്റി, ചിലരുടെ സ്വഭാവത്തെ പറ്റി വി മർശനങ്ങളും. തന്നെയുമല്ല മുറിയിലാണെങ്കിൽ സ്ഥലമില്ല. സ്വാതന്ത്ര്യ മില്ല. ഭക്ഷണത്തിന് രുചിയില്ല, അങ്ങനെ നീണ്ടുനീണ്ടു പോകുന്നു ജ ലാലിന്റെ പരാതികൾ.

"ആദ്യമൊക്കെ അഡ്ജസ്റ്റ് ചെയ്യാൻ കുറച്ചുബുദ്ധിമുട്ടുകളും പ്രശ്ന ങ്ങളുമൊക്കെയുണ്ടാകും. നമ്മളോരോരുത്തരും പല അമ്മമാർക്കും ഉ ണ്ടായവരല്ലേ. അപ്പോൾ സ്വഭാവവും വ്യത്യസ്തമായിരിക്കും. ഇത്രയൊ ക്കെ കാണുവാനും മനസ്സിലാക്കുവാനും അവസരം കിട്ടിയല്ലോ എന്ന് വിചാരിച്ചാൽ മതി. ഞാനിങ്ങനെയൊക്കെ പറയുന്നത് കാര്യങ്ങളെല്ലാം നീ അറിയണമെന്ന് കരുതിയാണ്. ഒരു ജോലിയാകുന്നത് വരെ അഡ്ജ സ്റ്റ് ചെയ്തേ പറ്റൂ. അധികം വൈകാതെ. അതായത് അടുത്ത ദിവസം തന്നെ നിനക്കത് കിട്ടും." എന്റെ വാക്കുകൾ പുതിയൊരു പ്രകാശം ജ ലാലിന്റെ കണ്ണുകളിൽ നിറച്ചു.

അറ്റ്ലസ് സൂപ്പർ മാർക്കറ്റിലായിരുന്നപ്പോൾ ഞാൻ ഉപയോഗിച്ചിരു ന്ന മുറി, ഏറിവന്നാൽ ഒരു മാസം ജലാലിന് വേണ്ടി കൃഷ്ണേട്ടനോ ടൊന്ന് ചോദിക്കാൻ കൂടിവേണ്ടിയാണ് ഞാനിങ്ങോട്ടോടി വന്നത്. പലർ ക്കും തന്നാലാവുന്ന വിധം സഹായം ചെയ്യുന്ന കൃഷ്ണേട്ടൻ എന്റെ അഭ്യർത്ഥന തിരസ്കരിക്കില്ലെന്നുള്ള വിശ്വാസമാണെന്നെ അതിന് പ്രേ രിപ്പിച്ചത്

പോയാൽ ഒരു വാക്ക്, കിട്ടിയാൽ വല്യൊരു പ്രശ്നപരിഹാരവും എ നിക്ക് ആത്മ സംതൃപ്തിയും. കൃഷ്ണേട്ടനെന്ത് വിചാരിക്കും. എന്ത് പ റയുമെന്നൊന്നും ഞാനിപ്പോൾ ചിന്തിക്കാറില്ല വന്നുവന്ന് മററുള്ളവർ ക്ക് വേണ്ടി യാചിക്കാനും എനിക്കിപ്പോൾ മടിയില്ലാതായിരിക്കുന്നു. കൃ ഷ്ണേട്ടൻ അനുവദിക്കുകയാണെങ്കിൽ മാത്രം ജലാലിനെ അറിയിക്കാം. അല്ലാതെ വെറുതെ അവന് ആശകൊടുക്കന്നതെന്തിന്.

നല്ല വിസ്താരമുള്ള ഒരു വില്ലയിലാണ് കൃഷ്ണേട്ടനും കുടുംബവും താമസിക്കുന്നത്. കഷ്ണേട്ടന്റെ ബന്ധുക്കളും വേണ്ടപ്പെട്ടവരും നാട്ടിൽ നിന്നും വരുന്നതും പോകുന്നതുമൊക്കെ അവിടെനിന്നാണ്.

കഴിഞ്ഞയാഴ്ച ശ്യാമളേച്ചി നാട്ടിലേക്ക് പോയി. മകൻ സുനിലിന്റെ കല്യാണക്കാര്യം നോക്കുക എന്നതാണ് ഉദ്ദേശ്യം. തിരിച്ചുവരാൻ രണ്ടോ മൂന്നോ മാസം കഴിയും.

ജലാൽ നാട്ടിൽ നിന്നും കൊണ്ടുവന്ന തനി നാടൻ സാധനങ്ങൾ ശ്യാമളേച്ചിക്ക് കൊടുക്കുവാൻ പോയതിനുശേഷം ഞാനങ്ങോട്ട് പോ യിട്ടില്ല, ആ വീട്ടിലേക്ക് പോകുമ്പോൾ സ്വന്തം തറവാട്ടിലേക്ക് പോകു ന്ന പ്രതീതിയാണെനിക്കനുഭവപ്പെടുക. എനിക്ക് വിശപ്പും ദാഹവുമൊ ന്നുമില്ലെങ്കിലും ശ്യാമളച്ചേച്ചിയോട് എന്തെങ്കിലും വാങ്ങിക്കഴിച്ചിട്ടേ ഞാ നവിടെനിന്നും പോരുകയുള്ളൂ. ചേച്ചിതരുന്ന ഒരു സുലൈമാനി ആയാ ലും അത് കുടിക്കാനൊരു തൃപ്തി തന്നെയാണ്.

അബ്ദുക്കാടെ കടയിലെ പോസ്റ്റുബോക്സിൽ നിന്നും കത്തുകൾ വാരിയെടുത്തു. ഞാനുദ്ദേശിച്ചപോലെ ഒരു കെട്ട് എഴുത്തുകളുണ്ട്. കഴിഞ്ഞ കത്തിൽ എന്റെ മൂത്ത സഹോദരിയുടെ മകൾ സീനത്തിന്റെ കല്യാണ പണത്തെ കുറിച്ച് എനിക്കെഴുതിയതിനുള്ള മറുപടിയിൽ ഞാൻ നോക്കട്ടെ എന്നെഴുതിയതിനുള്ള പരാതിയാണ്. നോക്കിയാൽ മാത്രം പോര, നിന്റെ പണത്തിന്റെ ഉറപ്പിന്മേലാണ് കല്യാണം നിശ്ചയിച്ചിരിക്കുന്നത്. എങ്ങനെയെങ്കിലും പണം ഇങ്ങോട്ടയച്ചിട്ട് മതി ഇനി മറ്റെന്ത് കാര്യവും. വരന്റെ വീട്ടുകാർ ആവശ്യപ്പെട്ട സ്ത്രീധനം മുഴുവനും കൊടുക്കാമെന്ന് സമ്മതം മൂളിയത് എന്ത് ഉറപ്പിന്മേലാണ്.

എനിക്ക് ഗൾഫിലേക്കെത്തുവാനായി അവരൊക്കെ പൈസ തന്നു സഹായിച്ചു എന്നത് നേരുതന്നെ. എനിക്ക് ജോലിയായപ്പോൾ കണക്കൊന്നും നോക്കാതെ ഞാനവർക്ക് അയച്ചുകൊടുത്തു. എങ്കിലും അങ്ങേയറ്റം ആവശ്യം വന്നപ്പോൾ എന്നെ സഹായിച്ചവരെ മറക്കുന്നവനല്ല ഞാൻ.

ചിലനേരത്ത് അവരെക്കുറിച്ച് നീരസത്തോടെ ചിന്തിക്കുമ്പോഴും ആ കത്തുകളിൽ മുഴങ്ങുന്ന നിസ്സഹാവസ്ഥയും വേദനയുമൊക്കെ ഓർത്തോർത്ത് ഞാൻ വ്യസനിക്കും. എന്നോടല്ലാതെ മറ്റാരോടാണവർ സഹായമഭ്യാർഥിക്കുക. ഇങ്ങനെ മനസ്സ് അങ്ങോട്ടുമിങ്ങോട്ടും ചാഞ്ചാടിക്കൊണ്ടിരിക്കും.

എന്റെ ബാപ്പയുടെ എഴുത്തിലും സീനത്തിന്റെ സ്ത്രീധന കാര്യമായിരിക്കും തലയുയർത്തി നിൽക്കുന്നത് എന്ന് ധരിച്ച എനിക്ക് ഒരു പുതിയ വിഷയമാണ് കണ്ടെത്താൻ കഴിഞ്ഞത്. എന്റെ അനിയൻ നാദിർഷാ ഒരു പ്രണയത്തിൽ കുടുങ്ങിയിരിക്കുകയാണത്രെ.

ആ വാർത്ത വായിക്കുന്തോറും എനിക്ക് ശ്വാസംമുട്ടുന്നത് പോലെ തോന്നി. അവനെ പഠിപ്പിച്ച് എഞ്ചിനീയറാക്കാൻ ഞാനെത്ര ബുദ്ധിമുട്ടിയെന്ന് അവനോ എന്റെ വീട്ടുകാരോ അറിയുന്നുണ്ടോ. ആരോടും ഒരു പരാതിയും ഞാൻ പറഞ്ഞിട്ടില്ല. ഉന്നതങ്ങളിലെത്താൻ എനിക്ക് കഴിഞ്ഞില്ല. തന്നെയുമല്ല ഞങ്ങൾ കല്ലുംപടി തറവാട്ടുകാരുടെ ക്ഷയിച്ച പ്രതാപം എന്നെ കൊണ്ടാവുന്ന നിലയിൽ വീണ്ടെടുക്കാമെന്നും ഞാൻ മോഹിച്ചുപോയി.

കുടുംബത്തിന് സൽപ്പേരുണ്ടാക്കി കൊടുക്കുവാനും കൂടി വേണ്ടിയാണ്. ഇല്ലാത്ത കാശുണ്ടാക്കി എല്ലാത്തിനേയും പഠിപ്പിച്ച് നല്ല പദവിയിലെത്തിച്ചുകൊണ്ടിരിക്കുന്നതും. ഇതൊക്കെ ഞാനാരോട് പറയാനാണ്. പറഞ്ഞാലും അവരൊന്നും വിശ്വസിക്കില്ലെന്നുറപ്പാണ്.

എന്റെ ആശയറ്റമനസ്സിൽ കുഴയ്ക്കുന്ന പല ചിന്തകളും നിറഞ്ഞു. ചാമപ്പറമ്പിൽ വീട്ടുകാർക്ക് സ്വപ്നം കാണാൻ പറ്റിയതാണോ ഞങ്ങൾ കല്ലുംപടി തറവാട്ടുകാരുമായുള്ള ബന്ധം. സുമിയ്യയുടെ സഹോദരന്മാർ ഗൾഫിൽപോയി അദ്ധ്വാനിച്ചുണ്ടാക്കിയ സ്വത്തുക്കൾ കണ്ട് കണ്ണ് മഞ്ഞളിച്ചിട്ടായിരിക്കില്ല എന്റെ വീട്ടുകാർ സമ്മതം മൂളിയത്. സത്യാവസ്ഥ എന്താണെന്നെനിക്കറിയില്ല.

കുലമഹിമയില്ലാതെ കുറെ പൊന്നും പണവും പെൺകുട്ടിക്ക് തൊലിവെളുപ്പും ഉണ്ടായിട്ടെന്ത് കാര്യം.

നാദിർഷയ്ക്ക് സ്ഥിരമായി ജോലിയൊക്കെ ആയിട്ട് മതി കല്ല്യാണം. ഇപ്പഴേ ഉറപ്പിച്ചു വെക്കണമെന്നാണ് സുമിയ്യയുടെ വീട്ടുകാരുടെ ആവശ്യം. അല്ലെങ്കിൽ നാദിർഷ കൈവിട്ടുപോയാലോ എന്നായിരിക്കും അവരുടെ കണക്ക് കൂട്ടൽ

ഒരാളുടെ ജീവിതകാലം മുഴുവനും ഒന്നിച്ചു ജീവിക്കേണ്ട വ്യക്തിയുമായിട്ടുള്ള വിവാഹബന്ധം ആലോചിക്കുമ്പോൾ എല്ലാം നോക്കണമല്ലോ. ഞാനെന്തെങ്കിലും പറയാമെന്ന് വെച്ചാൽ എന്റെ അഭിപ്രായത്തിനൊരു പ്രസക്തിയുമില്ല. എല്ലാം നിശ്ചയിച്ചുറപ്പിച്ചിട്ട് പണത്തിന്റെ ആവശ്യം വരുമ്പോൾ എന്നെ അറിയിച്ചാൽ മതിയെന്നാണോ..?

നാദിർഷയുടെ പഠിപ്പ് പൂർത്തിയാക്കി കഴിഞ്ഞ് ഇങ്ങോട്ട് കൊണ്ടുവന്ന് നല്ല ജോലിയൊക്കെ ആക്കികൊടുക്കണമെന്നൊക്കെയുള്ള എന്റെ മോഹങ്ങൾ അവനോടൊരിക്കൽ ഞാൻ സൂചിപ്പിച്ചു. അവന് ഗൾഫിലേക്ക് വരാൻ തീരെ താൽപര്യമില്ലത്രെ.

നാദിർഷാക്ക് വിവാഹപ്രായമാകുമ്പോഴേക്കും നിശ്ചയിച്ചുവെക്കാൻ എന്തൊരു ശുഷ്കാന്തിയാണവർക്ക്. എന്റെ ചങ്കിൽ കൊള്ളുന്ന ഇത്തരം കാര്യങ്ങൾ എന്നെ അറിയിക്കാനൊരു പ്രയാസവും ഇല്ലാതായിപ്പോയല്ലോ.നാദിർഷായുടെ ജ്യേഷ്ഠസഹോദരനായ എനിക്ക് കല്യാണം എന്നൊരു ഘട്ടം വേണ്ടെന്നാണോ അവർ ധരിച്ചുവെച്ചിരിക്കുന്നത്. ഞാൻ വായതുറന്ന് പറഞ്ഞിട്ട് വേണോ അവർക്കത് മനസ്സിലാക്കുവാൻ. ഇത്തരം കാര്യങ്ങളോർത്തിരുന്ന് മനസ്സിനെ അസ്വസ്ഥമാക്കിയാൽ ഞാൻ അവശനായി തീർന്നേക്കാം.

"ഇത്തരം വിഷാദചിന്തകൾ വിട്ടുകള കബീർക്കാ. മറ്റുള്ളവർക്ക് നന്മചെയ്യുവാനല്ലേ കബീർക്കാക്ക് പടച്ചവൻ അനുഗ്രഹങ്ങൾ തന്നിരിക്കുന്നത്. കൂട്ടത്തിൽ നമ്മുടെ കാര്യവും ഓർമവേണം. ഒരു ചെറു ഗദ്ഗദത്തോടെയാണ് സുൽത്താന എന്നെ ആശ്വസിപ്പിച്ചത്. അവളുടെ ഉപദേശം സ്വീകാര്യമായാലും അല്ലെങ്കിലും അത് കേൾക്കുമ്പോൾ എന്നിൽ

നിറയുന്ന ഉൾപുളകം ഒന്നുവേറെയാണ്.

വാക്കുകൾ കൊണ്ട് എന്റെ ദുഖത്തെ മധുരിപ്പിക്കുവാനൊരുങ്ങുന്ന അവളുടെ മനസ്സ് ദുഖം കൊണ്ട് വേവുകയായിരിക്കും. തനിച്ചിരുന്ന് സുൽത്താന തേങ്ങുന്നുണ്ടായിരിക്കും. ആ നെടുവീർപ്പുകളുടെ ചൂട് എന്നിലേക്ക് വ്യാപിച്ചു. അവളുടെ മനോവ്യഥ ഞാനറിയുന്നു എന്ന മട്ടിൽ ഞാനെന്റെ ഹൃദയഭാഗത്ത് അമർത്തി തഴുകി. എന്റെ കുഞ്ഞനിയൻ നാദിർഷാക്ക് നല്ലൊരു ഭാവി ജീവിതമുണ്ടാകട്ടെ.

സിഗ്നലിൽ ചുവപ്പ് ലൈറ്റ് തെളിയുന്നതും കാത്ത് കുരുങ്ങി കിടന്നിരുന്ന വണ്ടികൾ ഓരോന്നായി പാഞ്ഞ് പോയ്തുടങ്ങി. അവയോടൊപ്പം ഞാനും കൃഷ്ണേട്ടന്റെ സൂപ്പർമാർക്കറ്റായ അറ്റ്ലസിലേക്ക് തിരിച്ചു. കൃഷ്ണേട്ടൻ കുലുങ്ങി ചരിച്ചുകൊണ്ടാണെന്റെ അഭ്യർത്ഥന കേട്ടത്.

"അന്റയൊരു കാര്യം എല്ലാരേം കാര്യം നോക്കാൻ ഇന്നെ ആരേലും ഏൽപിച്ചീനാ. ഈ പോയേപിന്നെ ആ മുറി ബല്ലപ്പോയാ തുറക്കാറ്. ഇന്റെ സാധനങ്ങള് ആടിണ്ട്. ഓൻ ബന്ന് പാർത്തോട്ടെ, ഇപ്പ ഇന്റെ ബേജാറ് മാറീനാ."

കൃഷ്ണേട്ടൻ അപ്പോഴും ചിരിച്ചു.

കൃഷ്ണേട്ടന് സമ്മതാന്ന് കേട്ടാമതി ബാക്കി കാര്യം ഞാനേറ്റു.

എന്റെ സംസാരത്തിൽ ആഹ്ലാദം കവിഞ്ഞു. ഇനി ജലാലിന്റെ പരാതിയ്ക്ക് വിടനൽകാം സമയം കിട്ടുകയാണെങ്കിൽ നാളെ തന്നെ വസീമിനേയും കണ്ണനേയും കൂട്ടിവന്ന് മുറിയൊന്ന് വൃത്തിയാക്കി ജലാലിന് താമസയോഗ്യമാക്കി കൊടുക്കണം എന്നൊക്കെ ഞാൻ തീരുമാനിച്ചു. സുബ്ഹാനള്ളാ (ദൈവം പരിപൂർണ്ണനത്രെ)

പുകയുന്ന മനസ്സിൽ തെളിനീരൊഴിച്ച ആശ്വാസം അനുഭവപ്പെട്ടു അന്നേരം എനിക്ക്.

അദ്ധ്യായം

ഏഴ്

ശഅബാൻ മാസത്തിലെ ബറാത്ത് ദിനമാണിന്ന്. ഞാൻ ഗൾഫിലെത്തിയിട്ട് നാല് വർഷം തികയുന്നു ഇന്നേക്ക്. റംസാൻ നോമ്പ് തുടങ്ങാൻ ഇനി പതിനഞ്ച് ദിവസമേയുള്ളൂ. കടുത്ത വേനൽ ആയതിനാൽ തീപോലുള്ള വെയിലും നീണ്ട പകലുകളും നോമ്പുസമയവും കൂടുതലായിരിക്കും. നാട്ടിലാണെങ്കിൽ ഇപ്പോൾ കർക്കിടക മഴയാണ്.

ഇന്ന് വൈകിട്ട് നാട്ടിലേക്കുള്ള കോൾബുക്ക് ചെയ്യണം. സക്കാത്തി

നുള്ള പണം അയക്കുന്നകാര്യം പ്രത്യേകം പറയണം. വീട്ടിലേക്ക് ഫോൺ കണക്ഷന് അപേക്ഷ കൊടുക്കണമെന്നും ബാപ്പയെ ഓർമിപ്പിക്കണം. ഞാൻ വിളിക്കുന്ന സമയവും ഗഫൂർക്കാടെ വീട്ടിൽ കാത്തു നിൽക്കേണ്ട സമയവുമൊക്കെ എന്റെ വീട്ടുകാരെ അറിയിക്കാനായി അങ്ങോട്ടുമിങ്ങോട്ടുമുള്ള നടപ്പ് ഗഫൂർക്കാടെ വീട്ടുകാർക്കും ബുദ്ധിമുട്ടാണല്ലോ.

നീ എന്ത് തിന്നുകുടിച്ചു. ശരീരം ക്ഷീണിച്ചോ..? ഇതൊക്കയേ ചോദിക്കാനുള്ളൂ എന്റെ ഉമ്മാക്ക്.

ഇവിടെ പട്ടിണി കിടക്കുകയൊന്നുമല്ല ഞാൻ. എന്നാലും ഉമ്മയുണ്ടാക്കുന്ന പത്തിരിയും, അടയും നെയ്ച്ചോറും കറികളുടേയുമൊക്കെ രുചി. ഇവിടെ ഞാൻ തിന്നുന്ന ഒരു ഭക്ഷണത്തിനും ഇല്ലുമ്മാ"

"ന്റെ മോനേ എനിക്കിന്നൊന്നും കീപ്പട്ട്ക്ക് എറങ്ങൂല," പൊട്ടി പൊട്ടി വരുന്ന കരച്ചിൽ അടക്കിപിടിച്ച് അങ്ങനെ ഒരു പറച്ചിൽ ഉണ്ട് ഉമ്മാക്ക്. ഒന്നും പറയേണ്ടിയിരുന്നില്ലെന്ന് തോന്നും എനിക്കന്നേരം. ഉമ്മയോട് വീട്ടുവിശേഷങ്ങൾ ചോദിച്ച് വിഷയം മാറ്റുകയാണ് ആ സന്ദർഭത്തിൽ എന്റെ പതിവ്.

ഞാൻ നോമ്പെടുത്താൽ ഈ കുഞ്ഞിമോനെങ്ങനെ ഇത്രനേരം വിശപ്പ് സഹിക്കുന്നു. എന്ന ആവലാതിയിൽ എന്റെ വീടിനടുത്തുള്ള ജോളിഅമ്മച്ചിയും, ജോസപ്പച്ചനും, ലക്ഷ്മി അമ്മായുമൊക്കെ എന്നോട് പ്രകടിപ്പിച്ചിരുന്ന വാത്സല്യവും, ദയാവായ്പും അനുമോദനങ്ങളും നിറംമങ്ങാതെ എന്റെ ഓർമയിൽ ഇപ്പോഴും ഉദിച്ച് നിൽക്കുന്നു. പടച്ചവൻ അവർക്കെല്ലാം ആയുസ്സും ആരോഗ്യവും കൊടുക്കട്ടെ.

നോമ്പ് അടുത്തത് കൊണ്ട് നിന്നുതിരിയാൻ നേരമില്ലെനിക്ക്. സാധനങ്ങൾ നേരത്തെ വാങ്ങിവെക്കാമെന്നാണ് ഉമ്മിയുടെ നിർദ്ദേശം. പർച്ചേസിംഗ് മാനേജർ ലിയോണിനോടൊപ്പം ഇന്നലെ ചോയിത്രം മാളിൽ പോയി കുറെവാങ്ങി. ബാക്കിയുള്ളതൊക്കെ ഞാനങ്ങ് ഏറ്റെടുത്തു.

കൃഷ്ണേട്ടന്റെ അറ്റ്ലസ്, സുകുമാരന്റെ ഹോൾസെയിൽ പച്ചക്കറി, ഫിഷ്മാർക്കറ്റിലാണെങ്കിൽ ബക്കർക്കാന്റെ കയ്യിൽ നിന്നേ ഞാൻ വാങ്ങാറുള്ളൂ.അത് നോമ്പിന് മാത്രമല്ല, അങ്ങനെ നല്ലൊരു തുക ഇവർക്കൊക്കെ ഞാൻ വഴി കിട്ടും. അറബികൾക്കിഷ്ടപ്പെട്ട സാഫി, അമൂർ, ചെമ്മീൻ, സാൽമൺ ഇവയോടൊപ്പം നെയ്മീനും കരിമീനുമൊക്കെ നല്ല വിലകൊടുത്ത് വാങ്ങും. അത് ഞങ്ങൾക്ക് കഴിക്കാനാണ്

ജോണേട്ടന്റെ പാത്രക്കടയായ മർഹബയിലേക്കാണെന്റെ യാത്ര. അടുത്ത ദിവസം പുള്ളിക്കാരൻ സ്വന്തം നാട്ടിലേക്ക് യാത്ര തിരിക്കുമെ

ന്ന് ഇന്നലെ സ്റ്റീഫനാണെന്നോട് പറഞ്ഞത്.

"ഇത് ആര്? അന്നെ ഈ ബയ്ക്കൊന്നും കാണാൻല്ല. എന്താ അനക്കൊരു ഉസാറില്ലാത്തെ? അനക്ക് പാത്രം മേങ്ങാൻ ഈടേക്ക് ബരണോലാ സ്റ്റീഫൻ നിന്നെ കണ്ടിനാ?" ഞാൻ ചിരിച്ചതേയുള്ളൂ. ജോണേട്ടന്റെ സ്നേഹം നിറച്ച കുശലാന്വേഷണങ്ങൾ കഴിഞ്ഞു. "നീ ആടെ ഇരിക്ക്, ചായ ബരുത്തട്ടെ." ജോൺ നിർബന്ധിച്ചു. "വേണ്ട ജോണേട്ടൻ നാട്ടീന്ന് വന്നിട്ട് ഞാൻ വരാം ഇപ്പോ തെരക്ക്ണ്ട് നമ്മക്ക്. പാത്രങ്ങൾ നോക്കാം ജോണേട്ടാ"

"പത്തമ്പതെണ്ണം ആടെ ഇണ്ടാഞ്ഞി", ഞാൻ ജോണേട്ടനൊന്നിച്ച് സ്റ്റോർ മുറിയിലേക്ക് കടന്നു.

പല വലിപ്പത്തിലുള്ള കാസറോളുകൾ, ട്രേകൾ, ബൗളുകൾ, തവികൾ, എല്ലാം കൂടി വണ്ടിയിൽ നിറച്ചു. ഡിസ്പോസിബിൾ കണ്ടെയ്നറുകളും കൂട്ടത്തിൽ വാങ്ങി. അത് ലേബർ ക്യാമ്പുകളിലേക്ക് ഭക്ഷണം എത്തിക്കുവാനാണ്.

വെള്ളം, ജ്യൂസ്, ഫ്രൂട്ട്സ്, ഈന്തപ്പഴം, ബിരിയാണി എല്ലാം കൂടി ,ഓരോ കണ്ടെയ്നറുകളിലാക്കി പാക്ക് ചെയ്ത് കൊടുത്തയക്കും. ഒരു കാലത്ത് ഞാനും ലേബർ തൊഴിലാളിയായിരുന്നല്ലോ. അതുകൊണ്ട് അവരുടെ മനസ്സ് എനിക്കറിയാം

ഓരോ ദിവസവും മാറിമാറി ഉണ്ടാക്കുന്ന പലവിധത്തിലുള്ള ബിരിയാണി, ഫിരീത്, മന്തി എന്നിവയെല്ലാം ഇവിടുത്തെ മെയിൻ കുക്ക് അബ്ദുള്ളയും, സംഘവുമാണതിന്റെ ആശാന്മാർ. ദിവസവും ഉണ്ടാക്കുന്ന ഹരീസ് വളരെ നേരത്തെ പാചകം തുടങ്ങും. കാരണം ഗോതമ്പും ഇറച്ചിയും അലിഞ്ഞു ചേരാൻ സമയമെടുക്കും. നാല് മണിയാകുമ്പോഴേക്കും വിതരണത്തിനുള്ള ഭക്ഷണം പാത്രങ്ങളിൽ നിറച്ചു തുടങ്ങും.

ഒട്ടനവധി സാധനങ്ങൾ ഇനിയും വാങ്ങാനുണ്ട്. ഓരോന്നും നന്നായി നോക്കി വാങ്ങണം. ഇന്നിനി നേരമില്ല. അതിനി നാളെയാകും. പോരാത്തതിന് വണ്ടിയിൽ കുത്തി നിറക്കാൻ ഒരിഞ്ചുപോലും ഇടമില്ല.

നോമ്പിനെ വരവേൽക്കാനായി വീട് വൃത്തിയാക്കൽ നടക്കുകയാണിപ്പോൾ അതിനിടയിൽ നിന്നാണ് ഞാൻ പതുക്കെ മുങ്ങിയത്. മജ്ലിസിലിടാൻ കാർപ്പറ്റുകളും, കുഷ്യനുകളുമൊക്കെ പുതിയത് വാങ്ങിയിട്ടുണ്ട്. അതൊക്കെ യഥാക്രമം വിരിക്കാനായി ജോലിക്കാരുണ്ടെങ്കിലും ബാബ എന്നെ അന്വേഷിക്കുന്നുണ്ടായിരിക്കും.

നോമ്പിന് പെൺമക്കൾക്ക് കൊടുത്തയക്കാനായി, ഉമ്മി ഏൽപിച്ച കാര്യവും നിറവേറണം. സിറിയയിൽ നിന്നെത്തുന്ന മുന്തിയ തരം മധു

രപലഹാരങ്ങളും ഒമാൻ ഹൽവയും, തുർക്കിയിൽ നിന്നും വരുന്ന നല്ല യിനം ഉണക്കപ്പഴങ്ങളും ഐറാ റോസ്റ്ററിയിൽ നിന്നും വിവിധ തരം നട്സുകളും ഓർഡർ കൊടുക്കണം. സദഫിലും നേരത്തെ പറഞ്ഞുവെക്കണം. ഹുബൂബ് മാർക്കറ്റിലേക്കങ്ങ് ചെന്നാൽ മതി എല്ലാ കാര്യങ്ങളും ഒറ്റയടിക്ക് നടക്കും.

തീർന്നില്ല, ഇനിയും ബാക്കിയുണ്ട്. അത് വാങ്ങാനായി, റഫയിലേക്ക് പോകേണ്ടി വരും. ഇതെല്ലാം എന്റെ ജോലിയാണ്.

നാളെ നേരത്തെ ആരംഭിക്കാം.

ബാബ എല്ലാ മക്കൾക്കും നോമ്പിന് സമ്മാനങ്ങൾ കൊടുക്കും. ഇത്തവണ ആദിലിന് പുതിയ വണ്ടിയാണ് വേണ്ടത്. അവനിത്തിരി അടിപൊളി ടൈപ്പാണ്. എന്റെ അർബാബായ ഫസൽ സൈഫിനും, അമ്മാറിനും, താരിഖിനുമൊക്കെ എന്ത് സമ്മാനമാണാവോ ബാബ ഉദ്ദേശിച്ചിട്ടുള്ളത്.

അവർക്ക് മാത്രമല്ല മറ്റുള്ളവർക്ക് ബാബ സക്കാത്ത് കൊടുക്കും. നോമ്പ് തുടങ്ങിയാൽ ഓരോരുത്തർക്കുള്ള തുക കണക്കുകൂട്ടി കവറിലിട്ട് വെയ്ക്കും. ഇവിടെ വരുന്നവർക്ക് കൊടുക്കും. വരാത്തവർക്ക് കൊടുത്തയക്കും.

അതുപോലെ എത്രയെത്ര അശരണർക്കാണ് ബാബ ആശ്രയമേകുന്നത്. ഇവിടെത്തെ എല്ലാ തൊഴിലാളികൾക്കും സക്കാത്ത് മുടക്കാറില്ല പടച്ച തമ്പുരാൻ അതിനുള്ള ബർക്കത്ത്(അഭിവൃദ്ധി) അദ്ദേഹത്തിന് കൊടുക്കട്ടെ ആമീൻ.

നോമ്പിന്റെ രാത്രികളിൽ ഉറക്കം കുറവാണ്. ബാബയും ഉമ്മിയും എല്ലാവരും കൂടി തറാവീഹ് (നോമ്പ് രാത്രികളിലുള്ള പ്രാർഥന) നമസ്കാരത്തിനായി പള്ളിയിൽ പോകും. അവസാനത്തെ പത്ത് നോമ്പിന് രാത്രിമുക്കാൽ ഭാഗവും പള്ളിയിൽ തന്നെയാണ്.

രാവിലെ വൈകി ഉണർന്നാൽ മതി. റംസാൻ മാസത്തിന് വിരാമമിട്ടുകൊണ്ട് ശവ്വാൽപിറവി അറിയിച്ച് ആകാശത്ത് അമ്പിളിക്കല കണ്ടാൽ പെരുന്നാൾ. അന്ന് എല്ലാവർക്കും പുത്തൻവസ്ത്രങ്ങളും ഈദിയും (പെരുന്നാൾ കൈനീട്ടം) ബാബ തരും. അതുകൂടാതെ ഉമ്മിയും, ആദിലും അർബാബുമൊക്കെ തരുന്നത് ഉടനെ നാട്ടിലേയ്ക്കയക്കാൻ തിരക്കാണെനിക്ക്.

നോമ്പിനും, പൊരുന്നാളിനുമൊക്കെ ബന്ധുക്കൾ പരസ്പരം കൊടുക്കലും വാങ്ങലുമൊക്കെയാണ്. ഇത്തവണ പെരുന്നാളിന് എത്ര ജോഡി വസ്ത്രങ്ങളും, സമ്മാനങ്ങളും പൈസയുമൊക്കെയാണ് എനിക്ക്

കിട്ടിയത്. ഇത്രയും ധാരാളിത്തമില്ലാത്ത എത്രയെത്ര പെരുന്നാളുകൾ എനിക്കുണ്ടായിട്ടുണ്ട്.

എങ്കിലും ഇതിനേക്കാൾ നൂറിരട്ടി സന്തോഷമായിരുന്നു ബാല്യകാലത്ത് ആ നാളുകളിൽ. പുത്തൻ വസ്ത്രങ്ങളും, വിഭവസമൃദ്ധമായ സദ്യയും, കൂട്ടുകാരൊന്നിച്ചുള്ള വിനോദ പ്രകടനങ്ങളും ഒക്കെ ഞങ്ങൾ കുട്ടികളുടെ ചെറിയ ലോകത്തിൽ വലിയവലിയ സന്തോഷങ്ങളായിരുന്നു.

സ്നേഹജനും, വേണുവും, ജെൽസനും, ബെന്നിയുമൊക്കെ എന്റെ വീട്ടിലേക്ക് ഭക്ഷണത്തിന് വിളിക്കും. എന്റെയും ഇക്കമാരുടേയുമൊക്കെ കൂട്ടുകാരാണ് അവർ. ഭക്ഷണം കഴിഞ്ഞാൽ വല്ല വിധേനയും പുറത്തേയ്ക്കൊന്ന് ചാടാനായി എന്തൊരു ആവേശമാണ്.

വെയിലൊന്നാറീട്ട് പോയാ മതി മക്കളെ, എന്നുള്ള നിർദ്ദേശങ്ങളൊന്നും വകവെക്കാതെയാണ് ഓട്ടം, പുത്തനുടുപ്പുകളുടേയും, മൈലാഞ്ചിയുടേയുമൊക്കെ മണവും കുപ്പിവളയുടെ കിലുക്കവുമായി സുൽത്താനയും കൂട്ടുകാരികളും ഞങ്ങളോടൊപ്പമുണ്ടായിരിക്കും. അന്ന് സന്ധ്യയാകുമ്പോഴേക്കും വീട്ടിലേയ്ക്കെത്തിയാൽ മതി.

ലളിതമായ സത്യങ്ങളല്ല, മധുരമായ പച്ചക്കള്ളങ്ങളായിരുന്നു. ഫലിതം നിറച്ചുകൊണ്ട് സുൽത്താന സംഘത്തോട് പലപ്പോഴും ഞങ്ങൾ പറഞ്ഞിരുന്നത്. എന്തിനെന്നില്ലാതെ, അവർ ചിരിച്ചു വശം കെടുന്നത് കാണുവാനായി..

സ്ത്രീകളോടൊപ്പം ഞങ്ങൾ കുട്ടികളും പെരുന്നാൾ രാത്രികളിൽ വട്ടമിട്ടുനിന്ന് കൈകൊട്ടി കളിക്കാനായി ജാഫർക്കാടെ വീട്ടിൽ ഒത്തുചേരും. എല്ലാവർക്കും കിട്ടുന്ന ഈദികൊണ്ട് വാങ്ങുന്ന പടക്കങ്ങളും പൂത്തിരിയുമൊക്കെ പ്രയോഗിക്കുന്നത് അന്നേരമാണ്.

ശവ്വാൽ ചന്ദ്രക്കലയും, നക്ഷത്രങ്ങളും മാനത്തങ്ങനെ പുഞ്ചിരി പൊഴിച്ച് ഞങ്ങളുടെ കുസൃതികളും നോക്കി നിൽക്കുന്നുണ്ടായിരിക്കും. നാണുവേട്ടനും, ഈനാശുമാപ്പിളയും വീട്ടുകാരും ജാഫർക്കാടെ വീട്ടിലെത്തിച്ചേരും. വേലിക്കപ്പുറത്ത് മുരളുന്ന കോക്കാൻപൂച്ചകൾ ചൂട്ടിന്റെ വെട്ടം കണ്ടാൽ ഓടിമറയും. മന്ദമായി വീശുന്ന കാറ്റിലെത്തിച്ചേരുന്ന മുല്ല, ഇലഞ്ഞി, ചെമ്പകം, മറ്റുപലതരം പുഷ്പങ്ങളുടേയും പരിമളവും പടക്കത്തിന്റെ മണവും സമ്മിശ്രമായൊരു ഗന്ധം, ആ അന്തരീക്ഷത്തിലാകെ വ്യാപിച്ചിട്ടുണ്ടായിരിക്കും. വലിയവരും ഞങ്ങളോടൊപ്പം കളികളിൽ പങ്കുചേരും.

പെരുന്നാൾ ദിനങ്ങൾ അവസാനിക്കാതിരിക്കട്ടെ എന്നാണ് മോഹം.

കാത്തിരുന്ന് കിട്ടിയ ആ ദിവസങ്ങൾ അവസാനിക്കുമ്പോൾ എന്തെന്നില്ലാത്ത നഷ്ടബോധം തോന്നും. ഉറങ്ങുമ്പോൾ രാത്രി പെട്ടെന്നവസാനിക്കുന്നത് പോലെ, ചെറുപ്പക്കാലങ്ങൾ അതിവേഗം കടന്നുപോയി. കാലങ്ങൾ ഇത്രയധികം കടന്നുപോയിട്ടും എനിക്ക് സമാധാനം തരുന്ന ഔഷധം പോലെയുള്ള ഓർമകളിൽ നിറയുന്ന സന്തോഷങ്ങൾ ഇപ്പോഴും മനസ്സിൽ അതേ അളവിൽ പൊന്തി വരുന്നു.

ചെറുപ്പകാലങ്ങളിൽ മനോവ്യഥകളില്ല, ഉത്തരവാദിത്വങ്ങളില്ല, അസ്വസ്ഥതകളില്ല. അതൊക്കെ ചുമക്കാൻ കാരണവന്മാരുണ്ടായിരുന്നു. ഒരു സമയം കഴിയുമ്പോൾ അത്തരം വികാരങ്ങൾ അടുത്ത തലമുറയ്ക്ക് കൈമാറി. പഴുത്ത ഇലകൾ കൊഴിഞ്ഞുപോകുന്നതുപോലെ അവർ രംഗം ഒഴിഞ്ഞുകൊടുക്കുന്നു. അതാണ് പ്രകൃതി നിയമം.

ഞങ്ങൾ കുറെ മുതിർന്നപ്പോൾ സുൽത്താനയും സംഘവും ആവശ്യമില്ലാതെ പുറത്തേക്ക് പോകുന്നതിന് വീട്ടുകാർ തടസ്സമായി. അമ്മമാർ ഉച്ചയ്ക്ക് ശേഷമുള്ള സംഭാഷണത്തിനായി ഒത്തുകൂടുമ്പോൾ അവരുടെ കണ്ണുവെട്ടിച്ചാണ് സംഘങ്ങൾ വരിക. തമ്മിൽ അടുപ്പമായാൽ സ്നേഹമൊഴിച്ച് മറ്റെല്ലാ ശങ്കകളും അപ്രത്യക്ഷ്യമാകുമല്ലോ.

കുട്ടികൾ കളിക്കുന്നതും, വയസ്സന്മാർ സൊറ പറഞ്ഞിരിക്കുന്നതുമായ ബ്ലോക്ക് മൈതാനം അതിന്റെ ഇറക്കത്തിലായി കിടക്കുന്ന താഴ്വരപോലെയുള്ള ഒരു സ്ഥലമുണ്ട് ചക്കരകാവിന്റെ തെക്കേ അറ്റത്ത്. മൈതാനത്തിനതിർത്തിയിലെ തിണ്ടിൽ നിന്നും താഴ്വരയിലേക്ക് ഊർന്നിറങ്ങുകയാണ് ഞങ്ങളുടെ പതിവ്.

സേട്ടുവിന്റെ സ്ഥലമാണത്. കശുമാവിൻകൂട്ടങ്ങൾ വെളിച്ചത്തെ മറയ്ക്കുന്ന അവിടെ ചെറിയ തോടുണ്ട് പാറക്കല്ലുകളുണ്ട്. ആരും വന്നെത്താത്ത ആ സ്ഥലത്തെ ഉച്ചത്തണലിൽ ഞങ്ങൾ സമയം ചെലവഴിക്കും. ചാഞ്ഞുവളർന്ന മാവിന്റെ തടിച്ച ശിഖരങ്ങളിൽ ഇരിക്കും.

അഞ്ച് പേർക്കും ഞങ്ങളിൽ ഓരോരുത്തരും കാമുകന്മാരായി. അന്നത്തെ പ്രായത്തിന്റെ ചാപല്യങ്ങളെന്നു കരുതി അവരൊക്കെ വേർപിരിഞ്ഞു. ഞാനും സുൽത്താനയും ഇപ്പോഴും ആ പ്രണയം തീവ്രമായി തുടരുന്നു.

തുളുമ്പിപോകുന്ന വെള്ളംപോലെ ആ കാലങ്ങൾ ഇനിയൊരിക്കലും തിരിച്ചു വരില്ലെന്ന് ബോധ്യമുണ്ടെങ്കിലും അന്നത്തെ അനുഭവങ്ങളെല്ലാം ഇന്നെന്റെ ഓർമകളിലെ സമ്പാദ്യങ്ങളാണ്. ആ മധുരാനുഭവങ്ങൾ ഓരോന്നായി ഞാൻ തപ്പിയെടുക്കുന്നു.

സുൽത്താന എനിക്ക് വേണ്ടി കാത്തിരുന്ന് മടുത്തുകാണും. എത്ര

നാളെന്ന് വെച്ചാ അവൾ ചെറുത്തു നിൽക്കുക. അവളുടെ രണ്ടോ മൂന്നോ കത്തുകൾ തുരുതുരാ വന്നതിനു ശേഷമാണ് ഞാൻ മറുപടി അയക്കുക. രണ്ട് കത്തുകൾ ഞാൻ അങ്ങോട്ടയച്ചിട്ടും ഒരു പ്രതികരണവുമില്ലല്ലോ. അവൾക്ക് എന്തുപറ്റിയെന്നറിയാതെ എന്നുള്ളിൽ കഴിഞ്ഞു കൂടുന്ന അസ്വസ്ഥത എനിക്കേ അറിയൂ. നാട്ടിൽ പോകണമെന്ന തീവ്രമായ ആഗ്രഹം കുറെ നാൾക്ക് ശേഷം ഇപ്പോഴെന്നിൽ കടന്നുകൂടിയിരിക്കുന്നു.

ബാബയോട് ആ കാര്യമൊന്ന് സൂചിപ്പിക്കണം. അദ്ദേഹത്തിന്റെ കാര്യമോർക്കുമ്പോൾ ഒന്നിനും മനസ്സുവരുന്നില്ല. കബീർ അഹ്മദ് എന്ന് നല്ല ഉച്ചാരണ ശുദ്ധിയോടെ വിളിച്ചുകൊണ്ടിരിക്കും ബാബ. ഞാനിവിടെ വരുന്നതിന് മുമ്പ് ഞാനില്ലാതെ ബാബ എങ്ങനെ കഴിഞ്ഞിരുന്നു എന്നൊക്കെ അഹങ്കാരത്തോടെ ഞാൻ ആലോചിക്കാറുണ്ട്. പക്ഷേ അതൊന്നും പുറത്തേക്ക് പറയാൻ പാടില്ലല്ലോ, ഒരു നിമിഷ നേരത്തേയ്ക്കെങ്കിലുമുള്ള എന്റെ ഞാനെന്ന ഭാവം.

ഈയിടെയായി ബാപ്പയുടെ കത്തുകളിൽ എന്നെ കാണണമെന്ന ആഗ്രഹം തലയുയർത്തി നിൽക്കുന്നു. ഉമ്മയും സങ്കടപ്പെട്ടിരിക്കുകയാണത്രെ. എല്ലാം ആലോചിക്കുമ്പോൾ ഒന്ന് നാട്ടിൽ പോയി വരാമെന്ന് എന്റെ മനസ്സ് പറയുന്നു.

അദ്ധ്യായം
എട്ട്

ഞാൻ മുമ്പ് ജോലിചെയ്തിരുന്ന അൽഫത്മ സ്കൂളിനടുത്തു കൂടെയാണ് കടന്നുപോകുന്നത്.ബാസിംസ് ഗ്രൂപ്പ് വാങ്ങിയപ്പോൾ സ്കൂളിന്റെ പേര് മാറ്റി ഇബിൻബാസ് എന്നാക്കി മാറ്റി.

ഈ സ്കൂളുമായി എനിക്കിപ്പോൾ ബന്ധമൊന്നുമില്ലെങ്കിലും ഈ പരിസരത്തെത്തുമ്പോൾ മനസ്സോടെയാണെങ്കിലും അല്ലെങ്കിലും എന്റെ നോട്ടം ഇവിടെയാകെ ഒന്ന് വട്ടം ചുറ്റും. അന്നത്തെ കഷ്ടപ്പാടിന്റെ ഓർമകളുടെ കുഞ്ഞോളങ്ങൾ മറിഞ്ഞുമറിഞ്ഞു വന്ന് എന്റെ മനസ്സിൽ തൊടുന്ന സുഖം ഒന്നുവേറെയാണ്.

ഒന്നോ രണ്ടോ സ്റ്റാഫൊഴിച്ച് ഇപ്പോഴുള്ളവരെല്ലാം എനിക്കപരിചിതർ. ഇബിൻബാസ് എന്ന ബോർഡ്വെച്ച സ്കൂൾ ബസ്സുകൾ നിരനിരയായി പാർക്ക് ചെയ്തിരിക്കുന്നു. അന്ന് പതിനാറാം നമ്പർ ബസ്സിൽ സ്റ്റീഫൻ ഡ്രൈവറായിരിക്കുമ്പോഴാണ് ആ ബസിലെ കണ്ടക്ടറായിരു

ന്ന ഞാനവനെ ആദ്യമായിക്കാണുന്നത്.

ആ പരിചയം വളർന്നു വളർന്നു അതിൽ നിന്നും ഒരാത്മബന്ധം ഉട ലെടുക്കുമെന്ന് ഞങ്ങൾ നിനച്ചതേയില്ല.

അവന്റെ സഹായം തുടക്കക്കാരനായ ഞാനന്ന് എത്രമാത്രം കൈപ റ്റിയിരിക്കുന്നു. അതൊക്കെ മറക്കാൻ എന്നെ കൊണ്ടാവുമോ?

അൽഫത്മ സ്കൂളിലെ ജോലി നഷ്ടപ്പെട്ട്, സ്ഥിരമായ ജോലിയില്ലാ തെ വലഞ്ഞ സ്റ്റീഫന് എന്റെ അർബാബ് ഫസൽ സൈഫിനോട് ഞാൻ എത്രമാത്രം കെഞ്ചിയിട്ടാണ് ഉമ്മുൽഖുറാ അറബിക് സ്കൂളിൽ അവന് ഡ്രൈവർ ജോലി കൊടുത്തത്. അങ്ങനെ വല്ല്യൊരു പരോപകാരം ചെ യ്തുകൊടുക്കുവാൻ എനിക്കും കഴിഞ്ഞല്ലോ ഇലാഹീ (ദൈവമേ).

സ്കൂളിന് നീണ്ട വേനലവധി കാലമായതുകൊണ്ട് സ്കൂൾ ബസ്സു കളുടെ പ്രവാഹം വളരെ കുറവ്. യൂണിഫോമണിഞ്ഞ് റോഡരികിൽ ബസ് കാത്തുനിൽക്കുന്ന കുട്ടികളും അവർക്ക് അകമ്പടിയെത്തുന്ന അ മ്മമാരുമില്ല. പല സ്കൂളിലേയും വ്യത്യസ്ത യൂണിഫോമണിഞ്ഞു കൂ ട്ടംകൂടി കുട്ടികൾ ബസ്സ് വരുന്നതും നോക്കി നിൽക്കുന്ന കാഴ്ച കണ്ണിന് ആനന്ദം പകരുന്നത് തന്നെയാണ്.

അങ്ങനെ ഓരോന്ന് ആലോചിച്ചുകൊണ്ടിരിക്കുമ്പോഴാണ്. നാളെ വൈ കീട്ട് എയർ ഇന്ത്യ ഫ്ളൈറ്റിൽ സ്റ്റീഫൻ തിരുവനന്തപുരത്തേക്ക് പോ കുന്ന കാര്യം മനസ്സിലേക്ക് ഓടിക്കയറിയത്.

ഇന്ന് വൈകീട്ട് പെട്ടി പാക്ക് ചെയ്തു കൊടുക്കുവാൻ അവന്റെ മുറി യിലേയ്ക്കൊന്ന് പോകണം. ആ കാര്യത്തിന് എന്നോളം മിടുക്കനില്ലാ ന്നാണവരുടെ വാദം. എല്ലാവരും ജോലി കഴിഞ്ഞ് ഒത്തുകൂടുന്നത് രാ ത്രിയിലാണ്.

അവരോടൊപ്പം കുറച്ചധിക നേരം കഴിച്ചു കൂട്ടുകയുമാകാം. വല്ല പ്പോഴും കിട്ടുന്ന ഇത്തരം നിമിഷങ്ങൾ എന്റെ മനസ്സിൽ ഉല്ലാസത്തിന്റെ ഔഷധം ഒഴിച്ചു കൊടുക്കുന്ന പ്രതീതിയാണെനിക്കനുഭവപ്പെടുക.

ഈ സ്കൂളവധിക്ക് സ്റ്റീഫൻ കല്യാണത്തിനാണ് പോകുന്നത്. കഴി ഞ്ഞ തവണ അവധിയ്ക്ക് നാട്ടിൽ ചെന്നപ്പോൾ വാക്കുകൊടുക്കലും ക ല്യാണതിയ്യതി നിശ്ചയിക്കലുമൊക്കെ കഴിഞ്ഞു. ഒരു വർഷമായി അവ ന്റെ സ്വപ്നങ്ങളിൽ വിഹരിച്ചിരുന്ന പെൺകൊടിയെ സ്വന്തമാക്കാൻ ഇ നി ദിവസങ്ങൾ മാത്രം. ഞാനുമായി തുലനംചെയ്തു നോക്കുമ്പോൾ അവൻ മഹാഭാഗ്യവാൻ തന്നെ.

ഉമ്മി എനിക്ക് സമ്മാനിച്ച ഇരുമ്പ് പെട്ടിയിൽ സൂക്ഷിച്ചിരിക്കുന്ന പെർ ഫ്യൂം ഐറ്റംസിൽ നിന്നും യാർഡ്‌ലി സോപ്പും പൗഡറും നിവിയ ക്രീ

മും സ്പ്രേയും സ്റ്റീഫന് കൊടുക്കണം.

അർബാബും ബാബയും ആദിലും അമ്മാറുമൊക്കെ പലപ്പോഴായി എനിക്ക് തന്നിട്ടുള്ളതാണത്. എനിക്കിനി എത്രവേണമെങ്കിലും കിട്ടിക്കൊണ്ടിരിക്കും. തന്നെയുമല്ല എനിക്കൊരാൾക്ക് മാത്രം ഉപയോഗിക്കാനല്ലേ വേണ്ടൂ. അല്ലാതെ ആർക്കും ഉപയോഗമില്ലാതെ വെറുതെ വെച്ചതുകൊണ്ട് എന്ത് പ്രയോജനം.

പക്ഷേ ബ്രൂട്ട് സ്പ്രേയും അത്തറും എത്ര കിട്ടിയാലും ഞാനാർക്കും കൊടുക്കില്ല, അതെന്റെ സുൽത്താനയ്ക്കായി മാറ്റി വെച്ചിരിക്കുകയാണ്. അവളുടെ പഴങ്കഥകളിൽ മുഴച്ചുനിൽക്കുന്ന ഒരു വിഷയമാണത്. താജുക്കാടെ മകൾ ഐഷാബി ചൈനീസ് സിൽക്കിന്റെ പുടവയും, പൂമ്പാറ്റ ചിത്രങ്ങൾ നിറഞ്ഞ ഷിഫോൺ തട്ടവുമിട്ട് ക്ലാസ്മുറിയിലേക്ക് ഗമയോടെ കടന്നുവരുമ്പോൾ പരന്നൊഴുകുന്ന സ്പ്രേയുടെ പരിമളം മൂക്ക് വിടർത്തി വലിച്ചെടുക്കുന്ന സുൽത്താനയോടും സഹപാഠികളോടുമൊക്കെ ബ്രൂട്ട് സ്പ്രെയാണെന്ന് ഐഷാബി പറയാറുണ്ടത്രെ. ബ്രൂട്ട്സ്പ്രെ സുൽത്താനയുടെ സംസാരത്തിലും പലവുരു കടന്നുവന്നിട്ടുണ്ട്. നിനക്ക് പ്രിയപ്പെട്ടതെല്ലാം വേണ്ടുവോളം ഞാൻ കൊണ്ടുവരും എന്റെ കാന്താരിപ്പെണ്ണേ..

അക്കാലത്ത് താജുക്കയും സെബാസ്റ്റ്യൻ അച്ചായനും, മാധവൻ ചേട്ടനുമൊക്കെയേ എന്റെ നാടായ ചക്കരകാവിൽ നിന്നും ഗൾഫിലേക്ക് വന്നിട്ടുള്ളൂ. അന്നൊക്കെ വിമാനത്തിന്റെ മുരൾച്ച കേൾക്കുമ്പോൾ ആവേശത്തോടെ ആകാശത്തേക്ക് നോക്കി എത്ര നേരം നിന്നിട്ടുണ്ട്. അതിനുള്ളിൽ ഇത്രയും മനുഷ്യന്മാർ എങ്ങനെ കയറിയിരിക്കുന്നു എന്നോർത്ത് അത്ഭുതം തോന്നിയിട്ടുണ്ട്.

മാധവൻ ചേട്ടന്റെ മകൻ രാജീവൻ പറയുന്ന ബഡായി അപ്പടി വിശ്വസിച്ചിരിക്കുകയായിരുന്നു ഞങ്ങൾ കൂട്ടുകാർ. മിനുങ്ങുന്ന സാറ്റൻ ഷർട്ടും സൈക്കോ വാച്ചും ഹീറോ പേനയും വായ് നിറയെ വീമ്പ് പറയാറുമൊക്കെയായാണ് രാജീവനും ഐഷാബിയുടെ ഇക്ക നിസാറും സ്കൂളിലേക്ക് വരുന്നത്.

ഗൾഫിൽ ഒട്ടകത്തിനെ കറന്നെടുക്കുന്നതും ഒട്ടകപ്പുറത്ത് സവാരി ചെയ്യുന്നതും വിമാനത്തിലിരിക്കുന്നതുമൊക്കെ സ്വയം അനുഭവിച്ചതുപോലെ രാജീവൻ പറയുമ്പോൾ വിട്ടുപോയ ഭാഗം പൂരിപ്പിച്ചുകൊണ്ടിരിക്കാനേ നിസാറിന് അവസരം കിട്ടൂ.

ഓർമകൾ മാത്രം അവശേഷിപ്പിച്ചുകൊണ്ട് കാലങ്ങൾ എത്ര കടന്നു. അന്നത്തെ യുവാക്കളായ മാധവൻ ചേട്ടനും, സെബാസ്റ്റ്യൻ അ

ച്ചായനുമൊക്കെ ഗൾഫുനാട് ഉപേക്ഷിച്ച് ചക്കരകാവിൽ വിശ്രമജീവിതത്തിലാണ്. താജുക്ക ഈ അടുത്തയിടെയാണ് മരിച്ചത്.

രാജീവൻ ഇപ്പോൾ ഖത്തറിൽ ഒരു കൊച്ചുമുതലാളിയാണെന്ന് കേട്ടു.

അൽഹംദുലില്ലാഹ് (ദൈവത്തിന് സ്തുതി)

ഇനിയും അവന് ഉയർച്ചയുണ്ടാകട്ടെ. അവരെയൊക്കെ കാണാനും, സംസാരിക്കാനും ഒരു നേരമെങ്കിലും അക്കാലത്തെ കുട്ടിത്തങ്ങളിലേക്ക് ഊളിയിടാനുമൊക്കെ പലപ്പോഴും മോഹിച്ചിട്ടുണ്ട്. ജീവിതത്തിൽ എത്ര ഉയർന്നാലും താഴ്ന്നാലും എല്ലാവർക്കും അത്തരം ചിന്താഗതിയൊക്കെ ഉണ്ടാവില്ലേ.. ഞൊടിയിടയെങ്കിലും എന്നുള്ളിൽ കുളിർപരത്തിയ ഓർമകൾ അധികം നീണ്ടുപോയില്ല. സ്റ്റീഫന് കൊടുക്കുവാനുള്ള പണം മുഴുവനും തികഞ്ഞിട്ടില്ല എന്ന വിചാരം എന്നെ കടന്നാക്രമിച്ചു.

എന്റെ സഹോദരിക്ക് കൊടുക്കാൻ ബാക്കിയുണ്ടായിരുന്ന സ്ത്രീധനത്തുക നാട്ടിലേക്കയക്കാൻ തികയാഞ്ഞത് ഒരിക്കൽ ഞാനവനോട് വാങ്ങിയതാണ്. എന്റെ ആത്മാർത്ഥതയിൽ പരിപൂർണ്ണവിശ്വാസമുള്ളതു കൊണ്ടായിരിക്കാം ഒരിക്കലും ആ തുക എന്നോടവൻ തിരിച്ചുചോദിച്ചിട്ടില്ല. ആ നിലയ്ക്ക് അവന് എന്നോടുള്ള സ്നേഹം നിലനിർത്താൻ എന്നെകൊണ്ടാവുന്നതു പോലെ ഞാൻ ശ്രമിക്കണമല്ലോ. ബാക്കി തുക എത്രയും വേഗം സ്റ്റീഫന് നാട്ടിലേയ്ക്കെത്തിച്ചു കൊടുക്കാം. അതല്ലാതെ മറ്റൊരു പഴുതും ഞാൻ കാണുന്നില്ല.

ആദ്യം സ്റ്റീഫന്റെ കാശ്.പിന്നീടാകാം സാജിദയുടെ കല്യാണ തുക. അതിനിനിയും കുറച്ചുകൂടി സമയമുണ്ട്. അപ്പോഴേക്കും എന്റെ ചിട്ടിപ്പണവും കിട്ടും. എല്ലാം കൂടി ആ കാര്യവും ഭംഗിയാക്കാം. പഠിക്കാൻ ബഹുമിടുക്കിയായിരുന്ന സാജിദയുടെ കല്യാണം പത്താം ക്ലാസ് കഴിഞ്ഞാൽ നടത്തണമെന്നായിരുന്നു തീരുമാനം. ഞാനിടപെട്ടാണ് പ്രീഡിഗ്രിയ്ക്ക് ചേർത്തത്.

ഇനിയും മുന്നോട്ട് പഠിക്കണമെന്നവൾ എഴുതിയിരുന്നു. ഇതുതന്നെ ധാരാളമെന്നാണവരുടെ നിഗമനം. അപ്പോഴേക്കും അവൾ കിഴവിയായി പോകുമോ എന്ന ആവലാതിയാണ്.

ചെറുപ്പംമുതലേ ഞാനാണ് എന്റെ കുഞ്ഞുപെങ്ങൾക്ക് പിന്തുണ. വീട്ടുകാരോട് ഞാൻ ആവുന്നതും പറഞ്ഞുനോക്കി.ആര് കേൾക്കാൻ പാവം കുട്ടി എന്ന് സഹതപിക്കാനേ എനിക്ക് കഴിഞ്ഞുള്ളൂ. അവളുടെ ആഗ്രഹങ്ങൾ ഒരു മരീചികയായി അവശേഷിച്ചു. പണമുണ്ടാക്കാൻ എനിക്കുമൊരു സാവകാശം കിട്ടുമല്ലോ എന്ന ആശ്വാസവും അതോടെ കെട്ടുപോയി.

കല്യാണത്തിന് ഞാൻ നാട്ടിലെത്തിച്ചേരണമെന്ന് സാജിദയെകൊണ്ട് ഉമ്മ എഴുതിച്ചിരിക്കുന്നു. ഒന്നും കൊണ്ടുവരണമെന്നില്ല. എന്നെ ഒന്ന് കണ്ടാൽമാത്രം മതിയെന്ന്. സാജിദയുടെ വിവാഹം കഴിഞ്ഞിട്ട് വേണം എനിക്കും ഒരെണ്ണത്തിനെ കണ്ടുവെയ്ക്കാൻ. ഇതൊക്കെയാണ് ഉമ്മയുടെ പ്രധാന ആവശ്യങ്ങൾ.

ഉമ്മയുടെ ഉള്ളിലിരുപ്പ് വ്യക്തമായറിയാവുന്ന ഞാൻ ചിരിച്ചുപോയി. സുൽത്താനയും ഞാനുമായുള്ള ബന്ധം ഉമ്മാക്ക് നന്നായി അറിയാം. എന്റെ ഖൽബിൽ ഇപ്പോഴും അവളുണ്ടോ എന്നറിയാനാണ് ആ തിടുക്കം. ഒരു കള്ളച്ചിരിയോടെ എന്നെ നോക്കികൊണ്ട് ഉമ്മയുടെ സ്നേഹാർദ്രമായ കൈകൾ എന്റെ തലമുടിയെ തഴുകി തലോടുന്നതായി എന്റെ മനക്കണ്ണിൽ കണ്ടു. അന്നേരം ആകെയൊരു ഉന്മേഷം എനിക്കനുഭവപ്പെട്ടു.

അതൊക്കെ അവിടെ നിൽക്കട്ടെ. ഇപ്പോൾ വിശന്നു പൊരിയുന്നു. വീട്ടിലെത്തിയിട്ട് വേണം വല്ലതും കഴിക്കാൻ. ഉച്ചഭക്ഷണ സമയം കഴിഞ്ഞെങ്കിലും, അവിടത്തെ പാചകക്കാരൻ അബ്ദുള്ളക്ക എനിക്കുള്ളത് മാറ്റിവെച്ചിട്ടുണ്ടായിരിക്കും..

നേരോം കാലം നോക്കാണ്ടും ഒന്നും തിന്നാഞ്ഞും പാഞ്ഞ് നടന്നിട്ട് ബയറ്റില് ബല്ല സൂക്കേടും പിടിക്കടാ ചെക്കാ. നേരത്തിനെത്താം പറ്റീലങ്കീ ബയീന്ന് ചായേ, ജൂസോ ബേടിച്ച് കുടിക്ക്. സ്നേഹം കൊണ്ടൊരു വിശറിയുണ്ടാക്കി അബ്ദുള്ളക്ക എന്നെ വീശി തണുപ്പിക്കും. പറയുന്നതിനിടയിൽ ഭക്ഷണം എടുത്ത് വെച്ച് കഴിഞ്ഞിട്ടുണ്ടായിരിക്കും. ധൃതിയിൽ ഭക്ഷണം കഴിച്ചു. ബെഷപ്പ്ണ്ട്ന്ന് വെച്ച് ബാരിബലിച്ച് തിന്നണ്ടടാ ചെക്കാ. ഇന്നാ ഇത്കൂടിക്ക്

അബ്ദുള്ളക്ക വെള്ളവും കൊണ്ട് തന്നു.

ഇനി വിശ്രമിക്കാൻ നേരമില്ല. സ്റ്റീഫന്റെ കൈവശം കൊടുത്തയക്കാൻ എത്രയെത്ര കത്തുകളാണ് എഴുതാനുള്ളത്. സ്റ്റാമ്പൊട്ടിച്ച് കൊടുത്താൽ നാട്ടിലെത്തിയ ഉടനെ പോസ്റ്റ് ചെയ്യാനവന് എളുപ്പമാണ്.

എന്റെ കൈവശമുള്ള സ്റ്റാമ്പ് തികയില്ല. കൃഷ്ണേട്ടന്റെ കയ്യിൽ ധാരാളം സ്റ്റാമ്പുകളുണ്ട്. കൃഷ്ണേട്ടൻ വല്ലപ്പോഴുമോ നാട്ടിലേക്കെഴുതാറുള്ളൂ.

പോകുന്ന വഴി അറ്റ്ലസിൽ കയറാം. ഫലാജിൽ നിന്നും കൊണ്ടുവന്ന സാധനങ്ങളും പിന്നെ ഫ്രഷ് ഈന്തപ്പഴവും കുലയിൽ നിന്നും വേർപ്പെടുത്താതെ ശ്വാമളച്ചേച്ചിക്ക് കൊടുക്കാനായി ഞാനെടുത്ത് വെച്ചിട്ടുണ്ട്. അത് കൃഷ്ണേട്ടനെ ഏൽപിക്കുകയും ചെയ്യാമല്ലോ. നാട്ടിൽ പോ

കുന്ന കാര്യവുമൊന്ന് സൂചിപ്പിക്കണം

സാജിദയുടെ കല്യാണത്തിനായി കുറച്ച് ദിവസത്തേക്ക് ബാബയോട് അവധി ചോദിച്ചാൽ തരുമെന്നുറപ്പ്. അത് കഴിഞ്ഞിട്ടുവേണം എന്റെയും സുൽത്താനയുടേയും കാര്യം. കഴിയുമെങ്കിൽ നിക്കാഹ് നടത്തണം. തിരിച്ചങ്ങോട്ട് വന്ന് അധികം വൈകാതെ എന്റെ കല്യാണത്തിനായി പോകാം.അന്നേരം രണ്ട് മാസത്തേയ്ക്കെങ്കിലും അവധി ചോദിക്കണം. ഇപ്പോഴേ അർബാബിനോടും കൂടി പറഞ്ഞുവെച്ചാലേ അനുവാദം കിട്ടുകയുള്ളൂ

ഈ വരികൾ സുൽത്താന വായിക്കുമ്പോഴുള്ള ഭാവം വെറുതെ ഞാനാലോചിച്ചു. അവൾ അടുത്ത് നിൽക്കുന്നത് സങ്കൽപിച്ച് ഞാനവളെ എരിയുന്നൊരു നോട്ടം നോക്കി.

അതോർത്ത് സന്തോഷം അടക്കാനാകാതെ മൂളിപ്പാട്ടുകൾ പാടി ഞാൻ വീണ്ടും വീണ്ടും കണ്ണാടിയിൽ നോക്കി. സാജിദയുടെ കല്യാണത്തിന് ഞാൻ എത്തുന്ന കാര്യം മറച്ചുവെക്കാതെ എല്ലാവർക്കും എഴുതി. ഞാനുദ്ദേശിച്ചത് പോലെ കാര്യങ്ങളെല്ലാം നടന്നിരുന്നെങ്കിൽ സുബ്ഹാനള്ളാ (ദൈവം പരിപൂർണ്ണനത്രെ).

കത്തുകൾ പെറുക്കികൂട്ടിയെടുത്ത് പുറത്തേയ്ക്കിറങ്ങി. സൂര്യപ്രകാശം മങ്ങാൻ തുടങ്ങുന്നു. ഇന്നത്തെ സന്ധ്യ വളരെ നേരത്തെയായതുപോലെ അതുമല്ലെങ്കിൽ കത്തുകളെഴുതിത്തീരാൻ ഇത്രയും നേരം ചിലവായോ. ബാബയോടൊന്ന് പറഞ്ഞിട്ടാകാം. അല്ലെങ്കിൽ എവിടെയെങ്കിലും പോകാനോ, മറ്റെന്തെങ്കിലും ആവശ്യത്തിനോ ബാബ എന്നെ അന്വേഷിച്ചാൽ സംഗതിയാകെ കുഴഞ്ഞു മറിഞ്ഞതു തന്നെ.

എന്റെ ഉള്ളിലെ മൃദുലചിന്തകൾ പോലും സ്റ്റീഫനോട് ഞാൻ പങ്കുവെക്കാറുണ്ട്. ഇനി അവൻ നാട്ടിൽ പോയി വരുന്നത് വരെ ആ പഴുതും അടയുകയാണല്ലോ.

“ഡാ കബീറേ എന്തൂട്രാ നീ കാട്ടണേ..? പെട്ടി നിറക്കലും കെട്ടലും ഇനി നിനക്കെന്നാ ഉണ്ടാവ്വാ, മറ്റുള്ളോർടെ കാര്യം മാത്രം ഓർത്ത് നടന്ന് നിന്റെ കാലം കഴിയോലാ. എടക്ക് ഇമ്മടെ കാര്യം നോക്കൺട്രാ. ഇനി മൂക്കീ പല്ല് വന്നിട്ടാ അതൊക്കെ. നിന്റെ പെണ്ണിനെ താലികെട്ടടാ അതിന് അമാന്തിക്കണ്ടാട്ടാ”

എന്നോടുള്ള സ്നേഹം അവന്റെ വാക്കുകളിലൂടെ പുറത്തേക്ക് വന്നു. എന്തുകൊണ്ടോ ആ വാക്കുകൾ എന്റെ മനസ്സിലെ ഭാരം ലഘൂകരിച്ചു ഇതുപോലെ പെട്ടിനിറച്ച് സ്റ്റീഫനോടൊപ്പം വിമാനം കയറിയാലോ എന്നുപോലും ഞാൻ മോഹിച്ചുപോയി.

സുൽത്താനയുമായുള്ള കണ്ടുമുട്ടലും, സമ്മാന കൈമാറലുമൊക്കെ ഒന്നൊന്നായി എന്നുള്ളിൽ ഉയർന്നുയർന്നു വന്നു. ദിവസങ്ങൾ അതിവേഗം കടന്നുപോയിരുന്നെങ്കിൽ അങ്ങനെ ചിന്തിക്കാൻ തുടങ്ങിയാൽ എന്റെ ദിനങ്ങൾ വളരെ പതുക്കെയാകും നീങ്ങുക.

ഞാനയച്ച കത്തിനുള്ള മറുപടി അധികം താമസിയാതെ വന്നു. ചുരുങ്ങിയ ദിവസത്തേക്കായി നീ വരണമെന്നില്ല. അതൊക്കെ നിനക്കെത്രമാത്രം ബുദ്ധിമുട്ടാണ്. അതും ഞങ്ങൾ ചിന്തിക്കണമല്ലോ. പിന്നെ സാധനങ്ങൾ വാങ്ങാനും, വിമാന ടിക്കറ്റിനും കൂടി എത്രമാത്രമാണ് നിനക്ക് ചിലവാകുന്നത്.

കല്യാണം നടത്താൻ ഞങ്ങളൊക്കെ ഇവിടെയുണ്ടല്ലോ. നീ കഷ്ടപ്പെട്ട് ഓടിപാഞ്ഞ് വരണമെന്നില്ല.

എന്റെ നല്ലതിനുവേണ്ടിയാണെന്ന മട്ടിലാണ് പറച്ചിൽ. നാട്ടിലേക്കെത്തുന്ന കാര്യം മറച്ചുവെച്ചാൽ മതിയായിരുന്നു. സന്തോഷത്തള്ളിച്ചയിൽ അന്നേരം ഒന്നും ആലോചിക്കാതെ വെറുതെയങ്ങ് എഴുതിപ്പോയതാണ്.

എനിക്കുമാത്രം എന്താണിങ്ങനെ. എന്റെ സ്വപ്നങ്ങൾ കാണാനുള്ളതാണ് എന്നല്ലാതെ അബദ്ധവശാൽപോലും സഫലമാകാനുള്ളതല്ല എന്നാണെന്റെ അനുഭവം.

പൊള്ളയായ വാക്കുകൾ കൊടുത്ത് സുൽത്താനയെ ഞാൻ വഞ്ചിച്ചെന്ന് അവൾ കരുതിയിട്ടുണ്ടാകുമോ? ഞാനെഴുതിയത് അപ്പാടെ വിശ്വസിച്ച്, എന്നെ പോലെ അവളും സ്വപ്നം കൊണ്ടൊരു കൂടാരം ഒരുക്കിയിട്ടുണ്ടായിരിക്കും.

മണവാട്ടിയായി നിൽക്കുന്ന എന്റെ കുഞ്ഞു സഹോദരി നിരാശയിൽ മുഴുകിയിരിക്കുന്നതും, പിന്നെ സുൽത്താന, അവളുടെ ഉള്ളിൽ ഇപ്പോൾ എന്നോട് തോന്നുന്ന വിചാര വികാരങ്ങൾ എനിക്ക് ഊഹിക്കാവുന്നതേയുള്ളൂ. എന്റെ മനക്കണ്ണാടിയിൽ ആ മുഖങ്ങൾ തെളിയുന്നതും, മറയുന്നതും നോക്കി ഞാൻ ഇരുന്നു.

ഏകദേശം മാസം ഒന്നു കഴിഞ്ഞു അബ്ദുക്കാടെ കടയിലെ പോസ്റ്റ് ബോക്സിൽ കത്തുകൾ നോക്കിയിട്ട്. അതിനൊന്നും എനിക്ക് യാതൊരു ഉന്മേഷവും തോന്നിയില്ല. ഇനിയും കഴിയട്ടെ എന്ന് ഞാൻ കരുതി.

എന്റെ ആശയറ്റ മനസ്സിൽ കുഴക്കുന്ന പല ചിന്തകളും നിറഞ്ഞു വീട്ടിൽ ഒരു മംഗള കാര്യം നടക്കുമ്പോൾ ഞാനും കൂടി പങ്കുചേരേണ്ടതല്ലേ. ഞാൻ അതിൽ പങ്കെടുത്തില്ലെങ്കിലും കുഴപ്പമില്ല എന്നായിരിക്കും. അതോർത്ത് എന്റെ വിശ്വാസവും പ്രതീക്ഷയും ഒക്കെ ആകെ തകിടം

മറിഞ്ഞു

ഞാൻ ഈ നാട്ടിൽ ആഹ്ലാദം നിറഞ്ഞ സുഖജീവിതം നയിക്കുകയാണെന്ന് ആയിരിക്കാം അവർ കരുതിയിരിക്കുന്നത്. ഇഷ്ടപ്പെട്ടതിൽ നിന്നകന്ന് ജീവിക്കുന്നവർക്ക് ഇതൊക്കെ മനസ്സിലാകും. ഇക്കാര്യം ഊതി പെരുപ്പിച്ച് സ്നേഹബന്ധത്തിന് തടസ്സം സൃഷ്ടിക്കേണ്ടെന്ന് കരുതിയെങ്കിലും ദുഃഖവും കോപവും കൊണ്ട് മനസ്സ് വെന്തുരുകയാണ് സ്വൈര്യം തരാതെ അതിങ്ങനെ കുത്തിക്കൊണ്ടിരിക്കും

ക്ഷമ അറ്റെന്ന് കരുതി എന്റെ കുടുംബ കാര്യങ്ങൾ അന്വേഷിക്കാതിരിക്കാൻ എനിക്ക് കഴിഞ്ഞില്ല, നിരാശ നിറഞ്ഞ ദീർഘനിശ്വാസം ഞാൻ പാടുപെട്ട് അടക്കി

ബലിപെരുന്നാൾ അല്ലേ വരുന്നത്. വീട്ടിലേക്ക് പണം അയക്കുകയും വേണം. രണ്ടുവർഷമായി അയച്ചു കൊടുക്കാറുള്ളതാണ് ബാപ്പയുടെ എന്നത്തെയും ആഗ്രഹമാണത്. ഞാൻ അതിന് പ്രത്യേകമായി പൈസ അയച്ചു കൊടുക്കാറുണ്ട്. ഇവിടെ അറുക്കാനുള്ള ഒട്ടകത്തിനെയും ആടുകളെയും ഒക്കെ കൊണ്ടുവരാൻ വിജയനോടൊപ്പം ഞാനും പോകേണ്ടിവരും ബാബ പറഞ്ഞാലും ഇല്ലെങ്കിലും വിജയൻ നേരത്തെ തന്നെ എന്നോട് പറഞ്ഞു വെക്കും. ബലി അറുക്കാനുള്ള മാംസം എത്രയോ പേർക്കാണ് വിതരണം ചെയ്യുന്നത്. അതിലൊരു പങ്കു മാത്രമേ ഉടമസ്ഥന് അവകാശമുള്ളൂ. മൂന്നോ നാലോ പൊതികൾ ഞാനെടുത്തു മാറ്റിവെക്കും. എനിക്ക് അടുത്തറിയാവുന്ന കുറച്ചുപേർക്ക് കൊടുക്കുവാൻ ആണ്. ബാബക്കും മറ്റും അതിൽ യാതൊരു എതിർപ്പും ഇല്ല.

ഒരിക്കലും മാഞ്ഞു പോകാത്ത ചെറുപ്പകാലത്തെ ഓർമ്മകൾ എന്റെ മനസ്സിനെ മുക്കി കൊണ്ടിരുന്നു. പള്ളിയിലെ പെരുന്നാൾ നമസ്കാരം കഴിഞ്ഞാൽ കൊച്ചുമുഹമ്മദ് ഹാജിയുടെ തെക്കേ തൊടിയിലെ മൽഗോവ മാവിൻ ചുവട്ടിലേക്ക് ഒരു ഓട്ടമാണ്. അവിടെയാണ് സംഭവങ്ങൾ അരങ്ങേറുന്നത്. ദൈവനാമത്തിൽ ഹാജി ബലി അറുത്തു കഴിഞ്ഞാൽ അറവുകാരും മറ്റെല്ലാവരും കൂടി ബലി മൃഗത്തിന്റെ എല്ലും തൊലിയും ഒക്കെ വേർതിരിച്ചെടുത്ത് കഴിയുന്നതുവരെ ഞാനും കൂട്ടുകാരും ഒക്കെ അവിടെ നോക്കി നിൽക്കും.

മാംസത്തിന്റെ പൊതികൾ ഞങ്ങളൊക്കെ കൂടിയാണ് ഓരോരോ വീടുകളിലേക്ക് എത്തിക്കുന്നത്. നടത്തത്തേക്കാൾ ഓടിപ്പോകാനാണ് ആവേശം. അതിനുവേണ്ടി കാത്തിരിക്കുന്ന എത്രയെത്ര പട്ടിണിപ്പാവങ്ങൾ ആയിരുന്നു അക്കാലത്ത് ചക്കരക്കാവിൽ. യാചകരെ പോലെ വീട്ടിൽ വന്നു കാത്തു നിർത്താതെ ഓരോരോ വീടുകളിലേക്ക് എത്തിച്ചു കൊ

ടുക്കണമെന്ന് ഹാജിയാർക്ക് നിർബന്ധമാണ്. ഓർമ്മകൾ മാത്രം അവശേഷിപ്പിച്ചുകൊണ്ട് കൊച്ചുമുഹമ്മദ് ഹാജിയും ഭാര്യ ഫാത്തിമ ഉമ്മയും. അതെല്ലാം ആ തലമുറയിലെ ഒട്ടുമിക്കവരും ഈ ലോകത്ത് ദൈവം അവർക്ക് ജീവിക്കാൻ കൊടുത്ത സമയം കഴിഞ്ഞ് പരലോകത്തേക്ക് പോയി. ഇനിയുള്ള ജീവിതം അവർക്ക് അവിടെയാണ്. എല്ലാം എത്ര വേഗത്തിൽ കണ്ണടച്ച് തുറക്കും മുമ്പ് എന്നപോലെ കാലങ്ങൾ ഓടിമറഞ്ഞു. ഓരോന്നോർത്ത് അങ്ങനെ ഇരിക്കും. പരിസരബോധം ഇല്ലാതെ ചില നേരങ്ങളിൽ ഞാൻ അങ്ങനെയാണ്. കത്തുകൾ അയക്കേണ്ട കാര്യമൊക്കെ മറന്നു ഇപ്പോൾ ഒരിടത്തും പോകേണ്ട എന്നാണെങ്കിൽ പെട്ടെന്ന് തന്നെ ആ കാര്യവും സാധിക്കാമായിരുന്നു.

ബാബയോട് ചോദിച്ചു ഉറപ്പുവരുത്താനായി ഞാൻ മജ്ലിസിന് അടുത്തേക്ക് ധൃതിയിൽ നടന്നു. അവിടെ ചെറിയൊരു കൂട്ടം. എന്റെ ഉള്ളൊന്നു കിടുങ്ങി. അമ്മാറും ഒക്കെയുണ്ടല്ലോ. ബാബയുടെ മുഖം ആണെങ്കിൽ ദേഷ്യം കൊണ്ട് പതിവിലധികം ചുവന്നിരിക്കുന്നു ഉച്ചത്തിലാണ് സംസാരം. അൽ ബഷർ കോൺട്രാക്റ്റിംഗ് കമ്പനിയിലെ ഫോർമാൻ സേഫിന്റെ തല കുറ്റബോധത്തിന്റെ ഭാരം താങ്ങാനാകാതെ ആകാം താഴ്ന്നിരിക്കുന്നു അർബാബിന്റെ ചുറ്റികകൾ പോലെ ആഞ്ഞടിക്കുന്ന ചോദ്യങ്ങളിൽ നിന്നും ഒഴിഞ്ഞുമാറാൻ കഴിയാതെ കണ്ണുകൾ വട്ടം ചുറ്റുകയാണ്. മുഖത്തേക്ക് നോക്കി സംസാരിക്കാൻ ഇടയ്ക്കിടെ ബാബ സെയ്ഫിനെ ഓർമ്മപ്പെടുത്തുന്നു. വസീമിനോട് ഞാൻ കാര്യം തിരക്കി. വിലകൂടിയ സാധനങ്ങൾ വാങ്ങി എന്ന കള്ളക്കണക്ക് കാണിച്ച് ബാബയിൽ നിന്നും പണം കൈപ്പറ്റി. പകരം വിലകുറഞ്ഞ ഫ്ളാറ്റുകൾ ഉണ്ടാക്കി വാടകയ്ക്ക് കൊടുത്തിരിക്കുന്നു. ആ വീട്ടിൽ താമസിക്കുന്ന ആരോ ബാബയ്ക്ക് നേരിട്ട് പരാതി കൊടുത്തു.

മഴ വന്നാൽ ചോർച്ച. പൈപ്പുകളും ഹീറ്ററുകളും എന്നുവേണ്ട എല്ലാം ഉപയോഗശൂന്യം. വിശ്വാസവഞ്ചന ഒരിക്കലും പൊറുക്കില്ല ബാബ. ഇനി ജോലിയിൽ നിന്നും പിരിച്ചുവിടുമായിരിക്കും അങ്ങനെയാണ് ബാബയുടെ രീതി. അൽ ബഷർ കമ്പനിയിൽ ബാബയെയും കൊണ്ട് പലതവണ ഞാൻ പോയിട്ടുണ്ട്. സെയ്ഫ് ഇവിടെയും വരാറുണ്ട്. അങ്ങനെ കണ്ടു പരിചയിച്ചതാണ്. നാട്ടിലെ കോടീശ്വരനായി മാറി കഴിഞ്ഞിരിക്കുന്നു. സേഫ് ഇപ്പോൾ തൊഴിലാളികളെ റിക്രൂട്ട് ചെയ്യുവാനായി ബോംബെ, മദ്രാസ്, ഡൽഹി, പൂനെ എന്നിവിടങ്ങളിലൊക്കെ ബാബയുടെ വിശ്വസ്തനായ സെയ്ഫിനെയാണ് പറഞ്ഞയക്കുന്നത്. അവിടങ്ങളിലൊക്കെ ബാബ അറിയാതെ പലതരം ബിസിനസ് ഇടപാടുക

ളും സെയ്ഫിന് ഉണ്ട്. അവനും കുടുംബത്തിനും ഒന്നാന്തരം വീടും മറ്റെല്ലാ സൗകര്യങ്ങളും ഇവിടെ സൗജന്യമായി കൊടുത്തിട്ടുണ്ട്. പിന്നെയും വ്യാമോഹം. എത്ര കിട്ടിയാലും മതിവരാത്ത ചില മനുഷ്യ പ്രകൃതങ്ങൾ.

ബാബയുടെ ക്രോധം ഒന്ന് മാറി തണുക്കട്ടെ എന്ന് കരുതി. അദ്ദേഹത്തിന്റെ കണ്ണിൽപ്പെടാതെ ഞാൻ നടന്നു. ഇത്രയും ക്രോധത്തോടെ ബാബയെ കണ്ടത് ഫിലിപ്പൈനി മക്കിൻ ദാസിന്റെ കേസിലാണ്. ആ സംഭവം കഴിഞ്ഞിട്ട് ഇപ്പോൾ രണ്ടുവർഷം കഴിഞ്ഞു കാണും. പലതവണ വസീം എന്നോടു പറഞ്ഞിരുന്നു. അവന്റെ വാക്കുകളിൽ നേരിയൊരു അവിശ്വസനീയത തോന്നിയ ഞാൻ അവനെ താക്കീത് ചെയ്തു. മറ്റുള്ളവരുടെ കാര്യങ്ങളിൽ തലയിടാതെ സ്വന്തം ജോലി ഏറ്റവും വൃത്തിയായി ചെയ്യാൻ നോക്ക് എന്നും എപ്പോഴും എക്കാലത്തും ഈ അന്യ നാട്ടിൽ ജീവിക്കാൻ വന്നവർ അല്ലല്ലോ നമ്മൾ. വെറുതെ മറ്റുള്ളവരെക്കുറിച്ച് അപവാദം പറഞ്ഞുണ്ടാക്കി കുടുങ്ങിയാൽ പിന്നെ അതിന്റെ ഭവിഷ്യത്ത് നിനക്ക് നന്നായി ബോധ്യമുണ്ടല്ലോ.

എന്റെ പരുഷമായ വാക്കുകൾ കേട്ട് പിന്നെ അവൻ കൂടുതലൊന്നും പറഞ്ഞില്ല. വിശദാംശങ്ങൾ കേൾക്കാൻ എനിക്കൊട്ട് താൽപര്യം തോന്നിയില്ല. പിന്നീട് പലപ്പോഴും എന്നോട് ഇക്കാര്യം പറയാൻ ഒരുമ്പെട്ടാൽ വസീം തന്നെത്താൻ പിന്തിരിയുകയാണ് പതിവ്. ആ ദിവസം ഞാൻ ഇന്നും വ്യക്തമായി ഓർക്കുന്നു. ബാബയുടെ പഴയ വീട്ടിൽ ചിലപ്പോഴൊക്കെ ബാബയും ഉമ്മിയും അർബാബുമൊക്കെ ദിവസങ്ങളോ ആഴ്ചകളോ പോയി താമസിക്കാറുണ്ട്. കൂടെ കുറച്ചു ജോലിക്കാരും. ബാക്കിയുള്ളവർ ഇവിടെ തങ്ങുകയാണ് പതിവ്. അന്ന് ബാബയെ കൊണ്ടുവിട്ടു തിരിച്ചു വരാൻ വൈകി.

അവിടത്തെ ഫാമിൽ നിന്നും പശുവിൻപാൽ പലർക്കും കൊടുക്കുവാനായി കാനുകളിൽ ആക്കി ഞാൻ കൊണ്ടുവന്നു. രാത്രി ഇരുളുറഞ്ഞു. പാൽ നിറച്ച കാനുകൾ പുറത്തെ അടുക്കളയിലെ വലിയ ഫ്രിഡ്ജിൽ വെക്കാനായി നടക്കുമ്പോഴാണ് സിലോണി ജോലിക്കാർക്കായി മാത്രം കൊടുത്ത മുറിയുടെ ജനൽ കർട്ടൻ പുറത്തേക്കാറ്റിന്റെ പ്രഹരത്തിൽ ഉള്ളിലേക്ക് വലിഞ്ഞിരിക്കുന്നത് എന്റെ കണ്ണിൽ പെട്ടത്. ജനൽ വഴി ഉള്ളിലേക്ക് ആരോ ചാടിക്കടന്നതായിരിക്കും. മുമ്പും ഈ കാഴ്ച എന്റെ കണ്ണിൽ പെട്ടിട്ടും ഞാൻ ശ്രദ്ധിച്ചിരുന്നില്ല. വസീം സൂചന തന്നതുകൊണ്ട് മാത്രമാണ് ഞാൻ അതേക്കുറിച്ച് അപ്പോൾ ചിന്തിച്ചത്. പുണ്യകാന്തിയും റസീനയും ഉമ്മയോടൊപ്പം പോയിരിക്കുന്നു. പിന്നെ

നോന മാത്രമാണ് മുറിയിൽ ബാക്കിയുള്ള ജോലിക്കാരി. അവർ കുറച്ച് അപ്പുറത്താണ് താമസം

കാര്യം എളുപ്പത്തിൽ എനിക്ക് വ്യക്തമായി. ഇരുളിന്റെ മറ പറ്റി ഞാൻ കാത്തു നിന്നു. അവൻ പുറത്തേക്കു ചാടിയ നേരം ആ രൂപം തെളിഞ്ഞു വന്നു. അവനെ ഞാൻ ഒന്ന് ഉഴിഞ്ഞു നോക്കി. എന്റെ ചോദ്യം കേട്ടവൻ കണ്ണുമിഴിച്ചു. മറിച്ചൊന്നും പറയാനില്ലാതെ. അല്പം അകലെ മാറിനിന്ന് രക്ഷപ്പെടാനായി ഉരുണ്ട് കളിച്ചെങ്കിലും ജാള്യതയോടെ കുറ്റം സമ്മതിച്ചു. ഇനി അങ്ങനെയൊന്നും ഉണ്ടാകില്ലെന്നും ബാബയെ അറിയിക്കരുതെന്നും അവൻ കേണപേക്ഷിച്ചു. അകത്തുനിന്നും ജനൽ പാളി തുറന്നു കൊടുത്തത് നോന തന്നെ ആയിരിക്കും. അതായിരിക്കാം അവൻ ഇത്ര ധൈര്യത്തോടെ റൂമിലേക്ക് കടന്നത്. മക്കിൻ ദാസ് ഫിലിപ്പൈനിലേക്ക് ഒരു മാസത്തെ അവധിക്ക് പോകും എന്ന് അറിഞ്ഞപ്പോൾ അസ്വാഭാവികത ഒന്നും തോന്നിയില്ല. എത്ര ഒളിച്ചു വെച്ചാലും ഒളിച്ചിരിക്കാത്ത ആ രഹസ്യം പരസ്യമായി. നോനയിൽ ഗർഭ ലക്ഷണങ്ങൾ പ്രത്യക്ഷപ്പെട്ടു.

സ്ത്രീ ഹൃദയങ്ങളെ കവർന്നെടുക്കാനുള്ള ഉപായങ്ങൾ നന്നായി അറിയാമായിരുന്നു അവന്. നോനയുടെ സ്നേഹം ശരിക്കും മുതലെടുത്ത് അവളെ സ്നേഹിക്കുകയോ ആവലാതികൾ മനസ്സിലാക്കുകയോ ചെയ്യാതെ അവൻ മുങ്ങിക്കളഞ്ഞു. നാട്ടിൽ പോയി മാതാപിതാക്കളോട് കല്യാണത്തിന് അനുവാദം ചോദിച്ച് തിരിച്ചെത്തുന്നത് വരെ കാര്യം രഹസ്യം ആയിരിക്കട്ടെ എന്നുള്ള അവന്റെ വാഗ്ദാനത്തിൽ ഒളിഞ്ഞിരുന്ന ചതി മുൻകൂട്ടി മനസ്സിലാക്കാൻ അവൾക്ക് കഴിഞ്ഞിട്ടുണ്ടാകില്ല നോനയിൽ സന്തോഷവും സുരക്ഷിതത്വവും ആത്മവിശ്വാസവും ഉണ്ടാക്കാൻ കഴിയുന്നതും അവൻ ചെയ്തു കൊടുത്തു. ഭയത്തോടെയും നിസ്സഹായതയോടെയും പിൻഭാഗത്തെ ഗേറ്റിന് അരികിലേക്ക് നോക്കി ചിന്തിച്ച് അങ്ങനെ നിൽക്കുന്നത് ഞാൻ കണ്ടിട്ടുണ്ട്. കാത്തിരിപ്പിനൊടുവിൽ സ്വപ്നങ്ങളും ലക്ഷ്യങ്ങളും പൊലിഞ്ഞെന്ന് മനസ്സിലാക്കിയ അവൾ അവശേഷിച്ചിരുന്ന പ്രതീക്ഷകളും കരഞ്ഞു തീർക്കേണ്ടി വന്നു.

മാനസിക ശാരീരിക വിഷമാവസ്ഥകൾ ഒതുക്കിപ്പിടിച്ചു കൊണ്ടാണവൾ നടന്നിരുന്നത്. വരാനിടയുള്ള വിപത്തുകളെ കുറിച്ച് ഓർക്കാതെ വയറ്റിൽ വളർന്നുകൊണ്ടിരിക്കുന്ന ഭ്രൂണത്തെ നശിപ്പിക്കാൻ കിണഞ്ഞു പരിശ്രമിച്ചു. ബാബ അറിഞ്ഞാൽ ഉടനെ നോനയുടെ വിസ ക്യാൻസൽ ചെയ്തു സിലോണിലേക്ക് വിടും. അവരുടെ നോട്ടത്തിൽ ഇത് അവിഹിതബന്ധം ആണല്ലോ. അതൊരിക്കലും വെച്ചുപൊറുപ്പിക്കില്ല. ഈ

നാട്ടിൽ വിദഗ്ധമായി ഒളിപ്പിച്ചുവെച്ചെങ്കിലും മാസം തികയും മുമ്പ് തന്നെ പ്രസവിച്ചു. ദാസിന്റെ പാതിയടഞ്ഞ കണ്ണുകളും കുറ്റിത്തലമുടിയും ചെറിയ മൂക്കും വിളറിയ നിറവും ഒക്കെയായി.

മക്കിൻ ദാസിന്റെ കാർബൺ കോപ്പി പോലെ തന്നെ ഗർഭസ്ഥശിശുവിനെ നശിപ്പിക്കാൻ നോഹ കഴിച്ച മരുന്നിന്റെ ശക്തി കൊണ്ടാവാം പാവം കുട്ടി ഒരു കൈക്ക് സ്വാധീനം ഇല്ലാതെ മാതാപിതാക്കളുടെ പ്രവർത്തിയുടെ തിക്തഫലം അനുഭവിക്കാൻ വിധിക്കപ്പെട്ടു. മാതൃ പിതൃ ലാളനകളില്ലാതെ ഇവിടത്തെ അനാഥാലയത്തിൽ വളരുന്നു. നോനയുടെ വിസ ക്യാൻസൽ ചെയ്ത് സിലോണിലേക്ക് വിട്ടു. അവളുടെ ശരീരത്തിന്റെ ഭാഗമെന്നോണം മാസങ്ങളോളം കൊണ്ടുനടന്ന ആ കുഞ്ഞിനെ അവൾക്ക് വിട്ടുകൊടുക്കണം എന്നവൾ എത്ര അപേക്ഷിച്ചു. ഇവിടത്തെ നിയമം അതിന് അനുവദിക്കില്ലല്ലോ. ബാബയും ഉമ്മിയും അവൾക്ക് സുഖമായി ജീവിക്കാനുള്ള പണവും എമ്പാടും സാധനങ്ങളും കൊടുത്തു. അതൊന്നും ആ കുഞ്ഞിന് പകരമാകില്ലല്ലോ. പോകാൻ നേരം നിയന്ത്രണം വിട്ട് ഹൃദയംനൊന്ത് തേങ്ങിക്കരഞ്ഞു. ഇരു കവിളുകളിലൂടെയും അതിവേഗത്തിൽ കണ്ണീരൊഴുക്കി കൊണ്ടിരുന്നു. കാലങ്ങൾ എത്ര കഴിഞ്ഞാലും ചവർപ്പും കൈപ്പും മധുരവും ഉള്ള ആ ഓർമ്മകൾ അവളിൽ നിന്നും മാഞ്ഞു പോകുമോ. നോനയെ എയർപോർട്ടിലേക്ക് വിട്ടുകൊടുക്കുന്ന ജോലി എനിക്കായിരുന്നു. തുണക്കായി റഹീനയെയും ഉമ്മി അയച്ചു.

എവിടേക്ക് ഒളിച്ചോടിയാലും ഉള്ളിനുള്ളിൽ നിന്നുയരുന്ന കുറ്റബോധത്തിന്റെ അസഹ്യവേദന ദാസിന്റെ മനസ്സാക്ഷിയെ കുത്തിനോവിപ്പിക്കുന്നുണ്ടായിരിക്കും. അവന്റെ കാര്യത്തിൽ അതും സംശയമാണ്. അങ്ങനെയൊരു മനസ്സുണ്ടെങ്കിൽ അല്ലേ വേദനയും നൊമ്പരവും ഒക്കെ ഉണ്ടാകൂ. അവന്റെ സ്വഭാവം വച്ച് നോക്കുമ്പോൾ മറ്റൊരു പെണ്ണിനെ പ്രണയ വലയിൽ കുടുക്കി മാന്യനായി ഏതെങ്കിലും നാട്ടിൽ അവനും ജീവിച്ചിരിക്കുന്നുണ്ടാവുമോ. ഒന്നും അറിയില്ല. ആർക്കും.

വെള്ളിയാഴ്ച സിലോണി ജോലിക്കാരികൾക്ക് അവധി കൊടുക്കും. അവർ ഒന്നിച്ച് കറങ്ങി നടക്കാത്ത സ്ഥലങ്ങൾ ചുരുക്കമാണ്. ചിലപ്പോൾ എന്റെ വണ്ടിയിൽ കയറിയിരിക്കും. ഞാൻ പോകും വഴി അവരെ ഇറക്കി കൊടുക്കും. ചേതമില്ലാത്ത ഉപകാരം അല്ലേ. മിക്കവാറും ടൂറിസ്റ്റ് ക്ലബ്ബിന്റെ ഗേറ്റ് അരികിൽ ആയിരിക്കും അവർ ഇറങ്ങുക. നോനയുടെ അനുജത്തി മാലിനി അവിടെ കാത്തു നിൽക്കുന്നുണ്ടായിരിക്കും അവിടെയാണ് ജോലി. ക്ലബ്ബിൽ വരുന്ന ഇറ്റലിക്കാരൻ ഇഗ്നിയോയും മാലിനി

യും അഗാധപ്രണയത്തിൽ ആണത്രേ. അവർ തമ്മിലുള്ള കല്യാണത്തിന് നോനയുടെയും മാലിനിയുടെയും മാതാപിതാക്കൾക്ക് പരിപൂർണ്ണ സമ്മതമാണ്. മാലിനി എങ്കിലും രക്ഷപ്പെടട്ടെ എന്നായിരിക്കും നിർധനരായ മാതാപിതാക്കളുടെ ആഗ്രഹം. അവർ സിലോണിൽ ഇരുന്ന് കൊണ്ട് മകൾ മാലിനിക്ക് അനുഗ്രഹം നേർന്നു. പക്ഷേ കല്യാണം നടക്കാനായി ഹിഗിനിയോ സ്വദേശമായ ഇറ്റലിയിലേക്ക് മാലിനിയെ കൊണ്ടുപോകുന്നു. മാലിനിക്ക് വേണ്ട പുടവകളും മറ്റ് ആവശ്യ സാധനങ്ങളും എല്ലാം മാലിനിയുടെ ചേച്ചിയാണ് വാങ്ങിക്കൊടുത്തത്. സർവ്വ ഗുണസമ്പന്നനായ ഒരു ഉത്തമ പുരുഷനാണത്രേ ഹിഗിനിയോ.

നോനയെ പോലെ കാണാൻ നല്ല ഐശ്വര്യമുള്ളവൾ തന്നെയാണ് നോഹയുടെ അനുജത്തി മാലിനിയും. വെറുതെയല്ല ഹിഗിനിയോ നോട്ടമിട്ടത്. ഇത്ര നല്ലൊരു കാര്യം കൈവിട്ടു പോകാതിരിക്കാനാണ് മാലിനിയുടെ കാര്യം ആദ്യം നടത്തിയത്. അതുകഴിഞ്ഞിട്ടാണ് ചേച്ചി നോനയുടെ കല്യാണം ഉറപ്പിച്ചു വെച്ചിട്ടുണ്ടെന്ന് ഞാൻ ചോദിക്കാതെ തന്നെ മാലിനി ഒരിക്കൽ എന്നോട് പറഞ്ഞു. ഉറപ്പിച്ചുവെച്ച മണവാളൻ മക്കിൻദാസ് ആണെന്ന് പിന്നീടാണ് എനിക്ക് മനസ്സിലായത് പ്രേമത്തിന്റെ മൂക സന്ദേശം കൈമാറാൻ ദേശവും ഭാഷയും കൂടിയേ കഴിയൂ എന്നില്ല. ഇവർക്കിടയിൽ അങ്ങനെയല്ലേ സംഭവിച്ചത്. സ്വയം തിരഞ്ഞെടുത്ത വഴി തെറ്റി പോകാതെ എല്ലാവരും നേർവഴിയിലെത്തിയിരുന്നെങ്കിൽ എന്ന് ഞാനും ആഗ്രഹിക്കുന്നു.

അദ്ധ്യായം
ഒൻപത്

ഇന്നലെ ജലാലിന്റെ ടൈപ്പിംഗ് സെൻററിൽ ചെന്നപ്പോഴാണ് ഞാനാ വാർത്തയറിഞ്ഞത്. കൃഷ്ണേട്ടനും ശ്യാമള ചേച്ചിയും നാളെ വൈകിട്ട് നാട്ടിലേക്ക് പോകുന്നു. കൃഷ്ണേട്ടന് വിശദമായ ഒരു ചെക്കപ്പ് വേണമെന്ന് ഡോക്ടർ റോഷൻ ജോസഫ് നിർദ്ദേശിച്ചുവത്രേ. അതും വളരെ പെട്ടെന്ന്. അസുഖം വന്നാൽ സ്വയം ചികിത്സ നടത്തി ലളിതമായി പരിഹരിക്കുകയാണ് കൃഷ്ണേട്ടന്റെ പതിവ്. കൂടി വന്നാൽ പകുതി ദിവസം വീട്ടിൽ വിശ്രമിക്കും. മുഴുവൻ സമയവും കടയിലും വീട്ടിലും അല്ലാതെ മറ്റൊരു വിനോദങ്ങളും ആ ജീവിതത്തിൽ ഇല്ല. എല്ലാ ദിവസവും പ്രത്യേകത ഒന്നും ഇല്ലാതെ നീക്കിക്കൊണ്ടിരിക്കും. എങ്കിലും സന്തോഷത്തിന്റെ പൂർണത ആ ദാമ്പത്യത്തിൽ ഉണ്ടായിരുന്നു ശ്യാമള

ചേച്ചി കൃഷ്ണേട്ടന് കിട്ടിയ ഉത്തമ ഭാര്യ തന്നെയാണ്. അഭിപ്രായങ്ങൾ പരസ്പരം മാനിച്ച് ഒരാൾ പറയുന്നത് മറ്റേയാൾക്ക് സാന്ത്വനമായി കഴിയുന്ന യഥാർത്ഥ ദമ്പതികൾ തന്നെയാണ് അവരെന്ന കാര്യത്തിൽ തർക്കമില്ല.

സമയം കിട്ടുകയാണെങ്കിൽ ഇന്ന് തന്നെ അവിടെ വരെ ഒന്ന് പോയി വിശദാംശങ്ങൾ അറിയണം. എനിക്ക് പരാശ്രയം ഇല്ലാതെ ജീവിക്കാൻ അവസരം ഉണ്ടാക്കി തന്നതും പോരാഞ്ഞ് ഒരു വാക്ക് പറഞ്ഞപ്പോഴേക്കും ജലാലിന് വീടും ജോലിയും ഒക്കെ കൊടുത്തതും ആ മനസ്സിന്റെ വലിപ്പം കൊണ്ടാണല്ലോ. അതൊന്നും ഞാൻ ഒരിക്കലും മറന്നുകൂടാ. കൃഷ്ണേട്ടന് ഒരാവശ്യം വരുമ്പോൾ ഞാൻ മുമ്പേ എത്തേണ്ടതാണ്. ആപത്തൊന്നും വരുത്താതെ സർവ്വനാഥനായ തമ്പുരാൻ അദ്ദേഹത്തിന് ദീർഘായുസ്സ് കൊടുത്തിരുന്നെങ്കിൽ. അറ്റ്ലസ് സൂപ്പർമാർക്കറ്റ് ആർക്കെങ്കിലും കൊടുത്ത് സ്വദേശത്തേക്ക് പോകുന്ന കാര്യം എത്രയോ വർഷം മുമ്പെടുത്ത തീരുമാനമാണ്.

"എനിക്കിനി ആയുസ്സ് എത്ര ഉണ്ടെന്ന് തമ്പുരാന് അറിയാം കുറച്ച് കാലം. എനിക്ക് നാട്ടിലെ പൊരേല് കഴിയണം. എനിക്ക് നാട്ടിൽ എല്ലാമുണ്ട്. പക്ഷേ ഈടം വിട്ടു പോകാനൊരു വിഷമം." എന്നൊക്കെയായിരുന്നു കൃഷ്ണേട്ടന്റെ അഭിപ്രായങ്ങൾ. ചുരുക്കിപ്പറഞ്ഞാൽ എല്ലാം നേടിക്കൊടുത്ത ഈ നാടും ഇവിടുത്തെ സ്വദേശികളും പരദേശികളും ഒക്കെ അടങ്ങുന്ന പലരുമായും കൃഷ്ണേട്ടന് നല്ല അടുപ്പമാണ്. എത്ര വർഷം പഴക്കമേറിയതാണ് അറ്റ്ലസ് സൂപ്പർമാർക്കറ്റ്.

ചെറിയ തോതിൽ തുടങ്ങി ഇപ്പോൾ നാലഞ്ച് ശാഖകളായി വളർന്നു കഴിഞ്ഞു സൂപ്പർമാർക്കറ്റ്. കൃഷ്ണേട്ടന്റെ വസന്തകാലങ്ങൾ ഏറെയും കൊഴിഞ്ഞുവീണു കൊണ്ടിരുന്ന ഈ നാട് വർഷങ്ങൾ കഴിയുന്തോറും ബന്ധങ്ങൾ വലിച്ചുമുറുക്കി കൊണ്ട് സ്വന്തം നാട്ടിലേക്ക് പോകാൻ അനുവദിക്കാതെ ഈ നാട്ടിലേക്ക് തന്നെ പിടിച്ചു വലിച്ചു കൊണ്ടിരിക്കുകയാണ്. ജലാലിനെ കുറിച്ച് കേട്ട വാർത്ത ശരിയാണോ എന്നറിയാനാണ് ടൈപ്പിംഗ് സെൻററിലേക്ക് പോയത് അവിടെ എന്തൊരു തിരക്കായിരുന്നു. അന്നേരം ടൈപ്പിംഗ് സെൻററിനെ മറയാക്കിക്കൊണ്ട് ചെയ്തുകൊടുക്കാവുന്നതെല്ലാം ആവശ്യക്കാർക്ക് ചെയ്തു കൊടുക്കാറുണ്ട്. പണം പലിശക്ക് കൊടുക്കലും കുഴൽപ്പണം അയക്കലും ഒക്കെയാണ് ധനസമ്പാദ്യത്തിന് അവൻ കണ്ടുപിടിച്ച എളുപ്പവഴി. ഇത്രയും നാളുകൊണ്ട് വളരെയധികം സമ്പാദിച്ചു ജീവിക്കാൻ പഠിച്ചവൻ പക്ഷേ നേർവഴിയിലൂടെ അല്ല എന്ന് മാത്രം വളഞ്ഞ വഴിയിലൂടെ എല്ലാം നേടി

യെടുക്കാൻ ഓടിയാൽ കാല് തെന്നി വീണു പോയേക്കാം. എന്തു ഉദ്ദേശം വെച്ചു കൊണ്ടാണോ ഈ തൊഴിലിനു ഇറങ്ങിയിരിക്കുന്നത്. എനിക്ക് തെറ്റുപറ്റില്ല എന്നുള്ള അഹങ്കാരം ആയിരിക്കും. കാര്യങ്ങൾ എല്ലാം അവൻ അറിഞ്ഞിരിക്കണമല്ലോ. തെറ്റുകൾ തിരുത്തി കൊടുക്കണം. അവന് തോന്നുന്നത് ചെയ്യട്ടെ. അതിൽ ഞാൻ എന്തിന് ഇടപെടണം. വെറുതെ ഒന്നാലോചിച്ചു. കൃഷ്ണേട്ടന്റെ വിവരമറിഞ്ഞ ഷോക്കിൽ ജലാലിനോട് പറയാൻ കരുതിവെച്ചതൊക്കെ മറന്നു. അധികനേരം കൃഷ്ണേട്ടനോടൊപ്പം ചിലവഴിക്കണം. അതെങ്ങനെ നേരവും കയ്യിൽ പിടിച്ചുള്ള പോക്ക് ആണല്ലോ എന്റേത്.

ഇന്ന് അർബാബിന്റെ വീട്ടിലേക്ക് ഉമ്മിയെയും കൊണ്ട് പോകേണ്ടി വരും. കൃത്യസമയം ഒന്നുമില്ല. അവിടേക്കുള്ള സന്ദർശനം അതുകൊണ്ട് ഞാൻ എപ്പോഴാണ് ഫ്രീ ആകുന്നതെന്ന് എനിക്കറിയില്ല. ഇവിടെ നിന്ന് നോക്കിയാൽ കാണാവുന്നതാണ് അർബാബിന്റെ വീട്.

നടുവേയും വിലങ്ങനേയും ഒക്കെയുള്ള റോഡുകൾ കടക്കാനുള്ള മടി ആയിരിക്കും ഉമ്മിക്ക്. പ്രസവിച്ചു കിടക്കുന്ന നൂറെക്കുള്ള പ്രസവരക്ഷ മരുന്നുകളും ഭക്ഷണസാധനങ്ങളും കൊണ്ടാണ് ഉമ്മിയുടെ പോക്ക്. ചില ദിവസങ്ങളിൽ രണ്ടിലധികം തവണ ഞാൻ കൊണ്ടുപോകേണ്ടി വന്നിട്ടുണ്ട്. അർബാബിന് ഇരട്ട കുട്ടികൾ ആണും പെണ്ണും. നൂറയുടെയും കുട്ടികളുടെയും അടുത്തുനിന്ന് നീങ്ങാൻ ഉമ്മിയ്ക്ക് മടിയുള്ളതുപോലെയാണ് ആ പെരുമാറ്റം

അർബാബിന്റെ വീട്ടിൽ ജോലിക്കാർ ഉണ്ടെങ്കിലും പരമ്പരാഗത രീതിയിലുള്ള മരുന്നുകളെല്ലാം നൂറക്ക് ഇവിടെ നിന്നുണ്ടാക്കി കൊടുത്താലേ ഉമ്മിയ്ക്ക് തൃപ്തിയാകൂ. ബദാം, പിസ്ത, അണ്ടിപ്പരിപ്പ്, ഈന്തപ്പഴം എന്നീ ഇനങ്ങളും നെയ്യും ഒക്കെ ചേർത്തുണ്ടാക്കുന്ന അറബിക് ഹൽവയാണ് ഇന്നത്തെ മരുന്ന്. സ്വാദ് നോക്കാനായി അല്പം മുറിച്ച് എനിക്കു തന്നു. എന്താ അതിന്റെ ഒരു രുചി. കാറിൽ നിന്നിറങ്ങി ഉമ്മി അർബാബിന്റെ വീട്ടിനകത്തേക്ക് കടന്നു. ഉടനെയൊന്നും എന്നെക്കൊണ്ട് ആവശ്യമൊന്നും ഇല്ലെങ്കിൽ പോകാമായിരുന്നു. ഉമ്മിയോടൊന്ന് ചോദിക്കണമെന്ന് വെച്ചാൽ മുറിയിലേക്ക് കടക്കുന്നതെങ്ങനെ. നൂറയെ കാണുവാനായി പതിവായി എത്തുന്ന സ്ത്രീ സംഘവുമായി സംസാരിച്ചു കൊണ്ടിരിക്കുകയായിരിക്കും. പെൺപടകൾ മാറിമാറി ഏത് നേരവും നൂറ കിടക്കുന്ന മുറി സജീവമായിരിക്കും. അവിടെ അരങ്ങേറുന്ന പൊട്ടിച്ചിരിയും ചർച്ചകളും കൊണ്ട് ആകെ ഉണരുന്ന ചുറ്റുപാടും. ചക്കരക്കാവിലും ഇതുപോലെയൊക്കെയാണ്. ഇത്തരം സന്ദർഭങ്ങളിലെ പെൺ

മനസ്സിന്റെ വിശാലത നൂറിയുടെ സന്ദർശകർ കടന്നുപോയ ഈ കോമ്പൗണ്ടിൽ അത്തറിന്റെ മണം ഇപ്പോഴും തങ്ങിനിൽക്കുന്നു. സാധാരണ ദിവസങ്ങളിൽ പകൽ പകുതിയാകുമ്പോഴേക്കും എത്ര സ്ഥലങ്ങളിൽ ഞാൻ എത്തിയിട്ടുണ്ടായിരിക്കും. എന്തൊക്കെയായാലും ഉമ്മി എനിക്ക് പോകാൻ അനുവാദം തന്നെങ്കിൽ പോകാമായിരുന്നു. അല്ലെങ്കിൽ ഉമ്മിയെ തിരിച്ചുകൊണ്ടു പോകുവാനായി ഇനിയും ഉടനെ തന്നെ വരേണ്ടിവരും. വെറുതെ നേരംപോകുന്നു. എന്റെ കൈകാലുകൾ ബന്ധിച്ചത് പോലെ ആയല്ലോ എന്ന തോന്നലിൽ മനസ്സിനെ ഒതുക്കി നിർത്താൻ ശ്രമിക്കുകയാണ്. അപ്പോഴാണ് കബീർ അഹമ്മദ് എന്ന് ഉമ്മി നീട്ടി വിളിച്ച് എനിക്കുള്ള മോചന സൈറൺ മുഴക്കിയത്. നീ ഇത് കുടിച്ചോ. ഉമ്മി പറയുന്നതിനിടയിൽ സിലോണി പരിചാരിക ഒരു വലിയ കപ്പ് എനിക്ക് നേരെ നീട്ടി. പാലും ഏലക്കായും കുങ്കുമപ്പൂവും കസ്റ്റാർഡ് പൗഡർ പിന്നെ ആശാളിയൊക്കെ ചേർത്തുണ്ടാക്കുന്ന ഒരു പാനീയം ആയിരുന്നു അത് ഇവരുടെ വിശേഷപ്പെട്ട ഒരു ഹെൽത്ത് ഡ്രിങ്ക് ആണിത്. ഹബ്ബത്തുൽ ഹംറ. ബാബയുടെ മരിച്ചുപോയ സഹോദരൻ ജാബിറിന്റെ ഭാര്യമാരായ ഖുലൂത്തിനും ബുദൂറിനും കൊടുക്കുവാനായി ഭക്ഷണത്തളികകൾ ഉമ്മിയുടെ നിർദ്ദേശപ്രകാരം പരിചാരിക എന്നെ ഏൽപ്പിച്ചു. “പോകും വഴി അവർക്ക് കൊടുത്തേക്കണം. നീ വൈകുന്നേരം വന്നാൽ മതി.” അതും പറഞ്ഞു ഉമ്മി അകത്തേക്ക് കടന്നുപോയി. സന്തോഷത്തിന്റെ കുഞ്ഞു കുഞ്ഞു അലകൾ എന്റെയുള്ളിൽ ചാഞ്ചാടി. എപ്പോഴും വണ്ടിയിൽ ആവശ്യത്തിന് ഒക്കെയായി കറങ്ങുന്നതുകൊണ്ട് ഇത്രയും നേരം ഒന്നും ചെയ്യാതെ ചുമ്മാ നിൽക്കുവാനുള്ള ക്ഷമ എനിക്കുണ്ടായിരുന്നില്ല. ഉമ്മിയുടെ ആവശ്യം നിറവേറ്റിക്കഴിഞ്ഞാൽ നേരെ കൃഷ്ണേട്ടന്റെ അറ്റ്ലസിലേക്ക് കുതിക്കണം ഇന്നിനി വൈകുന്നേരം വരെ ഞാൻ ഫ്രീ ആണല്ലോ. അർബാബിന്റെ ഗേറ്റ് കടന്ന് വണ്ടി പുറത്തേക്ക് എടുത്ത് ഫിഷ് റൗണ്ട് കഴിഞ്ഞ് റാഷിദ് റോഡിലേക്ക് കയറുമ്പോൾ മുബാറക്കിന്റെ ടാക്സി പോകുന്നു. അവനോടൊപ്പം പ്രായത്തെ വെല്ലുന്ന സൗന്ദര്യം ഉള്ള വൈശാഖി ചേച്ചിയും സീറ്റിൽ ഉണ്ട് ഞാൻ കാണാതിരിക്കാൻ ആണ് എന്റെ വണ്ടി വെട്ടിച്ചിട്ടുള്ള ഈ പാച്ചിൽ എന്തോ കള്ളത്തരം ഒളിഞ്ഞിരിക്കുന്നുണ്ടെന്നാണല്ലോ ആ പ്രകടനത്തിന് പിന്നിൽ. ഇവർ തമ്മിലുള്ള അടുപ്പം പലർക്കും അറിയാം മറ്റുള്ളവരുടെ സ്വകാര്യ കാര്യങ്ങളിൽ ഇടപെടരുത് എന്നാണെങ്കിലും എന്റെ നാട്ടുകാരനും അടുപ്പക്കാരനും ആണെന്നതുകൊണ്ടാണ് ഒരു ദിവസം സത്യാവസ്ഥ അവനോട് ആരാഞ്ഞത്. ഇതൊക്കെ നാട്ടിൽ അറിഞ്ഞാൽ നിന്റെ

കുട്ടികളുടെ ഭാവി എന്തായിരിക്കും എന്ന് ഓർക്കാതെ എങ്ങോട്ടാണ് നിന്റെ ഈ പാച്ചിൽ. മുഖത്ത് നിഴൽ വീശിയ കുറ്റബോധം എനിക്ക് വളരെ വ്യക്തമായി. എങ്കിലും അവൻ സ്വയം ന്യായീകരിച്ചു. അതങ്ങനെയൊന്നും അല്ലല്ലോ മാസാമാസം നാട്ടിലേക്ക് അയക്കാൻ എനിക്ക് എത്ര വേണമെങ്കിലും ചേച്ചി തരും കിട്ടട്ടെ എന്ന് മുബാറക്കും മറിച്ച് വൈശാഖി ചേച്ചിയും ചിന്തിച്ചു കാണും പണത്തിനും സുഖസൗകര്യങ്ങൾക്കും വേണ്ടി എത്രയെത്ര വിചിത്രമായ കാര്യങ്ങളാണ് മനുഷ്യർക്കിടയിൽ നടമാടി കൊണ്ടിരിക്കുന്നത്

മറ്റുള്ളവരുടെ കാര്യങ്ങൾ അനാവശ്യമായി ചികഞ്ഞു കൊണ്ടിരിക്കുമ്പോൾ സാധാരണയായി എന്റെ ഖൽബിൽ ഇരുന്നുകൊണ്ട് സുൽത്താന പ്രതികരിക്കുന്നതാണ്. അവളുടെ കണ്ണെത്താത്ത നാട്ടിലാണ് ഞാൻ ജീവിക്കുന്നതെങ്കിൽ പോലും ഇന്ന് അവൾക്ക് എന്തു പറ്റിയോ ആവോ.. എന്റെ പ്രതിസന്ധിഘട്ടങ്ങളിൽ സാന്ത്വനമാകാനും സന്തോഷവേളകളിൽ എന്നോടൊത്ത് ചേരാനും എന്റെ സുൽത്താന കൂടെയുണ്ടെന്നുള്ള ആത്മവിശ്വാസമാണ് എന്റെ മുന്നോട്ടുള്ള ചലനം പോലും.

നിന്റെ പരിഹാസവും ശാസനയും സാന്ത്വനവും എന്റെ പാഴ്ചിന്തകളെ കടിഞ്ഞാണിടാറുണ്ട് ഇപ്പോഴത്തെ ഈ മൗനം എന്തിനുള്ള മുന്നോടിയാണ് ആവോ ചിലപ്പോൾ വെറുതെ എന്നെ ഒന്ന് പരീക്ഷിക്കാം എന്ന് അവൾ കരുതിയിട്ടുണ്ടായിരിക്കും അങ്ങനെയല്ലാതെ ഒരു സുപ്രഭാതത്തിൽ ഞാൻ അവൾക്ക് ആരുമല്ലാത്തവനായി മാറുമോ? അതെല്ലാം നിഷ്പ്രയാസം മനസ്സിലാക്കുവാൻ എനിക്ക് കഴിയുമല്ലോ എന്ന് സ്വയം ആശ്വസിച്ചെങ്കിലും ഒന്നിന് പുറകെ മറ്റൊന്നായി പലപല ചിന്തകളും എന്നുള്ളിലേക്ക് പാഞ്ഞു കയറി. നിനക്ക് ഞാൻ എന്നതുപോലെ എനിക്ക് നീയും അരികിൽ ഉണ്ടാകണമെന്നാണ് എപ്പോഴും എന്റെ ആഗ്രഹം. അങ്ങനെയൊക്കെ ആണെങ്കിലും മനസ്സിനടിത്തട്ടിൽ ഒരു ചെറിയ മുള്ള് ഉടക്കിവലിക്കുന്നത് പോലെ ഒരു അസ്വസ്ഥത എന്നിൽ ഉളവായി.

അദ്ധ്യായം
പത്ത്

ആ വാർത്ത കേട്ട് നിമിഷം മുതൽ ഉള്ളിലെന്തോ തടസ്സം പോലെ ഒരു നിശ്ചലത അനുഭവപ്പെട്ടു. കൃഷ്ണേട്ടൻ ഹൃദയസംബന്ധമായ അസുഖത്തെ തുടർന്ന് സ്വന്തം നാട്ടിൽ എ കെ എം ആസ്പത്രിയിൽ അത്യാസന്ന നിലയിലാണ്. വേദന വിതുമ്പുന്ന ഹൃദയത്തോടെ കൈത്ത

ലങ്ങളിൽ മുഖം അമർത്തി ഏറെനേരം ഞാനിരുന്നു പോയി മറ്റൊന്നും ചെയ്യുവാൻ എനിക്ക് കഴിയില്ലല്ലോ. കഠിന സങ്കടങ്ങൾ കൊണ്ട് ആഞ്ഞൂലയുമ്പോൾ ഒരു നോക്ക് കാണാനാകാതെ ദുഃഖം പങ്കുവെക്കാൻ ആകാതെ തനിച്ച് അനുഭവിക്കേണ്ടിവരുന്ന ഹൃദയവേദന ഓരോ പ്രവാസിയുടെയും ദീനരോദനങ്ങൾ ആണല്ലോ. ഉണങ്ങി വരണ്ടു പോകാറായ ജീവിതത്തിന് പ്രതീക്ഷകളും ലക്ഷ്യങ്ങളും എനിക്ക് പകർന്നു തന്നത് കൃഷ്ണേട്ടൻ ആണ്. ഞാൻ ഒരു ദുർഘടസന്ധിയിൽ അകപ്പെട്ട നേരം എനിക്ക് സഹായഹസ്തം നീട്ടിയവരെ മറക്കുവാൻ ഒരിക്കലും എനിക്കാവില്ല. കൃഷ്ണേട്ടനെ ഓർത്ത് വേവലാതി പൂണ്ടവർക്ക് പ്രതീക്ഷ നൽകിക്കൊണ്ട് ദിവസങ്ങൾ കഴിയുന്തോറും നില മെച്ചപ്പെട്ടു വരുന്നു എന്നറിഞ്ഞ ആശ്വാസത്തിൽ നെഞ്ചിലൊതുക്കിയിരുന്ന ദുഃഖത്തിന് അയവ് വന്നുകൊണ്ടിരിക്കുമ്പോഴാണ് പൊടുന്നനെ അതിനേക്കാൾ വലിയൊരു പ്രഹരം എനിക്ക് കിട്ടിയത്. കൃഷ്ണേട്ടന്റെ ഭാര്യ ശ്യാമള ചേച്ചി മരിച്ചു. ഞാനല്ല മറ്റാരായാലും ആ വാർത്ത വിശ്വസിക്കുവാനോ ഉൾക്കൊള്ളാനോ കഴിയുമോ?

യാ റബ്ബൽ ആലമീൻ (ലോകത്തിന്റെ ഉടമ) ആയ പടച്ചവൻ ഉദ്ദേശിക്കുന്നത് തന്നെ നടക്കും. അതിൽ ആർക്കും ഒന്നും വെട്ടി ചുരുക്കുവാനോ കൂട്ടിച്ചേർക്കുവാനോ കഴിയില്ലെന്നതാണ് സത്യം. ആ ഹിതത്തിനനുസരിച്ച് വഴങ്ങേണ്ടവർ മാത്രമാണ് നമ്മൾ മനുഷ്യജന്മങ്ങൾ.

കഷ്ടപ്പാട് നിറഞ്ഞ ദീർഘ ദിനങ്ങൾക്ക് വിരാമം ഇട്ടുകൊണ്ട് അത്യാസന്ന നില തരണം ചെയ്ത കൃഷ്ണേട്ടൻ ദിവസങ്ങൾക്ക് ശേഷം ആസ്പത്രിവാസം അവസാനിപ്പിച്ച് സ്വന്തം വീട്ടിലേക്ക് പോയി. ദിവസങ്ങൾക്കകം തന്നെ ശ്യാമള ചേച്ചിയുടെ അന്ത്യവും സംഭവിച്ചു. കൃഷ്ണനെട്ടനെ പരിചരിക്കാൻ ആയി ആസ്പത്രിയിൽ കഴിയുകയായിരുന്നു. ചേച്ചി ആ ഹൃദയമിടിപ്പ് പോലും സ്വന്തം ഭർത്താവിനു വേണ്ടിയായിരുന്നു അദ്ദേഹത്തിന്റെ ദയനീയാവസ്ഥ കണ്ടും കേട്ടും ഊണും ഉറക്കവും വിശ്രമവും ഒന്നുമില്ലാതെ കഴിച്ചുകൂട്ടിയ ചേച്ചി പെട്ടെന്ന് ഒരു നിമിഷം കുഴഞ്ഞ് വീണു കുറച്ചുസമയങ്ങൾക്കകം മരണം സംഭവിക്കുകയായിരുന്നത്രേ.

തന്റെ അഭാവത്തിൽ സ്വന്തം ഭാര്യക്ക് മതിയായ ചികിത്സ കിട്ടാതെ ആയിരിക്കുമോ അതുമല്ലെങ്കിൽ തനിക്കുവേണ്ടി വിശ്രമമില്ലാതെ അഹോരാത്രം പ്രയത്നിച്ചിട്ടായിരിക്കുമോ എന്ന തോന്നലിൽ അവൾക്ക് വേണ്ടി എനിക്കൊന്നും ചെയ്യാൻ കഴിഞ്ഞില്ലല്ലോ എന്നൊരു സങ്കടം ആ ചുണ്ടുകളിലൂടെ വാർന്നുവീണു.

സുഖദുഃഖങ്ങളിൽ ഏറ്റവും വേണ്ടപ്പെട്ടവർ കൂടെയുണ്ടാകണമെന്ന് ആഗ്രഹിക്കാത്തവരുണ്ടോ. എല്ലാം ഉള്ളിലൊതുക്കി കൃഷ്ണേട്ടൻ തന്നെ പരിചരിക്കേണ്ടവൾ മരണത്താൽ മൂകയായി ഭൂതകാലത്തിലേക്ക് ലയിച്ചു കഴിഞ്ഞതെന്ന് സത്യം സമാനതകളില്ലാത്ത വിധം വല്ലാത്തൊരു സംഘർഷത്തോടെ ഉൾക്കൊണ്ടു. ശ്യാമള ചേച്ചിയെ കുറിച്ച് ഒരായിരം ചിന്തകൾ പാഞ്ഞു വന്ന് എന്നെ ശ്വാസം മുട്ടിച്ചു.

സൂര്യൻ ഉദിച്ചുയർന്ന് വെയിൽ പരക്കാൻ തുടങ്ങുമ്പോഴേക്കും ഒട്ടനവധി ജോലികൾ ചെയ്തു തീർന്നിട്ടു ഉണ്ടായിരിക്കും. ചേച്ചി വല്ലപ്പോഴുമൊക്കെ ഓരോരോ കാര്യസാധ്യത്തിനായി മുറ്റത്ത് ഇഷ്ടിക വച്ച് അടുപ്പുകൂട്ടി പൊങ്കാല നടത്തും. പൊങ്കാല മഹോത്സവത്തിന് മാത്രമല്ല ചേച്ചി പൊങ്കാലയിടുന്നത്. എപ്പോഴും വ്രതവും പ്രാർത്ഥനയും ഒക്കെയുള്ള ചേച്ചിയെ കുളിച്ചു വൃത്തിയായേ കാണാറുള്ളൂ. ഏതുനേരവും ഓരോരോ ജോലിയിൽ ഏർപ്പെട്ടു കൊണ്ടിരുന്ന ചേച്ചി ചലനരഹിതമായ ഒരു അവസ്ഥയിലായിരിക്കുന്നു. ഈ ഭൂമിയിൽ തമ്പുരാൻ അനുവദിച്ച് കൊടുത്ത സമയം ചേച്ചി ഒട്ടും പാഴാക്കി കളഞ്ഞില്ലെന്ന് വേണം അനുമാനിക്കാൻ. നല്ലൊരു സുഹൃത്‌വലയം ഉള്ള ചേച്ചി മിക്കപ്പോഴും ഷോപ്പിംഗ്, സുഹൃത് സന്ദർശനങ്ങൾ, അങ്ങനെയുള്ള കൊച്ചു കൊച്ചു വിനോദങ്ങൾ എല്ലാം കൂട്ടുകാരികൾക്കൊപ്പമാണ് അതെല്ലാം നേരിൽ കാണുന്നതുപോലെ എന്റെ മനസ്സിലൂടെ ഒഴുകി നീങ്ങുന്നു. നല്ലതിനെ അതിവേഗത്തിൽ ദൈവ സന്നിധിയിലേക്ക് വിളിക്കുന്നു.

അന്യരുടെ വേദനയിൽ ആശ്വാസം പകരാനുള്ള സംസ്കാരം വേണ്ടുവോളം ഉണ്ടായിരുന്നു ആ ദമ്പതികൾക്ക്. പ്രതികാരമോ വിദ്വേഷമോ മലിനപ്പെടുത്താത്ത വിശാലമനസ്സുള്ളവൾ സ്നേഹം വർഷിക്കുന്ന അന്തരീക്ഷം എനിക്കങ്ങനെ നഷ്ടപ്പെടുകയായിരുന്നു.

ഇനി ഒരിക്കലെങ്കിലും ശ്യാമള ചേച്ചിയെ കാണാൻ എനിക്ക് കഴിയുകയില്ലല്ലോ എന്ന് എന്റെ മനസ്സ് വിലപിച്ചുകൊണ്ടിരിക്കുന്നു. ചേച്ചിയുടെ അഭാവം സൃഷ്ടിച്ച ശൂന്യതാഭാരം കൃഷ്ണേട്ടന് താങ്ങാൻ കഴിയുമോ.

എന്റെ ആരൊക്കെയോ നഷ്ടപ്പെട്ടു എന്ന അസഹ്യ വേദനയെ പുൽകിക്കൊണ്ട് സ്വസ്ഥമായിട്ടിരിക്കാനോ അതുമല്ലെങ്കിൽ ചിന്തിച്ചു ചിന്തിച്ചു മനോവേദന അല്പമെങ്കിലും അകറ്റാനോ പോലും നേരമില്ല എനിക്ക്.

ഇവിടത്തെ ഇരട്ട പെൺകുട്ടികളുടെ കല്യാണ തിരക്കുകൾ തുടങ്ങി കഴിഞ്ഞു. കൈവിരലുകൾ കൊണ്ട് വേഗത്തിൽ തല ചൊറിഞ്ഞ് എന്റെ

അസ്കൃത സ്വയം തീർത്തു ഉമ്മിയുടെ രണ്ടു സഹോദരന്മാരുടെ മക്കളാണ് വരന്മാർ.

മൈത്ത നിശ്ചയിച്ചിരിക്കുന്നത് ത്വയ്യിബും വഫക്ക് ഒമറും മൈത്തയുടെ കഴിഞ്ഞ് ഒരാഴ്ചക്ക് ശേഷമാണ് വഫയുടെയും ഒമറിന്റെയും വിവാഹം. രണ്ട് കല്യാണവും കൂടി ഒരേ ദിവസമായിരുന്നെങ്കിൽ മറ്റുള്ളവരെ പോലെ എനിക്കും ഒന്ന് ഫ്രീ ആകാമായിരുന്നു എന്ന് വെറുതെ. ഞാൻ ഒന്ന് ആലോചിച്ചു. സകല ചിലവുകളും, കൂട്ടത്തിൽ ഇവിടെയുള്ളവർക്ക് കഴിക്കാനുള്ള ഭക്ഷണം പോലും മണവാളന്റെ വീട്ടിൽ നിന്നാണ് കൊണ്ടുവരുന്നത് എന്ന് കരുതി വെറുതെ കയ്യും കെട്ടി നോക്കിയിരിക്കാൻ ഒന്നും എനിക്ക് പറ്റില്ല ഇവിടെയും തിരക്കോട് തിരക്ക് തന്നെ

ബാബയുടെ മക്കളെല്ലാം പരസ്പരം ഒന്നോ രണ്ടോ വയസ്സ് വ്യത്യാസമുള്ളൂ അങ്ങനെ നോക്കുമ്പോൾ ഇനി കൊല്ലം തോറും ഓരോ വിവാഹങ്ങൾ ഇവിടെ അരങ്ങേറാൻ സാധ്യതയുണ്ട്

താൻ ഹയാത്തോടെ (ജീവനോടെ) ഇരിക്കുമ്പോൾ തന്നെ സ്വന്തം മക്കളുടെ മേലുള്ള ഉത്തരവാദിത്വങ്ങൾ ചെയ്തു തീർക്കണമെന്ന് ഏതൊരു മാതാപിതാക്കളും ആഗ്രഹിക്കുന്നത് പോലെ, ബാബയും ഉമ്മിയും ആഗ്രഹിക്കുന്നുണ്ടാകുമല്ലോ.

നാടും കുലവും ഗോത്രവും ഒക്കെ വ്യത്യാസമുണ്ടാകുമായിരിക്കാം എങ്കിലും അങ്ങനെയുള്ള കാര്യങ്ങളിൽ ഏതൊരു മാതാപിതാക്കളും ഒരുപോലെയല്ലേ ചിന്തിക്കൂ എന്നാണ് എന്റെ ഒരു നിഗമനം

നാലു പെൺകുട്ടികളും അഞ്ച് ആൺകുട്ടികളും ആണ് ഇവർക്ക്. പന്ത്രണ്ട് പ്രസവിച്ചെങ്കിലും ഒമ്പത് മക്കളെ വളർത്താൻ കിട്ടിയിട്ടുള്ളൂ. ആസ്പത്രികളും ഡോക്ടർമാരുമൊക്കെ ദുർലഭമായ ഒരു കാലമായിരുന്നല്ലോ അത്. എങ്കിലും ഓരോ വീട്ടിലും എമ്പാടും കുട്ടികൾ, മിക്ക വീടുകളിലും ഒന്നോ രണ്ടോ ഇരട്ടക്കുട്ടികളും ഉണ്ടായിരിക്കും.

അക്കാലത്ത് വീടുകളിലാണ് പ്രസവം. അത്യന്തം സീരിയസ് ആകുമ്പോൾ മാത്രമാണ് ഡോക്ടർമാരെ വീട്ടിലേക്ക് വിളിച്ചുകൊണ്ടു വരുന്നത്. പ്രസവത്തോടെ ശിശുക്കൾ മരിക്കുന്നത് സാധാരണ സംഭവമായിരുന്നു. പ്രസവവേദനയോടൊപ്പം പ്രയാസപ്പെട്ട് മാസങ്ങളോളം ശരീരത്തിന്റെ ഒരു ഭാഗം എന്നോണം വയറ്റിൽ ചുമന്നു നടന്നിരുന്ന ഗർഭസ്ഥ ശിശുക്കളുടെ തീരാനഷ്ടത്തിന്റെ ഹൃദയവേദനയും അനുഭവിക്കാൻ വിധിക്കപ്പെട്ടവരായിരുന്നു അന്നത്തെ ചില സ്ത്രീകൾ.

ഈ നാടുവിട്ട് ചക്കരക്കാവിലേക്ക് പോകുമ്പോൾ തോട്ടമെടുത്ത് കൊണ്ടുപോകുവാൻ കഴിയില്ലെന്ന് ഏത് മരമണ്ടനും അറിയാം. എങ്കിലും

എന്റെ ആത്മസംതൃപ്തിക്ക് വേണ്ടി മാത്രം ഒരു തുണ്ട് സ്ഥലം ഉണ്ടാക്കി. അതിൽ ഒരു പൂന്തോട്ടം ഉണ്ടാക്കിയെടുത്തു. മാർക്കറ്റിലെ ചെടി കടയിൽ നിന്നും വാങ്ങിയ ഒലീവ് കമ്പുകളും മാവിൽ തൈകളും വേപ്പും ഈ നാട്ടിലെ പൂച്ചെടികളും ഒക്കെ വെച്ചുപിടിപ്പിച്ചു തോട്ടം പരിപാലിക്കുന്നത് എന്റെ ഹോബിയായി മാറിയിരിക്കുന്നു.

ചുട്ടുപഴുത്ത മണ്ണിന് തണുക്കാൻ വേണ്ട വെള്ളവും വളവും കിട്ടിയില്ലെങ്കിൽ ചെടികൾ വാടിത്തളർന്നു നിൽക്കും. മാതളവും മുല്ല തൈകളും വെച്ചുപിടിപ്പിച്ച് തോട്ടം അതിവിശാലമാക്കി കൊണ്ടിരിക്കുന്നു. പല നിറത്തിലുള്ള പൂക്കളുടെ സുഗന്ധം, പച്ച പടർപ്പുകൾ, ഇലകളിൽ തട്ടിത്തടഞ്ഞു പോകുന്ന കാറ്റ്, പറവകൾ ചിലച്ചുകൊണ്ട് വിരുന്നുവരുന്നു. അവയ്ക്ക് ദിവസവും തീറ്റ ഇട്ടു കൊടുക്കുന്നു. ഇനി ഒരു പക്ഷിക്കൂടും കൂടി ഉണ്ടാക്കിയെടുക്കണം. ബാബ ഇടക്കൊക്കെ അങ്ങോട്ട് നോക്കി നിൽക്കുമ്പോൾ എനിക്ക് ഉണ്ടാകുന്ന അഭിമാനം ചില്ലറയല്ല. ഇന്നലെയും കണ്ടു ബാബയുടെ നോട്ടം അങ്ങോട്ടേക്ക് പായുന്നത്. കനം തൂങ്ങി നിൽക്കുന്ന ഈന്തപ്പന കുലകൾ പഴുക്കാൻ തുടങ്ങിയിട്ടുണ്ട്. അത് നോക്കി നിന്നതാകാനും സാധ്യതയുണ്ട്

തോട്ടത്തിനരികിലായി ഒരു വലിയ സിമൻറ് ബഞ്ച് പണികഴിപ്പിക്കണം. ഇഷ്ടികകൾ എടുത്ത് മാറ്റി വീതിയുള്ള അര മതിലും ക്രമേണ സീസൊയുമൊക്കെ ഉണ്ടാക്കി പാലസിന്റെ മുറ്റത്തുള്ളതിനേക്കാളും ഗംഭീരമാക്കിയെടുക്കണം. ഇതൊരു ധാരാളിത്തമോ ആഡംബരമമോ ഒന്നുമല്ലല്ലോ. ഗൗരവക്കാരനായ ബാബ രോഷം കൊള്ളില്ലെന്ന വിശ്വാസം എനിക്കുണ്ട്. എല്ലാം ബാബയോടോ അർബാബിനോടോ തുറന്നു പറയണം എന്ന് വിചാരിച്ചിരിക്കുകയാണ് ഞാനിപ്പോൾ. ഈ കൊച്ചു മോഹങ്ങളെങ്കിലും സഫലമാകാതിരിക്കില്ല.

അദ്ധ്യായം
പതിനൊന്ന്

ബാബയും ഉമ്മിയും മൂത്ത സഹോദരി മറിയമിന്റെ വീട്ടിലേക്കാണ് യാത്ര. ബാബയുടെ വീട്ടിൽ എന്ത് ആവശ്യങ്ങൾ ഉണ്ടായാലും ഉമ്മയുടെ വലംകൈയാണ് മറിയം. ത്വാരിക്കിനെയും നൈലയെയും ജാബിറിന്റെ മക്കളെയും ഒക്കെ പോറ്റി വളർത്തിയത് മറിയം ആണ്. നൈലയെ കല്യാണം ആയപ്പോഴാണ് ബാബയ്ക്കും ഉമ്മിക്കും വിട്ടുകൊടുത്തത്.

സ്ത്രീ എന്ന നിലയിൽ ജീവിതസാഫല്യം അനുഭവിക്കാൻ കഴിയാ

ത്ത ഒരു ജന്മം സ്വന്തം ഭർത്താവ് ഖാലിദ് മറ്റൊരു ഭാര്യയും മക്കളുമൊത്ത് സസുഖം ജീവിക്കുന്നു. അതിനു കാരണക്കാരി മറിയം തന്നെയാണല്ലോ. തനിക്ക് സന്താന ശേഷിയില്ലെന്ന് അറിഞ്ഞ നിമിഷം കനത്ത നൊമ്പരം ഒതുക്കിക്കൊണ്ട് ഖാലിദിനെ മറ്റൊരു പെണ്ണ് കെട്ടാൻ നിർബന്ധിച്ചു

അവർക്കുണ്ടാകുന്ന കുഞ്ഞിനെ സ്വന്തമാക്കാം എന്ന അമിതമായ മോഹമായിരിക്കാം ആ സാഹസത്തിന് പിന്നിൽ. കല്യാണശേഷം ഖാലിദിന് മറിയവുമായുള്ള അടുപ്പം കുറഞ്ഞു. ഖാലിദിന്റെ പുതിയ ഭാര്യ ഗർഭിണിയാണെന്ന് അറിഞ്ഞു സന്തോഷിക്കാം എന്ന് കണക്ക് കൂട്ടിയ മറിയത്തെ സംബന്ധിച്ചിടത്തോളം ആ വാർത്ത തലയിൽ പതിച്ച ഇടിവെട്ട് പോലെയായി.

ഖാലിദ് ആദ്യത്തെ കുഞ്ഞിനെ മറിയത്തിനെ കാണിക്കാൻ കൊണ്ടുവന്ന നേരം മറിയം ഒന്നു നോക്കിയതുപോലുമില്ല. കൊല്ലംതോറും ഓരോ മക്കളുണ്ടായി. ഇപ്പോൾ നാലഞ്ചു മക്കളുണ്ട്. ഖാലിദ് മൂന്നാമതും മണവാളനായി. അതോടെ ഖാലിദിനോട് ഉണ്ടായിരുന്ന അല്പം സ്നേഹം പോലും ഇല്ലാതായി.

ഇപ്പോൾ ഖാലിദിന്റെ ഭാര്യമാരും മറിയവും അടുപ്പത്തിലാണ്. ഭർത്താവ് ഒന്നിച്ചില്ലെങ്കിൽ ഏതൊരു സ്ത്രീക്കും സന്തോഷപൂർത്തി ഉണ്ടാകില്ല എന്ന കാരണത്താൽ പുനർവിവാഹത്തിന് നിർബന്ധിച്ചെങ്കിലും മറിയം വഴങ്ങിയില്ല.

താൻ ഒരു മച്ചിയാണെന്ന് അറിഞ്ഞാൽ രണ്ടാമത്തെ ഭർത്താവിനും മറ്റൊരു പെണ്ണിനെ ആവശ്യമായിവരും. അതൊരു ന്യായമായ ആവശ്യവുമാണ്. പിന്നെയും ഓരോരോ പ്രശ്നങ്ങൾ തലപൊക്കും. യഥാർത്ഥ അനുഭവങ്ങളേക്കാൾ ഭീകരമായി, അനുഭവിക്കേണ്ടി വരുമല്ലോ എന്ന് പേടിച്ചുകൊണ്ടുള്ള ജീവിതം ഭാവികാലം അവൾക്കായി കരുതി വച്ചേക്കാവുന്ന വേദനകൾ മുൻകൂട്ടി കണ്ടു മറിയം.

ഊർജ്ജസ്വലമായി മിന്നി തിളങ്ങുന്ന ഒരു ജീവിതം സ്വപ്നം കണ്ട മറിയത്തിനെ ഒടുവിൽ വിധി ഇവിടെ കൊണ്ടെത്തിച്ചു. എങ്കിലും വിധിയെ പഴിച്ച് ജീവിതം കഴിക്കാൻ തയ്യാറാകാതെ ജീവിതത്തിൽ നേരിടേണ്ടി വന്ന കയ്പ് ആനന്ദമാക്കി മാറ്റാൻ ശ്രമിച്ചു. അനാഥ കുട്ടികൾക്കായി ഒരു ഓർഫനേജ് തുടങ്ങി. മറിയത്തിന്റെ ജീവിതം ആകുന്ന പുസ്തകത്തിലെ അധ്യായത്തിന്റെ ഒഴിഞ്ഞു കിടക്കുന്ന കോളങ്ങളെ പൂരിപ്പിക്കുന്നത് ഇങ്ങനെയുള്ള സന്തോഷങ്ങളിലൂടെ ആയിരിക്കും.

ഈ നാട്ടിലെ എത്രയെത്ര കുഞ്ഞുങ്ങളുടെ അഭയകേന്ദ്രമാണ് മറി

യം ഓർഫനേജ്. ഈ കുട്ടികൾക്ക് ഒന്നിനും കുറവ് വരുത്തരുതെന്ന് മറിയത്തിന് നിർബന്ധമാണ്. ബാബയുടെ വീട്ടുജോലിക്കാരി ആയിരുന്ന സിലോണി നോനയുടെയും ഫിലിപ്പൈനി മക്കിൻദാസിന്റെയും മകൻ ഈ ഓർഫനേജിലാണ് വളരുന്നത്

ഇനി പോർട്ട് റൗണ്ട് കഴിഞ്ഞ് വലത്തോട്ട് തിരിഞ്ഞാൽ കാണുന്ന പടിപ്പുര ഉള്ളതാണ് മറിയത്തിന്റെ കൊട്ടാരം. ഈ കാണുന്ന സ്ഥലത്തിന്റെ പകുതിയോളം മറിയത്തിന് കുടുംബ സ്വത്തായി കിട്ടിയതാണ്. തുറന്നു കിടന്നിരുന്ന ഗേറ്റ് പാളികൾ പിന്നിട്ട് നീണ്ട പാതയിലൂടെ വണ്ടി മറിയമിന്റെ വീടിനരികിൽ പാർക്ക് ചെയ്തു.

മറിയത്തിനായി കൊണ്ടുവന്ന പാക്കറ്റുകൾ ഡിക്കി തുറന്നു എടുത്തു കൊണ്ടു വച്ചു. കുറച്ചുനേരം കാത്തുനിൽക്കാൻ ബാബ എന്നോടാജ്ഞാപിച്ചു. ബാബ ഉടനെ വരുമായിരിക്കും. ഉമ്മി ഇന്നത്തെ ദിവസം അവസാനിക്കുമ്പോൾ ആയിരിക്കും പുറപ്പാട്. എത്ര പറഞ്ഞാലും തീരാത്ത കാര്യങ്ങളാണല്ലോ സ്ത്രീകളുടെ ചർച്ചാവിഷയം ആ നിലക്ക് സംസാരിച്ചു തീരാൻ സമയമെടുക്കും. പെൺ വർഗ്ഗം അല്ലേ പറഞ്ഞിട്ട് കാര്യമില്ല. മഹാറാണി ആയാലും പിച്ചക്കാരി ആയാലും അത് അങ്ങനെയൊക്കെയാണ്.

സ്ത്രീകളെ അടച്ചാക്ഷേപിക്കുന്നത് സുൽത്താന എങ്ങാനും കേട്ടാൽ ചൂടോടെ കിട്ടും മറുപടി. വണ്ടിയിൽ ചാരി നിന്ന് ആലോചനകളിൽ മുഴുകി നിന്നിരുന്ന എന്റെ അടുത്തേക്ക് മറിയത്തിന്റെ ഡ്രൈവർ വിജയൻ ധൃതിയിൽ നടന്നുവന്നു. വിജയന്റെ ലീവ് വേക്കൻസിയിൽ ആണല്ലോ എനിക്ക് ബാബയുടെ ഡ്രൈവർ ജോലി കിട്ടിയത്. ബാബക്ക് എന്നെ മതി എന്നുള്ള തീരുമാനത്തിലാണ് മറിയത്തിന്റെ ഡ്രൈവർ ജോലി കൊടുത്തത്. ഈ കോമ്പൗണ്ടിൽ തന്നെ അവന് താമസിക്കാനായി കൊടുത്ത വീട്ടിലേക്ക് മറിയത്തിന്റെ അനുവാദത്തോടെ വിജയന്റെ ഭാര്യ ലതയെയും കൊണ്ടുവന്നു. വിജയൻ എന്നെ ചേർത്തുപിടിച്ചു "എവിടെയാണ് ചെങ്ങായി അന്നേ കാണാൻല്യാലോ. ബാ ഇന്റെ കുടീൽക്ക് പൂവ്വ കുട്ടീനെ കാൺടെ അൻക്ക്."

അവൻ വാതോരാതെ സംസാരിച്ചു. ലത പ്രസവത്തിനായി ആസ്പത്രിയിൽ അഡ്മിറ്റ് ആയ ദിവസങ്ങളിൽ എന്നെ ഏൽപ്പിച്ച കാര്യങ്ങൾ എല്ലാം ഞാൻ ചെയ്തുകൊടുത്തു. ഒത്തിരിനേരം പോലും എനിക്ക് വിശ്രമമില്ലാതെ ഇരുന്ന ദിവസങ്ങൾ ആയിരുന്നു അന്നൊക്കെ. മറ്റൊരാൾക്ക് ഒരാവശ്യം വരുമ്പോൾ എന്നെക്കൊണ്ടാവുന്നത് ചെയ്തു കൊടുക്കുവാൻ കഴിഞ്ഞല്ലോ എന്ന ആത്മസംതൃപ്തിയേക്കാൾ വലുത് അല്ല

ല്ലോ മറ്റൊന്നും.

മറിയത്തിന്റെ ശുപാർശയിൽ മുന്തിയ സൗകര്യങ്ങളാണ് ലതക്ക് ആസ്പത്രിയിൽ കിട്ടിയത്. തന്നെയുമല്ല ഗൈനക്കോളജിസ്റ്റ് ഡോക്ടർ ഹരിതയുടെ ചികിത്സയും ഡോക്ടർ ഹരിത മറിയമിനെ പോലെ സന്താനഭാഗ്യം ഇല്ലാത്തവൾ ആണ്. എണ്ണിയാൽ ഒടുങ്ങാത്ത എത്രയെത്ര പൈതങ്ങളാണ് ആ കൈകളിലൂടെ ഈ ലോകത്തിലേക്ക് വന്നിട്ടുള്ളത്. എന്നിട്ടും സ്വന്തമായി ഒന്നിനെ പ്രസവിക്കാൻ കഴിയാത്തത് തികച്ചും ഒരു വിരോധാഭാസം തന്നെയാണല്ലോ.

ഡോക്ടർ ഹരിതയുടെ ദത്തുപുത്രി മികച്ചൊരു കാർഡിയോളജിസ്റ്റ് ആണ്. ആ മകളിലൂടെ ഡോക്ടർ ഹരിത ആനന്ദം കണ്ടെത്തുന്നു. കൊതിച്ചത് കിട്ടിയില്ല പകരം വിധിച്ചത് കൈനീട്ടി സ്വീകരിച്ചു. ഡോക്ടർ ഹരിതയുടെ ആസ്പത്രിയിൽ നിന്നും ഡിസ്ചാർജ് ആയി ലത കുഞ്ഞിനെ വീട്ടിലേക്ക് കയറ്റും മുമ്പേ മറിയത്തിനടുത്തേക്കാണ് കൊണ്ടുവന്നത്. കുഞ്ഞിനെ എടുത്ത നേരം മറിയത്തിന്റെ കണ്ണുകൾ നിറഞ്ഞു. കുട്ടിക്ക് ഒട്ടനവധി സമ്മാനങ്ങളുമായാണ് വിജയന്റെ വീട്ടിലേക്ക് മറിയം വന്നത്. ലതയെ ശുശ്രൂഷിക്കാൻ നിന്ന ശ്രീജിക്ക് കൈനിറയെ പണവും അനേകം സാധനങ്ങളും മറിയത്തിന്റെ വകയായി കിട്ടി.

വിജയന്റെ കുഞ്ഞിന് ഒരു മാസം പ്രായമുള്ളപ്പോൾ മുതൽ സ്‌ട്രോളറിൽ കിടത്തി മറിയം പുറത്തേക്ക് കൊണ്ടു പോകും ജോലിക്കാരികളിൽ ആരെങ്കിലുമൊക്കെ കൂടെയുണ്ടാകുമെങ്കിലും കുഞ്ഞിനെ എടുക്കുന്നതും കിടക്കുന്നതും ഒക്കെ പുള്ളിക്കാരിയാണ്. കുഞ്ഞിന്റെമേൽ പൂർണ്ണ അധികാരം മറിയത്തിൽ എന്നതുപോലെയാണ്. അങ്ങനെയൊക്കെ കാണുമ്പോൾ ലതക്ക് ചെറിയൊരു നീരസം തോന്നുന്നത് സ്വാഭാവികം മാത്രം.

അനന്തകൃഷ്ണൻ എന്നാണ് കുഞ്ഞിന് പേരിട്ടിരിക്കുന്നത്. അപ്രതീക്ഷിതമായ ഒരു വരവായതുകൊണ്ട് കുഞ്ഞിന് കൊടുക്കാൻ ഒന്നും കൊണ്ടുവന്നില്ലല്ലോ എന്ന ഖേദം ഞാൻ വിജയനോട് തുറന്നുപറഞ്ഞു. "ചെങ്ങായി ഇതു മുഴുവനും, ഓളെ വക." മറിയം കൊടുത്ത ഡ്രസ്സുകളും തൊട്ടിലും ബെഡും കളിപ്പാട്ടങ്ങളും ഒക്കെ ചൂണ്ടി കൊണ്ടാണ് വിജയൻ അങ്ങനെ പറഞ്ഞത്.

"അയ്നേക്കാട്ടീം വെല്യ കാര്യല്ലേ ഇയ്യ് അനക്ക് ചെയ്ത് തന്നതൊക്കെ. ഒന്നും ഞാൻ മറന്നിട്ടില്യാലോ."

അപൂർവ്വം ചിലർ അങ്ങനെയാണ് കിട്ടിയ ഉപകാരങ്ങൾ ഓർത്തു കൊണ്ടേയിരിക്കും.

ലത ഉണ്ടാക്കിത്തന്ന കടുപ്പത്തിലുള്ള ചായ മുത്തിക്കുടിച്ചുകൊണ്ട് ഞാൻ വിജയന്റെ വീട്ടിൽ നിന്നും ഇറങ്ങി. എന്റെ കല്യാണം കഴിഞ്ഞാലും സുൽത്താനയും കുട്ടികളുമൊ വിജയനെ പോലെയൊക്കെ എനിക്കും ഒരു ജീവിതം ഉണ്ടാകുമായിരിക്കും. ബാബ എനിക്ക് തരുന്ന വീട്ടിൽ ഞാനും സുൽത്താനയും രാജാവും രാജ്ഞിയും കുട്ടി പ്രജകളും ഒക്കെയായി എന്തൊരു രസമായിരിക്കും ഓരോ ദിവസങ്ങളും നീങ്ങിക്കൊണ്ടിരിക്കുന്നത്.

എത്ര കുട്ടികൾ വേണം അവർക്ക് എന്ത് പേരിട്ട് വിളിക്കണം അങ്ങനെയുള്ള മധുരസ്മരണകളിൽ ഞാൻ സ്വയം മറന്നു നിന്നു. 'കുട്ടികൾക്ക് പേരുപോലും കണ്ടു വച്ചിരിക്കുകയാണ് അല്ലേ കബീർക്ക. എന്തേ അഞ്ചെണ്ണത്തിൽ നിർത്തിയത് അത് കുറെ കുറഞ്ഞു പോയല്ലോ. പത്തോ പതിനാലോ ആകാമായിരുന്നില്ലേ. മനഃപായസത്തിൽ കുറേകൂടി മധുരം ചേർക്കാമായിരുന്നല്ലോ. ഒരു മഹാകാര്യവും കൊണ്ട് വന്നിരിക്കുന്നു. സുൽത്താന എന്നെ കളിയാക്കിക്കൊണ്ട് ഈ വിധം ചോദിക്കുമായിരിക്കും കാന്താരി പെണ്ണ്.'

സുൽത്താനയുടെ ഡയലോഗുകൾ ഞാൻ സ്വയം പറഞ്ഞുനോക്കി. അന്നേരം എന്റെ നാക്കിൻ തുമ്പിൽ തുളുമ്പിയ മധുരം നുണഞ്ഞുകൊണ്ട് ഞാൻ അങ്ങനെ നിന്നു. പൊടുന്നനെ ബാബയുടെ ഘനഗാംഭീര്യ ശബ്ദം എന്റെ കാതുകളിൽ എത്തി. ഞാൻ കണ്ണുകൾ ഉയർത്തി നോക്കി. മറിയം ബാബയുടെ അരികിൽ വളരെ ഒതുക്കത്തിൽ നിന്നുകൊണ്ട് സംസാരിക്കുന്നു. ഇന്ന് എന്തേ സഹോദരിയുടെ സൽക്കാരവും സംഭാഷണവും ഒക്കെ വേഗത്തിൽ കഴിഞ്ഞല്ലോ. അതേതായാലും നല്ല കാര്യം. അൽഹംദുലില്ലാ (ദൈവത്തിന് സ്തുതി). ഞാൻ ധൃതിയിൽ വണ്ടിയിൽ കയറി ബാബയെയും കാത്തിരുന്നു.

കഴിയുന്നതും വേഗം ഇവിടെ നിന്നും പുറപ്പെടാൻ കഴിഞ്ഞിരുന്നെങ്കിൽ. ഇവിടത്തെ ഗവൺമെൻറ് ഹോസ്പിറ്റലിലെ എല്ലു രോഗ വിദഗ്ധൻ ഡോക്ടർ ശ്യാംകുമാർ ഡ്യൂട്ടി കഴിഞ്ഞിറങ്ങും മുമ്പേ മാരിജയെയും കൊണ്ട് അങ്ങോട്ട് എത്താമായിരുന്നു.

മാരിജ അർബാബിന്റെ ഹൗസ് മെയ്ഡ് ആണ്. നൂറയുടെ സഹായി മാരിജയെ എയർപോർട്ടിൽ നിന്നും ഞാനാണ് കൊണ്ടുവന്നത്. ആ പരിചയമാണ്. അവൾ നാട്ടിൽ നിന്നെത്തിയിട്ട് ഒരു മാസത്തോളം ആയിട്ടുള്ളൂ. ആസ്പത്രിയിൽ പോകാൻ എനിക്ക് മനസ്സുണ്ടായിട്ടല്ല. ഞാൻ അതിന് നിർബന്ധിതനായി പോയി.

ഒരു ഹെൽപ്പ് ചോദിച്ച ആ നിമിഷത്തിൽ ഞാൻ അവൾക്ക് വാക്ക്

കൊടുത്തു. അത് വേണ്ടിയിരുന്നില്ലെന്ന് എനിക്കിപ്പോൾ തോന്നുന്നു. ഇന്നലെ കണ്ടപ്പോഴും എന്നെ അവൾ ഓർമ്മപ്പെടുത്തി. വേണമെന്നുണ്ടെങ്കിൽ മറ്റാരെയെങ്കിലും കൂട്ടി പോയിവരാവുന്നതേയുള്ളൂ. അർബാബിന്റെ ബീവി നൂറക്ക് അതിലൊന്നും യാതൊരു എതിർപ്പും ഇല്ല.

ആശുപത്രിയിൽ കൊണ്ടുവിട്ട് കൊടുക്കാം എന്ന് അല്ലാതെ അവിടെ കാത്തുകെട്ടി നിൽക്കാൻ ഒന്നും എനിക്ക് വയ്യ. ഡോക്ടറെ കണ്ടു കഴിയുമ്പോൾ ഞാൻ ഫ്രീയാണെങ്കിൽ എടുക്കും. അവൾക്ക് ഒറ്റയ്ക്ക് ടാക്സിയിൽ കയറി പരിചയമാകുന്നത് വരെ എന്റെ ഇത്തരം സേവനങ്ങൾ ഉണ്ടാകും എന്ന് അവളോട് പറഞ്ഞുവെക്കണം

അവളുടെ ദുഃഖങ്ങളും ദുരിതങ്ങളും എന്നോട് പറഞ്ഞു. അല്പനേരത്തേക്ക് എങ്കിലും ആ ഭാരം എന്നിൽ ഇറക്കി വെക്കാം. എനിക്കും അവൾക്കും മാത്രം മനസ്സിലാകുന്ന ഭാഷ ആയതുകൊണ്ട് രഹസ്യം പറച്ചിൽ വളരെ ഉച്ചത്തിലും ആകാമല്ലോ. കണ്ടുമുട്ടിയാൽ വാ തോരാതെ ഒരു അന്തർദാഹം തീർക്കുന്നതുപോലെ സംസാരിച്ചു തുടങ്ങും.

മാരിജയെ കുറിച്ച് ഒന്നും സുൽത്താനയെ അറിയിച്ചിട്ടില്ല. അവളോട് പറയാവുന്നതും പറയാൻ പാടില്ലാത്തതും രഹസ്യമാക്കി വയ്ക്കേണ്ടതുമായ കാര്യങ്ങൾ ഉണ്ടാവാം. എവിടെ എപ്പോൾ എങ്ങനെ എന്ത് സംസാരിക്കണം എന്നറിയാതെ എല്ലാം വെട്ടി തുറന്നങ്ങ് പറഞ്ഞാൽ സുൽത്താനക്ക് എന്റെ നേരെ വല്ല സംശയവും തോന്നാൻ ഇടയാക്കിയേക്കാം. നനയാതെ ഞാൻ എന്തിന് ഈറൻ ചുമക്കുന്നു

അദ്ധ്യായം
പന്ത്രണ്ട്

സ്കൂൾ വെക്കേഷൻ കഴിഞ്ഞു സ്കൂൾ ബസിന്റെ പ്രവാഹമാണ് റോഡിൽ. സ്റ്റീഫൻ അവധി കഴിഞ്ഞ് നാട്ടിൽനിന്ന് എത്തിയിട്ടുണ്ടായിരിക്കും

അവന്റെ മണവാട്ടി സിസിയെ പിരിഞ്ഞിരിക്കാൻ അവനും പ്രയാസമാണ്. കല്യാണം എന്നൊരു ശുഭദിനം എന്റെ ജീവിതത്തിൽ ഉണ്ടായിട്ടില്ലെങ്കിലും അത്തരം നൊമ്പരം എനിക്കുണ്ട്. ഇന്നെനിക്ക് ധാരാളം സമയമുണ്ട്. പിന്നീട് ആകാം എന്ന് കരുതിയാൽ സ്റ്റീഫനെ കാണുന്ന കാര്യം നടക്കില്ലെന്ന് വ്യക്തം. പക്ഷേ ഒരു അത്യാവശ്യ കാര്യം ഉള്ളത് ഞാൻ മറന്നു. ബാബയുടെ സഹോദരൻ ഖാലിദിന്റെ ഹൗസ് കീപ്പറെ

എയർപോർട്ടിൽ കൊണ്ടുവിടുന്ന ജോലി എനിക്കാണ്. വല്ലാത്തൊരു പുലിവാലാണ്. ഈ ഒരു വർഷത്തിനുള്ളിൽ എത്രാമത്തെ ജോലിക്കാരിയാണ്. എത്ര ഗതികെട്ടാലും അധികനാൾ ആ വീട്ടിൽ നിൽക്കാൻ ഒരു ജോലിക്കാരിയും തയ്യാറാകില്ല. അംനയുടെ പ്രവർത്തികളാണ് അതിനെല്ലാം കാരണം.

തീരെ മനുഷ്യപ്പറ്റില്ലാത്ത ഒരു സാധനം. പണിയെടുത്ത് മനുഷ്യന്റെ നടുവൊടിഞ്ഞാലും അതൊന്നും അംനയെ അലട്ടാറില്ല. ഇങ്ങനെയൊരു ജന്മം ബാബയുടെ വീട്ടിലേക്ക് തന്നെ കടന്നു വന്നതാണ് അത്ഭുതം. ബാബയുടെ വീട്ടിൽ ഇടയ്ക്കിടെയുള്ള അംനയുടെ സന്ദർശനസമയത്ത് മുമ്പിൽ ചെന്നു പെടാതിരിക്കാൻ അവിടത്തെ ജോലിക്കാരികൾ കഴിയുന്നതും ശ്രമിക്കും.

ഒരാൾ പോയാൽ ആ ഒഴിവിലേക്ക് മറ്റൊരാൾ എത്തും അതുകൊണ്ട് ആരൊക്കെ പോയാലും വന്നാലും അംനക്ക് അതൊന്നും ഒരു വിഷയമേ അല്ല. ഉമ്മിയോട് മാത്രമേ കുറച്ചെങ്കിലും സ്നേഹ ബഹുമാനം പ്രകടിപ്പിക്കൂ.

ഓർമ്മകളിൽ മുങ്ങിക്കൊണ്ടിരിക്കുകയായിരുന്നു. എങ്കിലും വഴിതെറ്റാതെ നേരെ എയർപോർട്ടിലേക്ക് തന്നെ ഞാൻ എത്തിച്ചേർന്നു. ലഗേജുകൾ ഞാൻ എടുത്ത് ട്രോളിയിൽ വച്ച് ചെക്കിങ് കൗണ്ടറിലേക്ക് എത്തിച്ചു കൊടുത്തു. അവൾക്ക് കൊടുക്കാനായി ഞാൻ കരുതിവച്ച കുറച്ച് പണവും ഞാൻ അവളെ നിർബന്ധിച്ചു ഏൽപ്പിച്ചു. എന്നോട് യാത്ര ചോദിക്കുമ്പോൾ അവൾ കരഞ്ഞുപോയി. എമിഗ്രേഷൻ ക്ലിയറൻസ് കഴിഞ്ഞ് അവൾ നടന്നു മറയുന്നത് ഞാൻ നോക്കി നിന്നു. ഒരു കുടുംബത്തിന്റെ മുഴുവൻ രക്ഷകയായിരുന്നു അവൾ. ഇനിയും ഈ നാട്ടിലേക്ക് ഒന്ന് എത്തിക്കിട്ടാൻ എത്രമാത്രം കഷ്ടപ്പെടേണ്ടി വരും. ഉടയ തമ്പുരാൻ അവൾക്ക് ഒരു നല്ല കാലം കരുതിവച്ചിട്ടുണ്ടായിരിക്കുമോ. അങ്ങനെ ആയിരുന്നെങ്കിൽ. ഞാൻ എന്തിനിങ്ങനെ മറ്റുള്ളവരെ പറ്റി ചിന്തിച്ചു അസ്വസ്ഥനാകുന്നു എനിക്ക് ആലോചിക്കാൻ സ്വന്തം കാര്യം തന്നെ ധാരാളം ഉണ്ടല്ലോ. ഇന്ന് കുറച്ച് ഷോപ്പിംഗ് ഉണ്ട്. അതൊക്കെ കഴിഞ്ഞ് വൈകീട്ട് സ്റ്റീഫന്റെ വീട്ടിലേക്ക് പോകാം. എല്ലാവരെയും ഒന്ന് കാണുകയും ആവാമല്ലോ.

സ്റ്റീഫന്റെ അടുക്കളയിൽ പാത്രങ്ങളുടെ തട്ടും മുട്ടും. എന്നും അവനാണ് പ്രധാന പാചകക്കാരൻ. ഞാൻ നേരെ അടുക്കളയിലേക്ക് തന്നെ കയറിച്ചെന്നു. വീക്കെൻഡ് ആഘോഷത്തിനായി ഓരോരുത്തരായി വന്നുകൊണ്ടിരുന്നു. ഒളിമ്പിക്സ് വീഡിയോ ഷോപ്പിൽ നിന്നും ഒരു മൂവി

എടുത്തു കൊണ്ടുവന്ന ചന്തു എന്റെ അരികിലേക്ക് വന്നു. സ്റ്റീഫനെ അടുക്കളയിൽ കണ്ടില്ല.

ടേബിൾ കുക്കറിന് അപ്പുറത്ത് ഭദ്രമായി മൂടി വച്ചിരിക്കുന്ന പാത്രം ഞാൻ തുറന്നു നോക്കി. സ്റ്റീഫൻ നാട്ടിൽ നിന്നും കൊണ്ടുവന്ന പോത്തിറച്ചി ഫ്രൈ. സ്റ്റീഫന്റെ അമ്മയുണ്ടാക്കുന്ന പോത്തിറച്ചിയുടെ രുചി ഒന്ന് വേറെ തന്നെയാണ്. ഷിവാസ് റീഗൽ തുണയായി പെപ്സിയും കോളയും ഒക്കെ നിരത്തിവെച്ചിരിക്കുന്നു. ഇന്നത്തെ ആഘോഷം പൊടിപൊടിക്കാനാണ് ഇതെല്ലാം.

നാളെ ഒഴിവു ദിവസമല്ലേ. ഈ കത്തുന്ന പാനീയം അകത്താക്കി ക്ലേശങ്ങളും പ്രശ്നങ്ങളും ദുരിതങ്ങളും വിരഹ ദുഃഖങ്ങളും മദ്യത്തിൽ മുക്കി കളഞ്ഞു. എല്ലാ പ്രയാസങ്ങൾക്കും അവധി കൊടുത്തു. തലയിലെ കെട്ട് വിടുന്നതുവരെ ഉറങ്ങാമല്ലോ എന്ന സന്തോഷത്തിലാണ് അവർ. ഞാൻ അതൊന്നും കണ്ടഭാവം നടിച്ചില്ല. അതൊക്കെ ഓരോരുത്തരുടെയും വ്യക്തിപരമായ കാര്യങ്ങൾ. അങ്ങനെയുള്ള കാര്യങ്ങളിൽ തലയിട്ട് സ്വയം ചെറുതാകുന്നതെന്തിന്.

“വന്നപ്പഴേ കെടക്കണെ കെടപ്പാ. അത് താനേ മാറിക്കോളും. ഇത് ഞങ്ങളൊക്കെ എന്തോരം അനുഭവിച്ചതാ ഒന്ന് എഴുന്നേക്കെടാ. ദേ നിന്നെ കാണാനൊരാള് വന്നേക്കണ്.”

അത്രയും പറഞ്ഞു ഉമ്മച്ചൻ വീണ്ടും അടുക്കളയിലേക്ക് വലിഞ്ഞു. ടേപ്പ് റെക്കോർഡിൽ നിന്നും പഴയ പ്രേമഗാനങ്ങൾ കൊണ്ട് മുഖരിതമായിരുന്നു അവിടെ. അവന് പകുത്തു കിട്ടിയ ഇത്തിരി സ്ഥലത്തിട്ടിരിക്കുന്ന കട്ടിലിൽ ഒരു വശം ചെരിഞ്ഞ് വേർപാടിന്റെ വേദനയെ താലോലിച്ചുകൊണ്ട് കിടക്കുകയായിരുന്നു സ്റ്റീഫൻ

കരയുകയായിരുന്നെന്ന് എന്നെ അറിയിക്കാതിരിക്കാൻ ആയി പാടുപെട്ടെങ്കിലും കണ്ണീരിന്റെ ഈർപ്പം കൺതടങ്ങളിൽ തങ്ങിനിന്നു. നിരാശ നിറഞ്ഞ ദീർഘനിശ്വാസം അവൻ അടക്കി പിടിച്ചു. എന്നെ കാണുമ്പോൾ ഉള്ള ആഹ്ലാദ തിമിർപ്പ് അവൻ മറന്നു പോയതുപോലെ. ഇങ്ങനെയൊരു വികാരം സ്റ്റീഫനിൽ ഞാൻ ആദ്യമായി കാണുകയായിരുന്നു.

വിഷാദവാനായ അവൻ കുറച്ചു കഴിഞ്ഞാണ് സംസാരിച്ചു തുടങ്ങിയത്. സംസാരം മുഴുവനും സിസിയെ കുറിച്ച് മാത്രമായിരുന്നു. ഓർമ്മകളിൽ ജീവിക്കേണ്ടിവരുന്ന ഓരോ പ്രവാസിയുടെയും ജീവിതത്തിൽ ഉണ്ടാകുന്ന തീവ്ര വേദനകളിൽ ഒന്ന് മാത്രമായിരുന്നു അതെല്ലാം.

അവന്റെ സംസാരത്തിലും ശോകച്ഛായ പ്രകടമായി. ജോലി രാജിവ

ച്ച് നാട്ടിൽ പോയി എന്തെങ്കിലും ജോലി ചെയ്തു സിസിയോടൊപ്പം ജീവിക്കാം എന്ന് പോലും തോന്നുന്നുണ്ടത്രേ. നെഞ്ചിൽ തിളച്ചു മറിയുന്ന വിരഹത്തിന്റെ ചൂടായിരിക്കാം അവന്റെ ആ വാക്കുകൾക്ക് പിന്നിൽ.

തൃശ്ശൂരിലെ ഷിഫാ ഹോസ്പിറ്റലിൽ നേഴ്സ് ആയ സിസിക്ക് ഈ നാട്ടിലെ ഏതെങ്കിലും ഒരു ക്ലിനിക്കിൽ ആയാലും കുഴപ്പമില്ല. ഒരു ചെറിയ ജോലി എങ്കിലും ശരിയാകുമായിരിക്കും. അവന്റെ കണ്ണുകളിൽ ശുഭപ്രതീക്ഷയുടെ പ്രകാശം ജ്വലിച്ചു. നീ ജോലിക്ക് പോയി തുടങ്ങിയാൽ നിന്റെ ഈ വിഷമവും ബേജാറും ഒക്കെ തീരും. ജോലി കഴിഞ്ഞു വന്ന് ഇവിടെ ചുരുണ്ട് കൂടി ഇരിക്കാതെ നീ എന്റെ അടുത്തേക്ക് പോര്. ഞാനവനെ ആശ്വസിപ്പിച്ചു. ഇത്തരം സാഹചര്യങ്ങൾ ഇതിനുമുമ്പ് ഒരുപാട് കൈകാര്യം ചെയ്തു തഴക്കം വന്നവരെ പോലെയാണ് എന്റെ ഉപദേശം. പിന്നെ കൂടുതൽ പറയാൻ എനിക്കോ എന്റെ വാചകക്കസർത്ത് കേൾക്കാൻ സ്റ്റീഫനോ താല്പര്യമില്ലാത്തത് പോലെ തോന്നി

വൈകാതെ എനിക്കും നേരിടേണ്ടിവരുന്ന അനുഭവങ്ങൾ ആണല്ലോ. ആ നിലക്ക് എന്റെ കല്യാണം കഴിഞ്ഞ് ഇങ്ങോട്ട് തിരിച്ചെത്തുന്നതിനു മുമ്പായി സുൽത്താനയ്ക്ക് പാസ്പോർട്ട് എടുക്കണം. പറ്റുമെങ്കിൽ ഒന്നിച്ചു വരാം. ആദ്യത്തെ കുറച്ചു നാളുകൾ എങ്കിലും ഇവിടെ ഒന്നിച്ച് കഴിയാൻ പറ്റുമായിരുന്നുവെങ്കിൽ. അതൊന്നും ഇപ്പോഴേ ചിന്തിക്കേണ്ടതില്ല. എങ്കിലും സ്റ്റീഫന്റെ അവസ്ഥ കണ്ടറിഞ്ഞപ്പോൾ എനിക്കിങ്ങനെ ചിന്തിക്കാതിരിക്കാൻ കഴിയുന്നുമില്ല

സ്വന്തം നാടുകളിൽ നിന്ന് വന്ന് വ്യത്യസ്തമായ ചുറ്റുപാടിൽ പരസ്പരം പൊരുത്തപ്പെട്ട് സ്വന്തം ഇഷ്ടങ്ങളും സ്വാതന്ത്ര്യവും മറ്റുള്ളവർക്ക് അടിയറവ് വെച്ച് ജീവിക്കേണ്ടിവരുന്ന പ്രവാസികൾ ആഴ്ചയിൽ ഒരിക്കലുള്ള ഈ ഒത്തുചേരലിൽ ആശ്വാസവും ആനന്ദവും കണ്ടെത്തുന്നു.

ഗ്ലാസുകൾ നുരഞ്ഞു നിറഞ്ഞു സംഭാഷണം പതഞ്ഞു പടർന്നു പാഞ്ഞു കയറുന്ന ലഹരിയുടെ വീര്യം നിർവൃതി സമ്മാനിക്കുന്ന മുഹൂർത്തങ്ങൾ ആയിരുന്നു അവർക്കപ്പോൾ.

അന്നേരം മനസ്സിൽ ഉദിച്ചതെല്ലാം വിളിച്ചുപറഞ്ഞു. നിരർത്ഥകമായ ശകാരങ്ങൾ എന്നതിൽ കവിഞ്ഞ് ആരും അതിനത്ര പ്രാധാന്യം കൊടുത്തില്ല. അഭിപ്രായ വ്യത്യാസങ്ങൾ ഉണ്ടായാലും അതിന്റെ പേരിൽ അന്യോന്യം പ്രശ്നങ്ങൾ ഉണ്ടാകാതിരിക്കാൻ പരസ്പരം ശ്രദ്ധിച്ചു. മറ്റു ചിലർ മരപ്പലകകൾ പോലെ അനക്കമറ്റ് അവിടെത്തന്നെ കിടന്നുറങ്ങി. വേറെ ചിലർ ഒന്നുകൂടി ഉഷാറായി. മദ്യം കഴിക്കാത്തവർ സിനിമ ക

ണ്ടു കൊണ്ടിരുന്നു.

ചുമരും ചാരി ഇരിക്കുന്നവരുടെ കണ്ണുകൾ അവരറിയാതെ മയക്കത്തിലേക്ക് ചാഞ്ഞുപോകുന്നു. ടച്ചിംഗ്സിന് വെച്ചിരുന്നതിൽ നിന്നും ഞാൻ എടുത്തു. ഉറക്കെയുള്ള സംസാരവും ചിരിയും മൂവിയുടെ ശബ്ദവുമായി സമയം കടന്നുപോയി. മദ്യം വയറ്റിനകത്ത് കടന്നു വിശപ്പുണ്ടാക്കിയിട്ട് വേണം അവർക്ക് ഭക്ഷണം കഴിക്കാൻ. അതിന് ഇനിയും ഞാൻ കാത്തിരിക്കേണ്ടി വരും. ഞാൻ യാത്ര ചോദിച്ചു. ജോർജ് എനിക്കും അവനുമുള്ള ആഹാരം എടുത്തു കൊണ്ടുവന്നു. അവൻ ഇന്നുവരെ മദ്യം കഴിച്ചിട്ടില്ല. ഭക്ഷണം കഴിച്ചു കഴിഞ്ഞു ബഹള മയമായ അവിടെ പിന്നെയും അവരോടൊപ്പം ഞാനിരുന്നു.

പോരാനായി ഞാൻ എഴുന്നേറ്റു. അന്ന് അവിടെ തങ്ങാനായി എന്നെ നിർബന്ധിച്ചു. അവരോടൊപ്പം വെളുക്കും വരെ ചിലവഴിച്ചാലോ എന്ന് എനിക്ക് തോന്നി. പക്ഷേ അങ്ങനെ ആഗ്രഹിച്ചിട്ട് കാര്യമില്ല. അടുത്ത ആഴ്ച നോക്കാം.

രാത്രി കഴിയാറായിരിക്കുന്നു. നേരം പുലർന്നാൽ ബാബയെ ഡോക്ടറെ കാണിക്കുവാനായി കൊണ്ടുപോകേണ്ടതാണ്. നാളെ വെള്ളിയാഴ്ച അവധി ദിനത്തിൽ ഡോക്ടർ അദ്ദേഹത്തിന്റെ വീട്ടിലേക്ക് ബാബയെയും കൊണ്ട് ചെല്ലുവാനായി പറഞ്ഞിരുന്നു. ബാബയുടെ കാൽമുട്ട് വേദനയ്ക്ക് ചികിത്സക്കാനായി വിദേശത്തേക്ക് എവിടെയെങ്കിലും കൊണ്ടുപോകണമെന്ന് ഡോക്ടർ നേരിട്ട് ബാബയോട് നിർദ്ദേശിച്ചാലേ ബാബ വഴങ്ങു എന്ന് അർബാബും ത്വാരിഖും തമ്മിലുള്ള സംഭാഷണത്തിൽ നിന്ന് എനിക്ക് വ്യക്തമായി.

ആ നിലക്ക് ലണ്ടനിലേക്ക് ആവാനാണ് സാധ്യത. അങ്ങനെയാണെങ്കിൽ ബാബയുടെ മക്കളോടൊപ്പം തുണയായി എന്നെയും കൊണ്ടുപോകുമായിരിക്കും. എങ്കിൽ ഒരു ചില്ലി കാശ് പോലും ചിലവില്ലാതെ ലണ്ടൻ നഗരം ഒക്കെ എനിക്ക് കാണാമല്ലോ

അങ്ങനെ അങ്ങനെ എന്റെ ചിന്തകൾ കയ്യെത്താ ദൂരത്തേക്ക് പാഞ്ഞു പോകുന്നു. എന്നെക്കുറിച്ച് എനിക്ക് തന്നെ അവജ്ഞ തോന്നി. സർവ്വാധിനാഥനായ തമ്പുരാനെ ഒന്നും മനപ്പൂർവ്വം അല്ലെങ്കിലും ചില നേരങ്ങളിൽ എന്നിൽ ഇങ്ങനെയുള്ള ആലോചനകൾ കടന്നുകൂടുന്നു. എന്താണ് ഈ നാട്ടിലെ ചികിത്സ കൊണ്ടുതന്നെ ബുദ്ധിമുട്ടുകൾ ഒഴിഞ്ഞ് ബാബ സുഖ സന്തോഷമായി ജീവിച്ചു കാണുവാൻ അല്ലേ ഞാൻ ആഗ്രഹിക്കേണ്ടത്.

അദ്ധ്യായം
പതിമൂന്ന്

ബാബയ്ക്ക് ക്ഷീണം ബാധിച്ചു തുടങ്ങി നടക്കാൻ ഊന്നു വടിയും മറ്റൊരു ഊന്നു വടി എന്നോണം ഞാനും അരികിൽ ഉണ്ടായിരിക്കണം. കടൽക്കരയിൽ ഉള്ള ശിഷാ കഫെയിലേക്ക് പോകുവാനായി എന്നെ വിളിച്ചു.

ഹുക്ക വലിക്കാൻ എത്തുന്നവരിൽ ഈജിപ്ഷ്യൻസും സിറിയക്കാരും ഒക്കെയുണ്ട്. ഇതൊരു പതിവാക്കിയവരും ഇല്ലാതില്ല. അകത്തിരുന്ന് ടിവി കാണാനും ഗെയിംസിനും ചായ കുടിക്കാനും അതൊന്നുമല്ലെങ്കിൽ വെറുതെ വാചകമടിക്കാനും ആയി എത്തുന്ന നേരമ്പോക്കികളും ഉണ്ടാക്കൂട്ടത്തിൽ. പതിവുപോലെ ബാബയുടെ കൂട്ടുകാരായ സയ്യിദും സൈഫും സുൽത്താനും ഒക്കെ ഉണ്ടായിരുന്നവിടെ. ഇരിക്കുന്നവർക്ക് ആസ്വദിക്കാനായി ഘടിപ്പിച്ചിരിക്കുന്ന ടിവി സ്ക്രീനിലെ ഫുട്ബോൾ കളി കണ്ട് ആവേശം മൂത്ത് പരിസരം മറക്കുന്നവർ പുക അകത്തേക്ക് ആഞ്ഞുവരിച്ച് പുകക്കുഴലിൽ നിന്നും വമിക്കുന്നതുപോലെ പുറത്തേക്ക് വിടുന്ന കട്ടപ്പുകയിൽ നിന്നുയരുന്ന വിവിധ തരത്തിലുള്ള സുഗന്ധങ്ങൾ അന്തരീക്ഷത്തിൽ പൊന്തിവന്നു.

ഓരോരുത്തർക്ക് ഇഷ്ടമുള്ള ഫ്ളേവർ ആണ് ഹുക്കയിൽ ഇട്ടുകൊടുക്കുന്നത്. ഒരുതവണ ശീഷ നിറച്ചാൽ 15 മിനിറ്റോളം പുകവലിക്കാം. പുക അകത്തേക്ക് വലിച്ചുകയറ്റി ആനന്ദ തന്തുലിതരായി നിർവൃതി കൊണ്ടിരിക്കുന്നവർ. അവരുടെ മേശയിൽ ചായ സ്ഥാനം പിടിച്ചിട്ടുണ്ട്. ഓരോ നാടിന്റെയും തനത് ശൈലിയിലുള്ള ചായ, കാപ്പി എല്ലാം ലഭ്യമാണ് ഇവിടെ. ഉപ്പും മുളകും എന്നൊക്കെ പറയുന്നതുപോലെ ചായയും പുകയും, അതാണ് ഇവിടുത്തെ കോമ്പിനേഷൻ

ബാബയും കൂട്ടുകാരും ഒന്നിച്ചുള്ള വിനോദവും ഭക്ഷണവും ഒക്കെ കഴിയുന്നതുവരെ ഞാൻ സ്വതന്ത്രനാണ്. ചില ദിവസങ്ങളിൽ വേഗം അവസാനിപ്പിക്കും. അന്നേരം ബാബ തിരക്കിയാലോ എന്നൊരു ആശങ്ക എന്നിൽ ഉടലെടുക്കും. അതിനാൽ എവിടെയെങ്കിലും കറങ്ങി നടന്ന് എന്റെ സമയം വേണ്ടവിധം ഉപയോഗപ്പെടുത്തി. എന്നെ കുത്തിനോവിക്കുന്ന ഏകാന്തതയിൽ നിന്നും മോചനം നേടാമെന്നും ധരിക്കേണ്ട. വേഗത്തിൽ പോയി വരാവുന്നിടത്തേക്കേ ഞാൻ പോകാറുള്ളൂ.

കടൽക്കരയിലെ ശിഷ കഫേയോട് ചേർന്ന് നീളത്തിൽ കെട്ടിപ്പൊക്കി ഉണ്ടാക്കിയ വിസ്തൃതമായ പുൽത്തകിടിയിൽ കടലിൽ നിന്നും വീശുന്ന തണുത്ത കാറ്റേറ്റ് എനിക്ക് എപ്പോഴും കൂട്ടിനുണ്ടാകുന്ന ഓർമ്മകളെയും ചേർത്തുപിടിച്ചുകൊണ്ട് ഞാനിരുന്നു.

കടൽ ഭിത്തിക്കപ്പുറത്തെ കരിങ്കല്ലുകൾക്ക് മേൽ സീൽക്കാരത്തോടെ വന്നടിക്കുന്ന തിരമാലകൾ തിരിച്ചുപോയി വീണ്ടും വീണ്ടും വന്നുകൊണ്ടിരിക്കുന്നു. കടലിന്റെ തേങ്ങലും ഇരമ്പലും ഞരക്കവും ഇടയ്ക്കിടെയുള്ള ഗർജ്ജനവും ലോകം ഉണ്ടായ നാൾ മുതൽ ഇന്നോളം ഒരു മാറ്റവുമില്ലാതെ തുടർന്നുകൊണ്ടിരിക്കുന്നു. ഭൂമിയിലെ ജീവജാലങ്ങൾക്ക് റബ്ബ് നൽകിയ അനേകമനേകം അനുഗ്രഹങ്ങളിൽ ഒന്നുമാത്രം.

മീനും ഇറച്ചിയും ചുടുന്നതിന്റെ സമ്മിശ്രമായ മണം ആ ചുറ്റുപാടിൽ തത്തിക്കളിച്ചു. വിരിച്ചിരിക്കുന്ന പുൽപ്പായകളിൽ അറബി സ്ത്രീകൾ സൊറ പറഞ്ഞിരിക്കുന്നു. ചാരുകസേരകൾ പുൽപ്പായകളോട് അടുപ്പിച്ച് കണ്ണുകളിൽ നിറഞ്ഞു കത്തുന്ന വാത്സല്യത്തോടെ മുത്തച്ഛൻമാരും (ജദ്ദ) മുത്തശ്ശിമാരും അതിൽ പങ്കുചേർന്നിരിക്കുന്നു. അവർക്ക് സുൽത്താന്മാരുടെ പ്രൗഢി ഉള്ളതുപോലെ തോന്നി. ഈ കണക്കിന് അവരുടെ ചെറുപ്പകാലത്തിൽ എത്രമാത്രം സൗന്ദര്യം ഉണ്ടായിരുന്നിരിക്കാം.

രണ്ടോ മൂന്നോ വീട്ടുകാർ ഒന്നിച്ചുകൂടി സല്ലപിക്കാൻ ഇറങ്ങിയതായിരിക്കണം. ചക്കരക്കാവിൽ ആണെങ്കിൽ ചെറിയൊരു കല്യാണത്തിനുള്ള ആളുകൾ ആയി.

കൊണ്ടുവന്ന ഗദ്ദാമകൾ (വീട്ടുവേലക്കാരികൾ) എണ്ണക്കൊഴുപ്പ് ഒലിക്കുന്നതുപോലെ, കരിങ്കറുപ്പുള്ള സുഡാനികൾ സഞ്ചികളിൽ നിന്നും പാത്രങ്ങളും ഭക്ഷണസാധനങ്ങളും പുറത്തേക്കെടുക്കുന്നു. ആകർഷകത്വമുള്ള അഴകാർന്ന മുഖമുള്ളൊരു സിലോണി, മസാല പുരട്ടിയ ഇറച്ചിത്തുണ്ടുകൾ സ്കിവറിൽ കുത്തി കോർത്തെടുക്കുന്നു. വെളുത്ത് വെൺമയാർന്ന തടിച്ച മുഖമുള്ള ഫിലിപ്പിനോ സുലൈമാനി ഉണ്ടാക്കി വിളമ്പുന്നു. ചിലതിന്റെ മുഖത്ത് വിഷാദം ഘനീഭവിച്ചിരിക്കുന്നു. തടിച്ച കൺപോളകൾ പാതി അടഞ്ഞത് പോലുള്ള കണ്ണുകളും വെളുത്ത നിറത്തിൽ ഇളം മഞ്ഞ രാശി കലർന്നതു പോലെ ഒതുങ്ങിയ ശരീരമുള്ള ഇന്തോനേഷ്യക്കാരി കുട്ടികൾക്ക് ഭക്ഷണം കൊടുക്കുന്നു.

എല്ലാം ദൈവത്തിന്റെ കൈകൾ കൊണ്ട് സൃഷ്ടിക്കപ്പെട്ടവ, ആ നിലക്ക് ഓരോരുത്തരുടെയും നിറവും ആകാരവും സൗന്ദര്യവും ഒക്കെ വിമർശിച്ചാൽ അത് പടച്ചവനെ കുറ്റം പറയുന്നതുപോലെ ആകില്ലേ. എല്ലാം തികഞ്ഞ മനുഷ്യരുണ്ടോ. നമ്മുടെ ആകാരത്തിലും സൗന്ദര്യത്തി

ലും മറുനാട്ടുകാർക്കും എന്തെങ്കിലുമൊക്കെ പോരായ്മകൾ തോന്നിയേക്കാം.

കുട്ടികളെ കൊണ്ടുനടക്കുന്ന ഗദ്ദാമകൾക്ക് ചിലതിന്റെ കുസൃതികൾ തലവേദന ഉണ്ടാക്കി. ബെല്ലും ബ്രേക്കും ഇല്ലാതെ സൈക്കിൾ ചവിട്ടി മറിഞ്ഞുവീഴുന്ന കുട്ടികൾ ഒരു വികൃതിക്കുട്ടി എറിഞ്ഞ പന്ത് എന്റെ നെറ്റിയിൽ പതിച്ചു. ഞാനെഴുന്നേറ്റ് പടിഞ്ഞാറ് ഭാഗത്ത് അധികം വെളിച്ചമില്ലാത്ത ഒരിടത്ത് ചെന്നിരുന്നു. അവിടെ മരത്തിൽ വീണ നിലാവ് മരക്കൊമ്പിന്റെ നിഴലിനോടൊപ്പം പുൽത്തകിടിയിൽ പതിച്ചു കിടന്നിരുന്നു.

എതിർ ദിശയിൽ കാണുന്ന വീടുകൾ എല്ലാം ഇരുട്ടിൽ. ഒന്നിലും ആൾപ്പാർപ്പില്ല മുരിങ്ങയും ബദാം മരവും നിറച്ചു പൂവിട്ട ബോഗൺ വില്ലയും തഴച്ചുവളർന്നു നിൽക്കുന്നു. ആ കാണുന്ന വീട്ടിലെ വീട്ടമ്മയായിരുന്നു പുഷ്പ റാണി. ജീവൻ വെടിഞ്ഞത് രണ്ടര വർഷം മുമ്പാണ്. പുഷ്പറാണിയുടെ പ്രേതം ആ ചുറ്റുവട്ടത്ത് അലഞ്ഞുതിരിഞ്ഞു നടക്കുന്നുണ്ടെന്ന അന്ധവിശ്വാസത്തിന്മേലാണ് തൊട്ടടുത്ത വീട്ടുകാരെല്ലാം ഒഴിഞ്ഞു പോയത്.

റാഫയിൽ മുരുകാസ് ടെക്സ്റ്റൈൽസ് നടത്തുന്ന ഫൽഗുണൻ ചേട്ടന്റെ ഭാര്യയായിരുന്നു പുഷ്പറാണി. രൂപത്തിലും ഭാവത്തിലും സൗന്ദര്യത്തിലും രണ്ടുപേരും ഒരിക്കലും കൂട്ടിമുട്ടാത്ത സമാന്തര രേഖകൾ പോലെയായിരുന്നു. വിവാഹം കഴിഞ്ഞ് നാലഞ്ചു വർഷം കഴിഞ്ഞാണ് അവർക്ക് കുട്ടികൾ ഉണ്ടായത്. അതോടെ പുഷ്പാറാണിയുടെ ചാരിത്ര്യത്തിൽ സംശയവും അതിനെ ചൊല്ലി ഇടയ്ക്കിടെ കലഹവും ഉണ്ടാകാറുണ്ടായിരുന്നത്രെ.

തന്റെ സ്ത്രീത്വത്തിന് കളങ്കം പറ്റിയെന്ന് വിശ്വസിക്കുന്ന, ഭർത്താവിന്റെ സ്വാസ്ഥ്യം കെടുത്തുവാനായി ജീവിച്ചാൽ ഉണ്ടാകുന്ന മൗഢ്യമോർത്തുള്ള മാനസികാസ്വാസ്ഥ്യം കൊണ്ട് പൊള്ളുന്ന ഹൃദയത്തോടെ കഴിയേണ്ടി വന്ന, നിരപരാധിയായ പുഷ്പ റാണി സീലിംഗ് ഫാനിൽ ജീവനൊടുക്കി.

ആടിക്കൊണ്ടിരിക്കുന്ന മൃതദേഹത്തിന്റെ കാലുകൾ കൂട്ടിപ്പിടിച്ചിരുന്നു അലമുറയിട്ട് കരയുന്ന ഒന്നുമറിയാത്ത കുട്ടികളുടെ ആ നിസ്സഹായാവസ്ഥ കണ്ട് നിയമപാലകരുടെ കണ്ണുകൾ പോലും നിറഞ്ഞു.

ഫൽഗുണൻ ചേട്ടൻ ജയിലിൽ കിടന്നാൽ തന്റെ മക്കൾ അനാഥരാവില്ലേ എന്ന മനോവ്യഥ കൊണ്ട് പുളഞ്ഞിട്ട് ആകാം ഇത്രയും നല്ലൊരു ഭർത്താവ് ഈ ലോകത്തിൽ ഇല്ല എന്ന് തെളിയിക്കുന്ന വിധത്തിലാണ് പുഷ്പറാണി മരണക്കുറിപ്പ് എഴുതി ഭദ്രമായി തലയിണക്കടിയിൽ

കൊണ്ടുവെച്ചത്.

പുഷ്പ റാണിയുടെ അമിതമായ സൗന്ദര്യം മുഴുവൻ എടുത്തുവച്ച തുപോലെയാണ് മകൾ.

ഈയടുത്താണ് ചേട്ടൻ പുനർവിവാഹം ചെയ്തത്. അത്രയും നാൾ പുഷ്പ റാണിയുടെ അഭാവം ശരിക്കും അനുഭവിച്ചു.

പുതിയ ഭാര്യ കുട്ടികളെ ആത്മാർത്ഥമായി വളർത്തുന്നുണ്ട് ഇപ്പോൾ ഫൽഗുണൻ ചേട്ടന്റെ മനസ്സിൽ ഭാര്യയെ കുറിച്ച് വിരിയാർ ഉണ്ടായിരുന്ന ദുഷിച്ച വികാരങ്ങളെല്ലാം നുള്ളി കളഞ്ഞാൽ ചേട്ടന് സുഖജീവിതവും കാണുന്നവർക്ക് ആനന്ദവും കിട്ടും. പലിശയിനത്തിൽ കിട്ടുന്ന തുകയാണ് ചേട്ടന്റെ പ്രധാന വരുമാനം. വാങ്ങുന്നവർ വിയർപ്പൊഴുക്കി ഉണ്ടാക്കുന്ന പണത്തിൽ നിന്നും നല്ലൊരു പങ്ക് ചെന്നെത്തുന്നത് ഫൽഗുണൻ ചേട്ടന്റെ കീശയിലേക്കാണ്. എങ്കിലും ആവശ്യക്കാർക്ക് താൽക്കാലിക ശമനത്തിന് ഒരു അത്താണിയാണ് ചേട്ടൻ

നിർഭാഗ്യവശാൽ ഫൽഗുണൻ ചേട്ടന്റെ മുന്നിലെങ്ങാനും ചെന്നു പെട്ടാൽ പിന്നെ കുഴഞ്ഞതുതന്നെ "കബീറെ നിനക്ക് കാശ് വേണമെങ്കിൽ ചോദിക്കാൻ മടിക്കണ്ട. മാസമാസം പലിശ ഇനത്തിൽ ഇത്തിരി പൈസ തന്നാ മതി. തിരക്കില്ല എന്തോരം ആൾക്കാരാണ് എന്റെടുത്തുന്ന് മേടിച്ചേക്കണത്." വാക്കുകളിൽ വിശ്വാസമുണ്ടാക്കി അത്ര ദൃഢതയോടെയാണ് ആ അവതരണം.

മറ്റൊരു ഏർപ്പാട് കൂടിയുണ്ട്. ഫൽഗുണൻ ചേട്ടന്റെ മുരുകാസ് ടെക്സ്റ്റൈൽസിൽ നിന്നും തുണിത്തരങ്ങൾ തുച്ഛമായ വിലക്ക് കൊടുക്കും. മാസാമാസം അടച്ചു കൊടുത്താൽ മതി. നാട്ടിൽ പോകുമ്പോഴേക്കും കൊണ്ടുപോകേണ്ട ഇനങ്ങൾ റെഡിയായിട്ടുണ്ടെന്ന. ആശ്വാസമാണ് കസ്റ്റമേഴ്സിന്. പലിശ മേടിച്ചാൽ വയറു വീർക്കുമെന്ന് ബാല്യകാലത്തെ മദ്രസ പഠനത്തിനിടയിൽ ഉസ്താദ് പറഞ്ഞു പേടിപ്പിച്ചിരുന്നു. അന്ന് ചക്കരക്കാവിൽ പലിശ വാങ്ങിയിരുന്ന രാവുണ്ണി മേനോന്റെയും ചാണ്ടി കുഞ്ഞച്ചായൻ ഒക്കെ വയറു വീർത്തിരിക്കുന്നതായി തോന്നിയിട്ടുണ്ട്.

പലിശ കൊടുക്കുന്നവരുടെ ശാപം രാവുണ്ണി മേനോന്റെയും ചാണ്ടി കുഞ്ഞ് അച്ചായന്റെയും ഒക്കെ വയറ്റിൽ ചെന്ന് വീഴുമ്പോൾ വയറു ബലൂൺ പോലെ വീർത്തു വരുന്നതാണ് എന്നാണ് ഒന്നും അറിയാത്ത ബാല്യകാലത്തിൽ ഞാനും എന്റെ കൂട്ടുകാരും ഒക്കെ കരുതിയിരുന്നത് അത്തരം ചൊല്ലുകളിൽ കഴമ്പില്ലെന്ന് ബോധ്യം വന്ന പ്രായമായപ്പോഴേക്കും ഉസ്താദ് പറഞ്ഞു പഠിപ്പിച്ച ചില അരുതുകൾ മനസ്സിന്റെ അഗാധതയിൽ വ്യാധികൾ പോലെ അള്ളിപ്പിടിച്ചുകഴിഞ്ഞിരുന്നു.

അവരെയൊക്കെ ഓർമ്മവരും ഒരിക്കൽ എന്തോ പറഞ്ഞു ഞങ്ങൾ കുട്ടികൾ അടികൂടി റഹ്മാൻ താഴെ വീണുകിടക്കുന്ന കാഴ്ച കണ്ടു കൊണ്ട് വന്ന ഉസ്താദ് റഹ്മാനെ പിടിച്ചെഴുന്നേൽപ്പിച്ചുകൊണ്ട് ഒച്ചയിട്ടു. "മാറിനിൽക്കിൻ. ഇന്ന് എല്ലാത്തിനെയും ഞാൻ ചൊവ്വാക്കി തരാടാ." നിസ്സഹായമായ ഭയപ്പാടോടെ ഞങ്ങൾ വിറച്ചു. റഹ്മാനെ ഞങ്ങൾ തള്ളിയിട്ടതാണെന്ന് കരുതിയ ഉസ്താദ് ആക്രോശിച്ചു കൊണ്ട് ദയാരഹിതമായി ചൂരൽ വീശി ഞങ്ങൾ കുട്ടികളുടെ ലോലമായ കൈകാലുകളിൽ ചൂരൽപ്പാടുകൾ തിണർത്തു. ദേഷ്യം വിട്ടകന്ന നേരം ഉസ്താദ് പറഞ്ഞു.

"ഇനി ഇതിന്റെ പേരും പറഞ്ഞ് അവനോട് വഴക്ക് ആയിരുന്ന നിങ്ങൾക്ക് തന്നെയാണ് അതിന്റെ ദോഷം. വഴക്ക് മൂന്ന് ദിവസത്തിൽ കൂടിയാൽ പടച്ചോൻ പൊറുക്കൂല്ല അയിനു മുമ്പ് മരിച്ചാൽ നരകത്തിൽ ഇട്ട് കത്തിക്കും."

പക്ഷേ ഒരു കാര്യം വ്യക്തമാണ്. പടച്ചവൻ ഹറാമാക്കിയ കാര്യങ്ങൾ അങ്ങനെ കിട്ടുന്ന സമ്പത്ത് നമുക്ക് ഉപകരിക്കാതെ എങ്ങനെയെങ്കിലും ചോർന്നു പോകും എന്നതിന് ഏറ്റവും വലിയ ഉദാഹരണം ചക്കരക്കാവിലെ ചേനത്തണ്ടൻ പക്രുക്കയുടെ അനുഭവങ്ങളാണ്. ചേനത്തണ്ടൻ പക്രുക്ക വലിയ ഭക്തൻ ഒക്കെയാണ്.

ഹറാം (അനുവദിക്കാത്തത്) ഏത്, ഹലാൽ (അനുവദിച്ചത്) ഏത് എന്നൊന്നും അറിയായ്കയല്ല. എന്നിട്ടും പാപങ്ങൾ ചെയ്തു. ഒരിക്കൽ വയറ്റിൽ എന്തോ അസുഖം വന്നു. മരണത്തിനും ജീവിതത്തിനും ഇടയിലുള്ള ഞാണിന്മേൽ കളിയായിരുന്നു. ഒടുവിൽ ജീവിതത്തിലേക്ക് തിരിച്ചുവന്ന പക്രു മാരകമായ മനസ്സാക്ഷിക്കുത്തിന്റെ ചുറ്റി പിടുത്തത്തിൽ നിന്നും മുക്തനാവാൻ നിരന്തരം പണിപ്പെട്ടു.

ദുഃഖഭാരം തളർത്തിയ പക്രുക്ക നന്മയും തിന്മയും തിരിച്ചറിയാൻ സ്വയം പഠിച്ചു. അനുഭവങ്ങൾ വിശ്വാസത്തിന് കരുത്ത് കൂട്ടി. ഒരു സർവ്വശക്തി എല്ലാറ്റിനേയും നിയന്ത്രിക്കുന്നുണ്ടെന്ന് ബോധ്യമായ പക്രുക്ക ഒരിക്കൽ എന്റെ ബാപ്പയോട് പറയുന്നത് കേട്ടു. "വെട്ടിപ്പിടിച്ചതും പറ്റിച്ചെടുത്തതും തട്ടിപ്പറിച്ചെടുത്തതുമായ പലിശ മുതലിന്റെ എത്രയോ ഇരട്ടി ആസ്പത്രിയിൽ ചിലവായി. പാവങ്ങളുടെ ശാപം ഏറ്റിട്ടുണ്ടെന്ന കുറ്റബോധത്തിന്റെ ഭാരം മനസ്സിൽ നിന്നും ഇറക്കിവെക്കാനാണെന്ന് തോന്നുന്നു.

ചക്കരക്കാവിൽ സൗദാബി മെമ്മോറിയൽ ആസ്പത്രി തുടങ്ങിയത് മരുന്നിനും ചികിത്സക്കും ചെറിയൊരു തുകയെ ഈടാക്കുകയുള്ളൂ. തീ

രെ ഗതിയില്ലാത്തവർക്ക് പക്രുക്കയുടെ ശുപാർശയിൽ സൗജന്യ ചികിത്സ കിട്ടും ഒരുപാട് ദാനധർമ്മങ്ങൾ ചെയ്തു കുറ്റബോധത്തിന്റെ ദുഃഖഭാരം നീക്കുവാനായി ചെയ്തുവച്ച നീച പ്രവർത്തികൾക്കെല്ലാം പ്രായശ്ചിത്തം ചെയ്തിട്ടാണ് ആ കണ്ണുകൾ അടഞ്ഞത്

ഓരോ ഓർമ്മകൾ കടന്നുവരുമ്പോൾ ചക്കരക്കാവിലെ എന്റെ പ്രിയപ്പെട്ടവരൊക്കെ ഓർമ്മകൾക്ക് മാറ്റുകൂട്ടും. എത്ര നാളുകളായി മാതാപിതാക്കളെ കണ്ടിട്ട്. അശോകന്റെ കൈവശം കൊടുത്തയച്ച ഡ്രാഫ്റ്റ് ബാപ്പാക്ക് കിട്ടിയിട്ടുണ്ടായിരിക്കുമോ. നാളെ രാവിലെ നാട്ടിലേക്ക് വിളിക്കണം. തികയാത്ത പൈസ ഞാൻ കടം വാങ്ങിയതാണ്. പ്രവാസികളിൽ ഒട്ടുമിക്കവരും അനുഭവിക്കേണ്ടിവരുന്ന തീവ്രമായ ഒരു സംഘർഷം ആണല്ലോ അത്തരം കാര്യങ്ങൾ. കടം അപ്പപ്പോൾ തിരിച്ചടക്കും. അല്ലെങ്കിൽ ഉപകാരം ചെയ്തവരോട് കാണിക്കുന്ന ഏറ്റവും വലിയ നെറികേടാവുമത്. കുഴൽപ്പണം അയക്കുകയാണെങ്കിൽ എനിക്ക് കടം വാങ്ങേണ്ടി വരില്ലായിരുന്നു. ഇതുവരെ അങ്ങനെയൊരു കള്ളത്തരം ഞാൻ ചെയ്തിട്ടില്ല. പലപ്പോഴും കുഴൽപ്പണം അയക്കാം എന്ന് ഞാൻ ചിന്തിച്ചിട്ടുണ്ട്. ഉസ്താദ് പറഞ്ഞു തന്ന അരുത് എന്റെ മനസ്സാക്ഷിയെ ഞെരിച്ചു കൊണ്ടിരിക്കും അന്നേരം.

അദ്ധ്യായം
പതിനാല്

കടൽ കടന്നെത്തുന്ന തണുത്ത കാറ്റേറ്റ് കൈപ്പത്തികൾ രണ്ടും പിണച്ച് തലക്കടിയിൽ ചേർത്തുവച്ച് ആകാശവും നോക്കി പുൽത്തകിടിയിൽ ഞാൻ മലർന്നു കിടന്നു. ഇന്നത്തെ അവസാനത്തെ നമസ്കാരത്തിനായി പള്ളിയിൽനിന്നും വിശ്വാസികളെ നമസ്കാര സമയം അറിയിക്കുന്നതിനുള്ള ബാങ്ക് വിളി മുഴങ്ങി കേൾക്കുന്നു

പള്ളിയിൽ പോകാമെന്ന് വെച്ചാൽ ഒന്ന് ചുറ്റിക്കറങ്ങിയാലേ അങ്ങോട്ട് എത്തൂ. ഒരുപക്ഷേ അപ്പോഴേക്കും നമസ്കാരം ഏകദേശം കഴിയാറായിട്ടുണ്ടായിരിക്കും. പ്രപഞ്ചത്തിൽ എല്ലായിടത്തും നിറഞ്ഞുനിൽക്കുന്ന പടച്ചവന്റെ ശക്തിക്ക് മുന്നിൽ സാഷ്ടാംഗം ചെയ്യുവാൻ വൃത്തിയുള്ള ഒരിടം വേണമെന്നേയുള്ളൂ എങ്കിലും ഒരുമയും ഐക്യവും പ്രകടമാക്കുന്ന, സമത്വത്തിന്റെ ഭാവമെന്ന് തോന്നിക്കുന്ന, വലിപ്പച്ചെറുപ്പം ഇല്ലാതെ പടച്ചവന്റെ മുന്നിൽ മനുഷ്യരെല്ലാം സമന്മാരാണെന്ന് വിളിച്ചോതുന്ന ത

രത്തിൽ തോളോട് തോൾ ചേർന്ന് പള്ളിയിൽ ഒന്നിച്ചു നിന്നുള്ള നമസ്കാരത്തിൽ പങ്കെടുക്കുമ്പോൾ ഉള്ള ആത്മസംതൃപ്തി എത്രയായാലും ഒന്ന് വേറെ തന്നെയാണ്.

നേരത്തെ കണ്ട അറബി സംഘം അംഗ ശുദ്ധി ചെയ്ത് ഒന്നിച്ച് നമസ്കരിക്കാൻ ആയി നിന്നു ഒരു വൃദ്ധ കസേരയിലിരുന്ന് അവരോടൊപ്പം നിസ്കരിക്കുന്നു. ബാബയും ഈയിടെയായി ഇതുപോലെ ഇരുന്നിട്ടാണ് നമസ്കരിക്കുന്നത് നിൽക്കാൻ പറ്റിയില്ലെങ്കിൽ ഇരുന്ന് അതിനും പറ്റിയില്ലെങ്കിൽ കിടന്നു അതിനും ഒത്തില്ലെങ്കിൽ ഓർമ്മയുണ്ടെങ്കിൽ മനസ്സു കൊണ്ടെങ്കിലും നമസ്കാരം നിർവഹിക്കണം എന്നാണ് നിയമം. കുറച്ച് അപ്പുറത്തായി വലിയൊരു പായ് വിരിച്ച് സ്ത്രീകളിൽ പലരും നിന്നു. ചില സന്ദർഭങ്ങളിൽ നമസ്കാരത്തിന് സ്ത്രീകൾക്ക് ഇളവുകൾ ഉണ്ട് കുറച്ചു ദൂരെയായി മൂന്നു പാക്കിസ്ഥാനികളോടൊപ്പം ഞാനും നിന്നു. ചഞ്ചലമായ മനുഷ്യമനസ്സിൽ നിന്നും പടച്ചവന്റെ ഓർമ്മ വിട്ടു പോകാതിരിക്കാൻ ആണത്രേ അഞ്ചു നേരത്തെ നമസ്കാരം. ഞാൻ എഴുന്നേറ്റു. ഏതായാലും ബാബയെ ചെന്നു നോക്കാം ഇനിയും ഇവിടെ ഇരിക്കാൻ ആണോ അതോ ഉടനെ പോകാനാണോ ബാബയുടെ ഭാവം. ഞാൻ ചെന്നില്ലെന്ന് കരുതി ഇരിപ്പിന്റെ ദൈർഘ്യം കൂട്ടേണ്ട.

ഞാൻ നടക്കുന്നതിനിടയിൽ അറബി സംഘത്തെ ഒന്ന് കണ്ണോടിച്ചു. കുട്ടികൾ കളിച്ചു തളർന്ന് പുൽപ്പായകളിൽ ഉറങ്ങുന്നു. കുറേയെണ്ണം കളിതുടർന്ന് കൊണ്ടിരിക്കുന്നു. താഴെക്കിറങ്ങുന്ന ചവിട്ടുപടികൾക്കരികിലായി ഗാഫ് മരവും ചാരിയിരിക്കുന്നു ഒരു ഗദ്ദാമ. ദുഃഖഭാരം അവളെ തളർത്തുന്നതായി തോന്നി. ഞാൻ ബാബയുടെ അടുത്ത് എത്തിച്ചേർന്നു. കൂട്ടുകാരുടെ എണ്ണം നേരത്തെ കണ്ടതിലും കൂടിയിട്ടുണ്ട്. പുകയുടെ മറവിൽ സയ്യിദിന്റെ മുഖം ആദ്യം എനിക്ക് വ്യക്തമായില്ല. ഇവിടെ നിന്നും തിരിച്ചു പോകണമെന്നില്ലേ. ഇനിയും തുടർന്നാൽ നടുവേദന മൂലം നാളെ എഴുന്നേൽക്കുന്ന കാര്യം തന്നെ കണ്ടറിയണം.

എന്തൊക്കെയോ പറയണമെന്നുണ്ടായിരുന്നു എനിക്ക്. എത്രയായാലും എന്റെ വാക്കുകൾക്കും പ്രവർത്തികൾക്കുമുള്ള ചങ്ങലകൾ പൊട്ടാതെ ഞാൻ ശ്രദ്ധിക്കണമല്ലോ.

അവരുടെ നോട്ടം എന്നിലേക്കായി എന്ന് മനസ്സിലായ ഞാൻ അവിടെ തന്നെ നിന്നു. നീ ഭക്ഷണം കഴിച്ചോ? ബാബ ചോദിച്ചു. ഞാൻ മറുപടി പറയും മുമ്പേ എനിക്കുള്ള ഭക്ഷണം ഓർഡർ ചെയ്തു. ബാബയും കൂട്ടുകാരും ഒട്ടും കഴിക്കാതെയും കുറച്ചു മാത്രം കഴിച്ചതുമായ ഭക്ഷണം തന്നെ ധാരാളം മതിയായിരുന്നു. എനിക്ക്. അങ്ങനെ പറഞ്ഞാൽ

ബാബ ചിലപ്പോൾ ദേഷ്യപ്പെടാനും ഇടയാവും. അതുകൊണ്ട് ഇനി അതേക്കുറിച്ച് ഒന്നും വിശദമായി പറയാതിരിക്കുന്നതാണ് ഉത്തമം. എത്ര മാത്രം ആഹാരമാണ് വെറുതെ കളയുന്നത്. ഒരു പഴുതു കിട്ടിയാൽ ബാക്കി വരുന്ന ഭക്ഷണം പലർക്കും ആയി ഞാൻ എത്തിച്ചു കൊടുക്കാറുണ്ട്.

വിശക്കുന്നവന് ഭക്ഷണം കൊടുക്കുക സഹജീവികളെ സ്നേഹിക്കുക അങ്ങനെയുള്ള കാര്യങ്ങൾ ഇവരുടെ ഉത്തരവാദിത്വം എന്നതു പോലെയാണ് ആ സന്മനസ്സിനുള്ള അനുഗ്രഹം. പടച്ചവൻ കൈനിറയെ ഈ നാടിനു കൊടുക്കുന്നുണ്ട്. വ്യക്തികൾ നന്നായാൽ അതുവഴി ആ നാടും നന്നാവുമല്ലോ.

ബാബയിൽ നിന്ന് അകന്ന് അരികുകളിൽ ഇട്ടിരുന്ന കസേരകളിൽ ഒന്നിൽ ഞാൻ ഇരുന്നു. അടിമ ഉടമ എന്ന വ്യത്യാസം കാത്തുസൂക്ഷിക്കുക എന്നത് എന്റെ ഒരു ശീലമായി. തന്നെയുമല്ല വിശന്നു വയറെരിഞ്ഞു കൊണ്ടിരിക്കുന്ന എനിക്ക് ഇവിടെ ഇരുന്നാൽ എന്റെ ഇഷ്ടം പോലെ വാരിവലിച്ചു കഴിക്കുകയും ആകാം. അതും നോക്കിയിരുന്നു നേരം പോകാൻ അടുത്ത് ആരുമില്ല എന്നൊരു വിശ്വാസവും ഉണ്ട്.

ടേബിളിൽ സ്ഥാനം പിടിച്ച സുലൈമാനി കുടിച്ചുതീർത്ത് ബാബയുടെ കൂട്ടുകാരായ ഹമീസും ബദറും ഒക്കെ എഴുന്നേറ്റു. ബാബ എഴുന്നേൽക്കാനായി എന്നെയും കാത്തിരിക്കുകയായിരിക്കുമോ. ഞാൻ തിടുക്കത്തിൽ അടുത്തെത്തിയപ്പോഴേ ബാബ എഴുന്നേൽക്കാൻ ഒരുമ്പെട്ടു.

സെയ്ദിന്റെ നോട്ടം അപ്പോഴും ഹുക്കയിലേക്ക് തന്നെയായിരുന്നു. ദിവസവും മുടങ്ങാതെ ശീഷ കഫെയിൽ ചെല്ലുന്നതിന് ഒട്ടേറെ ന്യായീകരണങ്ങളും ഉണ്ട് അദ്ദേഹത്തെ സംബന്ധിച്ചിടത്തോളം ഇതൊരു നേരമ്പോക്ക് മാത്രമല്ല ശരീരത്തിന് അത്യാവശ്യം എന്നതുപോലെയാണ് പുകവലിയോടുള്ള അമിതമായ താൽപര്യത്തിന്റെ പരിണിതഫലം ഇനി എന്തൊക്കെയാണ് ആവോ. പരസ്പരം യാത്ര ചോദിച്ചുകൊണ്ട് അവർ നിന്നു. വെളുത്ത കന്തൂറുകൾ ഒന്നിച്ചു കാണുമ്പോൾ കണ്ണിന് കൂടുതൽ വെളിച്ചം കിട്ടുന്നതുപോലെ ഇരുണ്ട നിറങ്ങൾ നേരെ വിപരീതവും.

തമ്പുരാനെ ഞാനെന്തൊക്കെ വിഡ്ഢിത്തരങ്ങളാണ് ചിന്തിക്കുന്നത്. എന്തുകണ്ടാലുമുള്ള ഈ താരതമ്യ പഠനം എന്നെ എവിടെ കൊണ്ടെത്തിക്കുമോ എന്തോ ഇതൊക്കെ സ്വയം നിയന്ത്രിച്ച് എന്തോ ഭാഗ്യത്തിന് പുറത്ത് പറയാതെ മനസ്സിനുള്ളിൽ എടുത്തുവെക്കുവാൻ എനിക്ക് കഴിയുന്നു. ബാബ സീറ്റിൽ ഇരുന്ന് എന്നെ വിളിച്ചു. എന്റെ നാളത്തെ ജോലികൾ പറഞ്ഞ് ഏൽപ്പിക്കാൻ ആയിരുന്നു അത്. ചിലപ്പോൾ അ

ങ്ങോട്ടുമിങ്ങോട്ടും ചെറിയ മാറ്റങ്ങൾ വന്നേക്കാം. എങ്കിലും ജോലി എന്താണെന്ന് നേരത്തെ അറിഞ്ഞാൽ അതുകൊണ്ട് എനിക്കും ചില ഉപയോഗങ്ങൾ ഒക്കെയുണ്ട്.

വണ്ടി പാർക്ക് ചെയ്തു. ബാബയുടെ ഒരു കൈയിൽ ഊന്നുവടി പിടിപ്പിച്ചു. മറുകൈയിൽ എന്റെ ഒരു താങ്ങും. ആയകാലത്ത് എത്രയോ പേർക്ക് താങ്ങും തണലും കൊടുത്ത കൈകൾ ആയിരിക്കും.

വാർദ്ധക്യത്തിൽ എത്തും തോറും കുട്ടികളെപ്പോലെയാകും എന്നാണല്ലോ ചൊല്ല്. ചിന്താശക്തിയും പ്രവർത്തനക്ഷമതയും നശിക്കും. ഉള്ളവനും ഇല്ലാത്തവനും ഒരുപോലെ നടന്നു നീങ്ങേണ്ടിവരുന്ന വാർദ്ധക്യം എന്ന കടമ്പ അതൊരു മഹാരോഗം പോലെയാണല്ലോ. ഒരാളുടെ ജീവിതത്തിലെ ദുഃഖത്തിന്റെ വശം ആ ഘട്ടം സ്വയം അനുഭവിക്കേണ്ടി വരും.

ഓരോ സൂര്യോദയവും അസ്തമയവും കണ്ട് നമ്മൾ ആഘോഷിക്കുന്നു. എന്നാൽ നാം അറിയാതെ ആയുസ്സിന്റെ വലിയൊരു പങ്ക് അത് നമ്മിൽ നിന്നും മോഷ്ടിച്ചെടുക്കുന്നതിനെക്കുറിച്ച് ആരും ചിന്തിക്കുന്നില്ല. നേരം ഏറെയായിട്ടും വീടിനകം സജീവമാണ്. ഉമ്മി ഉറങ്ങിയിരുന്നില്ല. ഏറെ ചെന്നാലും ഭക്ഷണവും എടുത്ത് വെച്ച് ഭർത്താക്കന്മാരെ കാത്തിരിക്കുന്ന ഭാര്യമാരുടെ ധർമ്മം ഒന്നും വലിയ വീടുകളിൽ ഇല്ലെന്ന് തോന്നുന്നു. ഭർത്താക്കന്മാർക്ക് ആണെങ്കിൽ അതിനൊക്കെ ഒരു പരാതിയോ പരിഭവമോ അതുമല്ലെങ്കിൽ ചോദ്യം ചെയ്യലും ഒന്നുമില്ല. എപ്പോഴും സമാധാനപരമായ ഒരു അന്തരീക്ഷം. ഭക്ഷണം ഉണ്ടാക്കുന്നതും വിളമ്പുന്നതും പാചകക്കാർ. ഗൃഹനാഥന്റെ കൂടെയിരുന്ന് കഴിക്കുന്നത് മിക്കവാറും കൂട്ടുകാരോ വിരുന്നുകാരോ ഒക്കെയാണ്. അല്ലാതെ ഭർത്താവിനും മക്കൾക്കും ഇഷ്ടമുള്ള വിഭവങ്ങൾ ഒരുക്കി കാത്തിരുന്നു പരസ്പരം സ്നേഹിച്ചും സഹകരിച്ചും ഭക്ഷണവേളകൾ ഉല്ലാസമാക്കി വയറുനിറക്കാൻ വലിയ വീട്ടിലെ ഗൃഹനാഥകൾക്ക് പലപ്പോഴും അവസരം ഉണ്ടാകാറില്ലെന്ന് തോന്നുന്നു.

അതിരാവിലെ മുസണ്ടയിലേക്ക് പോകേണ്ടിവരും. ബാബയുടെ സംസാരത്തിൽ നിന്നും എനിക്ക് അങ്ങനെയാണ് മനസ്സിലാക്കാൻ കഴിഞ്ഞത്. ബംഗാളികളായ ധാനാമിയ, ഹബീബ് മിയ, ലുതുൽ ഒക്കെയായിരിക്കും എന്റെ കൂടെ ഉണ്ടാവുക. ഏതു കാര്യത്തിലും നല്ല ചൊടിയും ചുണയും ഉള്ളവൻ ആയിരുന്ന വലീത് മിയ ഇത്തരം കാര്യങ്ങൾ കേൾക്കുമ്പോൾ എങ്ങനെയെങ്കിലും ഒഴിഞ്ഞു മാറും. അന്നൊരിക്കൽ വിത്ത് നടാനായി മണ്ണ് മാന്തിയ നേരം അവന്റെ കൈത്തണ്ടയിൽ പാമ്പ് കടിച്ച

തിന്റെ ഓർമ്മ അലട്ടുന്നുണ്ട് ഇപ്പോഴും.

മരുഭൂമിയിലെ പാമ്പുകൾ മഞ്ഞയും കറുത്തവയും ഉണ്ട്. സാധാരണയായി മൂന്നോ നാലോ അടി നീളം കാണും. വലിയ പാമ്പുകൾ ചെറുതിനെ തിന്നുന്നു. പല്ലിയും മറ്റുമാണ് ഇതിന്റെ ആഹാരം. ഇരയെ വരിഞ്ഞുമുറുക്കി ശ്വാസംമുട്ടിച്ചു കൊന്നു വിഴുങ്ങിക്കഴിഞ്ഞു മണ്ണിനുള്ളിലേക്ക് ഊളയിട്ട് മണ്ണിൽ പുതഞ്ഞു കിടക്കും. മരുഭൂമിയിൽ പൂഴിമണൽ ആയതുകൊണ്ട് എളുപ്പത്തിൽ മണ്ണിനടിയിലേക്ക് ഇറങ്ങാനും കഴിയും. മനുഷ്യരെങ്ങാനും അടുത്തെത്തിയാൽ ചത്തതുപോലെ കിടക്കും.

വലീത് മിയക്ക് അന്നൊരിക്കൽ പാമ്പ് കടിയേറ്റിട്ട് വേദനകൊണ്ട് പുളഞ്ഞു. പെട്ടെന്ന് തന്നെ നീര് വന്നു വീർത്തു ഉടനെ ആശുപത്രിയിൽ എത്തിച്ചതുകൊണ്ട് രക്ഷപ്പെട്ടു അതിനുമുമ്പ് ഒരു ദിവസം അവിടത്തെ തോട്ടക്കാരൻ സെൽവത്തിനെ കടിച്ചത് അത്യുഗ്ര വിഷമുള്ളതായിരുന്നു. സെൽവത്തിന്റെ കൈത്തണ്ടയിൽ രോമകൂപത്തിൽ നിന്നു പോലും രക്തം പൊടിഞ്ഞു വീർത്തു. രണ്ടു ദിവസം ആശുപത്രിയിൽ കിടന്നു മരിച്ചു

ചക്കരക്കാവിലെ കനോലി പുഴക്കരയിലെ പുറമ്പോക്കിൽ കുടിലുകെട്ടി പാർത്തിരുന്നത് മരിക്കാളനും ഭാര്യ റാക്കമ്മയുമാണ്. ഞങ്ങളുടെ നാട്ടിലെ വിഷ വൈദ്യർ. പാമ്പ് കടിയേറ്റവരെ അയൽ ഗ്രാമങ്ങളിൽ നിന്ന് പോലും മരിക്കാളന്റ അടുത്തേക്ക് കൊണ്ടുവരുന്നു. അന്ന് അതൊരു വലിയ വാർത്തയാണ്. ജനങ്ങൾക്കിടയിൽ പൊക്കവും തടിയും ഇരുണ്ട നിറവും തുറിച്ച കണ്ണും കപ്പട മീശയും മൂക്കിനറ്റത്ത് വലിയൊരു അരിമ്പാറയും മുറുക്കി ചുവപ്പിച്ച തടിച്ച ചുണ്ടും മുട്ടുവരെയെത്തുന്ന തറ്റുടുത്ത് കഴുത്തിൽ ചരടുകളും രുദ്രാക്ഷ മാലയും അണിഞ്ഞാണ് മരിക്കാളിന്റെ സഞ്ചാരം.

പാമ്പ് കടിച്ച മുറിപ്പാടിൽ നിന്നും വിഷ രക്തം അനേകം തവണ ആയാസപ്പെട്ട് വായകൊണ്ട് വലിച്ചെടുത്ത് ഒരു വലിയ താലത്തിലേക്ക് തുപ്പിക്കഴിഞ്ഞു പച്ചമരുന്ന് കൊണ്ട് എത്രയും പെട്ടെന്ന് മരിക്കാളൻ വായ നന്നായി കഴുകി വൃത്തിയാക്കും.

ഇത്തരം പച്ചമരുന്നുകൾ കലക്കി രോഗിയുടെ വായിൽ ഒഴിച്ചുകൊടുത്ത് ഛർദ്ദിച്ചില്ലെങ്കിൽ വെറ്റിലയെടുത്ത് ചുരുട്ടിക്കൂട്ടി തൊണ്ടയിലേക്ക് കടത്തിക്കഴിഞ്ഞാൽ ഛർദ്ദിച്ച് അവശനാകുന്ന രോഗിയെ മരിക്കാളന്റെ വിരിമാറിൽ ചായിച്ച് ഇരുത്തും. ചികിത്സ സൗജന്യമാണ്. ചികിത്സ കഴിഞ്ഞാൽ ഉടൻ ഉപ്പ്വെള്ളം കൊണ്ട് പലതവണ വായ കുലുക്കുഴിഞ്ഞിട്ടേ മറികാളൻ വെള്ളം പോലും കുടിക്കുകയുള്ളൂ. എല്ലാത്തിനും സഹാ

യിയായി ഭാര്യ നിൽക്കും. ചികിത്സ കാണാൻ ചക്കര കാവിലെ ആബാലവൃന്ദം ജനങ്ങളും തടിച്ചു കൂടി നിൽക്കും. ആ നേരത്ത് മരിക്കാളന്റെയും റാക്കമ്മയുടെയും വാക്കുകൾക്കും പ്രവർത്തികൾക്കും നൂറുമാറ്റ് വിലയാണ്.

ഇത്രയും നേരം കൊണ്ട് എന്റെ മനസ്സ് ചക്കരക്കാവും അവിടത്തെ നാട്ടുകാരെയും ഒക്കെ കണ്ടു തിരിച്ചുവന്നു. എന്തെങ്കിലും കണ്ടോ കേട്ടോ അതിനെക്കുറിച്ച് ചിന്തിച്ചാൽ അന്നോ അതിനടുത്ത ദിവസമോ ഞാനതൊക്കെ സ്വപ്നത്തിൽ കാണാറുണ്ട്. അങ്ങനെ നോക്കുമ്പോൾ എന്റെ ഇന്നത്തെ സ്വപ്നത്തിൽ പാമ്പുകളെ കാണേണ്ടി വരുമോ.

അദ്ധ്യായം
പതിനഞ്ച്

നേരം വെളുക്കുന്നതേയുള്ളൂ. ഉറക്കമുണർന്നെങ്കിലും ഒരു മയക്കത്തിന്റെ അടിയിൽ ഞാൻ അങ്ങനെ കിടന്നു. വാതിലിൽ തുടർച്ചയായുള്ള മുട്ടുകേട്ട് ഞാൻ കണ്ണുകൾ തുറന്നു നോക്കി. ഹബീബ് ഒരു പുഞ്ചിരിയോടെ വാതിൽക്കൽ നിൽക്കുന്നു.

മുസാണ്ടയിലേക്കുള്ള ഇന്നത്തെ യാത്ര നാളെയ്ക്ക് നീട്ടിവെച്ചു. അതിന്റെ കാരണമെന്താണെന്ന് ഞാൻ എടുത്തു ചോദിച്ചില്ല. അവനതൊട്ട് പറഞ്ഞതുമില്ല. ഇന്ന് അമ്മാറിനോടൊപ്പം മലിഹ എന്ന സ്ഥലത്തേക്ക് എന്നോട് പോകണമെന്നാണ് ബാബയുടെ ആജ്ഞ.

അമ്മാറിന് മലിഹയിൽ സ്ഥലം നോക്കണമെന്ന് രണ്ട് ദിവസം മുമ്പ് ബാബ അർബാബിനോട് പറയുന്നത് ഞാനും കേട്ടിരുന്നു. കൂട്ടത്തിൽ മലീഹ ഒന്ന് ചുറ്റിക്കറങ്ങുകയും ആകാമല്ലോ. ഞൊടിയിടയിൽ ഞാനൊന്ന് കണക്ക് കൂട്ടി. ആ സ്ഥലത്തെക്കുറിച്ച് പലരും പറഞ്ഞു കേട്ടിരുന്നു. ഇവിടെ നിന്നും ഏകദേശം ഒരു ഒന്നൊന്നര മണിക്കൂർ ദൂരമേയുള്ളൂ. എങ്കിലും ഇതുവരെയൊന്ന് പോകാൻ അവസരം കിട്ടിയിട്ടില്ല

ഇന്നത്തെ ദിവസം ഒരു നീണ്ട ഡ്രൈവിങ്ങിന് ഒരുങ്ങിയിരിക്കുകയായിരുന്നു. എനിക്ക് എങ്ങോട്ടായാലും കുഴപ്പമില്ല മുമ്പത്തേത് പോലുള്ള അപരിചിതത്വമോ സന്ദേഹമോ പരിഭ്രമമോ ഒട്ടും തന്നെ മടുപ്പോ ഇല്ല. കൊതിയും മതിയും തീരുവോളം വളയം പിടിച്ചിട്ടും അതിന്റെ ഹരം ഒരു അണുപോലും കുറഞ്ഞിട്ടില്ല എന്നതാണ് വാസ്തവം.

അമ്മാറും കൂട്ടുകാരും ഒത്തുള്ള യാത്രയാകുമ്പോൾ എനിക്ക് മതിമ

റന്ന് ഉല്ലസിക്കുവാൻ ആയി വീണു കിട്ടുന്ന ഒരു അവസരമായി ഞാൻ അത് മുതലാക്കും.

അവരെപ്പോലെ ടീഷർട്ടും അയഞ്ഞ പാന്റും ഒക്കെയാണ് ഞാനും ധരിച്ചത്. ബാബയുടെ മക്കളും കൂട്ടുകാരും തന്നത് തന്നെ എന്റെ കൈവശം ധാരാളം ഉണ്ട്.

ഇത്തരം സന്ദർഭങ്ങളിലെ ഞാനതൊക്കെ പുറത്തെടുക്കാറുള്ളൂ പാട്ടും ബഹളവും ഒക്കെയായിട്ടാണ് ഞങ്ങളുടെ യാത്ര. അവരുടെ ബഹളത്തിൽ ഞാനും പങ്കെടുത്തു. ഇവരെ തട്ടിച്ചു നോക്കുമ്പോൾ ഞാൻ ഒന്നുമല്ലെന്ന മട്ടിൽ എന്നിലേക്ക് തന്നെ ചുരുണ്ടു കൂടിയിരിക്കാൻ ഒന്നും ഞാൻ മുതിർന്നില്ല. കാഫ് മല കണ്ട പൂങ്കാറ്റേ തുടങ്ങി പല പാട്ടുകൾ ഞാനും പാടി കൈയ്യടിച്ചു ഒച്ചയിട്ടുമൊക്കെയാണ് അവരുടെ പ്രോത്സാഹനം.

കുറേദൂരം പിന്നിട്ടു കഴിഞ്ഞു. ഇവിടുന്നങ്ങോട്ട് ഒട്ടകങ്ങളോ ഈന്തപ്പനകളോ കാണുന്നില്ല. മണ്ണിന്റെ നിറം മാറി വന്നു. ഉറച്ചു നിൽക്കുന്ന മണൽ മടക്കുകളുടെ മുകളിൽ അതിർത്തി തിരിച്ചതുപോലെ മലകൾ. വണ്ടി പിന്നിടുന്തോറും മലകളുടെ നിറം മാറുന്നു. ഇളം കറുപ്പ് നിറത്തിലുള്ള കാർപെറ്റ് ഉണക്കാൻ ഇട്ടതുപോലെ മിനുസമായ മലകൾ ആകാശച്ചെരുവിൽ തങ്ങിനിൽക്കുകയാണോ എന്ന മട്ടിൽ നിലകൊള്ളുന്നു. മുകളിലേക്ക് കയറും തോറും മർദ്ദം കുറയുന്നത് കൊണ്ട് ചെവികൾ അടയുന്നു.

നേരത്തെ കണ്ട തിങ്ങി നിറഞ്ഞ മേഘങ്ങൾ ഇഴഞ്ഞ് ഇഴഞ്ഞ് എങ്ങോട്ടോ പോയിരിക്കുന്നു. മലകളിലേക്ക് ചാഞ്ഞു വീഴുന്ന വെയിൽ ഒന്നുകൂടി തുടുത്തു.

വണ്ടിക്കകം നിശബ്ദമാണിപ്പോൾ. ശ്വാസോച്ഛ്വാസത്തിന്റെ ക്രമത്തിലുള്ള താളം മുഴങ്ങുന്നു. എല്ലാവരും ഉറക്കത്തിലാണെന്ന് തോന്നുന്നു. ഇവിടുന്നങ്ങോട്ട് വണ്ടി പോകില്ല. കാൽനടയായി പോകേണ്ടിവരും.

എന്റെ ശബ്ദം കേട്ടവർ ഞെട്ടി ഉണർന്നു. മുസാഫയും ഉറക്കത്തിൽ നിന്നുണർന്ന് ആവേശത്തിൽ ചാടിയിറങ്ങി. കൂടെ യസീദും അമ്മാറും. ഇവിടെയാണ് ഷൗക്ക ഡാം. നമുക്ക് അതൊന്ന് കണ്ടിട്ടാകാം. ഒമേർ പറഞ്ഞു.

മലയുടെ താഴ്‌വരയിൽ പ്രശാന്തമായ തണൽ. പിക്നിക് സംഘങ്ങൾ ഭക്ഷണമുണ്ടാക്കുന്നതിന്റെ തീയും പുകയും ഒക്കെ പൊങ്ങുന്നു. അരികിലൂടെ ശാന്തമായി ഒഴുകുന്ന പുഴയിൽ കുട്ടികൾ കളിക്കുന്നു.

അരുവി മുറിച്ച് കടന്ന് രണ്ടടി നടന്നാൽ ഡാമിൽ എത്താം. എന്റെ

നോട്ടം ഡാമിന്റെ പരിസരമാകെ ഒന്ന് വട്ടംചുറ്റി. ചെറുപ്പകാലത്ത് ചക്കരക്കാവിലെ വയൽ വരമ്പിലും പറമ്പിലും പുഴവക്കത്തും ഒക്കെയുണ്ടായിരുന്ന വിവിധയിനം സസ്യങ്ങളും പുഷ്പങ്ങളും ഒക്കെ കണ്ട് സന്തോഷവും ഒപ്പം വിസ്മയവും അനുഭവപ്പെട്ടു. ഇപ്പോൾ എന്റെ സ്വന്തം നാട്ടിൽ നിന്നു പോലും അപ്രത്യക്ഷമായ ആ ചെടികളിൽ നിന്നും പൂക്കളും ഇലകളും കായ്കളും ഏതോ ഓർമ്മകളിൽ കുമ്പിട്ട് നിന്നുകൊണ്ട് പറിച്ചെടുത്തു ഞാൻ തൃപ്തിയടഞ്ഞു.

ആ ഓർമ്മകൾ ഉൾക്കൊള്ളാൻ സുൽത്താനയോ എന്റെ സഹപാഠികളോ അതിനെ കുറിച്ച് അറിയാവുന്നവരോ അരികിൽ ഇല്ലല്ലോ ഈ അറബി പയ്യന്മാരോട് പറയാതിരിക്കുകയാവും ഭേദം. മരുഭൂമിയോട് തൊട്ടു തൊട്ടില്ലെന്ന് മട്ടിൽ നിൽക്കുന്ന ഈ സ്ഥലത്ത് നല്ല മഴ കിട്ടുന്നുണ്ടായിരിക്കും.

ചെറുതായി മഴക്കോളുണ്ടായിരുന്നതുകൊണ്ട് മലയുടെ താഴ്‌വരയിൽ അധികനേരം നിൽക്കാതെ തിരിച്ചു പോയിക്കൊള്ളാൻ സെക്യൂരിറ്റി മുന്നറിയിപ്പ് നൽകി. ഈ അടുത്താണത്രേ സെക്യൂരിറ്റിയുടെ വിലക്കിനെ മറികടന്ന് പോയ ചെറുപ്പക്കാർ മൂന്നുപേർ നദിയിൽ പെട്ടു. രക്ഷപ്പെടാൻ ആകാതെ വണ്ടിയോടൊപ്പം ഒഴുകിപ്പോയി കുറെ ദൂരെ ഒരിടത്ത് അടിഞ്ഞു. രണ്ട് ദിവസത്തെ തിരച്ചിൽ. ഒടുവിൽ ഒട്ടകത്തിന്റെ ശവശരീരങ്ങളോടൊപ്പം ചെറുപ്പക്കാരുടെ മൃതദേഹങ്ങൾ കിട്ടി.

മഴ കൂടിയും കുറഞ്ഞും പെയ്തുകൊണ്ടിരുന്ന ആ ദിവസം പെട്ടെന്ന് മലയിൽ നിന്നും കുത്തിയൊലിച്ച വെള്ളപ്പാച്ചിലാണ് ജീവൻ അപഹരിച്ചത്. ഞാൻ കണ്ടിട്ടും കേട്ടിട്ടും ഇല്ലാത്ത ആ ചെറുപ്പക്കാരെക്കുറിച്ച് ഓർത്ത് എന്റെ നെഞ്ചൊന്ന് പിടഞ്ഞു.

അവിടെ നിൽക്കണമെന്ന് തോന്നിയില്ല. കുറച്ചു ദൂരെ അരുവിയുടെ ബാക്കിപത്രമായ വെള്ളച്ചാലുകൾ. അതിന് നടുവിലൂടെ കെട്ടി ഉണ്ടാക്കിയ അരമതിലിൽ പിടിച്ച് വഴുക്കലുള്ള പാറകളിൽ വീഴാതെ കാൽമുട്ടിന് താഴെ വരെ എത്തുന്ന ജലനിരപ്പിലൂടെ ഒട്ടുദൂരം നടന്നു. തെളിഞ്ഞ വെള്ളത്തിൽ കാലിട്ടിരുന്നു.

ചക്കരക്കാവിലെ സെൻറ് ജോസഫ് സ്കൂളിന്റെ അതിർത്തിയിലൂടെ ഒഴുകുന്ന ചുള്ളിക്കൽ തോടിന്റെ കടവിലേക്ക് ചാഞ്ഞു നിൽക്കുന്ന പുളിമരത്തിന്റെ താഴത്തെ കൊമ്പിലിരുന്ന് വെള്ളത്തിലേക്ക് കാലിട്ടിരിക്കുന്നതും തെളിഞ്ഞ വെള്ളത്തിൽ നീന്തുന്ന ചെറിയ മീനുകൾ ഇടയ്ക്കിടെ കാലുകളിൽ കുത്തുന്നതും ഞാനും എന്റെ കൂട്ടുകാരും, കുട്ടിക്കാലവും എല്ലാം വർഷങ്ങൾക്കിപ്പുറവും ഞാൻ ആസ്വദിച്ചു. നാടും നാട്ടുകാ

രും കൂടെയുള്ളവരും മാറിയെന്നൊരു വ്യത്യാസമേ ഉള്ളൂ. ഇവിടെ അടുത്താണ് ഈയിടെ കണ്ടെടുത്ത മലീഹ. അവിടെ കൂടി ഒന്ന് കറങ്ങാം. യസീദ് പറഞ്ഞു

പിന്നെയും ഏറെ ദൂരം താണ്ടിക്കഴിഞ്ഞു. ജനവാസമില്ലാത്ത തനിച്ചായ സ്ഥലങ്ങളിലൂടെ ഉയർന്നും താഴ്ന്നുമൊക്കെ മുന്നോട്ടുപോകുന്ന ടാറിടാത്ത റോഡുകളിലൂടെ ലക്ഷ്യസ്ഥാനത്ത് എത്തിച്ചേർന്നു.

പതിനായിരകണക്കിന് വർഷങ്ങൾക്കു മുമ്പ് ജീവിച്ചിരുന്നവരുടെ ശവശരീരം മറവു ചെയ്തിരുന്ന ഗുഹകൾ ഉള്ള മലകളിലേക്ക് ചെത്തിയുണ്ടാക്കിയ പടവുകളിലൂടെ ആയാസപ്പെട്ട് കയറി. വയറൊന്നു മടക്കി തല അല്പം താഴ്ത്തി നാലഞ്ചു ഗുഹകളുടെ ഉള്ളിലേക്ക് കടന്നു നോക്കി. വിദേശത്ത് നിന്നെത്തിയ ഗവേഷകർ ഈ ഗുഹകളിൽ നിന്നും അസ്ഥികൾ എടുത്ത് ഇവിടത്തെ ആർക്കിയോളജിയിൽ സൂക്ഷിച്ചിരിക്കുന്നു. അസ്ഥികൾ എടുത്ത് മാറ്റിയ ഗുഹകൾ പൊള്ളയായി അവശേഷിക്കുന്നു.

ഏകദേശം മനുഷ്യന് കിടക്കാനുള്ള വലിപ്പത്തിൽ മലകളുടെ ഉൾഭാഗത്ത് വെട്ടി ഉണ്ടാക്കിയ ഗുഹകളിലേക്ക് വീണ്ടും ഞാനൊന്ന് എത്തിനോക്കി. അന്നേരം പറഞ്ഞറിയിക്കാനാകാത്ത ഒരു വിഷാദം എന്റെയുള്ളിൽ നിറഞ്ഞു. ഇവർ ജീവിച്ചിരുന്ന കാലത്ത് എങ്ങനെയൊക്കെ കഴിഞ്ഞവർ ആയിരിക്കാം. ഒന്നുകിൽ സമൃദ്ധവും ആഹ്ലാദഭരിതവുമായ സുഖജീവിതം നയിച്ച ഭാഗ്യവാന്മാർ, അല്ലെങ്കിൽ ആശ നിരാശകളാൽ ചവിട്ടി മെതിക്കപ്പെട്ട നിർഭാഗ്യവാന്മാരോ ഈ രണ്ട് അവസ്ഥകൾക്കും ഇടയിൽ കഴിഞ്ഞിരുന്നവരോ ആയിരിക്കാം. പടച്ചവൻ ഈ ഭൂമിയിൽ ജീവിക്കാൻ അനുവദിച്ച സമയം കഴിഞ്ഞ് അവസാന ശ്വാസവും നിലച്ചാൽ രാജാവും യാചകനും സാധാരണക്കാരനും ഒരേ അവസ്ഥയിൽ എത്തിച്ചേരുന്നു.

ഈ മലയുടെ താഴ്വാരങ്ങളിൽ ജനവാസം ഉണ്ടായിരുന്നു എന്നതിനുള്ള തെളിവുകൾ ഇവിടെ കാണാം. മഞ്ഞിൽ കുളിച്ച് ഭൂമി മരവിച്ചു കിടക്കുമ്പോൾ തണുപ്പിൽ നിന്നും രക്ഷപ്പെടാനായി കഴിഞ്ഞു കൂടിയിരുന്ന ദീർഘ ചതുരാകൃതിയിലുള്ള കുഴികൾ, മഴവെള്ളം കെട്ടിനിൽക്കാതെ പുറത്തേക്കൊഴുവാനായി മല പരപ്പിൽ ഉണ്ടാക്കിയ ദ്വാരങ്ങൾ ഒക്കെ അന്നത്തെ കണ്ടുപിടിത്തങ്ങൾ.

പല ദേശങ്ങളിൽ നിന്നും ഈ ഗ്രാമത്തിലേക്ക് എത്തിയ ഗവേഷകർ മണ്ണിനടിയിൽ നിന്നും പൊക്കിയെടുത്ത കൊട്ടാരങ്ങൾ, മജ്ലിസുകൾ, കുതിരാലയങ്ങൾ, ശൗചാലയങ്ങൾ എല്ലാം സ്മാരകമായി നിലനിർത്തി

യിരിക്കുന്നു. കൊട്ടാരങ്ങളിലുള്ള അടുക്കളകൾ, ഇരിപ്പുമുറി, കിടപ്പുമുറി, അകത്തളങ്ങൾ, വിവിധതരം ജോലിക്കാരുടെ മുറികൾ എല്ലാം ഇന്നുള്ളത് പോലെ ഒക്കെ ആ യുഗത്തിലും ഉണ്ടായിരുന്നു. ഇന്നത്തെ പോലെയുള്ള സൗകര്യങ്ങൾ ഉണ്ടായിരുന്നില്ല എന്ന് മാത്രം. കാലം ഇനിയും പുരോഗമിക്കുമ്പോൾ എങ്ങനെയൊക്കെ ആയിരിക്കും. അതൊക്കെ അനുഭവിക്കാൻ ഇന്നത്തെ തലമുറ ഉണ്ടാകില്ല. വരും തലമുറ എത്തും. അപ്പോഴും ഈ ലോകത്തിൽ എത്രയെത്ര തലമുറകളെ ചുമന്ന ഭൂമി ലോകാവസാനം വരെ ശേഷിക്കും. ഉപയോഗിച്ചിരുന്ന പാത്രങ്ങൾ ആഭരണങ്ങൾ ആയുധങ്ങൾ ഒക്കെ കുഴിച്ചെടുത്ത കുഴികൾ മെഴുകു പോലുള്ള എന്തോ ഒഴിച്ചുമൂടി നിലനിർത്തിയിട്ടുണ്ട്.

വിജനമായ ഒരിടത്ത് മണ്ണിൽ അടക്കം ചെയ്ത കെട്ടിപ്പൊക്കാത്ത ശവകുടീരങ്ങൾ ഒന്നിച്ച് വലിയ ഒരു കുഴിയിൽ ഓരോന്നിനും സ്ലാബ് വെച്ച് അതിർത്തി തിരിച്ചിരിക്കുന്നു. കുറെ ദൂരം ഇടവിട്ട് നെടുങ്ങനെയും വിലങ്ങനേയും കെട്ടിപ്പൊക്കിയ ശവകുടീരങ്ങൾ. അതൊക്കെ അന്നത്തെ ഭരണാധികാരികളുടെ ആയിരിക്കാം എത്രയെത്ര കാഴ്ചകളാണ് തമ്പുരാനെ അതൊക്കെ കൺമുന്നിൽ കാണുമ്പോൾ ജീവിച്ചിരിക്കുന്നവർക്ക് വല്ലാതെ തോന്നും.

ഇവരിൽ പലരും അനേകം ആളുകളുടെ അകമ്പടിയോടെ നടന്നിട്ടുള്ളവർ ഈ നാടും നാട്ടുകാരെയും കൈപ്പിടിയിൽ ഒതുക്കിയിരുന്ന അവർ ക്രൂരന്മാരോ ദയാശീലരോ ആയിരിക്കാം. ശ്വാസം നിലച്ചാൽ എല്ലാവരും ഒരുപോലെ. ഇത്രയേ ഉള്ളൂ മനുഷ്യർ എന്നൊക്കെ ചിന്തിച്ചു പോകുന്ന ഒരു സ്ഥലം എന്നെനിക്ക് തോന്നിപ്പോയി.

സൂര്യ വെളിച്ചം കുറയും മുമ്പ് മലിഹയിൽ നിന്നും പുറത്തേക്ക് കടക്കണം. ചോദിച്ചു മനസ്സിലാക്കുവാൻ ആരും ആ ഭാഗത്തൊന്നും കാണാഞ്ഞതിനാൽ വഴി കണ്ടെത്താൻ ഞാൻ ഏറെ പാടുപെട്ടു.

മലിഹ ഗ്രാമത്തിന്റെ അതിർത്തിയിലായി കുറേശ്ശെ ജനവാസമുള്ളിടത്താണ് അമ്മാറിന് സ്ഥലം നോക്കി വെച്ചിരിക്കുന്നത്. ഏക്കർ കണക്കിന് നീണ്ട് പരന്നുകിടക്കുന്ന ഇവിടെ പാലസ് മാത്രമല്ല തോട്ടവും കൃഷിയും പിന്നെയും വീടുകളും ഉണ്ടാക്കാമല്ലോ അമ്മാറിന്.

ഇത്രയും നാളുകൾ കൊണ്ട് എത്രയെത്ര ഇടങ്ങളിൽ എനിക്ക് പോകാൻ അവസരം കിട്ടിയിട്ടുണ്ട്. എങ്കിലും മനസ്സിൽ പതിഞ്ഞ ഇത്തരമൊരു സ്ഥലം ഇതാദ്യമായിട്ടായിരുന്നു. സെലീന ടീച്ചർ സാമൂഹ്യ പാഠത്തിൽ പഠിപ്പിച്ചുതന്ന സിന്ധു നദീതടസംസ്കാരം ഞാൻ ഓർത്തുപോയി.

മോഹൻജദാരോ, ഹാരപ്പ എന്നീ സ്ഥലങ്ങളൊക്കെ പോയി കണ്ടെന്ന് സുൽത്താനയ്ക്ക് എഴുതണം. പൊട്ടിപ്പെണ്ണ് അവൾ എന്റെ വാക്കുകൾ വിശ്വസിച്ചേക്കാം. അത്രയ്ക്ക് ലോക വിവരമേ അവൾക്കുള്ളൂ. ഇൻഷാ അള്ളാ (ദൈവം അനുവദിച്ചെങ്കിൽ) കല്യാണം ഒന്ന് കഴിഞ്ഞോട്ടെ. നിന്നെ ഇവിടേക്ക് കൊണ്ടുവന്ന് ഈ സ്ഥലങ്ങളിലൊക്കെ ഞാൻ നിന്നെ കൊണ്ടുപോകും. അപ്പോൾ എല്ലാം നേരിട്ട് അറിയാമല്ലോ അതുപോരെ എന്റെ കാന്താരി പെണ്ണേ.

പതിവില്ലാത്ത വിധത്തിലുള്ള സാഹസിക യാത്ര കൊണ്ടായിരിക്കാം വല്ലാത്ത ക്ഷീണം. വീട്ടിലെത്തി കിടക്കാൻ ഭാവിക്കുമ്പോഴാണ് കിടക്കയുടെ അറ്റത്ത് താഴേക്ക് വീണു വീണില്ലെന്ന് മട്ടിൽ ഒരു കത്ത് കിടക്കുന്നത് ശ്രദ്ധയിൽപ്പെട്ടത്. ബോംബെ സ്റ്റോറിലെ 10 87 പോസ്റ്റ് ബോക്സിൽ നിന്നും പതിവുപോലെ വസീം എടുത്തു കൊണ്ടുവന്നതായിരിക്കും. അന്താരാഷ്ട്ര പോസ്റ്റ് ബോക്സ് പോലെയാണ് അത്. ഇന്ത്യ, പാകിസ്ഥാൻ, ബംഗ്ലാദേശ്, നേപ്പാൾ, ഈജിപ്ത്, സിറിയ തുടങ്ങിയ സ്ഥലങ്ങളിൽ നിന്നുള്ള കത്തുകൾ ചുമക്കാനുള്ള യോഗം 10 87 പോസ്റ്റ് ബോക്സിന് ഉണ്ട്. എനിക്ക് തരാൻ മറക്കേണ്ട എന്ന് കരുതി വസീം ജനലിലൂടെ എന്റെ ബെഡിലേക്ക് എറിഞ്ഞതാകാനാണ് സാധ്യത. ചില നേരത്തെ അവന്റെ ഓരോ വിക്രിയകൾ. കുറേ ദിവസം കഴിയുമ്പോൾ ആയിരിക്കും അവൻ അതേക്കുറിച്ച് ചോദിക്കുന്നത്. കബീർ ഭായ് അന്നത്തെ കത്ത് കിട്ടിയോ എന്ന്.

ഒരാഴ്ചയായി നാട്ടിലേക്ക് വിളിച്ചിട്ട്. അശോകന്റെ കൈവശം കൊടുത്തയച്ച ഡ്രാഫ്റ്റ് അവിടെ കിട്ടിയിട്ട് വിളിക്കാം എന്ന് കരുതിയിട്ടാണ്. അന്ന് വിളിച്ചപ്പോൾ ഉമ്മാക്ക് പനി ആയതുകൊണ്ട് സംസാരം ദീർഘിപ്പിച്ചില്ല. അതൊരു ചെറിയ പനി. ചുക്കും കുരുമുളകും ഇട്ട് തിളപ്പിച്ച് കുടിച്ചാൽ മാറിക്കോളും. നീ ഇപ്പ അതൊന്നും ആലോയ്ക്കണ്ട മോനെ.

ഉമ്മ അങ്ങനെയൊക്കെ പറഞ്ഞ് എന്നെ ആശ്വസിപ്പിച്ചു. ബാപ്പാക്കും പതിവുപോലെയുള്ള ഉന്മേഷം തോന്നിയില്ല. ഉമ്മ എല്ലാ കാര്യങ്ങളും വള്ളി പുള്ളി വിടാതെ എഴുതി അറിയിക്കാറുണ്ട്. ആ കത്ത് വായിക്കുമ്പോൾ ചക്കരക്കാവും നാട്ടുകാരും എന്റെ വീടും പരിസരവും ഒക്കെ കൺമുന്നിൽ തെളിയുന്നത് പോലെയാണ് എന്റെ ഇളയ സഹോദരി സാജിതയുടെ വിവാഹം കഴിഞ്ഞ് പോയതിൽ പിന്നെ തെക്കേതിലെ രമ ചേച്ചിയുടെ മകൾ പത്താം ക്ലാസുകാരി സുകന്യയെ കൊണ്ടാണ് ഉമ്മ കത്തുകൾ എഴുതിക്കുന്നത്.

അവളുടെ സാഹിത്യഭാഷയും കൊച്ചു കവിതകളും ഒക്കെ ഈ ക

ത്തുകളിൽ എഴുതും. നേരിൽ കാണുമ്പോൾ ഒരു നല്ല വാക്കെങ്കിലും പ റയണം അവളോട്. എഴുത്തും വായനയും അറിയാത്ത എന്റെ ഉമ്മ ഇ തൊന്നും അറിയുകയുമില്ല. 'ഇനി നിനക്ക് ഇഷ്ടമുള്ളതൊക്കെ എഴുതി ക്കോ 'എന്ന്. കത്ത് എഴുതിച്ച് അവസാനിക്കാറാകുമ്പോൾ ഉമ്മ അവ ളോട് പറയാറുണ്ട്. ആ അവസരമാണ് സുകന്യ മുതലെടുക്കുന്നത്. അ തോർത്ത് ഞാൻ ചിരിച്ചു.

എന്നെ കാണണമെന്നുള്ള ആഗ്രഹം ബാപ്പ വെളിവാക്കാറുണ്ട്. ഈ യിടെയായി നീ അവിടെ വല്ലാതെ കഷ്ടപ്പെടുന്നുണ്ടെന്ന് അറിയാം. നി ന്റെ അറബി വളരെ നല്ലവനാണെന്ന് ഓർക്കുമ്പോഴാണ് ഒരു സമാധാ നം. നിന്നെയൊന്ന് കാണണമെന്നുണ്ട്.

ഉമ്മ നിന്നെക്കുറിച്ച് പറയാത്ത ദിവസങ്ങളില്ല അറബിയോട് നീ പറ ഞ്ഞാൽ സമ്മതിക്കുമല്ലോ. നാട്ടിൽ വന്നാൽ വേഗം തിരിച്ചു ചെല്ലാമെ ന്ന് പറഞ്ഞു നോക്ക്. നീ പോയിട്ട് ഇപ്പോൾ എത്രകാലം കഴിഞ്ഞു. നി ന്നോടൊപ്പം പോയവരൊക്കെ എത്ര പ്രാവശ്യം വന്നു.

അങ്ങനെയുള്ള വാചകങ്ങൾ വായിക്കുമ്പോൾ എന്റെ ഉള്ളം സന്തോ ഷം കൊണ്ട് തുടിക്കും അന്നേരം പോകാം എന്ന് നിശ്ചയിക്കും. അടു ത്ത കത്തിൽ എന്തെങ്കിലും ആവശ്യമായിരിക്കും. മുഴച്ചു നിൽക്കുന്നത്. എന്തുചെയ്യാം ഉത്തരവാദിത്വങ്ങൾ എന്നെ ഇവിടെ തളച്ചിടുകയാണല്ലോ. എന്റെ സഹോദരൻ നാദിർഷയുടെ കല്യാണം ആകുമ്പോഴേക്കും വീ ടൊന്ന് പുതുക്കി പണിത് അതിന്റെ കടം തീർന്നതേയുള്ളൂ ഇനി ഉടനെ ആവശ്യങ്ങളൊന്നും ഇല്ലെന്നാണ് എന്റെ കണക്കുകൂട്ടൽ.

ഞാൻ കത്ത് എടുത്തു നോക്കി. ഇത് ഇക്ക എഴുതിയതാണല്ലോ. അത്യാവശ്യ കാര്യത്തിന് മാത്രമേ ഇക്ക എനിക്ക് എഴുതാറുള്ളൂ. ആ കാംക്ഷയോടെ ഞാൻ തുറന്നു നോക്കി. ഞാൻ നാട്ടിലേക്ക് ചെല്ലുന്നത് എപ്പോഴും നിരുത്സാഹപ്പെടുത്താറുള്ള ഇക്ക പോലും ഞാൻ അങ്ങോട്ട് എത്തണമെന്ന് ആഗ്രഹിക്കുന്നു.

ബാപ്പ തലകറങ്ങി വീണു. കാലിന്റെ എല്ല് പൊട്ടി. തീരെ കിടപ്പി ലാണ് നിന്നെ കാണണം എന്ന് പറയുന്നുണ്ട്. കത്ത് കിട്ടിയാൽ പെട്ടെ ന്ന് ഇങ്ങോട്ട് തിരിക്കണം നിനക്ക് ഖേദിക്കാൻ ഇടവരരുത്

വായിച്ചപ്പോഴേക്കും എന്റെ മനഃശക്തി പിടിവിട്ടുപോയി. നാളെ വെ ളുക്കട്ടെ. ബാബയെ കണ്ടു ഒന്നും ഒളിച്ചുവെക്കാതെ എല്ലാം പറയുക തന്നെ. ബാബയുടെ കാര്യം ഓർക്കുമ്പോഴും സങ്കടം തന്നെ. ഞാൻ വ രുന്നത് വരെ എങ്ങനെയെങ്കിലും അഡ്ജസ്റ്റ് ചെയ്യുമല്ലോ. ബാബാ ഒ ന്നും ഓർത്ത് എന്റെ തീരുമാനം പിൻവലിക്കേണ്ടതില്ല

പടച്ചവനെ ഇന്നത്തെ ദിവസം എത്രമാത്രം അർമാദിച്ചു മതി മറന്നുള്ള സന്തോഷത്തിന് കിട്ടിയ പ്രതിഫലം ആയിരിക്കാം. സന്തോഷം പങ്കിടാൻ എത്രയധികം കൂട്ടാളികൾ ഉണ്ടാകാം. എന്നെ തേടിയെത്തിയ ഈ ദുഃഖം അനുഭവിക്കാൻ ഞാൻ മാത്രമേ എനിക്ക് തുണയായിട്ടുള്ളൂ. ജലാലിന് കടം കൊടുത്ത പണം നാളെ ചോദിക്കണം. പിന്നെയും കുറച്ചൊക്കെ കിട്ടാനുണ്ട്. എന്റെ ആവശ്യങ്ങൾ മാറ്റി വച്ചിട്ടാണ് ഞാൻ അവരെ സഹായിച്ചത്. പൈസ എത്രയും വേഗം സ്വരൂപിച്ചാൽ രണ്ട് ദിവസം കൊണ്ട് എനിക്ക് നാട്ടിലെത്താം.

അദ്ധ്യായം
പതിനാറ്

എന്റെ വീട്ടിൽ നിന്ന് അയച്ച കത്തിലെ വരികൾ എന്റെയുള്ളിൽ അസ്വസ്ഥത ഉണ്ടാക്കിക്കൊണ്ടിരുന്നെങ്കിലും ഇന്നത്തെ പകലന്തിയോളം ഉള്ള യാത്രാ ക്ഷീണം കൊണ്ടായിരിക്കാം ഇടയ്ക്ക് എപ്പോഴോ ഞാനൊന്ന് ഉറങ്ങിയെന്ന് തോന്നുന്നു.

സുബഹ് ബാങ്കിന്റെ ധ്വനി പള്ളിയിൽ നിന്നും മുഴങ്ങുന്നത് കേട്ടു. അസ്സലാത്തു ഖൈറും മിന നൗം നമസ്കാരം ഉറക്കത്തിനേക്കാൾ നല്ലതാണ്

ഈ ആയുസ്സിനിടയിൽ എണ്ണിയാൽ ഒടുങ്ങാത്ത അത്രയും തവണ സുബൈ ബാങ്കിലെ ഈ വരികൾ കേട്ട് ഉൾക്കൊണ്ടിട്ടുണ്ടെങ്കിലും എന്തുകൊണ്ടോ ഇന്നെന്റെ മനസ്സിൽ അത് ആശ്വാസം നിറച്ചു. നേരം വെളുത്തല്ലോ. ഇനി കിടന്നിടത്ത് നിന്ന് എഴുന്നേൽക്കാൻ ഒരു കാരണം കിട്ടിയതുപോലെ പുതപ്പ് തട്ടിമാറ്റി ഞാൻ എഴുന്നേറ്റു.

ബാബയ്ക്ക് സുഖമില്ലാത്തതിനാൽ പിന്നെ സുബ്ഹി നമസ്കാരത്തിനായി പള്ളിയിൽ പോകാത്തതുകൊണ്ട് മിക്കവാറും ദിവസങ്ങളിൽ എന്റെ പുലർച്ചയുള്ള പള്ളിയിൽ പോക്ക് മുടങ്ങും. ഞാൻ എഴുന്നേൽക്കുമ്പോഴേക്കും പള്ളിയിലെ നമസ്കാരം കഴിഞ്ഞിട്ടുണ്ടായിരിക്കും.

വേഗത്തിൽ തയ്യാറായി വസീമും ബംഗാളി പയ്യൻമാരുമൊത്ത് പള്ളിയിലേക്ക് പുറപ്പെട്ടു. ഫർള് (നിർബന്ധം ഉള്ളത്) സുന്നത്ത് (ചെയ്താൽ പ്രതിഫലമുണ്ട്. ഉപേക്ഷിച്ചാൽ ശിക്ഷയില്ല) എന്നീ നമസ്കാരങ്ങളും കഴിഞ്ഞ് പള്ളിയിൽ കഴിച്ചുകൂട്ടി. എങ്ങനെയെങ്കിലും ബാബയുടെ അടുത്തെത്താൻ എനിക്ക് ധൃതിയായി.

ബാബ ഇപ്പോൾ നമസ്കാരം കഴിഞ്ഞ് ദിക്റും, സ്വലാത്തും, തസ്ബീഹും (പ്രാർത്ഥനയുടെ വിവിധ തലങ്ങൾ) ഒക്കെയായി ഇരിക്കുന്നുണ്ടായിരിക്കും. എങ്കിലും നേരം ഒന്ന് നന്നായി വെളുത്തിട്ട് ആവാം ബാബയുടെ അടുത്ത് ചെന്ന് എന്റെ സങ്കടങ്ങൾ എല്ലാം വിശദമായി പറഞ്ഞു കേൾപ്പിക്കാൻ. അതോർത്തപ്പോൾ എനിക്ക് വല്ലാതെ തോന്നി.

ജുമുഅ (വെള്ളിയാഴ്ചകളിൽ പള്ളിയിൽ കൂട്ടം കൂടിയുള്ള പ്രാർത്ഥന) നമസ്കാരത്തിനായി മാത്രമേ ബാബ പള്ളിയിൽ പോകാറുള്ളൂ. ഇന്ന് വെള്ളിയാഴ്ച ദിവസമാണെങ്കിലും പള്ളിയിൽ പോകുമ്പോൾ പറയാം എന്ന് കരുതിയാൽ കാര്യം നടക്കില്ല. മിക്കവാറും ബാബയോടൊപ്പം മറ്റാരെങ്കിലും കണ്ടേക്കാം

മുറിയിൽ പോയിരുന്നു ഒരു വിധത്തിൽ സമയം കഴിച്ചുകൂട്ടി ചില്ലു ജാലകത്തിലേക്ക് ചാഞ്ഞുവീഴുന്ന സൂര്യരശ്മികളുടെ തങ്കച്ചവിയാർന്ന നേർത്ത പ്രതിഫലനം. ഇനി ആലോചിച്ച് അമാന്തിച്ച് നിൽക്കേണ്ടതില്ല നേരം നന്നായി പുലർന്നു കഴിഞ്ഞല്ലോ.

നാട്ടിൽ പോകുവാൻ ബാബ അനുവദിച്ചാൽ മാത്രമേ മുന്നോട്ടുള്ള കാര്യങ്ങൾക്കൊരു നീക്കുപോക്ക് ഉണ്ടാകൂ. ഞാൻ വാതിൽ ചാരി വെച്ച് പുറത്തേക്കിറങ്ങി. രണ്ടും കൽപ്പിച്ച് ബാബയുടെ അടുത്തെത്തി.

അസ്സലാമു അലൈക്കും. (ദൈവത്തിന്റെ രക്ഷ നിങ്ങൾക്കുണ്ടാകട്ടെ) ഞാൻ ബാബയെ അഭിവാദ്യം ചെയ്തു. വ അലൈക്കും മുസ്സലാം വറഹ്മതുള്ളാഹിവബറകാതുഹു. (ദൈവത്തിന്റെ രക്ഷയും കാരുണ്യവും അനുഗ്രഹവും നിനക്കും ഉണ്ടാകട്ടെ) ബാബ പ്രത്യാഭിവാദ്യം ചെയ്തു. ഒരു കപ്പ് ഗാവ എനിക്ക് പകർന്നു തന്നു. ബാബ അന്നേരം എനിക്കത് അത്യാവശ്യം ആയിരുന്നു.

അടുക്കളയിൽ നിന്നും രാവിലെ അബ്ദുല്ലക്കായുടെ കയ്യിൽ നിന്നും വാങ്ങി കുടിക്കുന്ന സുലൈമാനിയുടെ കാര്യം പോലും ഞാനിന്ന് മറന്നു പോയി.

നീയെന്താ അവ്വൽ സുബഹിക്ക് (അതിരാവിലെ) ബാബ അല്പം ഗൗരവത്തിലാണ് എന്നോട് ചോദിച്ചത്. കാര്യങ്ങൾ എങ്ങനെ അവതരിപ്പിച്ച് തുടങ്ങണം എന്നൊരു ആശയക്കുഴപ്പം എനിക്ക് അനുഭവപ്പെട്ടു. ഞാൻ ബാബയുടെ മുഖത്തേക്ക് തന്നെ നോക്കി നിന്നു പിന്നെ ഒട്ടും ഗൗരവമില്ലാതെ കാര്യം പറഞ്ഞു

എന്റെ ആവശ്യമറിഞ്ഞ് കഴിഞ്ഞ് ഒന്നും ഉരിയാടാതെ നിൽക്കുന്ന ബാബയുടെ ഭാവം എന്നിൽ ആകാംക്ഷ നിറച്ചു. എന്തായിരിക്കും എന്നോട് പറയാൻ പോകുന്നത്.

ബാപ്പയ്ക്ക് വേണ്ടുന്ന എല്ലാ സഹായങ്ങളും ചെയ്തു കൊടുത്തേക്കണം നീയില്ലെങ്കിൽ എനിക്ക് അല്പം ബുദ്ധിമുട്ടാണ്. അത് സാരമില്ല നാട്ടിൽ പോയി അധികം വൈകാതെ തിരിച്ചെത്താൻ നോക്കണം.

വളരെയധികം ആശ്വാസവും മനഃശാന്തിയും ധൈര്യവും ഒക്കെ എനിക്ക് അനുഭവപ്പെട്ടു. ബാബയുടെ വാക്കുകൾ കേട്ടപ്പോൾ എന്റെ മനസ്സിലെ ചങ്ങലകൾ അഴിച്ചുമാറ്റിയ ഒരു സ്വസ്ഥത. നിറഞ്ഞുവന്ന ശുഭപ്രതീക്ഷ ആവേശഭരിതനാക്കി.

ഇനി ജലാലിനെ കാണാൻ പോകണം അവൻ കട തുറക്കാൻ നേരം വൈകും. അതിനിനിയും എത്രനേരം കാത്തിരിക്കണം ഇന്ന് സമയം ഓടി പോകുകയല്ല. ഇഴഞ്ഞു നീങ്ങുകയാണോ. ഈ നിമിഷം എനിക്ക് അങ്ങനെ തോന്നിപ്പോകുന്നു.

ജലാലിന്റെ കല്യാണ ആവശ്യത്തിന് നാട്ടിൽ പോകുമ്പോൾ അവന് എത്രമാത്രം സാധനങ്ങളാണ് ഞാൻ വാങ്ങിക്കൊടുത്തത്. പോക്കറ്റിൽ പൈസയും വെച്ചുകൊടുത്തു. പിന്നെയും കടമായി ആവശ്യപ്പെട്ടപ്പോഴാണ് മറ്റൊരു നിവൃത്തിയും കാണാതായ ഞാനെന്റെ കുറി വിളിച്ചെടുത്തത് എപ്പോൾ ആവശ്യമുണ്ടെങ്കിലും തിരിച്ചു തരാമെന്ന് വാഗ്ദാനത്തിലാണ് ഞാൻ ആ സാഹസത്തിന് മുതിർന്നത്. തന്നെയുമല്ല മറ്റൊരാളുടെ സങ്കടം കാണാൻ എനിക്ക് വയ്യ.

കല്യാണവും കഴിഞ്ഞ് നാട്ടിൽ നിന്ന് എത്തിയിട്ട് അഞ്ചാറ് മാസത്തോളമായി. എന്നിട്ടും ഞാൻ ഇതുവരെ പൈസയുടെ കാര്യം ചോദിച്ചിട്ടില്ല. ചോദിക്കാതെ തന്നെ എനിക്ക് തരുമല്ലോ എന്ന എന്റെ ധാരണ പോലും അവൻ തെറ്റിച്ചു കളഞ്ഞു.

നാട്ടിൽ പോയി വന്നിട്ടല്ലേയുള്ളൂ ഇക്ക പെട്ടെന്ന് ഇങ്ങനെ ചോദിച്ചാൽ എന്റെ കച്ചവടം ഒക്കെ വളരെ മോശമാണ്.

ജലാലിന്റെ മറുപടി കേട്ട് ഞാൻ ഒന്നു ഞെട്ടി പരിഭ്രമിച്ചു പോയി. എന്താണ് ഇവൻ പറഞ്ഞുവരുന്നത്.

ഞാനവനോട് സൗജന്യം ചോദിക്കുന്നത് പോലെയാണ് ഭാവം. കുറെ നേരത്തെ പറയണമായിരുന്നില്ലേ എന്ന്. പെട്ടെന്നുള്ള തീരുമാനം ഒരു മാസം മുമ്പ് ഞാൻ എങ്ങനെ പറയാനാണ്. തരാതിരിക്കാൻ ഓരോരോ ന്യായങ്ങൾ.

അവനവന്റെ കാര്യങ്ങളെല്ലാം ഭംഗിയായി നടത്തുന്നുണ്ട്. ഇവിടെയും നാട്ടിലും. എത്രയും വേഗം നാട്ടിലേക്ക് അയച്ചു തന്നാൽ മതിയെന്നും ഞാൻ പറഞ്ഞു നോക്കി. ഞാൻ നോക്കട്ടെ ഇക്ക. അവന്റെ വാക്കുകളുടെ ധ്വനിയിൽ നിന്നും പണം എനിക്ക് കിട്ടുമെന്ന് യാതൊരു ഉറപ്പുമില്ലെ

ന്ന് എനിക്ക് മനസ്സിലായി. കടുപ്പമേറിയ വാക്കുകൾ ഞാൻ അവനോട് പറഞ്ഞു പോകും. അതുകൊണ്ട് ഞാൻ തിരിഞ്ഞു നടന്നു

ജലാലിന് പലപ്പോഴായി കൊടുത്തത് സാരമില്ലെന്ന് കരുതാം അതും പോരാഞ്ഞ് ചിട്ടി വിളിച്ച് കൊടുത്തത് ബുദ്ധിമോശം ആയിപ്പോയി. ഇല്ലെങ്കിൽ ഈ നിസ്സഹായാവസ്ഥയിൽ എനിക്കതൊരു പിടിവള്ളിയായേനെ. ഇനി മറ്റുള്ളവർക്ക് വാക്ക് കൊടുത്ത് കയ്യൊഴിയും മുമ്പ് രണ്ടാമതൊരു വട്ടം കൂടി ചിന്തിക്കേണ്ടിയിരിക്കുന്നു.

ആരെയും മുൻകൂട്ടി മനസ്സിലാക്കാൻ ഞാൻ ശ്രമിച്ചിട്ടില്ല എന്നതാണ് സത്യം. ഒരാൾക്ക് ദോഷം വരുന്ന കാര്യം ചിന്തിക്കാനേ വയ്യ. എന്റെ ഒരു കാര്യം. ഇപ്പോൾ അങ്ങനെയൊക്കെ തോന്നും. മറ്റൊരാളുടെ സങ്കടം കാണുമ്പോൾ എല്ലാമങ്ങ് മറന്നുപോകും. കൊടുക്കാനുള്ള ആവേശം തിരിച്ചു ചോദിക്കാൻ എനിക്ക് ഉണ്ടാകാറില്ല. എല്ലാവരും എന്നെ പോലെയല്ലെന്ന് എനിക്കിപ്പോൾ വ്യക്തമാകുന്നു.

സ്റ്റീഫനും കൈമലർത്തി. അവന്റെ ഭാര്യ സിസിയുടെ വിസിറ്റ് വിസക്കും താമസസൗകര്യത്തിനും ഒക്കെയാണ് എന്നോട് കടം വാങ്ങിയത്. ഞങ്ങൾ പരസ്പരം കൊടുക്കൽ വാങ്ങലുകൾ നടത്താറുള്ളതുമാണ്. അവന് അല്പം ബുദ്ധിമുട്ടാണെന്ന് അറിയാമെങ്കിലും എന്റെ നിവർത്തികേടുകൊണ്ട് ചോദിച്ചു പോയതാണ്.

ജോണേട്ടൻ പകുതിയോളം തുകയും തന്നു. ഇനി കലാം തരാനുള്ളത് കൂടി ആയാൽ ടിക്കറ്റിനുള്ള തുകയാകും അവൻ അർജന്റായി നാട്ടിൽ പോയിരിക്കുകയാണെന്നുള്ള കാര്യം ഇപ്പോഴാണ് ഓർമ്മ വന്നത്. എന്റെ എല്ലാ ഉത്സാഹവും കെട്ടു.

എന്റെ മുന്നിൽ ഒരു വഴി തെളിഞ്ഞു വന്നു. ട്രാവൽസിലെ മാനേജരെ കണ്ട് കാര്യം പറഞ്ഞു നോക്കാം. നാട്ടിൽ പോയി വന്നാലുടൻ ബാക്കി തുക തന്നു തീർക്കാം എന്നും പറയാം. വെറുതെ ഒഴിവാക്ക് പറയുകയില്ല കൊടുക്കുകയും ചെയ്യണം. പലപ്പോഴും ഞാൻ അവിടെ ചെല്ലുന്നത് കൊണ്ട് അദ്ദേഹത്തിന് എന്നെ അറിയാം.

തിരുവനന്തപുരത്തേക്ക് നേരിട്ടുള്ള ഫ്ളൈറ്റ് ആണെങ്കിൽ ചാർജ് കൂടും. കഴിഞ്ഞ തവണ സ്റ്റീഫൻ നാട്ടിൽ പോയത് പോലെ കുറഞ്ഞ നിരക്കിലുള്ള മാൽദീവ്സ് ട്രാൻസിറ്റ് ഫ്ളൈറ്റിൽ പോകാം. മാലിയിൽ ഇറങ്ങി മൂന്നു മണിക്കൂറുകൾ കഴിഞ്ഞ് വേണം തിരുവനന്തപുരത്തേക്കുള്ള ഫ്ളൈറ്റിൽ കയറാൻ. ഒരുപാട് ബുദ്ധിമുട്ടേണ്ടി വരും. എന്നാലും കുറഞ്ഞ നിരക്കിൽ നാട് അണയാമല്ലോ. തൽക്കാലം വൺവേ എടുക്കാം. തിരിച്ചിങ്ങോട്ട് നാട്ടിൽ നിന്നും ആകട്ടെ അല്ലാതെ മറ്റൊരു മാർഗ്ഗ

വും കാണുന്നില്ല.

ഇത്രയും കാലം ഈ മരുഭൂമിയിൽ കഷ്ടപ്പെട്ടിട്ടും യാത്ര ചെലവിനുള്ളതുപോലും എന്റെ കൈവശമില്ലാത്ത ഒരു പരിതാപകരമായ അവസ്ഥയാണല്ലോ എന്നിൽ വന്നുചേർന്നിരിക്കുന്നത്. എത്രയോ പേരുടെ പ്രതിസന്ധിഘട്ടങ്ങളിൽ ഞാൻ സഹായിച്ചിട്ടുണ്ട്. എന്നാൽ എനിക്കൊരു വിഷമം വന്നപ്പോൾ തിരിഞ്ഞു നോക്കാൻ ഒരാൾ ഇല്ലാത്ത അവസ്ഥയാണല്ലോ തമ്പുരാനെ.

അതിരാവിലെ വീട്ടിൽ നിന്നിറങ്ങുകയും ചെയ്തു. ഉദ്ദേശിച്ച രീതിയിൽ കാര്യം നടക്കാതെ തിരിച്ചു പോരേണ്ടിയും വന്നു. ഓരോ വിചാരങ്ങളാൽ പരവശനായ ഞാൻ വിഷാദത്താൽ നിരാശ നിറഞ്ഞ ദീർഘനിശ്വാസം അടക്കി.

വീട്ടിലെത്തിയാൽ എന്റെ ബാപ്പക്ക് ഏറ്റവും മുന്തിയ ചികിത്സ തന്നെ കൊടുക്കണം. ഒരു ചില്ലി കാശ് പോലും കൈവശമില്ലാതെ എങ്ങനെയാണ് അത് ചെയ്യുക. മറ്റൊന്നുമില്ലെങ്കിലും സ്വന്തം വീട്ടുകാർക്കെങ്കിലും എന്തെങ്കിലും സമ്മാനം കൊടുക്കേണ്ടേ. പ്രത്യേകിച്ച് എന്റെ മാതാപിതാക്കൾക്ക്. ഗൾഫുകാരൻ എന്നു പറയാൻ വീട്ടിൽ ഞാൻ മാത്രമേയുള്ളൂ.

സാജിതയുടെ രണ്ടു മക്കളെയും എന്റെ ഇളയ സഹോദരൻ നാദിർഷയുടെ ഭാര്യ സുമിയെയും ഞാൻ ആദ്യമായാണ് നേരിൽ കാണാൻ പോകുന്നത്. എന്നെ കാണുമ്പോൾ കുട്ടികളൊക്കെ എന്തെങ്കിലുമൊക്കെ കിട്ടുമെന്ന് ആഗ്രഹിക്കില്ലേ. ഇതിനൊക്കെ പണം വേണം.

ഞാൻ ജോലിയെടുക്കുന്ന ശമ്പളം ഒരു നയാ പൈസ പോലും കുടിശ്ശികയില്ലാതെ എനിക്ക് കൃത്യമായി കിട്ടുന്നുണ്ട്. അതുകൊണ്ട് ആ വാതിലും അടഞ്ഞു എന്റെ വീട്ടുകാരുടെ ഓരോരോ ആവശ്യങ്ങൾക്ക് വേണ്ടി പലപ്പോഴും എന്റെ നാട്ടിലേക്കുള്ള യാത്ര വേണ്ടെന്നുവച്ച് അവധി എടുക്കാതെ ജോലിയെടുത്ത് ആ ശമ്പളവും കൂടി വാങ്ങി ഞാൻ നാട്ടിലേക്ക് അയച്ചു കൊടുത്തിട്ടുണ്ട്.

ഇത് മറ്റുള്ളവരുടെ ആവശ്യമല്ല. എന്റെ മാതാപിതാക്കൾക്ക് എന്നെ നേരിട്ട് ഒന്ന് കാണുവാനുള്ള തീവ്രമായ ആഗ്രഹം പണം കൊണ്ട് സാധിച്ചു കൊടുക്കാവുന്നതും അല്ല. ജനങ്ങൾ എന്നെ കുറ്റപ്പെടുത്തുന്നത് തള്ളിക്കളയാം. പക്ഷേ അവർക്ക് എന്തെങ്കിലും സംഭവിച്ചാൽ പിന്നെ മനസ്സാക്ഷി കുത്തി നോവിച്ച് ഒരിക്കലെങ്കിലും സ്വസ്ഥത തരുമോ. ഇല്ലെന്ന് ഉറപ്പാണ്. “ഇത്രയും നാളും ഗൾഫിൽ ജോലി എടുത്തിട്ട് ഈ കുട്ടികൾക്കെങ്കിലും ഒന്നും കൊണ്ടുവരാതെ വെറുംകയ്യോടെ ഇവിടേക്ക്

വരാൻ എങ്ങനെ തോന്നി നിനക്ക്?" ആ വാക്കുകൾ സാരമില്ലെന്ന് കരുതാം. മറ്റുള്ളവർ എങ്ങനെ വേണമെങ്കിലും വ്യാഖ്യാനിക്കട്ടെ. അങ്ങനെയുള്ള മുള്ളും മുനകളും എല്ലാം എനിക്കിപ്പോൾ ഒരു വിഷയമേ അല്ലെന്ന് മനസ്സിനെ ഞാൻ പഠിപ്പിച്ചു കൊണ്ടിരിക്കുകയാണ് ഇപ്പോൾ.

പെട്ടെന്നുള്ള യാത്രയല്ലേ. അടുത്ത തവണ ഓരോരുത്തർക്കുമായി പ്രത്യേകം വാങ്ങി പെട്ടി നിറച്ച് മനഃസ്സമാധാനത്തോടെ ഒരു പോക്ക് പോകണം. തന്നെയുമല്ല എത്രയോ വട്ടം ഓരോരുത്തർ ആവശ്യപ്പെടുന്നതും അല്ലാത്തതുമായ സാധനങ്ങൾ ഞാൻ കൊടുത്തയക്കാറുണ്ട്. തൽക്കാലം അങ്ങനെയൊക്കെ സമാധാനിക്കാം. ഇനി ആ കാര്യം മനസ്സിൽ നിന്നും തുറന്നു വിട്ടു കളയാം.

കൃഷ്ണേട്ടൻ ആണെങ്കിൽ നാട്ടിൽ നിന്ന് എത്തിയിട്ടില്ല. ശ്യാമള ചേച്ചിയുടെ മരണത്തോടെ ഇനി ഇങ്ങോട്ട് വരുമോ എന്നും അറിയില്ല. ആ ദുരന്തം താങ്ങാനുള്ള കരുത്ത് അദ്ദേഹത്തിന് കൊടുക്കട്ടെ. കൃഷ്ണേട്ടൻ ഇവിടെ ഉണ്ടായിരുന്നെങ്കിൽ ഇങ്ങനെയൊരു പ്രതിസന്ധി എനിക്ക് നേരിടേണ്ടി വരുമായിരുന്നില്ല. എല്ലാം വരുന്നതുപോലെ വരട്ടെ. കൈ നീട്ടി സ്വീകരിക്കാം.

ബാബ എന്നെ തിരക്കുന്നതിനു മുമ്പായി അതിവേഗത്തിൽ വണ്ടി വിട്ടു. മജിലിസിൽ ഇരുന്ന് അതിഥികളുമായി സംസാരിക്കുകയായിരുന്നു ബാബ. ഇന്ന് പുറത്തേക്ക് പോകേണ്ട ആവശ്യമില്ലായിരിക്കും. ബാബ ഫ്രീ ആകുമ്പോഴേക്കും വസീമിനെ കണ്ട് യാത്ര ചോദിച്ചു വരാമെന്ന് കരുതി.

വടക്കേ ഭാഗത്തെ കൂറ്റൻ മതിലിന്റെ മൂലയിൽ ആയി വസീമും ഒക്കെ കാര്യമായി എന്തോ ജോലിയിൽ ഏർപ്പെട്ടുകൊണ്ടിരിക്കുകയാണ് അവർ അവിടെ എന്തെടുക്കുകയാണ്. രഞ്ജുവും ഉണ്ടല്ലോ. അങ്ങോട്ട് ഒന്ന് പോകാം എന്ന് വെച്ചാൽ കുറെ നടന്നാലേ അവിടെയെത്തൂ. പോകണോ വേണ്ടയോ എന്ന് ആലോചിച്ചു നിൽക്കുന്നതിനിടയിൽ വസീം എന്നെ കണ്ടു പേര് ചൊല്ലി വിളിച്ചു.

അവനോട് എന്നെ അലട്ടുന്ന വേദനകൾ പറഞ്ഞു. എന്റെ തൊണ്ടയിടറി. എന്റെ പുറം തലോടി കൊണ്ട് അവൻ പറഞ്ഞു.

എന്തെല്ലാം സങ്കടങ്ങളാണ് നമ്മൾ പേറിക്കൊണ്ട് നടക്കേണ്ടി വരുന്നത്. അതും പോരാഞ്ഞ് പിന്നെയും ഓരോന്നോരോന്ന് വന്നുചേരുമ്പോൾ താങ്ങാനുള്ള ത്രാണി ഉണ്ടാക്കിയേ ഒക്കൂ. അതാണ് നമ്മൾ പ്രവാസികളുടെ തലയിലെഴുത്ത്. ഏതായാലും കബീർ ഭായ് വാ എന്റെ മുറിയിലേക്ക് പോകാം.

ഞാൻ അവനോടൊപ്പം നടന്നു അവൻ മേശ വലിപ്പിന്റെ താക്കോലെടുത്ത് തുറന്ന് ഭദ്രമായി വെച്ചിരുന്ന ദീർഘചതുരാകൃതിയിലുള്ള ഒരു പൊതിയെടുത്ത് സംശയിച്ചു നിന്ന് എന്റെ കയ്യിൽ പിടിപ്പിച്ചു. അവൻ നാട്ടിലേക്ക് അയക്കാൻ കരുതി വെച്ചിരുന്ന തുകയായിരിക്കും എനിക്കെടുത്ത് തന്നത്.

“തൽക്കാലം കബീർ ഭായിയുടെ ആവശ്യം നടക്കട്ടെ എന്റെ കാര്യം ഞാൻ എങ്ങനെയെങ്കിലും അഡ്ജസ്റ്റ് ചെയ്തു കൊള്ളാം ഭായ്.”

അവന്റെ പ്രയാസങ്ങൾ എനിക്കറിയാമായിരുന്നെങ്കിലും വേണ്ടെന്നു പറയാൻ ഞാൻ മുതിർന്നില്ല. എന്റെ പ്രയാസങ്ങൾക്കും നിരാശകൾക്കും ഇടയിൽ ആശ്വാസവും ഉന്മേഷവും നിറച്ചു അവന്റെ വാക്കുകളും പ്രവർത്തികളും. മറ്റുള്ളവരെ കുറിച്ച് നാം ചിന്തിക്കുന്നത് പോലെയല്ല യാഥാർത്ഥ്യം

എന്റെ ദേശക്കാരനോ ഭാഷക്കാരനോ ബന്ധുവോ അല്ലാത്ത ജീവിതവഴിയിൽ കണ്ടുമുട്ടിയ ഒരാളാണല്ലോ പ്രതിസന്ധിയിൽ എനിക്ക് അത്താണിയായത്. എന്റെ കയ്യിൽ നിന്നും പണപ്പൊതി അവൻ തിരികെ വാങ്ങിച്ചു

എന്നോട് അതൊന്ന് എണ്ണി നോക്കാൻ പറഞ്ഞു. ഇത്രയും നേരമായിട്ടും അങ്ങനെ ഒരു കാര്യം ഞങ്ങൾ രണ്ടുപേരും ഓർത്തിരുന്നില്ല.

രണ്ടോ മൂന്നോ വട്ടം വസീം എണ്ണി വെച്ചതിനേക്കാളും കുറവായിരുന്നു ഇത്.

ഇങ്ങനെയുള്ള കളവുകൾ പല ബാച്ചിലേഴ്സ് മുറികളിലും നടക്കാറുണ്ടെന്നുള്ള കാര്യം വസീം അറിയാതെ പോയതാണോ അതോ മറ്റുള്ളവരെ അമിതമായി വിശ്വസിച്ചതാണോ അവനു പറ്റിയ പിഴവ്.

അദ്ധ്യായം
പതിനേഴ്

ഞാൻ മജ്‌ലിസിൽ എത്തി ബാബയുടെ അതിഥികൾ പോയി കഴിഞ്ഞിരിക്കുന്നു. ഇത്രനേരം നീ എവിടെയായിരുന്നു. അല്പം ഗൗരവത്തോടെയാണ് എന്നോട് ചോദിച്ചത്. ബാബയുടെ പ്രകൃതം അങ്ങനെയാണ്. പുഞ്ചിരി എന്നൊരു വികാരം അപൂർവ്വമായേ ആ മുഖത്ത് വിരിയാറുള്ളൂ.

ബാബയ്ക്ക് എന്തെങ്കിലും ആവശ്യമുണ്ടായിരുന്നോ. ഞാൻ കുറെ മുമ്പേ ഇവിടെ വന്ന് നോക്കി. ബാബ. അതിഥികളോടൊപ്പമായിരുന്നു

ഞാൻ വിനയപൂർവ്വം പറഞ്ഞു

ഞാൻ പറഞ്ഞു കഴിയും മുമ്പേ ബാബ പറഞ്ഞു തുടങ്ങി. എന്റെ വാക്കുകൾ ശ്രദ്ധിച്ചതേയില്ല. "നിന്റെ യാത്രയുടെ തീയതി എന്നാണ്. ഇന്നോ നാളെയോ പൊയ്ക്കോളൂ ഇനി അധികം വൈകിക്കണ്ട."

ഞാൻ കേൾക്കാൻ കൊതിച്ച വാക്കുകൾ തന്നെയല്ലേ ബാബ പറഞ്ഞത്. അതോ ഞാൻ കേട്ടത് തെറ്റിപ്പോയോ എന്നുപോലും സംശയിച്ചു.

"നിന്റെ ബാപ്പയ്ക്ക് വേണ്ടതെല്ലാം ചെയ്തുകൊടുക്കണം. നല്ല ചികിത്സ തന്നെയായിരിക്കട്ടെ. ഒന്നിനും കുറവ് വരുത്തരുത്." ബാബ പറഞ്ഞുകൊണ്ടിരിക്കുകയാണ്. ബാബ ആ കാര്യം പറഞ്ഞാലും ഇല്ലെങ്കിലും എന്റെയും ആഗ്രഹം അങ്ങനെയൊക്കെ ആണല്ലോ. നാട്ടിലെത്തിയാൽ എന്തെങ്കിലും ഒരു മാർഗ്ഗം തുറന്നു കിട്ടുമെന്ന് ആശ്വസിച്ചിരിക്കുകയായിരുന്നു ഞാൻ.

ഞാൻ മറുപടിയൊന്നും പറയാതെ നിന്നു. ബാബ എന്റെ കൈകളിലേക്ക് നോട്ടുകെട്ട് സാവധാനം വച്ചുതന്നു. ഞാൻ കൈപ്പത്തിമലർത്തി കണ്ണോടിച്ചു. എനിക്കത് വിശ്വസിക്കാൻ കഴിഞ്ഞില്ല. ഇത്രയും വലിയൊരു തുക ബാബയ്ക്ക് നിസ്സാരമായിരിക്കാം പക്ഷേ എന്നെ സംബന്ധിച്ചിടത്തോളം അതും ഈ സന്ദർഭത്തിൽ.

ഒന്നും പറയാൻ എനിക്ക് കഴിഞ്ഞില്ല. എന്റെ കണ്ണുകൾ നിറഞ്ഞു കവിഞ്ഞു. ബാബ എന്റെ കൈകളിൽ മൃദുവായി ഒന്ന് തലോടിക്കൊണ്ട് പറഞ്ഞു നിന്റെ ബാപ്പാക്ക് എത്രയും വേഗം സുഖമാക്കി തരാൻ റബ്ബിൽ ആലമീനായ തമ്പുരാനോട് ദുആ ചെയ്യൂ. അൽഹംദുലില്ലാഹ് (എല്ലാ സ്തുതിയും ദൈവത്തിന്).

ഒരു വലിയ മനുഷ്യനായ ബാബയുടെ തലോടലും സാന്ത്വനവാക്കുകളും എന്റെ മനസ്സിൽ ആശ്വാസത്തിന്റെ കുളിരു പകർന്നു വല്ലാത്തൊരു രക്ഷാബോധം വഴിഞ്ഞു നിൽക്കുന്നതുപോലെ.

തടസ്സങ്ങൾ നീങ്ങി. ഇനിയും എത്രയെത്ര കാര്യങ്ങളാണ് ചെയ്തു തീർക്കാനുള്ളത്. പുറത്തേക്കിറങ്ങും മുമ്പ് ഉമ്മിയോടും കൂടി പറയാം. ഉമ്മിയ്ക്ക് എന്നെക്കൊണ്ട് എന്തെങ്കിലും ആവശ്യമുണ്ടെങ്കിൽ അതുകൂടി കഴിഞ്ഞിട്ടേ പോകാനൊക്കൂ.

എന്റെ മുറിയിൽ സൂക്ഷിച്ചു വെച്ചിരിക്കുന്ന ഇരുമ്പ് പെട്ടി ഒന്ന് പരിശോധിക്കണം. നാട്ടിൽ പോകുന്നവർക്കൊക്കെ സമ്മാനിച്ചിട്ട് ബാക്കി എന്തെങ്കിലുമുണ്ടോ ആവോ. ഏതായാലും എന്റെ സുൽത്താനക്ക് കരുതി വെച്ചിരിക്കുന്ന ബ്രൂട്ട് സ്പ്രേ മൂന്നോ നാലോ ഉണ്ടാകുമെന്ന് ഉറപ്പാണ്.

സംഘർഷങ്ങളെ ഒരു മാത്ര നേരത്തെ എങ്കിലും മായിച്ചു കളയുന്ന ചിന്തകളുമായി ഞാൻ ഉമ്മിയുടെ അരികിലെത്തിച്ചേർന്നു.

എന്റെ സങ്കടങ്ങളെല്ലാം കേട്ടുകഴിഞ്ഞ് ശേഷം പറഞ്ഞു "നീ ഇവിടെ നിൽക്ക്. കുറച്ചു കഴിഞ്ഞു പോയാൽ മതി. ഞാൻ ഇപ്പോ വരാം. നീയും കൂടെ വരൂ. ഉമ്മ ഏൽപ്പിച്ച ജോലികൾ നിർത്തിവച്ച് സിലോണി ജോലിക്കാരി റഹീന ഉമ്മിയോടൊപ്പം അകത്തേക്ക് പോയി.

അർബാബിന്റെ വീട്ടിലേക്കോ ബാബയുടെ സഹോദരൻ ജാബിറിന്റെ ഭാര്യമാർക്ക് കൊടുക്കാനുള്ള ഭക്ഷണപ്പൊതിയോ മറ്റെന്തെങ്കിലുമോ തന്നയക്കുകയായിരിക്കും ഉദ്ദേശ്യം. ബാബയുടെ സഹോദരി മറിയത്തിന് ഇവിടത്തെ പെൺമക്കൾക്കോ കൊടുക്കാനുള്ളതാണെങ്കിൽ വലഞ്ഞത് തന്നെ അവിടേക്ക് കുറെ ദൂരം ഉണ്ട്.

ഉമ്മിയുടെ ആഗ്രഹം നിറവേറ്റി കൊടുത്ത് ഈ ഹോബി എനിക്കും ഇഷ്ടമാണ്. ഉമ്മി കൊടുക്കുമ്പോഴും അത് സ്വീകരിക്കുമ്പോഴുള്ള പരസ്പര സ്നേഹവും ഐക്യവുമൊക്കെ എന്നെ ആകർഷിക്കാറുണ്ട്. സാധാരണയായി പറഞ്ഞില്ലെങ്കിൽ തന്നെ ഞാൻ അങ്ങോട്ട് ചോദിക്കാറുണ്ട്. ഇന്ന് പാർസൽ ഒന്നുമില്ലേ എന്ന്.

പക്ഷേ ഇന്നത്തെ എന്റെ തിരക്കേറിയ ദിവസം എനിക്ക് കിട്ടിയിരിക്കുന്ന ഈ ചുരുങ്ങിയ സമയത്തിനുള്ളിൽ ഏതെല്ലാം കാര്യങ്ങളാണ് ചെയ്തുതീർക്കാനുള്ളത്. ഒന്ന് വേഗമായി കൂടെ അകത്തേക്ക് പോയിട്ട് സമയം എത്രയായി. അവിടെ എന്തെടുക്കുകയാണ്. വെറുതെ എന്നെ മെനക്കെടുത്താൻ ആയിട്ട്. സ്വയം മന്ത്രിച്ച് എന്റെ അമർഷം ഞാൻ നിയന്ത്രിച്ചു. അതാ വരുന്നു ഒരു പെട്ടിയുമായി ഇനി ഇത് ആർക്ക് കൊടുക്കാനാണാവോ.

റഹീന കൊണ്ടുവന്ന പെട്ടി ഉമ്മി എന്നെ ഏൽപ്പിച്ചു. ദൂരെക്കൊന്നും കൊടുക്കാൻ പറയാതിരുന്നെങ്കിൽ എന്ന് ഓർക്കുമ്പോഴേക്കും "നിനക്ക് നാട്ടിലേക്ക് കൊണ്ടുപോകാനുള്ള കുറച്ചു സാധനങ്ങളാണ് നാട്ടിൽ നിനക്ക് വേണ്ടപ്പെട്ടവർക്ക് ഒക്കെ കൊടുത്തേക്കൂ"

ഇതിനായിരുന്നോ ഇലാഹി (ദൈവമേ) ഉമ്മി അകത്തുനിന്നും എത്താൻ വൈകിയതിന് എന്റെ സ്വാർത്ഥത കൊണ്ട് ഞാൻ എന്തൊക്കെയോ മന്ത്രിച്ചു. കുറ്റബോധം ഒരു ശ്വാസംമുട്ടൽ പോലെ എന്റെ മനസ്സിൽ വന്നലച്ചു.

പശ്ചാത്താപ ചിന്തകളാൽ നിൽക്കുന്ന എന്റെ മുഖത്തേക്ക് സൂക്ഷിച്ചുനോക്കി. ഉമ്മിയും ബാബ പറഞ്ഞതുപോലെയൊക്കെ പറഞ്ഞു. ഒപ്പം പണം അടങ്ങിയ ഒരു ചെറിയ കവർ എന്റെ കൈവെള്ളയിൽ വച്ചു

തന്നു. ഇത്രയ്ക്കൊന്നും ഞാൻ പ്രതീക്ഷിച്ചിരുന്നില്ല

എന്നിൽ അങ്കുരിക്കുന്ന സന്തോഷങ്ങളും സംഘർഷങ്ങളും ഞാൻ പറയാതെ തന്നെ മനസ്സിലാക്കാൻ കഴിയുന്ന എന്റെ സ്വന്തം ഉമ്മയെ പോലെയാണ് ഈ ഉമ്മിയും എന്നു ഞാൻ സംശയിച്ചു. സഹാനുഭൂതിയുടെ, നൽകലിന്റെ, സേവനത്തിന്റെ, സ്നേഹ സാന്ത്വനത്തിന്റെ പ്രതിരൂപങ്ങൾ എന്തും മക്കൾക്ക് നൽകുന്ന മാതാപിതാക്കൾ.

കിട്ടിയ തുകയിൽ നിന്നും വസീമിന് കൊടുക്കാനുള്ളത് മാറ്റിവെച്ചു. എന്റെ വിഷമ സന്ധിയിൽ സ്വന്തം കാര്യം പോലും നോക്കാതെ സഹായഹസ്തം നീട്ടിയ അവന്റെ സ്നേഹത്തിന്റെ വ്യാപ്തി ഞാൻ ഒരിക്കലും മറന്നുകൂടാ.

പെട്ടി പാക്ക് ചെയ്യാനും എയർപോർട്ടിൽ വിടാനും ഒക്കെ വസീമിനോടൊപ്പം വിജയനും ഉണ്ടായിരുന്നു. ദിവസം തോറും എന്നതുപോലെ എത്രയോ തവണ ഞാനീ എയർപോർട്ടിൽ വന്നിട്ടുണ്ട്. മറ്റുള്ളവരെ കൊണ്ടുപോകുവാനും കൊണ്ടുവരുവാനുമൊക്കെയായി.

പക്ഷേ ഇതിനുള്ളിൽനിന്നിറങ്ങിയ ഞാൻ തിരിച്ച് കയറുന്നത് നീണ്ട അഞ്ചുവർഷങ്ങൾക്ക് ശേഷം മാത്രം. അതിനിടയിൽ ശാരീരികമായും മാനസികമായും എനിക്ക് വന്ന മാറ്റങ്ങൾ ഞാനറിയാതെ എന്നിൽ നിന്നും പറന്നകന്ന, ഇനി ഒരിക്കലും തിരിച്ചു വരാത്ത അഞ്ച് വയസ്സ് അഞ്ചുവർഷത്തെ ആയുസ്സ്.

അതിനിടയിൽ എത്രമാത്രം കാര്യങ്ങൾ കണ്ടു, കേട്ടു, അനുഭവിച്ചു. എത്രയെത്ര നാട്ടുകാർ, എത്ര ഭാഷകൾ.. പലരുമായും ഒരു ആത്മബന്ധം സ്ഥാപിക്കാൻ പോലും കഴിഞ്ഞു. എല്ലാം പടച്ചവന്റെ നിയോഗം

വിമാനം പൊങ്ങാൻ തുടങ്ങുന്നു ഒപ്പം പുറം കാഴ്ചകൾ താഴ്ന്നു താഴ്ന്നു പോകുന്നു. ഇനി തടസ്സങ്ങൾ ഒന്നുമില്ലാതെ എന്റെ സ്വന്തം നാട്ടിലേക്ക് ആ മണ്ണിൽ കാലുകുത്താൻ എനിക്ക് ധൃതിയായി.

ഇരുണ്ട ആകാശ പ്രതലത്തിൽ മിന്നുന്ന നക്ഷത്രങ്ങളുടെ വെള്ളി വെളിച്ചം. ഇടയ്ക്കിടെ പ്രത്യക്ഷപ്പെടുന്ന വെൺമേഘങ്ങൾ. പുറം കാഴ്ചകൾ മതിമറന്നിരുന്നു ആസ്വദിക്കാൻ ഒന്നുമില്ലല്ലോ. ജ്യൂസും വെള്ളവും മദ്യവും അതിന്റെ അനുസാരികളുമായി നീങ്ങുന്ന ട്രോളിയിൽ നിന്നും എയർഹോസ്റ്റസ് ആവശ്യക്കാർക്ക് കൊടുക്കുന്നു.

സ്വസ്ഥമായി ഒന്നുറങ്ങുവാനായി സീറ്റിലേക്ക് ചാരി. ബ്ലാങ്കറ്റും പുതച്ച് ഞാൻ ഇരുന്നു. ചുറ്റുമൊന്ന് കണ്ണോടിച്ചു. സഹയാത്രികരിൽ ഒട്ടുമിക്കവരും ഉറങ്ങിക്കഴിഞ്ഞിരുന്നു. ഓർമ്മകൾ എന്റെ ഉറക്കം കെടുത്തി.

ബാപ്പ ആരോഗ്യവാൻ ആയിരിക്കുമ്പോൾ എനിക്ക് വരാൻ ഒത്തില്ല

ഞാൻ ശ്രമിക്കാതെ അല്ല. ഓരോ വിഘ്നങ്ങൾ എന്നെ വരിഞ്ഞുമുറുക്കി കൊണ്ടിരിക്കും. എന്നെ കാണുന്ന നേരത്ത് ബാപ്പാക്ക് വല്ലാത്തൊരു ആശ്വാസമായിരിക്കും. ആ സന്തോഷത്തള്ളിച്ചയിൽ അസുഖമൊക്കെ ഒഴിഞ്ഞുപോകും. അങ്ങനെയൊക്കെ ആയിരുന്നെങ്കിൽ യാ അല്ലാഹ്.

ഇന്നത്തെ രാത്രി അവസാനിച്ചു കഴിഞ്ഞാൽ എന്റെ ലക്ഷ്യസ്ഥാനത്ത് എത്തിച്ചേരും. ഭക്ഷണം കഴിഞ്ഞു ഒന്ന് നന്നായി ഉറങ്ങി. അനൗൺസ്മെൻറ് കേട്ട് ഞെട്ടി ഉണർന്നു. ഫ്ളൈറ്റ് ലാൻഡ് ചെയ്തു കഴിഞ്ഞിരിക്കുന്നു. ഓവർ ഹെഡ് ലോക്കറിൽ നിന്നും ലഗേജുകൾ എടുക്കാനുള്ള യാത്രക്കാരുടെ തിക്കുംതിരക്കും കൂട്ടത്തിൽ ഞാനും.

ഇനി കസ്റ്റംസ് എന്ന കടമ്പ കൂടി കഴിഞ്ഞാൽ ആശ്വാസമായി. ഒരു ഇരയെ കയ്യിൽ കിട്ടിയതുപോലെയാണ് അധികൃതരുടെ പെരുമാറ്റം. പെട്ടിയിൽ സ്വർണമോ മറ്റോ ഒളിപ്പിച്ചു വച്ചിട്ടുണ്ടോ എന്നറിയാനായി അധ്വാനിച്ചുണ്ടാക്കിയ പണം കൊടുത്ത് വാങ്ങി ബുദ്ധിമുട്ടി പാക്ക് ചെയ്തു കൊണ്ടുവരുന്ന ലഗേജുകൾ തുറന്നു ഒരു തരിമ്പു പോലും ദാക്ഷിണ്യമില്ലാതെ വാരിവലിച്ചിട്ടുന്ന സമ്പ്രദായങ്ങൾ ഒക്കെ അക്കാലത്ത് സാധാരണമായിരുന്നു. ഉദ്യോഗസ്ഥർക്ക് പണവും മദ്യവും കൊടുത്തു എങ്ങനെയെങ്കിലും പുറത്തു കടക്കുന്നവരും ഉണ്ട്. സ്കാനിങ് വന്നതിനു ശേഷം അങ്ങനെയുള്ള നൂലാമാലകൾ ഒന്നുമില്ല.

എന്നെ കണ്ടപ്പോഴേ നാദിർഷ അടുത്തേക്ക് വന്നു എന്നെ ചുറ്റിപ്പിടിച്ചു. അൽപനേരം ഗദ്ഗദത്താൽ പരസ്പരം ഞങ്ങളുടെ വാക്കുകൾ വഴിമുട്ടി നിന്നു. അഞ്ചുവർഷം മുമ്പ് ഉണ്ടായിരുന്നതിലും രൂപത്തിലും ഭാവത്തിലും പക്വതയിലും ഒക്കെ ഏറെ മാറ്റം വന്നിരിക്കുന്നു അവന്. വണ്ടിയുടെ ഡിക്കിയിൽ ലഗേജുകൾ പെട്ടെന്ന് തന്നെ എടുത്തുവെച്ച് തിരിച്ചു പോകാൻ അവൻ തിടുക്കം കൂട്ടി.

എന്റെ നാടിന്റെ പച്ചപ്പും ഇടതൂർന്നു നിൽക്കുന്ന തെങ്ങുകളും വൻമരങ്ങളും ഞാൻ ആദ്യം കാണുന്നതുപോലെ നോക്കിയിരുന്നു. കുണ്ടും കുഴികളും നിറഞ്ഞ റോഡിലൂടെ വണ്ടി ആസ്പത്രി കവാടത്തിൽ എത്തി ഞാൻ ആകെ അമ്പരന്നു. ബാപ്പ ആസ്പത്രിയിൽ ആണെന്ന് കാര്യം ഞാൻ അപ്പോഴാണ് അറിയുന്നത്.

ട്യൂബ് ഘടിപ്പിച്ചു നിസ്സഹായനായി കിടക്കുന്ന ബാപ്പ എന്റെ ഓർമ്മ ചിത്രത്തിൽ ഇന്നോളം കടന്നു വരാത്ത ഒരു രംഗം ആ കണ്ണുകളിൽ എന്നോടുള്ള വാത്സല്യം നിറഞ്ഞു കത്തുന്നുണ്ടായിരുന്നു.

വാചാലതയും ഭംഗിയാർന്ന അംഗവിക്ഷേപങ്ങളും ആ തലയെടുപ്പും എവിടെപ്പോയി ഒളിച്ചു. പകരം കരുവാളിച്ച മുഖവും വാടിക്കരിഞ്ഞ പ്ര

തീക്ഷകളുടെ അസ്വസ്ഥതകൾ അലയടിക്കുന്ന കണ്ണുകളും വ്യക്തമായ സംസാരവും എല്ലാത്തിനും സാക്ഷിയായി തളർന്നിരിക്കുന്ന ഉമ്മ.

ബാപ്പയുടെ ദിവസങ്ങൾ എണ്ണപ്പെട്ടു കഴിഞ്ഞു എന്ന് ഡോക്ടർ രാമനാഥന്റെ വിശദീകരണത്തിൽ നിന്ന് അറിയാൻ കഴിഞ്ഞു. സ്നേഹ ധനനായ എന്റെ പിതാവ് എന്നിൽ നിന്നും വിട്ടുപിരിഞ്ഞു ദിവസങ്ങൾക്കകം എന്റെ ജീവിതത്തിലെ ദുഃഖത്തിന്റെ ഒരു വശം.

ആ കണ്ണുകൾ അടഞ്ഞ നിമിഷം മുതൽ ബാപ്പയെ മൃതശരീരം ഡെഡ്ബോഡി, ശവം, മയ്യത്ത് എന്നൊക്കെയാണ് വിശേഷിപ്പിക്കുന്നത്. ഭൂമിയിലെ അവസരം കഴിഞ്ഞു ഇനി എത്രയും വേഗം മണ്ണിനടിയിലേക്ക് യാത്ര അയക്കലാണ്.

അടുത്ത പടി അവസാനമായി ഒരുപിടി മണ്ണ് കബറിലേക്ക് ഇട്ട് മൂടിക്കഴിഞ്ഞാൽ ജീവിച്ചിരിക്കുന്നവരുടെ കടമ കഴിഞ്ഞു.

എല്ലാം വെടിഞ്ഞ് പരലോകത്തേക്ക് ഒരു യാത്ര. അവിടെ ഇണയില്ല തുണയില്ല. ചെയ്തുവെച്ച കർമ്മഫലങ്ങൾ മാത്രം സഹായത്തിനു ഉണ്ടായിരിക്കും. ഇനി എല്ലാം എനിക്ക് ഓർമ്മകൾ മാത്രം.

ഞാൻ നാട്ടിലെത്തിയിട്ട് അഞ്ചുദിവസങ്ങൾ പിന്നിട്ടു. മരണവീട് എന്നാണ് ഇപ്പോൾ വീടിനെ ആളുകൾ വിശേഷിപ്പിക്കുന്നത്. എന്റെ വീട്ടിൽ നിറയെ ആളുകളാണ്, വരുന്നവരും പോകുന്നവരും ഇവിടെ താമസിക്കുന്നവരും ആയിട്ട്. ഇന്നലെയാണ് ഞാൻ ആ കാര്യം ഗഹനമായി ചിന്തിച്ചത്

എന്റെ സുൽത്താനാ, അവൾ ഇതുവരെ വന്നില്ലല്ലോ. അങ്ങനെ വരാതിരിക്കാൻ അവൾക്ക് കഴിയുമോ. ചിലപ്പോൾ ബാപ്പയുടെ മയ്യത്ത് കാണാൻ വന്നിട്ടുണ്ടായിരിക്കാം. മനസ്സിനേറ്റ ആഘാതത്തിൽ വന്നവരെയൊന്നും ശ്രദ്ധിക്കാൻ കഴിഞ്ഞിരുന്നില്ലല്ലോ.

എന്നെ അവൾ കണ്ടിട്ടുണ്ടായിരിക്കുമോ. ഒരുതവണകൂടി അവൾക്ക് ഇവിടെ വരെ ഒന്ന് വരാമായിരുന്നല്ലോ. വരാൻ കഴിയാത്ത തക്കതായ എന്തെങ്കിലും കാരണം കാണും അല്ലെങ്കിൽ ജീവനുണ്ട് എങ്കിൽ എന്റെ അടുത്ത് അവൾ എത്താതിരിക്കില്ല. ഇത്രയും ദിവസമായിട്ടും ഞാൻ അങ്ങോട്ട് ചെന്നില്ലെന്ന് പരിഭവിച്ചിരിക്കുകയായിരിക്കും.

ഒന്ന് ചുറ്റിക്കറങ്ങിയിട്ട് വരാം. സുൽത്താനയുടെ വീടാണ് എന്റെ പ്രധാന ഉദ്ദേശ്യം. ഇനിയും നീട്ടിക്കൊണ്ടു പോകാതെ എന്റെയും സുൽത്താനയുടെയും കല്യാണം ഉറപ്പിച്ചു വെക്കണം.

ഈ ദുഃഖ വേളയിൽ ഞാൻ ആ കാര്യം ചിന്തിക്കരുതായിരുന്നു. എന്നെപ്പോലെ അല്ലല്ലോ അവൾ. പെൺകുട്ടികൾക്ക് കാത്തിരിക്കുന്നതി

നും ഒരു പരിധി ഉണ്ടല്ലോ. നിക്കാഹ് കഴിഞ്ഞാൽ അവൾ എന്റേതാവും. ഞാൻ പോകുന്നതിന്റെ തലേദിവസം ആയാലും കുഴപ്പമില്ല. ഇക്കാര്യം തീരുമാനിക്കാൻ ബാപ്പ ഇല്ലല്ലോ. ഇക്കമാരോട് സാവകാശം അവതരിപ്പിക്കാം. അല്ലെങ്കിൽ ഉമ്മയെ കൊണ്ട് പറയിപ്പിക്കണം. എനിക്ക് വേണ്ടി സംസാരിക്കാൻ ഇനിയും ഉമ്മയല്ലേ ഉള്ളൂ.

ഉച്ചനേരം വീട്ടിലെ തിരക്കൊന്നു കുറഞ്ഞ സമയം നോക്കി ആരുടെയും കണ്ണിൽപ്പെടാതെ ഞാനിറങ്ങി നടന്നു. വീഥികൾ ചൂടിന്റെ ആലസ്യത്തിൽ മയങ്ങുന്നു. തെരുവുനായ്ക്കളും ഈച്ചപ്പടയും വഴിയോരങ്ങളിൽ വിലസുന്നു. ചക്കരക്കാവിലെ വഴിയോരങ്ങളിലൂടെ സഞ്ചരിച്ചിട്ട് എനിക്ക് കൊതി തീർന്നിട്ടില്ല.

പുളിമരവും മാവും പ്ലാവും കുളവും ഒക്കെ ഉണ്ടായിരുന്ന പറമ്പിൽ ആധുനിക രീതിയിലുള്ള രണ്ട് വീടുകൾ ഓലമേഞ്ഞ പുരകളുടെ സ്ഥാനത്ത് ഒരു ഇരുനില കെട്ടിടം ഉയർന്നുവന്നിരിക്കുന്നു. മിക്ക വീടുകൾക്കും ചുറ്റും മതിലുകൾ.

നടന്നു നടന്നു ഞാൻ അവിടെയെത്തി. എന്റെ ഓർമ്മകളിലൂടെ എന്നോടൊപ്പം കൂട്ടിനുണ്ടായിരുന്ന ആ വീടും പരിസരവും. എന്റെ സുൽത്താന ജീവിക്കുന്ന ആ ഓടുമേഞ്ഞ വീട് അടഞ്ഞുകിടക്കുന്നു. ഞാൻ മുട്ടി വിളിച്ചു. ആ വീടിന്റെ പരിസരം മുഴുവനും നടന്നു നോക്കി. സുൽത്താന എവിടെയാണ് എങ്ങോട്ട് പോയി എന്നൊന്നും ചോദിക്കുവാൻ ആരും ഉണ്ടായിരുന്നില്ല അവിടെ.

കരിയിലകൾ വീണു കിടക്കുന്നു. ചിലന്തിവലകളും മാറാലയും ഭിത്തിയുടെ മൂലകളിൽ പറ്റിപ്പിടിച്ചിരിക്കുന്നു. ഒന്നും മനസ്സിലാക്കാനാവാതെ അമ്പരന്ന് നിന്നു പോകുന്ന ചില സന്ദർഭങ്ങൾ അഭിമുഖീകരിക്കേണ്ടിവരും. അത്തരം ഒരു ഘട്ടം തന്നെയായിരുന്നു ആ സന്ദർഭം എന്നെ സംബന്ധിച്ചിടത്തോളം.

അദ്ധ്യായം
പതിനെട്ട്

സുൽത്താനയുടെ വീടിനു വെളിയിൽ വേറൊന്നും ചെയ്യാനില്ലാത്തതുപോലെ ചുറ്റുപാടും ഒന്ന് വീക്ഷിച്ചു ഞാൻ നിന്നു. വേലിക്ക് പുറത്ത് തണൽ വിരിച്ചു നിൽക്കുന്ന കിളിച്ചുണ്ടൻ മാവിന്റെ ചില്ലകളിൽ വലിയ ശബ്ദം ഉണ്ടാക്കി ചിലച്ചു കൊണ്ട് പായുന്ന അണ്ണാൻകൂട്ടങ്ങൾ, വിഹരി

ക്കുന്ന ശലഭങ്ങളും വണ്ടുകളും. താനേ മെനഞ്ഞുണ്ടാക്കിയ കൂടുകളിൽ നിന്ന് ചൂളം വിളിക്കുന്ന പറവകൾ. തുമ്പത്തിരുന്ന് ചാടിക്കളിക്കുന്ന കിളികൾ. കൂട്ടത്തോടെ എങ്ങോട്ടോ പറന്നു വിനോദത്തിനും വിശ്രമത്തിനും അഭയത്തിനുമായി വരുന്ന ജീവികൾക്ക് അത്താണിയായി കിളിച്ചുണ്ടൻ മാവ് ഗമയിൽ അങ്ങനെ നിൽക്കുന്നു. മാവിൻ ചില്ലകളുടെ വിടവിലൂടെ അരിച്ചിറങ്ങുന്ന വെയിൽ സുൽത്താനയുടെ തോട്ടത്തിന്റെ അതിർത്തിയിൽഭംഗിയായി നിരത്തിയ ഇഷ്ടികകൾ ചാഞ്ഞും ചരിഞ്ഞും മറിഞ്ഞുമൊക്കെ കിടക്കുന്നു. എപ്പോഴും പലതരം പൂക്കൾ വിരിഞ്ഞു നിൽക്കാറുണ്ടായിരുന്ന തോട്ടത്തിൽ വെള്ളവും വളവും കിട്ടാതെ ഉണങ്ങിപ്പോയ ചെടികളുടെ അസ്ഥികൂടങ്ങൾ പരിചരണം ഇല്ലാതിരുന്നിട്ടും കരുത്താർജിച്ചു നിറയെ പൂത്തു നിൽക്കുന്ന മുല്ല ചെത്തി ചെമ്പരത്തി ചെമ്പകം പൂമരച്ചോട്ടിൽ അവിടവിടെയായി ചിതറിക്കിടക്കുന്ന പൂക്കൾ. ഒന്നെടുത്ത് ഏതോ ഓർമ്മകളിൽ ഞാൻ മണത്തു നോക്കി.

പതിഞ്ഞുവീശുന്ന ഉച്ചക്കാറ്റിൽ തെങ്ങോലകളുടെയും ഇലകളുടെയും മർമ്മരത്തോടൊപ്പം പായലിന്റെയും പൂക്കളുടെയും സമ്മിശ്ര ഗന്ധം പരന്നു.

സുൽത്താനയുടെ ഒരു വാക്കിനും നോക്കിനും മോഹിച്ച് കണ്ണും കാതും തുറന്നു വച്ച് ഏതോ ഉൾപ്രേരണയാൽ അവിടെ തന്നെ നിന്നു അന്നേരം മനസ്സ് അവളോട് സംസാരിച്ചുകൊണ്ടിരുന്നു അവളുടെ അഭാവത്താൽ ഉണ്ടായ ശൂന്യത ഉള്ളിൽ നൊമ്പരം ഉണ്ടാക്കിയെങ്കിലും അവിടുത്തെ നിശബ്ദതയും ഏകാന്തതയും ശ്വാസംമുട്ടിച്ചില്ല.

ഇടത്തെ പുരികത്തിൽ ചെറുപ്പകാലത്ത് മുറിവ് പറ്റിയ പാടു പോലും വളഞ്ഞ പുരികങ്ങൾക്കോ പിടക്കുന്ന കണ്ണുകൾക്കോ അഭംഗി തോന്നാതിരുന്നിട്ടും എത്രയോ വട്ടം ഞാൻ അവളെ കളിയാക്കി ചിരിച്ചിട്ടുണ്ട്. അപ്പോൾ പോലും കുലുക്കമില്ലാതെ കരുത്താർജിച്ചു നിന്നിരുന്ന ആ കണ്ണുകളിൽ നിറയെ വിഷാദത്തോടൊപ്പം എനിക്കറിയേണ്ടുന്ന ഉത്തരവും ഓർമ്മയിൽ തെളിഞ്ഞു കണ്ടു.

സുൽത്താനയുടെ ജ്യേഷ്ഠ സഹോദരി സുലൈഖ ഇത്തയുടെ പെട്ടെന്നുണ്ടായ മരണം കഴിഞ്ഞിട്ട് മാസം അഞ്ചോ ആറോ കഴിഞ്ഞ് അവൾ കുടുംബസമേതം അവിടെയാണെന്ന് ഒരിക്കൽ എന്നെ അറിയിച്ചിരുന്നതായി ഓർക്കുന്നു. കുഞ്ഞിനെയും ആ വീടും പരിപാലിക്കുന്നത് സുൽത്താനെയും അവളുടെ ഉമ്മയുമാണ് എന്നാണല്ലോ അവൾ എഴുതിയിരുന്നത്. സുലൈഖയുടെ ഭർത്താവ് മൻസൂർ ഗൾഫിലേക്ക് തിരിച്ചു പോയിട്ടുണ്ടായിരിക്കും.

ആ നിലയ്ക്ക് സുലൈഖയുടെ വീട്ടിൽ ആകാനാണ് സാധ്യത. വെറും സാധ്യത മാത്രമല്ല ആ കാര്യം ഉറപ്പ് തന്നെയാണെന്ന് ഞാൻ വിശ്വസിച്ചു. കണ്ണിൽ നിന്നകന്നാലും എന്നോടുള്ള സ്നേഹവും എന്നെക്കുറിച്ചുള്ള ചിന്തകളും വിട്ടുപിരിയാതെ അവളോടൊപ്പം ഉണ്ടായിരിക്കും അത് അവൾക്ക് മാത്രം സ്വന്തം.

ഒരു സംശയം ബാക്കി നിൽക്കുന്നു. അവളുടെ ബാപ്പ കുഞ്ഞിരായിൻ സഹോദരൻ ജബ്ബാറും ഒക്കെ എവിടെയായിരിക്കും ഇനി അവരും അവളോടൊപ്പം സുലൈഖയുടെ വീട്ടിൽ തന്നെയായിരിക്കുമോ വാസം.

അതെന്തെങ്കിലും ആയിക്കോട്ടെ. ഇനി ഈ ചുറ്റുവട്ടത്തുനിന്ന് സമയം പാഴാക്കാമെന്നല്ലാതെ ആശിക്കാനായി ചെറിയൊരു പഴുത് പോലുമില്ല. ഇന്ന് ഇപ്പോൾ ഈ നിമിഷം തന്നെ സുലൈഖത്തെയുടെ വീട്ടിലേക്ക് പോകുന്നതായിരിക്കും നല്ലത്

വർഷങ്ങൾക്കിപ്പുറം നേരിൽ കാണുമ്പോൾ അവൾള എങ്ങനെയായിരിക്കും? ആ വാചാലതയും ചുറുചുറുക്കുമൊക്കെ അപ്പടി ഉണ്ടായിരിക്കുമോ. ഓർക്കുംതോറും കാണാനുള്ള ആഗ്രഹം ഏറി വന്നു ചിറകുവിരിച്ച് എത്രയും വേഗം പറന്നെത്താൻ കഴിഞ്ഞിരുന്നെങ്കിൽ ചക്കരക്കാവിൽ നിന്നും അല്പം ദൂരം ഉണ്ടെങ്കിലും യാത്ര അത്ര സാരമുള്ളതല്ല.

അമേലിയ ജംഗ്ഷനിൽ ഇറങ്ങി നേരെ പടിഞ്ഞാറേക്ക് നടന്നാൽ വെട്ടുകുളത്തിനടുത്ത് എത്തും. പിന്നെയും തെക്കോട്ട് നടക്കണം മുമ്പൊരിക്കൽ സ്കൂൾ വെക്കേഷനിൽ അവൾ സുലൈഖയുടെ വീട്ടിലേക്ക് താമസിക്കാൻ പോകുന്നതിനു മുമ്പ് എനിക്ക് പറഞ്ഞു തന്ന ഓർമ്മയാണ്.

അവിടെ എത്തിക്കഴിഞ്ഞാലും സുലൈഖയുടെ വീട് ഏതാണെന്ന് ഒന്നും കൃത്യമായി എവിടെയാണെന്നൊന്നും എനിക്കൊരു രൂപം പോലും ഇല്ല. വഴിയറിയാതെ കുറെ അലഞ്ഞു നടക്കേണ്ടി വരും. അവൾ അവിടെത്തന്നെ ഉണ്ടോ എന്നും ഉറപ്പില്ല. വർഷങ്ങൾ നാലഞ്ച് കഴിഞ്ഞില്ലേ. ആരോടെങ്കിലും ചോദിച്ച് കണ്ടുപിടിക്കാം എന്ന് വെച്ചാൽ അവിടെ എത്തുമ്പോഴേക്കും രാത്രിയുടെ നിഴൽ പതിച്ചു കഴിഞ്ഞിട്ടുണ്ടായിരിക്കും.

എന്റെ ആലോചനകൾക്ക് ഒരെത്തും പിടിയും കിട്ടിയില്ല. ഇത്രയും ദൂരം നടന്നുവന്നത് വെറുതെയായി പോയി. ഏതായാലും ഇന്നത്തെ ദിവസം കൂടി മനസ്സിനെ അടക്കി നിർത്താം. നാളെ രാവിലെ ആകട്ടെ. നല്ല ഉണർവോടെയും ഉന്മേഷത്തോടെയും ഒക്കെ പുറപ്പെടുന്നതായിരിക്കും നല്ലത്.

കനം തൂങ്ങുന്ന മനസ്സോടെ ഞാൻ വന്ന വഴിയിലൂടെ തിരിച്ചു നടന്നു. വെയിലിനോടൊപ്പം നീളുന്ന നിഴലുകൾ ഓരോന്നോർത്തുകൊണ്ട്

വീട്ടുപടിക്കൽ എത്തി. മരിച്ച വീട്ടിലേക്കുള്ള സന്ദർശനത്തിനും പരേത ന് വേണ്ടി നടത്തുന്ന ചടങ്ങുകൾക്കുമായി ബന്ധുക്കളും അയൽക്കാ രും ഒക്കെ എത്തുന്നുണ്ടായിരുന്നു.

കുറേദിവസം നീണ്ടുനിൽക്കുന്ന ചടങ്ങുകളാണ് മയ്യത്ത് മറവ് ചെയ് തു കഴിഞ്ഞാൽ 40 ദിവസം കഴിഞ്ഞാലേ ബന്ധുക്കൾ സ്വഗ്രഹത്തിലേ ക്ക് മടങ്ങുകയുള്ളൂ. ഒത്തു കൂടുമ്പോൾ ദുഃഖങ്ങൾ പരസ്പരം പങ്കുവെ ച്ച് ജീവിച്ചിരിക്കുന്നവർ ആശ്വാസം കണ്ടെത്തുകയാണ്. ഇന്നത്തെ കാ ലത്ത് ഒരാഴ്ചയിൽ കൂടുതൽ മരണവീട്ടിൽ തങ്ങാൻ ആർക്കും സമയ മൊട്ടില്ല താനും. മാത്രമല്ല ഇത്തരം ചടങ്ങുകൾ പലരും നടത്താറില്ല.

തെക്കകത്തെ മുറിയിലും കട്ടിളപ്പടിയിലും സൗകര്യാർത്ഥം ഒത്തു കൂടിയിരിക്കുകയാണ്. കൗമാരങ്ങൾ മരണവീടാണെന്ന് കാര്യം പോലും മറന്നു ഉല്ലസിക്കുന്ന അവരോട് എന്റെ അമർഷം ഒന്നോ രണ്ടോ വാചക ങ്ങളിൽ ഒതുക്കി രൂക്ഷമായി ഒന്നു നോക്കി. കടന്നുപോയ വേർപാടിന്റെ തീരാനഷ്ടങ്ങൾ മനസ്സിലാക്കുവാൻ അവർക്ക് ഇനിയും കല്ലും മുള്ളും നിറഞ്ഞ ജീവിതപ്പാതകൾ എത്രയെത്ര കയറേണ്ടി വരും. അത്രയും നാൾ അവർ രസിച്ചു തിമർക്കട്ടെ. ജീവിതം കുറെയൊക്കെ കണ്ടനുഭവി ച്ച ഞാൻ അന്നേരം ഓർക്കണമായിരുന്നു ഇനി അങ്ങനെ ചിന്തിച്ചിട്ട് കാ ര്യമില്ല. പോട്ടെ ഇനി ശ്രദ്ധിക്കാം.

ഇന്നത്തെ ഭക്ഷണ ചിലവ് സഹോദരി സാജിതയുടെ ഭർത്താവിന്റെ വകയാണ്. കുറച്ച് കേമമായി തന്നെയാണ് ഓരോ ദിവസത്തെയും രാ ത്രി ഭക്ഷണ ചിലവ്. ഓരോരുത്തർ ഏറ്റെടുത്തിരിക്കുകയാണ്.

വീട്ടിലെ സകല കാര്യങ്ങളും ഓടിനടന്ന് ചെയ്തിരുന്ന ഉമ്മ മുറി യിൽ നിന്ന് പുറത്തേക്ക് ഇറങ്ങുന്നത് പോലും അപൂർവമായിരിക്കുന്നു. രാപ്പകലുകൾ മാറി മറിയുന്നത് ഒന്നും ശ്രദ്ധിക്കാതെ കൈവിട്ടുപോയ നഷ്ടവസന്തത്തെയോർത്ത് തന്നിലേക്ക് തന്നെ ഒതുങ്ങിക്കൂടിയിരിക്കുന്നു.

ഈ തിരക്കിനിടയിൽ ഉമ്മയോടൊന്ന് മനസ്സ് തുറക്കുവാൻ ഉള്ള പ ഴുത് ഇല്ലാതായിരിക്കുന്നു. മുറിവാതിൽക്കൽ ഞാൻ വന്നു നിൽക്കുന്ന ത് അറിയാതെ ഉമ്മ ഖുർആൻ പാരായണത്തിൽ മുഴുകിയിരിക്കുകയാ ണ്. എങ്കിലും മനസ്സിലെ ഭാരമേറിയ ഓർമ്മകളുടെ വിഷാദഭാവം മുഖ ത്ത് നിഴലിച്ചു.

വീടുകളിൽ അലയടിക്കുന്ന ശബ്ദകോലാഹലങ്ങളുടെ കുത്തൊഴു ക്കുകൾക്കൊന്നും ഓർമ്മകളുടെ തോണിയിൽ സഞ്ചരിച്ചുകൊണ്ടിരിക്കു ന്ന ഉമ്മയെ പിന്തിരിപ്പിക്കാൻ കഴിയുന്നതേയില്ല. ഉമ്മയുടെ കൈകൾ എടുത്ത് മടിയിൽ വച്ച് മുട്ടിച്ചേർന്ന് ഞാനിരുന്നു. കണ്ണുകൾ അമർത്തി

ചിമ്മിയിട്ടും അടക്കിവെച്ചിരിക്കുന്ന ദുഃഖത്തിന്റെ ഒരു കൊച്ചു നീർത്തുള്ളി ഞാനറിയാതെ ആ മെലിഞ്ഞ കൈകളിൽ വീണു ചിതറി പരന്നു. ഉമ്മ എന്നെ പൊതിഞ്ഞുപിടിച്ചു തണുത്ത ശബ്ദത്തിൽ വാക്കുകൾ ഉലഞ്ഞു മുറിഞ്ഞുമൊക്കെ പുറത്തേക്ക് വന്നു.

“അത്രയേ നമുക്ക് വിധിച്ചിട്ടുള്ളൂ. എന്നാലും മോന് വാപ്പാനെ ഹയാത്തോടെ ഒന്ന് കാണാൻ പറ്റിയല്ലോ. നീ ഈ കുടുംബം നോക്കി വാപ്പാക്ക് എന്തോരം സഹായം ചെയ്തിട്ടുണ്ട്. ആ കണ്ണടയും മുമ്പേ നീയൊരു പെണ്ണ് കെട്ടി കാണാൻ പറ്റാണ്ടായി. ആ കാര്യം എപ്പോഴും പറയും വാപ്പ.

എന്നെ ആശ്വസിപ്പിക്കാൻ ആയി ഉമ്മ എത്ര അമർത്തി വെച്ചിട്ടും പതഞ്ഞു ഉയർന്ന സങ്കടത്തിന്റെ അലകൾ തേങ്ങി. എന്നെക്കുറിച്ച് അവർക്കുള്ള മോഹങ്ങൾ പരസ്പരം പറയാറുണ്ടായിരുന്നിരിക്കും. മക്കളുടെ മനസ്സിനെ ചുറ്റി വരിഞ്ഞ് മുറുക്കി കൊണ്ടിരിക്കുന്ന വേദനകൾ പറയാതെ തന്നെ ഊഹിച്ചെടുക്കുവാൻ കഴിയുമല്ലോ ശ്രേഷ്ഠമായ മാതൃ പിതൃ ഹൃദയങ്ങൾക്ക്.

സുൽത്താനയെ കുറിച്ച് ചോദിക്കാനും പറയാനും പറ്റിയ സന്ദർഭം ഇതാ ഒത്തു വന്നിരിക്കുന്നു എന്ന മനസ്സിന്റെ മന്ത്രണം ഞാൻ കണക്കിലെടുത്തു.ആ മുഖത്തു നോക്കിയാൽ എന്തോ എനിക്ക് വാക്കുകൾ പുറത്തു വരില്ല എന്ന സംഘർഷത്തിൽ മുഖവുരയ്ക്കുള്ള വാക്കുകൾ തപ്പിയെടുത്ത് ഉമ്മയോട് പറയാൻ തുടങ്ങുമ്പോഴേക്കും സ്ത്രീകൾ ഓരോരുത്തരായും കൂട്ടം കൂടിയും ഉമ്മയുടെ അടുത്തേക്ക് കടന്നു വന്നു. അവർക്കിടയിൽ ഞാൻ അന്വേഷിക്കുന്ന മുഖം ഇപ്പോൾ പ്രത്യക്ഷപ്പെട്ടേക്കുമോ? പിന്നില്ലാതെ നീ കുറച്ചു കൂടി കാത്തിരിക്കൂ. മനസ്സ് കാര്യമായിത്തന്നെയാണല്ലോ എന്നോട് അന്നേരം പറഞ്ഞുകൊണ്ടിരുന്നത്.

വന്നവരുടെ ശ്രദ്ധ എന്നിലേക്കായി. എന്റെ മുഖത്തും തലയിലും ഒക്കെ തഴുകി കൂനിക്കൊണ്ട് നടക്കുന്ന കുഞ്ഞു ലക്ഷ്മി അമ്മാമ പറഞ്ഞു “വലിയ ആളായി പോയി.”

“വന്നിട്ട് ഇത്രയും ദിവസായിട്ടും നിന്നെ നേരെ ചൊവ്വേ ഒന്ന് കാണാനും കൂടി പറ്റിയില്ല.”

“എന്നാ മടക്കം?”

“അതിനവൻ വന്ന് കേറിയിട്ടില്ല അപ്പോഴേക്കും പേർഷ്യക്ക് അയക്കാൻ എന്താ നിങ്ങൾക്ക് ഇത്ര തിരക്ക്? കുറച്ചുനാൾ അവന്റെ സ്വന്തം നാട്ടിൽ നിൽക്കട്ടെ.” അങ്ങനെയങ്ങനെ വന്നവരിൽ പലരും ചോദ്യോത്തര രൂപത്തിൽ എന്റെ നേരെ സ്നേഹവാത്സല്യങ്ങൾ ചൊരിഞ്ഞു.

"ഇനി എങ്ങോട്ടും പോണ്ട. ഒരു പെണ്ണ് കെട്ടി നാട്ടില് കൂടാൻ നോക്കടാ ചെക്കാ. നിനക്കെന്താ പെണ്ണ് കിട്ടാണ്ടായോ? നീ വേണ്ടാന്ന് വെച്ചിട്ടാ നല്ല മണി പോലെത്തെ എത്ര വേണേലും ഈ നാട്ടിന്ന് കിട്ടും." എന്തൊരു ആവേശമാണ് ആ വാക്കുകളിൽ അയിന്

"കബീറിന് ഒരെണ്ണത്തിനെ മതി സൈന താത്ത അല്ലേടാ. കബീറെ ഇനി ഓരോന്ന് പറഞ്ഞ് അതിനെ പേടിപ്പിക്കാൻ." പരന്ന ചെറിയ മുഖമുള്ള എൽസി ചേച്ചിയുടെ കമന്റ് എല്ലാവരെയും ചിരിപ്പിച്ചു. ഈ നാടൻ ഭാഷ കേൾക്കുമ്പോൾ ഒരു മധുരം നുണയുന്ന പ്രതീതി എന്നിൽ ഉണ്ടായി. ഞാനും അവരോട് വിശേഷങ്ങൾ തിരക്കി

ഈ സന്ദർഭത്തിൽ പറയേണ്ടതല്ല അവർ പറയുന്നത് ഉമ്മയുടെ നെഞ്ചിനുള്ളിൽ പുകഞ്ഞ് പുകഞ്ഞ് എരിഞ്ഞുകൊണ്ടിരിക്കുന്ന കനലിലേക്ക് നിമിഷനേരത്തേക്ക് എങ്കിലും ആശ്വാസത്തിന്റെ തെളിനീരൊഴിക്കാൻ തങ്ങളുടെ സാന്നിധ്യത്തിന് കഴിഞ്ഞിരുന്നെങ്കിൽ എന്നായിരിക്കും അവരുടെ ഉദ്ദേശം. അല്ലാതെ ആരുടെയും ശബ്ദമോ സംസാരമോ ഇല്ലാതെ കൂടിക്കലർന്ന നെടുവീർപ്പുകൾ മാത്രം ഉയരുന്ന അന്തരീക്ഷം അതങ്ങ് ഒഴിവാക്കുക എന്ന ലക്ഷ്യവും അതിൽ ഇല്ലാതില്ല

അങ്ങനെ തന്നെ തുടർന്നോട്ടെ. ഇനി ഞാനായിട്ട് ഒരു തടസ്സം വേണ്ടെന്ന് കരുതി ഞാൻ എഴുന്നേറ്റു. ഞാൻ ഉദ്ദേശിച്ച കാര്യം ഉമ്മയെ അറിയിക്കാനായി ഇന്നൊരു ഇടവേള കിട്ടുമ്പോൾ ആകട്ടെ.

"വർത്തമാനം അവന് തീരെ പിടിച്ചിട്ടില്ല. എണീറ്റ് പോണ പോക്ക് കണ്ടാടി." കതകും ചാരി നിന്നിരുന്ന ശാരദാമ്മ എന്റെ കയ്യിൽ നുള്ളിക്കൊണ്ടു പറഞ്ഞു ഞാൻ ചിരിക്കുന്നു എന്ന് നടിച്ച് മുറിക്ക് പുറത്തേക്കിറങ്ങി.

ഒരു വണ്ടിയുടെ ഇരമ്പം. ആരായിരിക്കും എന്ന് നോക്കാനായി ഞാൻ വരാന്തയിലെക്കിറങ്ങി നിന്നു. പലവ്യഞ്ജനങ്ങൾ നിറച്ചൊരു പിക്കപ്പ് വാനിന്റെ മുമ്പിൽ ആയി കറുത്തൊരു അംബാസിഡർ കാറിൽ എന്റെ അനുജൻ നാദിർഷയുടെ ഭാര്യ സുമിയയുടെ സഹോദരൻ അലിയാരും കുടുംബവും എത്തി.

ഗൾഫ് പണം കൈവശമുള്ളതിന്റെ പൊലിമ അയാളുടെ സംസാരത്തിൽ നിറഞ്ഞു കണ്ടു. ചാമ പറമ്പിലെ തറവാട്ട് മഹിമ എന്നോട് വിളമ്പാൻ ഏതായാലും അലിയാരെ കൊണ്ട് കഴിയില്ല ഒരു പണച്ചാക്കിന്റെ മകളാണ് അവന്റെ ഭാര്യ. നല്ല കുലീനത്വവും കുല മഹിമയും ഒക്കെ അവളിൽ പ്രകടമായി. ഏതായാലും അലിയാർക്ക് തീരെ യോജിച്ചതായി തോന്നിയില്ല ഇവൾ. ഈ പൂമ്പൊടിയേറ്റ് ഒരുനാൾ അലിയാർക്കും

ഒരു സൗരഭ്യം വന്നുകൂടായ്കയില്ല.

പിക്കപ്പ് വാനിൽ നിന്നും ഇറക്കിയ ചാക്ക് കെട്ടുകൾ സ്റ്റോർ മുറിയിലേക്ക് അലിയാരുടെ പണിക്കാരെ കൊണ്ട് മുഖ്യ സേവകൻ എടുത്തു വെപ്പിച്ചു. എല്ലാവരെയും നിയന്ത്രിക്കുന്നത് അലിയാരുടെ മുഖ്യ സേവകൻ ആണെന്ന് തോന്നുന്നു. ആ പറച്ചിൽ കേട്ടാൽ ചാടിക്കയറി പിക്കപ്പ് വാനിൽ ഗമയിൽ ഇരുന്നു അയാൾ.

മറ്റുള്ള ബന്ധുക്കളുടെ വീടുകളിൽ നിന്നും കൊണ്ടുവന്ന സാധനങ്ങൾ തന്നെ ധാരാളമുണ്ടായിരുന്നു, സ്റ്റോർ റൂം നിറയെ. കുറച്ചുനേരം ഇരുന്ന് അലിയാർ പോകാൻ തിടുക്കം കൂട്ടി.

മറ്റുള്ളവരിൽ നിന്ന് അകന്ന് കുറച്ചുനേരം ഒന്നു ആലോചിക്കാതെ അല്പനേരം കിടക്കണം എന്നൊരു മോഹം എനിക്ക് ഉണ്ടായി. തുണികൾ അടുക്കിവെച്ച പഴയ ഒരു അലമാര മാത്രമുള്ള അധികമാരും പ്രവേശിക്കാത്ത പടിഞ്ഞാറെ ചായിപ്പിൽ ചുമരിനോട് അടുപ്പിച്ചിട്ട കയറ്റുകട്ടിലിൽ വിരിച്ചിട്ട കോസടിയിൽ എനിക്ക് അഭയം ഞാൻ മാത്രമാണെന്ന മട്ടിൽ, സുഖകരമായ നേർത്ത ഇളങ്കാറ്റേറ്റ് കണ്ണു ചിമ്മി വെറുതെ ഞാൻ കിടന്നു.

സുൽത്താന പ്രത്യക്ഷപ്പെട്ടേക്കുമോ എന്ന പ്രതീക്ഷയുടെ നിഴലുകൾ എന്നിൽ പതിച്ചു. ചിലപ്പോൾ അവളുടെ സഹോദരൻ ജബ്ബാറും ബാപ്പ കുഞ്ഞിരാക്കയും ഒക്കെ കൂടി ആയിരിക്കുമോ സുൽത്താന വരുന്നത് എങ്കിൽ കുഴഞ്ഞതുതന്നെ. കുഞ്ഞിരായിൻക്ക എന്നെ കൊല്ലാതെ കൊല്ലും.

ചിലപ്പോൾ മയത്തിൽ പറഞ്ഞു കൂടായ്കയില്ല. "കബീറിന് പോണെങ്കി പെട്ടെന്ന് നമ്മുടെ പള്ളിയിൽ വെച്ച് നിക്കാഹ് നടത്താം. നീ എന്ത് പറയുന്നു."

എനിക്കൊന്നും പറയാനുണ്ടായിരുന്നില്ല പരിപൂർണ്ണ സമ്മതമാണല്ലോ. "തൽക്കാലം വേണ്ട. വാപ്പ മരിച്ച നാൽപ്പത് പോലും കഴിയാതെ അങ്ങനെ ചെയ്യുന്നതിനൊക്കെ ഒരു മര്യാദ വേണ്ടേ. ഒക്കത്തിനും അവളെ പറഞ്ഞാൽ മതി. എത്ര നല്ല കാര്യങ്ങളാണ് അവൾ വേണ്ട എന്ന് പറഞ്ഞൊഴിഞ്ഞത്. ഞങ്ങൾ എന്തോരം പറഞ്ഞു നോക്കി. അവളുടെ വാശിയും സങ്കടവും ഒക്കെയാണ് അങ്ങനെ പറയിപ്പിക്കുന്നത്." അവളുടെ സഹോദരൻ ജബ്ബാർ ആണ് ഇങ്ങനെ പറയുന്നത്.

പണ്ട് ഞങ്ങളോടൊപ്പം നടന്നിരുന്ന, വാ തുറന്നാൽ വെറും മണ്ടത്തരങ്ങൾ മാത്രം പറഞ്ഞിരുന്നവൻ കാര്യബോധത്തോടെ സംസാരിക്കാൻ മാത്രം പക്വത നേടിയതിൽ എനിക്ക് ആശ്ചര്യം ആയി

കുഞ്ഞിരായിൻക്ക ഇടയിൽ ചാടി കയറി പറഞ്ഞു. "അത് വേണ്ട എത്രയും വേഗം ആയിക്കോട്ടെ. അവള് നമ്മളെ കുടുക്കിൽ ഇട്ടേക്കുക യാണ്. ഇന്നാൾ ഒരു ദിവസം മണ്ണെണ്ണ ഒഴിച്ച് തീ കത്തിച്ച് മരിക്കാൻ പോണ്ന്ന് പറഞ്ഞ് ഒരു ഓട്ടം. കുറച്ച് സാമർത്ഥ്യം കൂടിയിട്ടുണ്ടവൾക്ക്. ചിലപ്പോൾ പെണ്ണ് വല്ല കടുംകൈയും ചെയ്താലോ. കുറച്ചുകൂടി കാ ക്കാം എന്ന് അവളുടെ ഉമ്മ പറഞ്ഞതുകൊണ്ട് അല്ലെങ്കിൽ കാണാമാ യിരുന്നു. എന്തോരം കാക്കും. ഒപ്പമുള്ളോർ കുട്ടിയോളും കുടുംബവും ഒക്കെ ആയി മറ്റുള്ളവരുടെ കാര്യം പോട്ടെ. ഇനി നിനക്ക് കബീറെ അ ങ്ങനെ വല്ലോം ഉണ്ടോ നീ ജോലി ചെയ്യുന്നിടത്ത്."

ഈ ദുഃഖം അവർക്ക് വരുത്തി വെച്ചതിനുള്ള യഥാർത്ഥ ഉത്തരവാദി ഞാൻ മാത്രമാണല്ലോ. അതിന്റെ എല്ലാ അമർഷവും അവരുടെ ഉള്ളിൽ കിടന്ന് പുകഞ്ഞു പുറത്തേക്ക് വമിക്കുകയാണ്. ഞാൻ മറ്റൊരു പെണ്ണി നെ കല്യാണം കഴിച്ചിട്ടുണ്ടോ എന്നുപോലും ഇത്ര പരിഹാസത്തോടെ എന്നെ വ്രണപ്പെടുത്തുന്ന ചൂടേറിയ വാക്കുകൾ എന്റെ മുഖത്തുനോ ക്കി പറഞ്ഞിട്ടും ഞാൻ മൗനം പാലിച്ചു.

ഇത്രയും കേട്ടിട്ട് നീയെന്താ കബീറെ ഒരുമാതിരി. നിന്റെ നാക്ക് എ വിടേക്ക് പോയി. അപ്പോ പറഞ്ഞപോലെ ഇല്ലെങ്കിൽ ഞങ്ങൾ വേറെ നോക്കിക്കോളാം. കുഞ്ഞിരായിൻ കായുടെ മുഖത്തും കണ്ണുകളിലും ഒ ക്കെ രോഷാഗ്നി പടർത്തി. ചവിട്ടിത്തുള്ളി കൊണ്ട് ഒരു പോക്ക് കൂടെ ഒരു ചെറിയ വാലായി ജബ്ബാറും.

എല്ലാം തീരുമാനിക്കുന്നതിന് മുമ്പ് ബാബയെ വിളിച്ച് കാര്യങ്ങളെ ല്ലാം അറിയിക്കാം. രണ്ടുമാസം കൂടി നാട്ടിൽ നിന്ന് കല്യാണം കഴിഞ്ഞ് വന്നാൽ മതിയെന്ന് പറഞ്ഞാൽ അതിൽപരം സന്തോഷം എനിക്ക് കി ട്ടാനുണ്ടോ? ഇത്രയും നാൾ കഷ്ടപ്പെട്ടതിന് എല്ലാം അറിയുന്നവൻ ആ യ തമ്പുരാൻ എനിക്ക് തന്ന അനുഗ്രഹം എന്ന് ഞാൻ കരുതുകയുള്ളൂ.

പക്ഷേ കുറച്ചു ദിവസങ്ങൾ മാത്രമേ സുൽത്താനയും ഒത്ത് കഴിയു വാൻ പറ്റുകയുള്ളൂ. നേരെമറിച്ച് ഉടനെ ഗൾഫിലേക്ക് എത്തി അഞ്ചോ ആറോ മാസങ്ങൾ കഴിഞ്ഞ് ആ മംഗള കർമ്മത്തിനായി നാട്ടിലേക്ക് പോകാമെന്ന് ബാബ പറഞ്ഞാൽ അങ്ങനെയാകട്ടെ. കുറച്ചുകൂടി കാ ത്തിരുന്നാൽ എന്താ കൂടുതൽ ദിവസങ്ങൾ അവധി കിട്ടും പണത്തിനും പഞ്ഞം ഉണ്ടാകുകയില്ല. നിറയെ പണവുമായി വന്ന എന്റെ കീശ ഇ പ്പോഴേ കാലിയാകാറായി.

അതൊക്കെ പോട്ടെ സുൽത്താനയുമായി ഒന്നുകൂടി ആലോചിക്കാം. ആ തീരുമാനം അറിയട്ടെ എന്നിട്ട് മുന്നോട്ടു പോകുന്നതായിരിക്കും ന

ല്ലത്. നിക്കാഹ് കഴിഞ്ഞാലേ പാസ്പോർട്ട് കിട്ടൂ. ആ നിലയ്ക്ക് കുഞ്ഞിരായിൻക്ക പറഞ്ഞതുപോലെ ആ ചടങ്ങ് കഴിഞ്ഞ് പോകാം.

ബാബയോടും ഒന്നു കൂടി സ്ട്രോങ്ങ് ശുപാർശക്കായി ഉമ്മിയോടും പറഞ്ഞു നോക്കാം. സമ്മതിച്ചാൽ കല്യാണം കഴിഞ്ഞ് എന്നോടൊപ്പം അവളെയും കൊണ്ടുപോകാമല്ലോ. ഞങ്ങൾക്ക് സുഖമായി കഴിയുവാനുള്ള അടിസ്ഥാന സൗകര്യങ്ങൾ എല്ലാം ബാബ ഒരുക്കി തരുമെന്ന് ഉറപ്പ്. ഡ്രൈവർ വിജയനും തോമസും ഒക്കെ കുടുംബവുമായി ബാബയുടെ തണലിൽ കഴിയുന്നത് അങ്ങനെയാണല്ലോ. എല്ലാം ഒത്തു വന്നിട്ടുണ്ട്. ഇനി എത്രയും വേഗം ഒന്ന് ആ ശുഭമുഹൂർത്തം ആഗതമായിരുന്നെങ്കിൽ.

അദ്ധ്യായം
പത്തൊൻപത്

"കബീറെ വാതിലും തുറന്നിട്ട് എന്തൊരൊറക്കാഡാ നേരം മോന്തി ആയതൊന്നും അറിഞ്ഞില്ലേ നീയ്. മതി ഉറങ്ങിയത് എന്തോരം ആൾക്കാര് വന്നു പോയി അറിഞ്ഞോ കൊതുക് കടിയും കൂടി അറിയണില്ല ഖത്തം (ഖുർആൻ മുഴുവൻ അധ്യായങ്ങളും പാരായണം ചെയ്യുന്നതിന്) അപ്പുറത്ത് മൊയ്ല്യാക്കന്മാര് വന്നിട്ടുണ്ട്. നീ എണീച്ച് ബെക്കാ അങ്കിട് ചെല്ല്."

ഐഷുമ്മയുടെ ശബ്ദം അവ്യക്തമായി കേട്ട് കണ്ണു തുറക്കണം എന്നുണ്ടായിരുന്നെങ്കിലും കൺപോളകൾ തുറയുന്നതേയില്ല. നല്ല ശക്തിയിൽ എന്നെ തൊട്ടുണർത്തിയപ്പോഴാണ് ഞെട്ടി ഉണർന്നത്. ചോദ്യം കേട്ട് നടുങ്ങിയ ഞാൻ കണ്ണ് മിഴിച്ചു നോക്കി. "എന്താടാ ഇങ്ങനെ നേരല്ലാത്ത നേരത്ത് കിടന്നുറങ്ങി പോയ്ക്കിനാവ് കാണ്വാ നീ." പൊയ്ക്കിനാവോ അതിനർത്ഥം ഞാൻ ഉറങ്ങുകയായിരുന്നല്ലേ. പകൽ അസ്തമിച്ചതും ഇരുളിന് കട്ടിയേറിയതും ഒന്നും ഞാൻ അറിഞ്ഞതേയില്ല. വെറുതെ കണ്ണ് ചിമ്മി കിടന്നു. ഉറങ്ങണമെന്ന് ഉദ്ദേശ്യമേ എനിക്കുണ്ടായിരുന്നില്ല. സ്വപ്നത്തിൽ പറയുന്നതെല്ലാം ഇത്രയും വ്യക്തമായി കേൾക്കാനും മനസ്സിലാക്കാനും കഴിയുമോ. സുൽത്താനയുടെ ബാപ്പയെയും സഹോദരനെയും ഒക്കെ ഞാൻ വ്യക്തമായി കണ്ടു. പക്ഷേ സ്വപ്നത്തിൽ പോലും എനിക്കറിയേണ്ട ഉത്തരം കിട്ടിയതും ഇല്ല. സുൽത്താനയ്ക്ക് എന്തെങ്കിലും സംഭവിച്ചിട്ടുണ്ടായിരിക്കുമോ. അശുഭ ചിന്തകൾ എല്ലാം കൂടി തലയിൽ കിടന്ന് കുഴഞ്ഞു മറിയുന്നു.

എന്റെയും സുൽത്താനയുടെയും കല്യാണക്കാര്യം തീരുമാനിക്കാനായി ഇന്നോ നാളെയോ സുൽത്താനയുടെ വീട്ടുകാർ ഇവിടേക്ക് വരാൻ സാധ്യതയുണ്ടെന്ന് എനിക്ക് ഉറപ്പായി കഴിഞ്ഞു.

സ്വപ്നം സങ്കൽപങ്ങളിലൂടെയാണ് കടന്നുവരുന്നത്. മനസ്സിൽ തങ്ങി നിൽക്കുന്ന എന്തെങ്കിലും കാണുകയോ അതേപ്പറ്റി ചിന്തിക്കുകയോ ചെയ്താൽ പോലും അന്നോ അല്ലെങ്കിൽ അതിനടുത്ത ദിവസങ്ങളിലോ നമ്മൾ സ്വപ്നത്തിൽ കാണുമത്രേ. വസീം പലപ്പോഴും പറഞ്ഞു കേട്ടിട്ടുള്ളതാണ്. അവൻ പറഞ്ഞത് തെറ്റോ അതോ ശരിയോ. അത് എന്തെങ്കിലുമാകട്ടെ. പുലർച്ചനേരത്ത് കാണുന്ന സ്വപ്നമാണ് ഫലിക്കുന്നത് എന്നും പറഞ്ഞു കേട്ടിട്ടുണ്ട്. ഞാൻ പുലർച്ച നേരത്തേ അല്ലല്ലോ സ്വപ്നം കണ്ടത്. അങ്ങനെയാണെങ്കിൽ ഞാൻ കണ്ടതൊന്നും നടക്കാൻ പോകുന്നില്ല എന്നാണോ അതിന്റെ വിവക്ഷ. ഇനി ഞാൻ കണ്ട സ്വപ്നത്തിന്റെ പിറകെ പാഞ്ഞു തളരാമെന്നല്ലാതെ അതുകൊണ്ട് എന്ത് നേട്ടം.

പ്രാർത്ഥനയും ആൾക്കൂട്ടവും ഒക്കെയായി എന്റെ വീട്ടിലെ തിക്കും തിരക്കും ഒന്നും പറയാതിരിക്കുകയാണ് ഭേദം.

അടുക്കളയിൽ ഭക്ഷണം പാകം ചെയ്യുന്നതിന്റെ സുഗന്ധം ആകെ പരന്നു. അതിനിടയിൽ ആഹാരം വിളമ്പുകയും കഴിക്കുകയും ചെയ്യുന്നുണ്ട്. ഒന്നിലും പെടാതെ ഞാൻ ഇങ്ങനെ മാറിനിന്നാൽ ഇനിയും അടുത്ത ചോദ്യശരം എന്റെ നേരെ പാഞ്ഞു വരുമെന്ന് ഉറപ്പാണ്. അതിനു മുമ്പ് പ്രാർത്ഥന മുറിയിലേക്ക് ചെന്ന് അവരോടൊപ്പം ചേർന്നു.

നേരം ഒന്നു വെളുത്തു കിട്ടാനായി ഇനിയും എത്ര നാഴിക കഴിയണം. കാത്തിരിക്കുക തന്നെ. പതിവില്ലാത്ത വിധം അസമയത്ത് ഉറങ്ങിയത് കൊണ്ട് ഇന്നത്തെ ഉറക്കം പോയി കിട്ടിയത് മിച്ചം.

കിഴക്ക് ദിക്കിൽ പ്രകാശമാനമായി. എനിക്ക് ആകപ്പാടെ ഒരു ഉണർവും ഉന്മേഷവും തോന്നി. കഴിയുന്നതും വേഗം ഇവിടെ നിന്നും പുറത്തേക്കിറങ്ങണം. എങ്കിൽ മാത്രമേ സുൽത്താനയുടെ ഇത്ത സുലൈഖയുടെ വീട് അന്വേഷിച്ച് കണ്ടുപിടിച്ച് കുറച്ചു നേരമെങ്കിലും എന്റെ സുൽത്താനയുമായി സംസാരിച്ചിരിക്കാൻ പറ്റൂ.

ഇവിടെനിന്ന് ചെലവഴിക്കാനുള്ള സമയം ഇന്ന് എനിക്കില്ല. പ്രഭാത ഭക്ഷണം ഒരു വിധത്തിലാണ് ഞാൻ കഴിച്ചു തീർത്തത്. ആരുടെയും മുമ്പിൽ ചെന്ന് പെടാതെ അത്യാവശ്യമായി ഒരാളെ കാണാനുണ്ടെന്ന് ഉമ്മയോട് മാത്രം നേർത്തൊരു സൂചന കൊടുത്തു. തിരക്കിട്ട് ഞാൻ വീട്ടിൽ നിന്നിറങ്ങി.

ഇന്ന് ഒഴിവു ദിവസം ആയതിനാൽ ആയിരിക്കണം ഇടവഴികളും ചെങ്കൽ പാതകളും തിരക്കൊഴിഞ്ഞു.

നിശബ്ദതയുടെ ഇടയിലേക്ക് കടന്നുവരുന്ന കാറ്റിന്റെ അലമുറ ശബ്ദം നേർത്ത് നേർത്ത് ഇല്ലാതാകുന്നു.

അവിടവിടെ ഉയർന്ന നിൽക്കുന്ന പരിചിതമായ വഴികളിലൂടെ ഞാനൊരു നടപ്പ് നടന്ന് ചെന്നെത്തിയത് വീരുഷ മെമ്മോറിയൽ സ്കൂളിനടുത്ത്. അവിടെയെത്തിയപ്പോഴാണ് ഞാൻ നേരാംവണ്ണം ഒന്ന് ശ്വസിച്ചത് എന്ന് പറയാം.

ബാല്യകാല സുഹൃത്തുക്കൾ ഇടവേളകളിലും ഒഴിവു ദിവസങ്ങളിലും ഒത്തുകൂടിയിരുന്ന സ്ഥലം. സ്കൂളിന് പിൻഭാഗത്തെ റോഡരികിലെ കലുങ്ക്. അതിനടുത്ത തോട്ടിൽ നിന്നും മീൻ പിടിക്കുന്ന കുസൃതി കുട്ടികൾ. വെള്ളം നിറച്ചുവെച്ച ബക്കറ്റിൽ പ്രാണരക്ഷാർത്ഥം തെന്നിയോടുന്ന കൊച്ചുകൊച്ചു മത്സ്യങ്ങൾ.

ഇത്രയും നേരത്തെ ഇവിടെ ഹാജരായിരിക്കുന്ന ഈ കുട്ടികൾ വീട്ടിൽ വല്ല കളവും പറഞ്ഞ് പുറത്ത് ചാടിയത് ആയിരിക്കും. ഞങ്ങളുടെ ബാല്യകാല വിനോദങ്ങൾ ഈ കുട്ടികൾക്ക് കൈമാറിയത് പോലെ തോന്നി.

ഈ ബാലന്മാരെ പോലെ ഇങ്ങനെയുള്ള വേലത്തരങ്ങൾക്ക് എന്തൊരാവേശമായിരുന്നു. തോട്ടിൽ ഇറങ്ങി വസ്ത്രങ്ങളിൽ ചെളി പുരണ്ടാൽ എത്ര ബദ്ധപ്പെട്ടാണ് വീട്ടുകാരെ ഒളിപ്പിക്കാനായി സൂത്രപ്പണികൾ ഓരോന്നായി ചെയ്തിരുന്നത്. അപ്പോഴും സ്കൂളിൽ നിന്നും വീട്ടിൽ നിന്നുമൊക്കെ ചുട്ട അടിയും വഴക്കും താക്കീതും എത്രയെത്ര കിട്ടിയിട്ടുണ്ട്.

എത്രയും വേഗം ഒന്ന് വലുതായിരുന്നെങ്കിൽ സ്വന്തം ഇഷ്ടം പോലെ ജീവിക്കാം. മുതിർന്നവരിൽ നിന്നുള്ള പീഡനങ്ങൾ ഏൽക്കേണ്ടി വരികയില്ല എന്നുപോലും ചിന്തിച്ചു പോയിട്ടുണ്ട്. വലുതായപ്പോൾ കുട്ടിക്കാലത്ത് ഉണ്ടായിരുന്ന ആഗ്രഹങ്ങൾ, സ്വപ്നങ്ങൾ എല്ലാം നിറം മങ്ങിപോയിരിക്കുന്നു.

അന്നത്തെ കുണ്ടും കുഴിയും നിറഞ്ഞ മൺപാതകൾ ടാറിട്ട് മിനുക്കി വാഹനങ്ങൾക്ക് നിഷ്പ്രയാസം സഞ്ചരിക്കാം എന്നായിരിക്കുന്നു. അതിനപ്പുറത്തായി ആമ്പലും താമരയും താമര അല്ലികളും നിറഞ്ഞിരുന്ന കുളവും തോടും ഒക്കെ നീരോട്ടം കുറഞ്ഞു. അതിനുമുകളിൽ സ്ലാബ് ഇട്ടിരിക്കുന്നതിനാൽ ഒരല്പ ഭാഗമേ കാണാനൊക്കു. കുളവാഴ സ്ഥാനം പിടിച്ചിരിക്കുകയാണ് അതിൽ.

പൂക്കൾ പറിക്കാൻ എത്തുന്ന പെൺകുട്ടികളെ കുളക്കരയിൽ നിർ

ത്തി ഞങ്ങൾ ഓരോരുത്തരും മത്സരിച്ച് പൂക്കൾ പറിച്ച് കൊടുക്കുക എന്നത് ഞങ്ങൾക്കന്ന് വളരെയധികം താല്പര്യമായിരുന്നു. അവരുടെ മനസ്സിലേക്ക് എങ്ങനെയെങ്കിലും വലിഞ്ഞു കയറാം എന്നുള്ള ധാരണയായിരുന്നു അതിനു പിന്നിൽ. അന്നത്തെ ദിവസം ആദ്യവും അവസാനവും ഒക്കെ സന്തോഷവും സമാധാനവും മാത്രം ഓരോ പുലരിയും അസ്തമയവും അവസാനിച്ചാൽ അടുത്ത പുലരിക്ക് വേണ്ടിയുള്ള കാത്തിരിപ്പ്.

അന്നത്തെ കൂട്ടുകാരൊക്കെ എവിടെയായിരിക്കും? ഒരാളെയെങ്കിലും ഒന്ന് കണ്ടുമുട്ടിയിരുന്നെങ്കിൽ. വീട്ടിൽ നിന്നും പുറത്തേക്ക് ഇറങ്ങിയത് ഇന്നലെ മാത്രമായിരുന്നുവല്ലോ. ആ നേരം കൊണ്ട് ആരെ കാണാനാണ് എന്റെ ഓർമ്മകളിൽ അവരിപ്പോഴും ചെറുപ്പം തന്നെ അവർക്ക് എന്നെക്കുറിച്ചും അത്തരം ധാരണകൾ ആയിരിക്കും.

തിരിഞ്ഞുനോട്ടങ്ങൾ പലപ്പോഴും നിരാശകളും സങ്കടങ്ങളും ആയിരിക്കുമെങ്കിലും പറന്നുപോയ ബാല്യം ഒരൊറ്റ തവണയെങ്കിലും വന്നുപോയിരുന്നെങ്കിൽ എന്നുപോലും മോഹിച്ചുപോകുന്നു. അതൊക്കെ തികച്ചും അസംഭവ്യമായ കാര്യങ്ങൾ.

കുട്ടികളുടെ സന്തോഷാരവം. ചൂണ്ട കൊളുത്തിൽ സാമാന്യം വലിയൊരു മീൻ കുടുങ്ങി എന്ന് തോന്നുന്നു. എല്ലാം വീക്ഷിച്ചു ഞാൻ കലുങ്കിൽ തന്നെ ഇരുന്നു. കാല് വേദനക്ക് അല്പം ആശ്വാസം. ഇന്നും ഇന്നലെയും കൂടി കുറെ ദൂരം നടന്നതുകൊണ്ട് കാലുകൾക്ക് ക്ഷീണം ബാധിച്ചത് ആയിരിക്കും. ഇപ്പോൾ അധികം നടക്കുന്നത് കാലുകൾക്ക് താങ്ങാൻ ആവുന്നില്ല.

ഗൾഫിലേക്ക് പോകും മുമ്പ് ആവശ്യത്തിനും അനാവശ്യത്തിനും ആയി ഈ വഴിയോരങ്ങളിലൂടെ എത്രമാത്രം നടന്നിരുന്നതാണ്. ഗൾഫിലാണെങ്കിൽ നടക്കാൻ അവസരം കിട്ടാറില്ല. പിന്നെ എന്റെ ജോലിയും അത്തരത്തിൽ ആണല്ലോ.

തിരിച്ചുപോകും മുമ്പ് ആയുർവേദ ഡോക്ടറെ ഒന്ന് കാണുക തന്നെ. ഒരു ഉഴിച്ചിലും പിഴിച്ചിലും നടത്തിയാൽ ശരിയാകാവുന്നതേയുള്ളൂ. സുൽത്താനയുടെ അഭിപ്രായവും അതുതന്നെ ആയിരിക്കും.

വഴിയോരങ്ങൾ ഉണർന്ന് സജീവമായി. ഒറ്റയ്ക്കും കൂട്ടമായും നടന്നും വാഹനത്തിലൂടെയുമൊക്കെ യാത്രക്കാർ പോയിക്കൊണ്ടിരുന്നു.

ആർക്കും അരോചകമാകാത്ത വിധം വരുന്നവരെയും പോകുന്നവരെയും ഞാൻ നോക്കി. പണിക്ക് പോകുന്ന കുറുമ്പയും എന്നെ നോക്കി ചിരിച്ചു കടന്നുപോയി

ദാരിദ്ര്യം ആണെങ്കിലും എത്ര സന്തോഷമാണ് അവരുടെ മുഖത്ത്. നാളേക്ക് വേണ്ടി കൂട്ടി വെക്കാതെ സ്വത്തും സമ്പത്തും ഓർത്തു സംഘർഷം ഇല്ലാത്ത ജീവിതം നയിക്കുന്നവർ. ചെരിപ്പിടാത്ത കാലുകളിൽ കല്ലും മുള്ളും തറഞ്ഞാലും മുറിഞ്ഞാലും ശരീരത്തിൽ മഞ്ഞും മഴയും വെയിലും ഏറ്റാലും തളരാതെ, എല്ലാം അതിജീവിക്കുന്നവർ.

തഴച്ചു തഴച്ചു വളർന്നു നിൽക്കുന്ന മരത്തിനടിയിലൂടെ കാണുന്ന ഓലമേഞ്ഞതും പനമ്പ് മറച്ചതുമായി അവരുടെ കൊച്ചു കൂരകൾ അതിനപ്പുറത്ത് ആകാശച്ചെരുവിൽ മേഘങ്ങൾ പലതരം രൂപങ്ങളിൽ ഇഴഞ്ഞു നീങ്ങിക്കൊണ്ടിരിക്കുന്ന ദൂരക്കാഴ്ചകൾ ഒരു വർണ്ണചിത്രം പോലെ തോന്നിച്ചു.

ഈ ചക്കരക്കാവിൽ ജനിച്ചുവളർന്ന എനിക്ക് ഇതിനു മുമ്പൊരിക്കലും തോന്നാതിരുന്ന ഇത്ര രമണീയമായ ചുറ്റുപാടുകൾ എന്നെ കീഴ്പെടുത്തി. ഇവിടെനിന്നും അകന്നു കഴിഞ്ഞപ്പോഴാണ് എന്റെ നാടിന് ഇത്രയും ആകർഷകത്വം ഉണ്ട് എന്ന് മനസ്സിലാക്കുന്നത്.

ഞാനവിടെ നിന്നെഴുന്നേറ്റു. ഇപ്പോഴും കാലുകൾക്ക് ഒരു പിടുത്തം. കാലുകൾ ഒന്ന് കുടഞ്ഞു. ഇനി യാത്ര തുടരുക തന്നെ. 'തവക്കൽത്തു അലല്ലാഹ്' (ദൈവത്തിൽ ഭാരമേല്പിച്ചിരിക്കുന്നു).

ബസ്സ്റ്റോപ്പിലേക്ക് ഇനി അധികം ദൂരമില്ല. ഈ ഇടവഴിചെന്ന് കേറുന്നത് മെയിൻ റോഡിലേക്കാണ്. അത്ര സാരമുള്ള കാര്യമേ അല്ല. ഇടത്തും വലത്തും നോക്കി ഞാൻ നടന്നു. മധു ചേട്ടന്റെ കടയ്ക്ക് അരികിലെത്തി. നാലും കൂടിയ വഴിയോരത്താണത്. മധു ചേട്ടൻ കട തുറക്കുന്നതേയുള്ളൂ. കുറച്ചുനേരത്തേക്ക് കടയിൽ നല്ല തിരക്കാണ്. തിരികെ വരുമ്പോൾ കയറാം എന്ന് മധു ചേട്ടനോട് മൊഴിഞ്ഞു

എന്റെ നാക്കിൻ തുമ്പത്ത് നിന്ന് അടർന്നുവീണ ആ വാക്ക് ഒന്നുകൂടി മന്ത്രിച്ചു തിരികെ വരുമ്പോൾ! അന്നേരം എന്റെ ഉള്ളു നിറയെ സുൽത്താനയെ കണ്ടുമുട്ടിയതും അവളുടെ സാമീപ്യവും ഒക്കെ നിറഞ്ഞു നിൽക്കുകയായിരിക്കും. ആ മുഖം കണ്ടു കണ്ടു എന്റെ കണ്ണുകൾ തൃപ്തി അടഞ്ഞിട്ടുണ്ടാവം. എന്നെ കാണുമ്പോൾ ആ കണ്ണുകളിൽ നിറഞ്ഞു കാണുന്ന സന്തോഷം, പരിഭവങ്ങൾ, കണ്ണീർ മഴകൊണ്ട് കഴുകിയ മുഖത്ത് വിരിയുന്ന നനവുള്ള മന്ദസ്മിതം എല്ലാമെല്ലാം എന്റെ കൺമുന്നിൽ തെളിഞ്ഞു വരുന്നത് പോലെ.

നിനക്കായി ഞാൻ കാത്തുവെച്ച തേൻമൊഴികൾ, കരുതിവെച്ച ആലിംഗനങ്ങൾ, സാന്ത്വനങ്ങൾ, നിന്നെ ഓർത്തോർത്ത് കഴിച്ചുകൂട്ടിയ രാപ്പകലുകൾ, നിന്നെ ഒരു നോക്കു കാണാനായി ഞാൻ സഹിക്കുന്ന

ബുദ്ധിമുട്ടുകൾ, വല്ലതും നീ അറിയുന്നുണ്ടോ. അന്തർദാഹശമനത്തിന് ഇനി കൊല്ലങ്ങളും മാസങ്ങളും ദിവസങ്ങൾ പോലും കാത്തിരിക്കേണ്ട. ഇതാ അടുത്ത നിമിഷം നിന്നരികിലേക്ക് എത്തിക്കഴിഞ്ഞു. അതോർക്കുമ്പോൾ എന്റെ നെഞ്ചകം മായികലോകത്ത് വിഹരിക്കുന്നു.

ഇന്നത്തെ കൂടിക്കാഴ്ച കഴിഞ്ഞ് പിരിഞ്ഞു പോരുന്നതോർക്കുമ്പോഴേ മനസ്സിൽ മഴവില്ല് പരക്കുന്നു. എന്റെ പെണ്ണിനോട് സംസാരിക്കാവുന്ന ഏറ്റവും സുന്ദരമായ നിമിഷങ്ങൾ അവസാനിക്കാതിരിക്കട്ടെ.

പെട്ടെന്ന് ആരോ പിടിച്ചു നിർത്തിയത് പോലെ ഞാൻ അവിടെനിന്നു. സ്കൂൾ പഠനകാലത്ത് ഞങ്ങൾ കളിച്ചിരുന്ന മൈതാനം കാടുപിടിച്ച് കിടക്കുന്നു. അവിടത്തെ കുളക്കടവ് മണ്ണ് മൂടി കിടക്കുന്നു. ആരും സംരക്ഷിക്കാതെ തെളിനീരില്ലാതെ ഉപയോഗശൂന്യമായ, കച്ചറകളും പച്ചനിറത്തിലുള്ള വെള്ളവും പേറി പകുതിയോളം നശിച്ചിരിക്കുന്നു. ഓർമ്മകളിൽ സ്ഥാനം പിടിച്ച ആ സ്ഥലങ്ങളെല്ലാം ഞാൻ കണ്ണുചിമ്മാതെ നോക്കിക്കാണുകയായിരുന്നു, നേർത്ത വേദനയോടെ. ഇനി ഈ കുളവും മൈതാനവും ഒക്കെ അപ്രത്യക്ഷമാകാൻ അധികം നാൾ വേണ്ടിവരില്ല. പ്രകൃതിയുടെ പ്രതിഭാസങ്ങൾ മനുഷ്യരുടെ സ്വാർത്ഥ താൽപര്യങ്ങൾക്ക് വഴിമാറി കൊടുക്കേണ്ടി വരും.

എനിക്ക് അഭിമുഖമായി ഒരാൾ ഒരു കുഞ്ഞിനെയും എടുത്തുകൊണ്ട് ഭാര്യയാണെന്ന് തോന്നുന്ന ഒരു സ്ത്രീയോടൊപ്പം നടന്നുവരുന്നു. അവർക്ക് കടന്നുപോകാനായി ഓരത്തേക്ക് ഞാൻ ഒതുങ്ങി നിന്നു. അയാൾ മുന്നോട്ടു പോകാൻ കൂട്ടാക്കാതെ എന്നെ സൂക്ഷിച്ചു നോക്കി നിന്നു. പെട്ടെന്നൊരു ചോദ്യം. "കബീറെ നീയെന്താണ്ടാ ഇവിടെ ഒറ്റയ്ക്ക്. പൊട്ടക്കുളം നോക്കി നിൽക്കുന്നേ. എന്നെ കണ്ടിട്ട് കാണാത്ത പോലെ പഴയ കാലമൊക്കെ ഓർമ്മ വരുന്നുണ്ടാവല്ലേ. അതൊരു നല്ല കാലമായിരുന്നല്ലോ. പിന്നെ എന്തെങ്കിലുമൊക്കെ പറയെടാ കബീറെ. എത്ര നാളായി നമ്മൾ കണ്ടിട്ട്."

തുരുമ്പിച്ച സൗഹാർദ്ദത്തിന്റെ കണ്ണികൾ രാകിമിനുക്കി കോർത്തെടുക്കാൻ ശ്രമിക്കുന്ന ഇവൻ ആരാണ്. ഈ ശബ്ദം ഞാൻ എത്രയോ കേട്ടു മറന്നതാണ്. ഈ മുഖം എണ്ണിയാൽ ഒടുങ്ങാത്ത അത്രയും ഞാൻ കണ്ടിട്ടുള്ളതാണ്. ഞാൻ ഒരായിരം വട്ടമെങ്കിലും നോക്കി നിന്നിട്ടുള്ളതാണ്. പെട്ടെന്ന് തന്നെ എന്റെ സ്മൃതിപഥത്തിൽ പൊന്തിവന്നു. ഹനീഫ. ഇവൻ എത്രമാത്രം ക്ഷീണിച്ചു.

ഒരു ദിവസം ആരംഭമായാൽ രാവിലെ ഓത്തുപള്ളിയിൽ. അതുകഴിഞ്ഞാൽ സ്കൂളിൽ. അതും കഴിഞ്ഞാൽ കളിക്കളത്തിൽ. അങ്ങനെ ദിവ

സത്തിൽ പകലന്തിയോളം ഒന്നിച്ചു കഴിച്ചുകൂട്ടിയ, ചെറുപ്പകാലങ്ങളിൽ ദിവസത്തിൽ ഏറെ ഭാഗവും എന്നോടൊപ്പം ഉണ്ടായിരുന്നു. എന്നിട്ടും എന്തേ ഒറ്റനോട്ടത്തിൽ എനിക്ക് ഇവനെ തിരിച്ചറിയാൻ കഴിയാഞ്ഞതെന്ത്? കുറ്റബോധം തോന്നിയ ഞാൻ അവന്റെ കൈകളിൽ ഒന്നുകൂടെ മുറുക്കിപ്പിടിച്ചു.

"എടാ കബീറെ നീ ഗൾഫിൽ പോയിട്ട് ഒന്നൂടെ വെളുത്ത് ചുമന്ന് തിളങ്ങി. എന്തൊരു ഭംഗിയാണ് നിന്നെ കാണാൻ. നേരെമറിച്ച് എന്റെ കോലം നോക്കൂ." ഞാൻ ഉറക്കെ ചിരിച്ചു. "വാപ്പാടെ മയ്യത്ത് കാണാൻ ഞാൻ വന്നിട്ടുണ്ടായിരുന്നു, നിന്നെ കാണാൻ. പിന്നെ അവിടേക്ക് വരാൻ പറ്റില്ല. കബീർ എന്നും ഒരേ തിരക്കല്ലേടാ."

ഒന്നും എനിക്ക് അങ്ങോട്ട് ചോദിക്കേണ്ടി വന്നില്ല അതിനുമുമ്പ് എല്ലാം അവൻ പറഞ്ഞു. അവന്റെ ഭാര്യ റഹീമ രണ്ടാമത്തെ കുട്ടിയെ വയറ്റിൽ ചുമക്കുകയാണ് ഇപ്പോൾ. ഹനീഫ വളരെ നേരത്തെ വിവാഹിതനായ കാര്യം ഞാൻ അറിഞ്ഞിരുന്നു.

ഹെൽത്ത് സെൻററിൽ ആഴ്ചയിൽ ഒരു ദിവസം മാത്രം എത്തുന്ന ഗൈനക്കോളജിസ്റ്റ് ഡോക്ടർ ജെന്നിയെ കാണുവാനായി തിരക്കേറും മുമ്പ് പോയിവരുന്ന വഴിയായിരുന്നു അവനും ഭാര്യയും.

"റഹീമ ഞാൻ പറഞ്ഞിട്ടില്ലേ കബീറിനെ പറ്റി കുറെ നാൾ മുമ്പ്. നാടുവിട്ട അവനാണ് ഇവൻ." അവൻ ഭാര്യയെ നോക്കി പറഞ്ഞു. ക്ഷീണഭാവമുള്ള കണ്ണുകൾ അത്ഭുതത്താൽ വിടർന്നു. ഇത്തിരി നാണത്തോടെ എന്നെ നോക്കി ചിരിച്ചു. റഹീമ എന്നെ വീട്ടിലേക്ക് ക്ഷണിച്ചു. പിന്നീടാകാം ഇപ്പോൾ ഒരു അത്യാവശ്യമുണ്ടെന്നു പറഞ്ഞു ഞാൻ സ്നേഹത്തോടെ ക്ഷണം നിരസിച്ചു.

"അല്ല കബീറെ നീ എന്താണ്ടാ ഇങ്ങനെ ഒറ്റാന്തടിയായി നിക്കണത്. എന്നെ നോക്ക് ഇത്രയും വേഗം രണ്ടെണ്ണം. ഏതായാലും അവൾ നിന്നെ വിട്ടു പോയി. നിന്റെ ഒരു സുൽത്താന. നിനക്ക് ഈ നാട്ടില് വേറെ പെണ്ണില്ലേ. പോകാൻ പറയടാ. നിന്റെ കൂടെ കഴിയാൻ അവൾക്ക് യോഗമില്ലാണ്ടായി. അല്ലാണ്ട് പിന്നെ ഞാനെന്ത് പറയാൻ."

ഹനീഫയുടെ പുച്ഛം കലർത്തിയുള്ള സംസാരം. ഇവൻ എന്തൊക്കെയാണ് ഈ പറഞ്ഞുവരുന്നത്. അവനൊന്നും ഓർക്കാതെ പറഞ്ഞുപോയതായിരിക്കും. എന്റെ ഉള്ളിലൂടെ ഒരു നടുക്കം. അതിന്റെ പ്രവാഹം കൂടിക്കൂടി വരുന്നു. എന്റെ കണക്കുകൂട്ടലുകളും സങ്കൽപ്പങ്ങളും പൊടുന്നനെ ഇല്ലാതാവുകയാണ്.

"ഇവളെ വീട്ടിലാക്കിയിട്ട് ഞാൻ വേഗം വരാം. അല്ലെങ്കിൽ നീയും

വാ. നമുക്ക് കുറച്ചുനേരം വർത്താനം പറയാടാ."

വയലിനപ്പുറത്തേക്ക് അവൻ ചൂണ്ടിക്കാട്ടി. സ്നേഹം കൊണ്ട് എന്നെ വരിഞ്ഞു കെട്ടി. കളകൾ മൂടിക്കിടക്കുന്ന ഉണങ്ങി വരണ്ട വയലുകൾ കടന്ന് അവൻ പോകുന്നത് നോക്കി. വയൽ വരമ്പത്ത് കണ്ട തൈതെങ്ങിൻ അടുത്ത് അവനെയും കാത്തു ഞാൻ നിന്നു.

ഒന്നും അത്ര ഗൗരവമുള്ളത് അല്ലെന്ന് മട്ടിൽ ഹനീഫ പറഞ്ഞതെല്ലാം എന്റെ ഉള്ളിലേക്ക് കനൽ കോരിയിട്ടു. അവന്റെ വാക്കുകളിൽ അടങ്ങിയ സത്യം അറിയാൻ ഇനിയും എത്രനേരം ഞാനിവിടെ നിൽക്കേണ്ടിവരും. ഞാൻ അനുഭവിച്ചതിൽ വെച്ച് ഏറ്റവും ദുസ്സഹമായിരുന്നു ആ കാത്തുനിൽപ്പ്.

അദ്ധ്യായം
ഇരുപത്

വയൽ വരമ്പിലെ തെങ്ങും ചാരി നിൽക്കാൻ തുടങ്ങിയിട്ട് ഏറെ നേരമായെന്ന് എനിക്ക് തോന്നി. ആ ചുറ്റുപാടും ഉണ്ടായിരുന്ന മനം കുളിർപ്പിക്കുന്ന കാഴ്ചകളൊന്നും ഞാൻ ഗൗനിച്ചില്ല. എന്റെ ഉള്ളം നിറയെ ഹനീഫ ഇട്ടേച്ചുപോയ തീപ്പൊരി പടർന്ന് പടർന്ന് ആളി കത്തുകയായിരുന്നു.

അധികം വൈകാതെ അവൻ തിരിച്ചെത്തിയെങ്കിലും ആ ചെറിയൊരു ഇടവേള പോലും എന്നിൽ ആധി ഉണർത്തി. "ഞാൻ നേരം വൈകിയോടാ. കിതച്ചു കൊണ്ട് അവൻ ചോദിച്ചു. ഉമ്മ അവിടെ നിന്നേർന്ന കാരണം. വീട് വരെ പോണ്ടി വന്നില്ലാ. മുമ്പത്തെപ്പോലെ ഉമ്മാക്ക് അധികം നടക്കാൻ പറ്റണില്ല. കാല് വേദന. പിന്നെ കണ്ണിന് തിമിരത്തിന്റെ ഓപ്പറേഷൻ വേണമെന്നാ അബൂബക്കർ ഡോക്ടർ പറഞ്ഞേക്കണത്. അല്ലെങ്കിൽ റഹീമാനെം മക്കളെം ആസ്പത്രി കൊണ്ടുപോക്കും വാക്സിനേഷന് കൊണ്ടോക്കും ഒക്കെ ഉമ്മ ചെയ്തിരുന്നതാണ്."

അവൻ പറയുന്നതൊന്നും എന്റെയുള്ളിൽ തട്ടുന്നുണ്ടായിരുന്നില്ല. നിന്റെ ഉമ്മാനെ കാണാൻ ഞാൻ ഒരു ദിവസം അങ്ങോട്ട് വരാം. നമ്മൾ അങ്ങോട്ടുമിങ്ങോട്ടും ആ വഴികളിലൂടെ എന്തോരം നടന്നിട്ടുണ്ട്. നമ്മുടെ ഉമ്മമാർ ഉണ്ടാക്കിയ ചോറും ചായയും ഒക്കെ എന്തോരം തിന്നിട്ടുണ്ട്. എന്തൊക്കെ പറയാനുണ്ട് ഒന്നും പറഞ്ഞാ തീരൂല്ല."

ഞാൻ അവനോടൊപ്പം നടന്നു. "വാടാ നമുക്ക് കുറച്ചുനേരം ഇവി

ടെ ഇരുന്ന് കാല് കഴപ്പ് മാറ്റാം. തോടും ചിറയും പാടോമൊക്കെ മുറിച്ച് വേഗം നടന്ന കാരണം കാല് കഴക്കുന്നു."

കൊമ്പുകൾ തഴച്ചു വളർന്ന, വേരുകൾ തൂങ്ങി നിന്നിരുന്ന ആൽമര തണലിൽ ഞങ്ങളിരുന്നു.

സുൽത്താനയുടെ വീട്ടിൽ പോയ കാര്യം ഇവനോട് പറയണോ അതോ വേണ്ടയോ എന്ന ആശയക്കുഴപ്പത്തിൽ ആയിരുന്നു ഞാൻ. ഒടുവിൽ എല്ലാം ഞാൻ അവനോട് തുറന്നു പറഞ്ഞു

"നീ അപ്പോ ഒന്നും അറിഞ്ഞില്ല എന്ന് പറയണത് നേരാണോടാ. നേരത്തെ ഞാൻ നിന്നോട് പറഞ്ഞതൊന്നും മനസ്സിലായില്ലേ. നിനക്ക് സുൽത്താനേടെ ജ്യേഷ്ഠത്തി സുലൈഖത്താ എന്തോ സൂക്കേട് വന്നു മരിച്ചപ്പോൾ അവരെ കുട്ടീനെ നോക്കാനായിരുന്നു സുൽത്താനെ മൻസൂർകാക്ക് കെട്ടിച്ചു കൊടുത്തത് ഈ നാട്ടിൽ എല്ലാവരും അറിഞ്ഞ കാര്യമായിട്ടും നീ മാത്രം അറിയാത്തതെന്തേ."

അന്നേരം എന്റെ ശക്തിയും മനക്കരുത്തും ചോർന്നു. എന്തൊക്കെയോ എനിക്ക് നഷ്ടമായത് പോലെ. എങ്കിലും എന്റെ മനസ്സിൽ ഒട്ടനവധി സംശയങ്ങൾ പൊന്തിവന്നു. ഇതൊക്കെ വെറും ഊഹാപോഹങ്ങൾ മാത്രമായിരിക്കും. ഇത്തരം വാർത്തകൾ ഇങ്ങനെ സഞ്ചരിച്ചു കൊണ്ടേയിരിക്കും. ഒടുവിൽ എത്തേണ്ടിടത്ത് തന്നെ എത്തിച്ചേരും.

ഞാനും ഹനീഫയും തമ്മിലുള്ള സ്നേഹാധിക്യത്തിന്റെ അവകാശത്തിൽ ആയിരിക്കും അവൻ ഇങ്ങനെയൊക്കെ പറയുന്നത്. മടിച്ചും പതറിയും ഒക്കെയാണ് അവൻ പറയുന്നത്. നേരിട്ട് കാണാതെ ഞാൻ എങ്ങനെ വിശ്വസിക്കും. ഹനീഫ തുടർന്നു. "സുൽത്താന താമസിച്ചിരുന്ന വീടും സ്ഥലവും മാണിക്കോത്ത് അന്തോണി മാപ്പിളക്ക് വിറ്റു. സുലൈഖയുടെ വീടിന് അടുത്ത് പെരേയും പറമ്പും കൂടി വേടിച്ച് ഇപ്പോൾ അവിടെ പാർക്കുകയാണ് അവർ."

നിഷ്കളങ്കനായ ഹനീഫ പറയുന്നത് സത്യം മാത്രമായിരിക്കാനാണ് സാധ്യത. ഇനിയും ഇനിയും കൂടുതൽ കേൾക്കാൻ ഞാൻ അശക്തനായിരുന്നു. വിഷാദവും ദുഃഖവും കൊണ്ടുണ്ടായ എന്റെ ഭാവമാറ്റം കണ്ട നേരം ഒന്നും പറയേണ്ടിയിരുന്നില്ല എന്നവന് തോന്നിയിട്ടുണ്ടായിരിക്കണം.

സുൽത്താന എന്നാലും നീ എന്റേതായി കഴിഞ്ഞെന്ന് മാത്രം എന്റെ മനസ്സിനെ വിശ്വസിപ്പിച്ച് ഭാവി കാര്യങ്ങളെക്കുറിച്ച് പോലും ഞാൻ തീരുമാനിച്ചുറപ്പിച്ചിരുന്നല്ലോ. ആരൊക്കെ നിർബന്ധിച്ചാലും ഈ തീരുമാനത്തിൽ നിന്നും പിന്തിരിയാമായിരുന്നല്ലോ നിനക്ക്.

നിന്റെ കത്തുകൾക്കായി ഞാൻ കാത്തിരുന്ന് കാത്തിരുന്ന് മടുത്തപ്പോഴും കാലങ്ങളായി എന്റെ ഖൽബിനുള്ളിൽ സുരക്ഷിതമായി ഇരിപ്പുറപ്പിച്ച നിന്റെ പ്രതികരണം കേൾക്കാതായപ്പോഴും നേർത്തൊരു ശങ്ക പോലും തോന്നാതിരുന്നത് നിന്നെ ഞാൻ അത്രയ്ക്കും വിശ്വസിച്ചത് കൊണ്ടായിരുന്നല്ലോ.

സുൽത്താനയെ എന്നിൽ നിന്നും തട്ടിയെടുത്ത് മറ്റൊരാൾക്ക് കൈമാറി രണ്ടോ മൂന്നോ മാസങ്ങൾ കഴിഞ്ഞു പോയിട്ട് പോലും അവളോ എന്റെ വീട്ടുകാരോ ഒരു വാക്ക് എന്നോട് ഉരിയാടിയിട്ടില്ല. അത്രയ്ക്കും കാരുണ്യം പോലും അവർ എന്നോട് കാണിച്ചില്ല. ഇങ്ങനെയല്ല അവർ ചെയ്യേണ്ടിയിരുന്നത്. എല്ലാവരും കൂടി എന്നെ ഒരു വിഡ്ഢിയാക്കി. എന്റെ പ്രവർത്തി മൂലം ആർക്കും അറിഞ്ഞുകൊണ്ട് ഞാനൊരു നഷ്ടവും വരുത്തിയിട്ടില്ല. പകരം എനിക്ക് കിട്ടിയതോ? ഇങ്ങനെയൊരു വാർത്ത കേൾക്കാൻ ആണല്ലോ ഞാൻ ഈ നാട്ടിലേക്ക് പറന്നെത്തിയത്

സംഘർഷങ്ങളുടെയും പ്രാരാബ്ധങ്ങളുടെയും കൂരിരുട്ടിൽ ഒരു നെയ്ത്തിരി നാളം പോലെ എന്നുള്ളിൽ പ്രകാശിച്ചു കൊണ്ടിരുന്ന സുൽത്താന എന്ന ദീപം എണ്ണ വറ്റി കരിന്തിരി കത്തുന്നതിന്റെ പുകപടലങ്ങൾ എന്നെ ക്ഷീണിതനാക്കി.

നില കിട്ടാത്ത ദുഃഖത്തിൽ പെട്ട് ഉഴലുമ്പോൾ ഏതൊരാൾക്കും സ്വന്തം ജീവൻ ഉപേക്ഷിക്കാനുള്ള ശക്തി തന്നിരുന്നെങ്കിൽ..

ഇനി ഹനീഫ എന്റെ ഉള്ളിൽനിന്ന് ചൂണ്ടിയെടുക്കുവാനായി മനസ്സിന്റെ അഗാധതയിലേക്ക് ഒരു കൊളുത്തിട്ട് തന്നതായിരിക്കുമോ എന്നൊക്കെയുള്ള നേരിയൊരു പ്രത്യാശാകിരണം എന്നിൽ മിന്നി. ആകാംക്ഷയോടെ ഞാൻ അവനെ നോക്കി. അല്ലെന്ന് അവന്റെ മുഖഭാവം വ്യക്തമാക്കി. എന്നെ ജീവിപ്പിച്ചിരുന്ന മധുര പ്രതീക്ഷയുടെ പൂങ്കാവനം അതിൽ വിരിയുന്ന സ്വപ്നങ്ങൾ ആശകൾ എല്ലാമെല്ലാം നൊടിയിട കൊണ്ട് മാഞ്ഞുപോയിക്കൊണ്ടിരിക്കുന്ന ഒരു അവസ്ഥ എന്നെ പൊതിഞ്ഞു.

മറ്റൊന്നും നോക്കാനില്ല എത്രയും വേഗം ഭാണ്ഡം മുറുക്കി കെട്ടി ഈ നാട്ടിൽ നിന്നും രക്ഷപ്പെടാനുള്ള വഴി ആലോചിക്കണം. വൻ തിരമാലകളാൽ ഇളകി മറിഞ്ഞു കൊണ്ടിരിക്കുന്ന ഈ ദുഃഖ സമുദ്രത്തിന്റെ മറുകരയെത്താനുള്ള പോംവഴി അത് മാത്രമായിരിക്കും.

ഞാൻ മുന്നോട്ടു നടന്നു ബസ്സ്റ്റോപ്പിനടുത്ത് കുറച്ചു തെക്കോട്ട് മാറിയുള്ള ഷഹീർ ട്രാവൽസിൽ നിന്നും ഏറ്റവും അടുത്ത ദിവസം തന്നെ തിരിച്ചു പോകുവാനുള്ള സീറ്റ് ബുക്ക് ചെയ്താൽ സംഗതി എളുപ്പമാകും. ദുഃഖം കൊണ്ടും സങ്കടം കൊണ്ടും എന്റെ അകം ചുട്ടുപൊള്ളുക

യായിരുന്നു.

വീട്ടിൽ നിന്നും രാവിലെ പുറപ്പെട്ടപ്പോൾ ഉണ്ടായിരുന്ന മാനസികാവസ്ഥയിൽ ആയിരുന്നില്ല ഞാൻ തിരിച്ചെത്തിയത്. എനിക്കെല്ലാവരോടും അമർഷം തോന്നി. എന്റെ വസ്ത്രങ്ങൾ വാരിവലിച്ചെടുത്ത് കുത്തിനിറച്ചു. "നിനക്കെന്താണ്ടാ ഒരു വല്ലായ്മ പോലെ ഇത്ര തിരക്കിട്ട് നീ എവിടെ പോണ്. ചോദിച്ചിട്ട് എന്താ ഒന്നും പറയാത്തത്." എന്റെ പ്രവർത്തികൾ ഉറ്റുനോക്കിക്കൊണ്ട് നിന്നിരുന്ന എല്ലാവരും ഓരോരോ ചോദ്യങ്ങൾ എന്റെ നേരെ എയ്തുകൊണ്ടിരുന്നു.

ഞാനൊന്നും കേട്ടതായി നടിച്ചില്ല. മനസ്സ് കലുഷിതം ആയിരിക്കുന്ന ഈ സന്ദർഭത്തിൽ പറയാവുന്നതും പറയാൻ പാടില്ലാത്തതും എല്ലാം എന്റെ വായിൽ നിന്നും പുറത്തേക്ക് വന്നേക്കാം. പിന്നെ ഇത്രയും നാൾ ഞാൻ ചെയ്തതെല്ലാം നിഷ്ഫലമായേക്കാം. സുൽത്താനയുടെ കാര്യത്തിലായാലും അല്ലെങ്കിലും ഏറെക്കുറെ അങ്ങനെയൊക്കെ ആയിക്കഴിഞ്ഞു. ഓരോ പ്രവർത്തിയുടെയും ദീനരോദനങ്ങൾ എന്നോർത്ത് നെടുവീർപ്പിട്ട് മനസ്സിനെ ശാന്തമാക്കാൻ ഞാൻ പണിപ്പെട്ടു.

നീ ഇത്ര തിടുക്കപ്പെട്ട് പോയാൽ എങ്ങനെ? വാപ്പാടെ 40 എങ്കിലും കഴിയട്ടെ എന്ന് വെച്ചിട്ടാ? എല്ലാവരും കൂടിയുള്ളപ്പോൾ ഭാഗം വെക്കുന്നതിനെപ്പറ്റി തീരുമാനിക്കണം. അത് എപ്പോഴായാലും വേണം നീയും കൂടി ഇവിടെ ഉള്ള സ്ഥിതിക്ക് ഇനി മറ്റൊന്നും നോക്കണ്ട കാര്യമില്ല.

ഇക്കയുടെ വാക്കുകൾ ഞാൻ ബദ്ധപ്പെട്ട് അമർത്തി വെച്ചിരുന്ന കോപത്തിന്റെ നിയന്ത്രണത്തെ പൊട്ടിച്ചെറിഞ്ഞു. "അപ്പൊ ഒറ്റാംതടിയായി നിൽക്കുന്ന ഞാനോ അതൊന്നും നിങ്ങൾക്കാർക്കും ഒരു വിഷയമേ അല്ലല്ലോ"

"അതെന്തൊരു വർത്തമാനം ആടാ. നിന്റെ കല്യാണം അതിനിടയിൽ തന്നെ നടത്തണം." രണ്ടാമത്തെ ഇക്ക രംഗം ശാന്തമാക്കാൻ ശ്രമിച്ചുകൊണ്ടിരുന്നു.

"നിനക്കുള്ള പെണ്ണിനെ ഞങ്ങൾ കണ്ടുവെച്ചിട്ടുണ്ട് നീ പോണേന് മുമ്പ് തന്നെ. ഇതൊന്ന് കഴിയട്ടെ എന്ന് വെച്ചിട്ടാ. അല്ലേല് ആളേള് എന്ത് പറയും. അതും നമ്മൾ ഓർക്കേണ്ടേ." ആ അഭിപ്രായം എല്ലാവരും ശരിവെച്ചു.

"ആഹാ! അപ്പോ എല്ലാരും കൂടിയുള്ള ഒത്തു കളിയാണല്ലോ സുൽത്താനയുടെ കാര്യം എന്നെ അറിയിച്ചാൽ ഞാൻ എങ്ങനെയെങ്കിലും വരുമായിരുന്നല്ലോ. ഉമ്മ പോലും ഇതൊക്കെ ഒളിച്ചുവച്ചല്ലോ."

പിന്നീട് ഒരു വാക്കുപോലും പറയാൻ എനിക്ക് കഴിഞ്ഞില്ല എന്നതാ

ണ് വാസ്തവം. ശബ്ദം ഇടറി വാക്കുകൾ അവ്യക്തമായി പോയി

"അന്നേരം തുടങ്ങിയതാ വാപ്പ നിനക്ക് പെണ്ണന്വേഷണം. അവൾ ചെയ്തതും അത്ര ശരി കേടു ഒന്നുമല്ല. അനാഥയായ ഒരു കുട്ടിയുടെ കാര്യല്ലേ മോനെ. മൻസൂർ രണ്ടാമത് കെട്ടണ പെണ്ണ് എത്തരക്കാരി ആണെന്നോ ഒന്നും ആർക്കും പറയാൻ പറ്റില്ല. ഒക്കെ അറിഞ്ഞിരുന്നിട്ട് നമ്മൾ എങ്ങനെ എതിർക്കും. ചെയ്യുന്നതിന് ഒരു ന്യായമൊക്കെ വേണ്ടേ." ഉമ്മയുടെ ന്യായീകരണം എന്റെ മനസ്സിൽ നീറിക്കൊണ്ടിരിക്കുന്ന മുറിപ്പാടിലേക്ക് വീണ്ടും എരിവ് തേച്ച് പിടിപ്പിക്കുകയാണല്ലോ. "അവളെ കുറ്റം പറഞ്ഞിട്ടും കാര്യമില്ല. മരിക്കാൻ പോണേന്ന് വരെ പറഞ്ഞത്രേ. നിന്നെ കെട്ടിയില്ലെങ്കിൽ അത് അവിടെ തീർന്നെന്ന് വെക്ക്. വാപ്പാടെ ആശപോലെ വേറെ നല്ലൊരു പെണ്ണ് കെട്ടി സന്തോഷായി കഴിയാ മോനെ നിനക്ക്. ഉമ്മയുടെ സംസാരത്തിന് ഒന്നും എന്റെ വിഷാദ ചിന്തകളെ മായിച്ചു കളയാനുള്ള കരുത്ത് ഉണ്ടായിരുന്നില്ല.

"നീ എന്തിനാടാ ഇങ്ങനെ വാശിപിടിക്കുന്നത്. കഴിഞ്ഞത് കഴിഞ്ഞെന്നു വയ്ക്ക്. പറഞ്ഞത് അനുസരിച്ചാ നിനക്ക് കൊള്ളാം." ഇത്തരത്തിലുള്ള സംസാരങ്ങൾ കൊണ്ട് അവിടം മുഖരിതമായി.

അവരുടെ ബന്ധുക്കളിൽ എനിക്കായി കണ്ടുവെച്ച പെൺകുട്ടികളുടെ മഹത്വങ്ങൾ ഇക്കമാരും ഉമ്മുക്കുസും സാജിതയും എന്തിനേറെ പറയുന്നു നാദിർഷയുടെ ഭാര്യ സുമയ്യ പോലും വിവരിക്കുകയുണ്ടായി.

ഇത്രയും നാൾ ഇവർക്കൊക്കെ വേണ്ടി ജീവിച്ച എന്റെ ഏറെ നാളത്തെ ആഗ്രഹം ഹനിച്ച് കളഞ്ഞ ഇവർ അടിച്ചേൽപ്പിക്കുന്നത് ഞാനെന്തിന് സ്വീകരിക്കണം. എന്റെ ജീവിതപങ്കാളി ആരാകണം ആരാകേണ്ട എന്ന് തീരുമാനിക്കാനുള്ള അവകാശം പോലും ഇല്ലേ എനിക്ക്. "സ്വത്തും മുതലും നിങ്ങളെല്ലാവരും കൂടി പങ്കുവയ്ക്ക്. ബാക്കി എന്തേലും ഉണ്ടെങ്കിൽ അവിടെ വെച്ചേക്ക്. എനിക്കിനി കല്യാണം കളിയാട്ടവും ഒന്നുമില്ല എനിക്ക് അതൊന്നും വേണ്ട. ഇനിയും നിങ്ങളുടെ കാര്യമോർത്ത് കാലം കഴിക്കാൻ എന്നെ നോക്കണ്ട. എനിക്ക് എന്റെ വഴി. ഞാനെന്റെ പാട്ടിനു പോകും. ഇനി എനിക്കൊന്നും കേൾക്കണ്ട." എന്റെയുള്ളിലെ ദേഷ്യം പുകഞ്ഞു പുകഞ്ഞ് പുറത്തേക്ക് വന്നു. ആർക്കും ഒന്നും പറയാൻ ഇല്ലാത്തതുപോലെ.

"അവരൊക്കെ പറയുന്നത് കേട്ടില്ല മോനെ. എല്ലാം കഴിഞ്ഞിട്ട് പോകാം. എത്ര നാൾ കൂടിയാ വന്നത്. ഞാനും എത്രനാൾ ഉണ്ടെന്ന് പടച്ചോന് അറിയാം. നീ പെണ്ണുകെട്ടി കാണാൻ വാപ്പാക്ക് പറ്റിയില്ല. ഇനി എന്റെ കാര്യവും ഏതാണ്ട് അങ്ങനെയൊക്കെ തന്നെയായിരിക്കും."

കടുപ്പമേറിയ വാക്കുകളൊന്നും ഞാൻ ഇന്നേവരെ പറഞ്ഞിട്ടില്ല. എന്റെ ഉമ്മയോട് എന്നെക്കൊണ്ട് നിറവേറ്റി കൊടുക്കുവാൻ കഴിയുന്ന ഏത് ആവശ്യവും വളരെ മുമ്പേതന്നെ മറ്റുള്ള മക്കളെക്കാൾ നിറവേറ്റി കൊടുക്കുന്നത് ഞാനായിരുന്നു.

ഒടുവിൽ ഉമ്മയുടെ കണ്ണീരും ഹൃദയം തകരുംവണ്ണമുള്ള നെടുവീർപ്പും സ്നേഹത്തിൽ ചാലിച്ച മൊഴികളും ഒക്കെയാണ് എന്നെ അവിടെ പിടിച്ചു നിർത്തിയത്.

വെളിച്ചം കെട്ട് ഇരുട്ട് നിറഞ്ഞ ജീവിതം മരിക്കുംവരെ മുന്നോട്ട് കൊണ്ടുപോകണമെന്ന മട്ടിൽ ജീവിതം കഴിച്ചുകൂട്ടുന്ന ഉമ്മയെ വേദനിപ്പിച്ചെന്നുള്ള മനസ്സാക്ഷിക്കുത്ത് മുന്നോട്ടുള്ള എന്റെ ജീവിതത്തെ മഥിച്ചുകൊണ്ടിരിക്കും

തന്നെയുമല്ല തിരക്കിട്ട് ചെന്നതിനുള്ള കാരണം ബാബയോട് ഞാനെങ്ങനെ പറയാനാണ്. എന്റെ വീട്ടുകാരെയും മരിച്ചുപോയ ബാപ്പയെ അടക്കം പ്രതിക്കൂട്ടിൽ നിർത്തിക്കൊണ്ട് പറയേണ്ടിവരും അങ്ങനെ ചില വിപത്തുകളും എന്റെ പെട്ടെന്നുള്ള എടുത്തുചാട്ടം കൊണ്ട് ഉണ്ടായേക്കാം.

ബാബയുടെ ഉള്ളിൽ എന്റെ ആളുകളെ കുറിച്ച് നല്ലൊരു ചിത്രം തന്നെ ഉണ്ടാകട്ടെ. അങ്ങനെ ഞാൻ തീരുമാനിച്ചു. എന്റെ ഉള്ളിലെ പൊട്ടിത്തെറികളെ നിയന്ത്രിക്കാൻ ശ്രമിച്ചു.

നില കിട്ടാതെ ഉലയുന്ന വേവലാതികൾ ഞാൻ ആരോടാണ് പങ്കുവെക്കുക. പറഞ്ഞാലും ഒരാൾക്ക് പോലും അത് മനസ്സിലാകുന്നില്ലല്ലോ. അതാണ് ഏറെ കഷ്ടം. ഇനിയും കൂടുതലൊന്നും പറയാൻ നിൽക്കാതെ ഒന്നും ഓർമ്മയിലേക്ക് കടന്നു വരില്ലെന്ന് വിശ്വാസത്തിൽ വാതിലിന് കൊടുത്തിട്ട് ഇരുട്ടുറഞ്ഞ തെക്കേ മുറിയിൽ ഞാൻ ചെന്ന് കിടന്നു.

എന്റെ സങ്കടങ്ങൾ യാതൊരു നിയന്ത്രണവുമില്ലാതെ കണ്ണീരിലൂടെ കുറെയൊക്കെ ഒഴുകി കളഞ്ഞു.

എൻറെ ഖൽബിൽ അള്ളിപ്പിടിച്ചിരുന്ന ഓർമ്മകൾ കുടഞ്ഞു കളയാൻ ഞാൻ എത്ര ശ്രമിച്ചു ഒരു രക്ഷയുമില്ല.

സുൽത്താന, ഇപ്പോൾ ഞാൻ നിനക്ക് ആരുമല്ല അല്ലേ. ആരൊക്കെ എന്തൊക്കെ പറഞ്ഞാലും നിനക്ക് പിടിച്ചുനിൽക്കാമായിരുന്നല്ലോ. നിന്റെയുള്ളിൽ വളർന്നു പന്തലിച്ച എന്നെ പിഴുതെറിയാൻ കഴിഞ്ഞതാണ് അത്ഭുതം. അതോ എന്നേക്കാൾ മെച്ചം മൻസൂർ ആണെന്ന് കരുതിയോ. കുഞ്ഞിനെ കിട്ടിയപ്പോൾ സകലതും മറന്നു കാണും. ഒരു സൂചനയെങ്കിലും തന്നിരുന്നുവെങ്കിൽ ഞാൻ പാഞ്ഞെത്തുമായിരുന്നല്ലോ.

സുലൈഖത്തായുടെ കുട്ടിയെ ഉപേക്ഷിക്കേണ്ടി വരുമല്ലോ എന്ന് തോന്നിയതായിരുന്നെങ്കിൽ അവിടെയും നിനക്ക് തെറ്റുപറ്റി പോയല്ലോ. എന്റെ കഴിവിന്റെ പരമാവധി അനുസരിച്ച് നമുക്ക് അതിനെ ഏറെ സന്തോഷത്തോടെ സ്വന്തം പോലെ വളർത്താമായിരുന്നല്ലോ

ഇതൊന്നും ലോകത്തിൽ നടക്കാത്ത കാര്യമൊന്നുമല്ലല്ലോ. നിനക്ക് കാത്തിരുന്ന് മടുത്തു കാണും അല്ലേ. ഏതായാലും നീ അല്ലൽ ഇല്ലാതെ സുഖസന്തോഷത്തോടെ ജീവിക്കൂ. നിന്റെ ഓർമ്മയിൽ ഞാനുണ്ടെങ്കിൽ അതുപോലും തുടച്ചു കളഞ്ഞേക്കു

എത്രയും വേഗം തിരിച്ചു പോകണം. രാപ്പകലുകൾ കൊഴിഞ്ഞുവീണു കഴിഞ്ഞതെല്ലാം സാക്ഷാത്കരിക്കാൻ കഴിയാത്ത ഒരു പാഴ് കിനാവാരുന്നെന്ന് എന്റെ മനസ്സിനെ വിശ്വസിപ്പിക്കാൻ ഞാൻ അഹോരാത്രം യത്നിച്ചു. എന്റെ ദുഃഖ ചിന്തകൾ ഒരു മൂടൽ മഞ്ഞലപോലെ മാഞ്ഞു മാഞ്ഞു പോകുമെന്ന് കരുതിയ എനിക്ക് തെറ്റിപ്പോയി അതങ്ങനെ പാഞ്ഞ് പറന്ന് എന്റെ ഉള്ളിൽ തത്തികളിച്ചു.

ചക്കരക്കാവ് പള്ളിയിൽ പതിവുപോലെ നിസ്കരിച്ചു. അവിടെ ഏറെ നേരം ഇരുന്നു. പടച്ചവനോട് ദുആ ചെയ്തു. ഗൾഫിൽ ഇരുന്നു ഓർക്കുമ്പോൾ ഈ പള്ളിയിൽ പ്രവേശിക്കുക എന്നത് അപ്രാപ്യമായ ഒരു കാര്യം. ഇവിടെയോ നിഷ്പ്രയാസം സാധിക്കാവുന്നതും. ചക്കരക്കാവ് പള്ളിയിൽ ഇനി ഇങ്ങനെ ഇരിക്കാനും കൊതി തീരുവോളം സമയം ചെലവഴിക്കുവാനും ഇനി എനിക്ക് എന്നാണ് കഴിയുക. ഒന്നും എനിക്കറിയില്ല.

ഞാൻ പള്ളിയിൽ നിന്നും എഴുന്നേറ്റു പുറത്തേക്ക് കടന്നു. പള്ളിയും പരിസരവും ഒക്കെ പുതുക്കി പണിതത് കൊണ്ട് സൗകര്യം വർദ്ധിച്ചിരിക്കുന്നു. എന്റെ സങ്കടങ്ങൾ നെടുവീർപ്പുകൾ ശ്വാസംമുട്ടലുകൾ എല്ലാം ഓർത്ത് സങ്കടപ്പെട്ടിരുന്ന എന്റെ ബാപ്പയുടെ ഖബർ (കുഴിമാടം) അരികിലേക്ക് ഞാൻ നടന്നു.

പടച്ചവനെ കരുണ കാണിക്കുക. പാപങ്ങൾ പൊറുത്തുകൊടുക്കുക. പരലോകം വെളിച്ചമാക്കി കൊടുക്കുക. ഈ മകൻ മനമുരുകി പ്രാർത്ഥിക്കുന്നു. എന്റെ പ്രാർത്ഥന പടച്ചവൻ സ്വാകരിക്കട്ടെ. ആമീൻ (ഉത്തരം നൽകേണമേ).

മൺകൂനക്കടിയിൽ അന്ത്യവിശ്രമം കൊള്ളുന്ന എന്റെ ബാപ്പയോട് ഞാൻ യാത്ര ചോദിച്ചു. ഇനി ഒരിക്കലും ഈ ദുനിയാവിൽ നമ്മൾ പരസ്പരം കാണില്ല. ആ സ്നേഹവും കരുതലും എല്ലാം എനിക്ക് നഷ്ടപ്പെട്ടു. ബാപ്പ അവശേഷിപ്പിച്ചു പോയ ഓർമ്മകളും പേറി ഞാൻ പോകു

ന്നു അസ്സലാമു അലൈക്കും (പടച്ചവന്റെ രക്ഷ) എന്റെ ബാപ്പക്കുണ്ടാ കട്ടെ ആമീൻ.

അദ്ധ്യായം
ഇരുപത്തിയൊന്ന്

എന്റെ കന്നിയാത്രയ്ക്ക് നാട്ടിൽ നിന്നും യാത്രയാക്കിയ ബാപ്പ ഈ ലോകത്തിൽ നിന്ന് മറഞ്ഞു പോയി. അന്ന് എന്നെ പിരിയുന്നതിനുള്ള ദുഃഖം എത്രമാത്രമായിരുന്നു. എത്ര മറച്ചു വെച്ചിട്ടും മറയ്ക്കാൻ കഴിയാതെ ആ കണ്ണുകൾ നിറഞ്ഞത് ഞാനിപ്പോഴും വ്യക്തമായി ഓർക്കുന്നു.

വർഷങ്ങൾക്ക് ശേഷം ഞാൻ തിരിച്ച് ചെല്ലുമ്പോൾ ഉണ്ടായേക്കാവുന്ന സന്തോഷപ്രകടനങ്ങളും എന്റെ സുഖസൗകര്യത്തിലും ഭക്ഷണകാര്യത്തിലും ഒരു പിതാവ് എന്ന നിലയിൽ എന്നോട് കാണിക്കേണ്ടിയിരുന്ന ആവേശവും ആഹ്ലാദവും ഒന്നും കാണുവാനും അനുഭവിക്കാനും ഉള്ള യോഗം എനിക്കില്ലാതെ പോയല്ലോ, എന്നെന്നേക്കുമായി ആ അധ്യായം അടഞ്ഞുപോയി.

മോഹിച്ച പെണ്ണും എന്നെ കയ്യൊഴിഞ്ഞു. എന്റെ ഭാവി ജീവിതത്തിലേക്ക് ഞാൻ കരുതി വെച്ചിരുന്ന സ്വപ്നങ്ങളും മോഹങ്ങളും കുത്തിനിറച്ചു കൊണ്ടുപോയ മനസ്സിൽ നിന്നും എല്ലാം തകർന്നടിഞ്ഞു. ഇപ്പോൾ അതെല്ലാം നിരോധിച്ച നോട്ടുകൾ പോലെ വിലയില്ലാത്ത വെറും കടലാസ് തുണ്ടങ്ങളെ പോലെ ആയിക്കഴിഞ്ഞിരിക്കുന്നു.

കരുതിവെച്ചതെല്ലാം ഒറ്റ നിമിഷംകൊണ്ട് ശൂന്യമായി. അങ്ങനെയൊരു ചിന്തയോ പ്രവർത്തിയോ എന്തിനേറെ ഒരു വ്യാമോഹം പോലും എനിക്കിപ്പോൾ ഇല്ല. എന്റെ മുന്നിൽ തുറന്നു കിടക്കുന്ന ജീവിതത്തിൽ ഞാൻ സ്വതന്ത്രനാണ്. ഇനിയുള്ള കാലം എനിക്ക് ദുർനടത്തങ്ങൾ ആകാം. കളങ്കങ്ങൾ ആകാം. വേണമെങ്കിൽ അങ്ങനെയൊക്കെ എന്റെ ജീവിതം പാഴാക്കിക്കളയുകയും ആകാം. ആരോടും സമാധാനം പറയേണ്ട കാര്യം ഇപ്പോൾ എനിക്കില്ല.

ഇതിപ്പോൾ രണ്ടാമത്തെ തവണയാണ് ഞാൻ എയർപോർട്ടിൽ വന്നിറങ്ങുന്നത്. കഴിഞ്ഞ പ്രാവശ്യത്തെ പോലെ അപരിചിതമായ അന്തരീക്ഷമല്ല പരിഭ്രമമോ പരിചയക്കുറവോ ഒന്നും എനിക്ക് അനുഭവപ്പെട്ടിരുന്നില്ല എങ്കിലും എന്നെ എയർപോർട്ടിൽ നിന്നും കൂട്ടിക്കൊണ്ടു പോ

കുവാനായി വന്ന വസീമിനോടും വിജയനോടും ആഹ്ലാദത്തോടെ സംസാരിക്കുവാൻ എനിക്ക് കഴിഞ്ഞില്ല.

എന്റെ ദുഃഖാവസ്ഥയിൽ എങ്ങനെയാണ് ഇടതടവില്ലാതെ എന്നോട് സംസാരിക്കുക എന്നായിരിക്കും അവർ ചിന്തിച്ചിരിക്കുന്നത്.

“ചങ്ങായി എന്താണ് ആലോചിക്കുന്നത്. ഇവിടെ കുത്തിയിരിക്കാൻ പോണ.” ദയനീയമായി എന്നെ നോക്കിക്കൊണ്ട് വിജയൻ ചോദിച്ചു

ബാബയുടെ വീട് എത്തിയത് ഞാനറിഞ്ഞില്ലന്നോ. അതെനിക്ക് തികച്ചും അവിശ്വസനീയമായാണ് തോന്നിയത്. ഡ്രൈവർ ജോലി നോക്കുന്ന എനിക്ക് ഈ നാടിന്റെ ഓരോ മുക്കും മൂലയും കാണാപ്പാഠമാണ്. വിശേഷിച്ചും എയർപോർട്ടിൽ നിന്നുള്ള വഴികൾ.

കണ്ണു തുറന്നു പിടിച്ചാണ് പുറത്തേക്ക് നോക്കിയിരുന്നതെങ്കിലും ഒന്നുമൊന്നും എന്നുള്ളിൽ തട്ടുന്നുണ്ടായിരുന്നില്ല. ഈ യാത്രയിൽ എനിക്കൊന്നും കാണാൻ കഴിഞ്ഞില്ല എന്നതാണ് വാസ്തവം. ദുഃഖ ചിന്തകൾ തിങ്ങിവിങ്ങി നിൽക്കുകയായിരുന്നല്ലോ.

“കബീർ ഭായ് ഓരോരുത്തരുടെയും നിയോഗമാണ് മരണം. വിധി വന്ന് വിളിക്കുമ്പോൾ കൂടെ പോകേണ്ടിവരും. അതിന്റെ വരവ് തടുക്കാൻ ആർക്കും കഴിയില്ല എല്ലാവരും മരിക്കും നമുക്ക് മുമ്പുള്ളവരും മരിച്ചു. മനുഷ്യരുള്ള കാലം വരെ ആ പ്രക്രിയ തുടർന്നുകൊണ്ടേയിരിക്കും.”

വസീം എന്നെ ആശ്വസിപ്പിക്കുവാനായി അങ്ങനെ ഓരോരോ തത്വങ്ങൾ പറഞ്ഞു കൊണ്ടിരുന്നു.

എപ്പോഴും ഊർജ്ജസ്വലനായി ധൃതിയിൽ ഇറങ്ങുന്ന എനിക്ക് ഇപ്പോൾ വണ്ടിയിൽ നിന്നും എഴുന്നേൽക്കാൻ പോലും തോന്നിയില്ല. അവർ രണ്ടുപേരും കൂടി എന്റെ ഹാൻഡ് ബാഗും ലഗേജുകളും എടുത്ത് എന്റെ മുറിയിലേക്ക് കൊണ്ടു വച്ചു. “കബീർ ഭായ് വിശ്രമിക്ക്. ഞാൻ കുറച്ചു കഴിഞ്ഞു വരാം.” വസീം തിരക്കിട്ട് നടന്നു.

ചെങ്ങായി ഓരോന്നാലോചിച്ച് കുത്തി ഇരിക്കാണ്ട് കിടന്നുറങ്ങാൻ നോക്ക്. ഞാൻ കുറെ നേരത്തെ പോന്നതാണ്. വാതിൽ അടച്ച് കിടന്നോ? യാത്ര പറഞ്ഞു വിജയനും പോയി. അന്നേരം കുറച്ചൊരു ഏകാന്തത എനിക്കും അത്യാവശ്യമായിരുന്നു.

നാട്ടിൽ നിന്നും കൊണ്ടുവന്ന പെട്ടിയിൽ എന്തൊക്കെയാണെന്ന് എനിക്ക് അറിയില്ലായിരുന്നു. പെട്ടി പാക്ക് ചെയ്തു തന്നത് വീട്ടിലുള്ളവരൊക്കെ കൂടിയായിരുന്നു. ഭക്ഷണസാധനങ്ങൾ ഉണ്ടെങ്കിൽ ചീത്തയാകാൻ സാധ്യതയുണ്ട്. വസീം വരുമ്പോഴാകട്ടെ അവൻ അതൊക്കെ എടുത്ത് എല്ലാവർക്കും പങ്കുവെച്ചു കൊടുക്കട്ടെ.

ഉമ്മിയ്ക്ക് കൊണ്ടുവന്ന അണ്ടിപ്പരിപ്പും കുരുമുളകും അൽസാബിന്റെ ഭാര്യ നൂറക്ക് കൊണ്ടുവന്ന അച്ചാറും പപ്പടവും കായ വറുത്തതും എടുത്തു മാറ്റിവെക്കണം. എന്റെ ഉമ്മ പ്രത്യേകമായി ആമിന താത്തയോട് പറഞ്ഞുണ്ടാക്കിയ കാച്ചിയ എണ്ണ മാത്രം മതി എനിക്ക്. ഇതൊക്കെ കൂടാതെ എന്തൊക്കെയോ പെട്ടിയിൽ ഉണ്ട്.

കുറച്ചുകഴിഞ്ഞ് ബാബയെ കാണാൻ പോകണം. പോരും വഴി ബാബയുടെ മുറിവാതിൽക്കലും മജിലിസിലും നോക്കിയെങ്കിലും ബാബയെ അവിടെയെങ്ങും കണ്ടില്ല. വണ്ടിയും അവിടെ ഇല്ലായിരുന്നു. എങ്ങോട്ടെങ്കിലും പോയിട്ടുണ്ടായിരിക്കും.

കതക് അടച്ചുപൂട്ടി ഞാൻ കിടന്നു. അസഹ്യമായ നിശബ്ദത അവിടെ നിറഞ്ഞു. ഇരുട്ടിനെ വലിച്ചു കീറിയെടുക്കാൻ എന്നതുപോലെ കർട്ടൻ പഴുതിലൂടെ എത്തിനോക്കുന്ന വെളിച്ചത്തിന്റെ കിരണങ്ങൾ.

നാട്ടിൽ പോകാൻ നേരം കതകടച്ച് ഈ മുറിയിൽ നിന്നിറങ്ങുമ്പോൾ എന്റെ അകം നിറഞ്ഞു നിന്നിരുന്ന സുൽത്താന തിരിച്ചു ഞാൻ ഈ മുറിയിലേക്ക് കയറുമ്പോൾ എന്റെ അകതാരിൽ ഇല്ല ആസ്ഥാനം ശൂന്യമായിരിക്കുന്നു.

ഒട്ടും പ്രതീക്ഷിക്കാതെ എന്റെ ജീവിതത്തിൽ എന്തൊക്കെയോ സംഭവിച്ചുകൊണ്ടിരിക്കുന്നു. സങ്കൽപ്പങ്ങളുടെ ലോകം എത്ര പെട്ടെന്നാണ് തകർന്നടിഞ്ഞത്. മാഞ്ഞുപോയ പ്രതീക്ഷകളുടെ കരിഞ്ഞ പാടുകൾ വിധി എനിക്ക് സമ്മാനിച്ചു.

വിധിയെ പഴിച്ചു സ്വയം ആശ്വസിക്കാം എന്നല്ലാതെ കഴിഞ്ഞതെല്ലാം സഫലമാകാത്ത ഒരു സ്വപ്നമായി തള്ളിക്കളയുവാൻ അങ്ങനെ എനിക്ക് കഴിയുമോ. എന്തൊക്കെയോ എനിക്ക് നഷ്ടമായെന്ന് ഒരു തോന്നൽ. അത് വെറും തോന്നൽ മാത്രമല്ല തികച്ചും യാഥാർത്ഥ്യവും ആണല്ലോ.

ഒക്കെ ഓർക്കുമ്പോൾ മനസ്സിൽ വിദ്വേഷം ഉണ്ടാകും. പൊട്ടിത്തെറികൾ ഉണ്ടാകാം. എങ്കിലും പകയും പ്രതികാരവും ഒന്നും എന്റെ സംസ്കാരത്തിന്റെ ഭാഗമല്ല. എല്ലാം ഞാൻ നിയന്ത്രിച്ചേ പറ്റൂ. ചഞ്ചലമായ മനസ്സ് പിന്നെയും നേർവിപരീതമായി എന്നെ ചിന്തിപ്പിക്കും. തട്ടിമാറ്റും തോറും ഓർമ്മകളുടെ കൂമ്പാരങ്ങൾ കൂടിക്കൂടി വന്നു. അതോടൊപ്പം ഞാൻ അങ്ങ് ഉറങ്ങി

വാതിലിൽ തുടരെത്തുടരെയുള്ള മുട്ട് കേട്ട് അവ്യക്തമായ സ്വപ്നത്തിൽ നിന്നും ഞാൻ ഉണർന്നു. "കബീർ ഭായ് ഉറക്കമായിരുന്നോ? എന്നാൽ ഞാൻ ശല്യം ചെയ്യുന്നില്ല." വസീം ഖേദത്തോടെ പറഞ്ഞുകൊ

ണ്ട് തിരിച്ചു പോകാൻ ഒരുങ്ങി.

ബാബ എന്നെ തിരക്കിയിട്ടുണ്ടായിരിക്കുമോ. അതായിരിക്കും വസീം ഇത്ര തിടുക്കത്തിൽ ഇങ്ങോട്ട് വന്നത്. പക്ഷേ ഞാൻ പ്രതീക്ഷിച്ചതല്ല സംഭവിച്ചത്. വസീം പറഞ്ഞ മറുപടി എന്നെ എന്തെന്നില്ലാതെ വേദനിപ്പിച്ചു. ബാബ പുറത്തേക്കൊന്നും ഇറങ്ങാനാകാതെ കിടപ്പിലാണത്രേ.

എന്റെ മനസ്സിനേറ്റ അടുത്ത പ്രഹരം ഒന്നല്ലെങ്കിൽ മറ്റൊന്നായി ഓരോതരം ദുഃഖ വാർത്തകൾ നിരയായി എന്നെ പിടിച്ചുലക്കുകയാണല്ലോ റഹ്മാൻ(പരമകാരുണ്യവാൻ) ആയ ഉടയവനെ.

വസീമിന്റെ വിവരണം മുഴുവൻ കേട്ടുനിൽക്കാനാകാതെ പരിഭ്രമത്തോടെ ഞാൻ ബാബയെ കാണുവാനായി ഓടിച്ചെന്നു. ശരീരം ക്ഷീണിച്ചു മുഖപ്രസാദം കുറഞ്ഞ് ബലഹീനനായി കിടക്കുന്ന ബാബ എന്റെ സ്വന്തം ബാപ്പയോടുള്ള ഒരു അടുപ്പമാണ് എനിക്ക് അന്നേരം തോന്നിയത്. കണ്ടനാൾ മുതൽ ഞാൻ ബാബയെക്കുറിച്ച് ചിന്തിക്കുകയും സ്നേഹിക്കുകയും ചെയ്യുമായിരുന്നല്ലോ.

ഞാൻ വളരെ അടുത്തേക്ക് നീങ്ങിനിന്നു. എന്നോടുള്ള കാരുണ്യവും ആശ്വാസവചനങ്ങളും എല്ലാമെല്ലാം ആ തളർന്ന നോട്ടത്തിൽ എനിക്ക് വ്യക്തമായി. ബാബയുടെ കരുത്ത് നഷ്ടപ്പെട്ട വിരലുകളിൽ തലോടാതിരിക്കാൻ എനിക്ക് കഴിഞ്ഞില്ല.

പ്രായമേറും തോറും അവയവങ്ങളുടെ പ്രവർത്തനവേഗത കുറഞ്ഞ് ഒടുവിൽ നിശ്ചലം ആകുന്ന അവസ്ഥ ഒരു പ്രകൃതി നിയമമെന്നത് പോലെയാണല്ലോ. ഉമ്മിയിലും വിഷാദത്തിന്റെ പ്രതിഫലനം കണ്ടു. ആകെ അവശയായതുപോലെ ഒന്നോ രണ്ടോ വരികളിൽ ഒതുക്കി എന്നോടുള്ള കുശലാന്വേഷണങ്ങൾ.

ഏതൊരാൾക്കും മനസ്സ് ശാന്തമായിരിക്കുമ്പോഴല്ലേ നിർവിഘ്നം സംസാരിക്കാൻ ഒക്കൂ കൃപ ചൊരിയുന്നവൻ ആയ റബ്ബേ ബാബയ്ക്ക് എത്രയും വേഗം എല്ലാം സമാധാനമാക്കി കൊടുക്കേണമേ.

അനല്പമായ മനോവേദനയോടു കൂടിയാണ് ഞാൻ അവിടെ നിന്നും തിരിച്ചുപോന്നത് സ്വസ്ഥത തേടി നാട്ടിൽനിന്ന് ഓടിപ്പോന്ന എനിക്ക് ഇവിടെ കിട്ടിയ വരവേൽപ്പ് ഏതായാലും കെങ്കേമം തന്നെ. വന്നിട്ട് ഇതുവരെ സന്തോഷം നിറഞ്ഞ ഒരൊറ്റ മുഖം പോലും എന്റെ കണ്ണിൽ പെട്ടിട്ടില്ലല്ലോ.

ബാബയെ സന്ദർശിക്കുവാൻ ദൂരെ നിന്നു പോലും എത്തുന്ന അറബികളും ഉന്നത പദവിയിലിരിക്കുന്നവരും ഒക്കെയായി ആകെയൊരു തിക്കും തിരക്കുമാണ് ഇവിടെ. പാചകക്കാർക്ക് അടുക്കളയിൽ നിന്നിറ

ഞാൻ നേരമില്ല

രണ്ടുദിവസം കഴിഞ്ഞ് ചെറിയൊരു ഇടവേള കിട്ടിയപ്പോഴാണ് ഞാൻ പുറത്തേക്ക് ഒന്നിറങ്ങിയത്. സ്റ്റീഫനെ കാണാൻ. ഇന്ന് ഒഴിവ് ദിവസമാണ്. വേദന തിങ്ങിനിറഞ്ഞ എന്റെ മനസ്സിലേക്ക് ആശ്വാസത്തിന്റെ തണുപ്പേകാൻ അവനു മാത്രമേ കഴിയൂ.

പൊന്തിവന്ന ദുഃഖം ഒരു തരിമ്പുപോലും സ്റ്റീഫനിൽ നിന്നും മറച്ചു വെക്കുവാൻ എനിക്ക് കഴിഞ്ഞില്ല. എന്നെ ഗ്രസിച്ചിരിക്കുന്ന വേദനയാൽ ഒരു നിമിഷം എന്റെ തൊണ്ടയിടറി.

“അതൊക്കെ ഓർത്ത് കാലം കഴിക്കാനാണ് നിന്റെ തീരുമാനം വിട്ടുകളയടാ കൊതിച്ചത് കിട്ടിയില്ലെങ്കിൽ വിധിച്ചത് സ്വീകരിക്ക്. അതാണല്ലോ ഇമ്മടെ നാട്ടുനടപ്പ് നീ ഇങ്ങനെ പാവത്താനായി അവളെയും ഓർത്തിരുന്നാൽ അതിന്റെ നഷ്ടം നിനക്കെന്നെ ഉടനെ വേണ്ട നിന്റെ മനസ്സൊന്ന് പാകപ്പെടട്ടെടാ. എന്നിട്ട് മതി പറഞ്ഞത് മനസ്സിലാവണ്ടാ നിനക്ക് കുന്തം വിഴുങ്ങിയ പോലെ നിൽക്കാതെ എന്തെങ്കിലും പറയടാ കബീറെ.”

സ്റ്റീഫൻ പറഞ്ഞ കാര്യങ്ങൾ ശരിയോ തെറ്റോ എന്നൊരു സംഘർഷം എനിക്ക് അനുഭവപ്പെട്ടു. അവൻ മറ്റൊരു പ്രധാനപ്പെട്ട കാര്യം കൂടി പറഞ്ഞു. ആ വാർത്ത എന്നിൽ ദുഃഖമാണോ അതോ സന്തോഷമാണോ ഉളവാക്കിയത്. ആ നിലക്ക് കല്യാണം കഴിക്കാൻ എനിക്ക് നൂറല്ല ഒരായിരം ചാൻസ് ഉണ്ടെന്നാണ് അവന്റെ വാദം.

കൃഷ്ണേട്ടൻ വീണ്ടും കല്യാണം കഴിച്ചത്. സ്റ്റീഫൻ അല്ലേ ആള് എന്നെ പറ്റിക്കാനായി മെനഞ്ഞുണ്ടാക്കിയ കഥയാണെന്നാണ് ഞാൻ ആദ്യം കരുതിയത് പിന്നെയല്ലേ സത്യാവസ്ഥ മനസ്സിലായത്.

കൃഷ്ണേട്ടന്റെ മരിച്ചുപോയ സഹോദര ഭാര്യയുടെ വകയിൽ ഒരു അണ്ണന്റെ മകളാണ്. ആ ചേച്ചിയാണെങ്കിൽ ഭർത്താവും കുട്ടിയും മരിച്ചു ജീവിതം മടുത്ത ഒരു ഏകാന്തപഥികയാണ് പോലും.

കൃഷ്ണേട്ടൻ ശ്യാമള ചേച്ചിയുടെ സ്ഥാനം മറ്റൊരാൾക്ക് കൈമാറിയിരിക്കുന്നു. അതാണ് മനുഷ്യൻ. ചിലർ വീണിടത്ത് തന്നെ കിടന്നു ദുഃഖകരമായ ജീവിതം നയിക്കുന്നു. മറ്റു ചിലർ വീണിടത്ത് നിന്നും എഴുന്നേറ്റ് സുഖജീവിതം നയിക്കുന്നു. പിന്നെ പിന്നെ ആ ഓർമ്മകൾക്ക് പിറകെ പോകുന്നതു പോലും വല്ലപ്പോഴുമൊക്കെ ആയിരിക്കും. പലരും അങ്ങനെയൊക്കെയാണ്. അതുപോലെ എന്റെ മനസ്സിനെയും സജ്ജമാക്കണം എന്നൊക്കെയാണ് സ്റ്റീഫൻ എന്നെ ഉപദേശിക്കുന്നത്.

ഞാൻ കൃഷ്ണേട്ടനെ പറ്റി ചിന്തിച്ചു കൊണ്ടിരുന്നു. ജീവിതം സ്വ

സ്ഥമായി മുന്നോട്ട് കൊണ്ടുപോകണമെങ്കിൽ ഒരു കൂട്ട് അനിവാര്യമാണെന്ന് കൃഷ്ണേട്ടൻ ചിന്തിച്ചിട്ട് ഉണ്ടായിരിക്കും. അല്ലാതെ ഉള്ളിൽ തോന്നുന്നതെല്ലാം മറ്റുള്ളവരോട് എന്തിന് പ്രഖ്യാപിക്കണം എന്നും കരുതിയിട്ടുണ്ടായിരിക്കാം.

മക്കളെ എല്ലാവരെയും ഓരോരോ കരയിലെത്തിച്ചു ഇനി ഇളയ മകൾ ശ്രുതി. അവളുടെയും കല്യാണം കഴിഞ്ഞു. ഉടനെ വിദേശത്തേക്ക് പോകും. അതുകൂടി കഴിഞ്ഞിട്ടാണത്രെ പുതിയ ഭാര്യയെ ഇങ്ങോട്ട് കൊണ്ടുവരുന്നത്.

അച്ഛന്റെ കാര്യമോർത്ത് മക്കൾക്കും സ്വസ്ഥത വേണമല്ലോ. അതായിരിക്കാം മക്കൾ കൃഷ്ണേട്ടനെ കല്യാണത്തിന് നിർബന്ധിച്ചത്. ഏതായാലും നല്ലൊരു മനുഷ്യനായ കൃഷ്ണേട്ടൻ സുഖമായി സ്വസ്ഥമായി ജീവിക്കട്ടെ. നാളെയോ മറ്റെന്നാളോ ആകട്ടെ അറ്റ്ലസ് സൂപ്പർമാർക്കറ്റിലേക്ക് ഒന്ന് പോകണം. കുറെ നാളുകൾ ആയല്ലോ അങ്ങോട്ടേക്ക് എത്തി നോക്കിയിട്ട്.

ഇന്നിനി വേഗം വീട്ടിലേക്ക് എത്തണം. ബാബ ഇങ്ങനെയൊരു അവസ്ഥയിൽ കിടക്കുമ്പോൾ ഞാൻ എപ്പോഴും ആ പരിസരത്ത് തന്നെയുണ്ടാകേണ്ടതാണ്. തന്നെയുമല്ല അർബാബ് വരുന്ന നേരത്ത് എന്നെ അവിടെ കണ്ടില്ലെങ്കിൽ ചോദ്യങ്ങൾ നേരിടേണ്ടി വന്നേക്കാം ബാബയുടെ പെൺമക്കളും എത്തിയിട്ടുണ്ട്. ഇനിയും ഞാൻ എത്താൻ വൈകിക്കൂടാ ഞാൻ വേഗത്തിൽ വണ്ടിയെടുത്തു.

ബാബയ്ക്ക് എന്തെങ്കിലും പിണഞ്ഞാൽ ബാബയെ ആശ്രയിച്ചു കഴിയുന്ന എത്രയോ ആളുകൾ അവരുടെ അവസ്ഥ എന്താകുമോ എന്തോ. പിന്നെ അർബാബ് ഫസൽ സേഫ് ആണ് അടുത്ത സ്ഥാനം. അത് എങ്ങനെയായിരിക്കും എന്നൊന്നും നിർവചിക്കാൻ ആർക്കും സാധ്യമല്ല. ഞാൻ സ്വാർത്ഥമായി ചിന്തിക്കുകയല്ല ഒരു പച്ച പരമാർത്ഥം ഓർത്തു എന്നേയുള്ളൂ.

അദ്ധ്യായം
ഇരുപത്തിരണ്ട്

ബാബയുടെ നില ദിവസം തോറും വഷളായിക്കൊണ്ടിരുന്നു ആസ്പത്രിയിലേക്ക് മാറ്റണമെന്നാണ് ഡോക്ടർ രാമചന്ദ്രന്റെ അഭിപ്രായം. ആ വാക്കുകൾ മറികടന്ന് പറയാൻ ബാബക്ക് കഴിഞ്ഞില്ല എന്നതാണ് യാ

ഥാർത്ഥ്യം.

വീര്യമുള്ള ശബ്ദത്തിൽ മരവിപ്പ്. വാക്കുകളിൽ വിറയൽ. എല്ലാം കണ്ടും കേട്ടും എന്റെ മനസ്സ് ആകെ അസ്വസ്ഥമായി. ഇനി മുന്നോട്ട് ബാബയുടെ സ്ഥിതി എങ്ങനെ ആയിരിക്കും.

എന്റെ സംരക്ഷകൻ. എല്ലാമെല്ലാം എനിക്ക് നഷ്ടപ്പെടുകയാണ്. അങ്ങനെയൊരു ആപത്ത് ശങ്ക എന്നെ പൊതിഞ്ഞു. ഇങ്ങനെയൊരു നിസ്വാർത്ഥനെ എവിടെ കാണാനാണ്. അതുകൊണ്ടാണല്ലോ ഇവിടെ കഴിഞ്ഞ ഇത്രയും കാലങ്ങൾ യാതൊരു അല്ലലുമില്ലാതെ എനിക്കിവിടെ തുടരാൻ കഴിഞ്ഞത്.

ഞാൻ ഒട്ടും വിചാരിക്കാത്ത നിമിഷത്തിൽ എനിക്ക് ചുറ്റും എന്തൊക്കെയോ സംഭവിച്ചുകൊണ്ടിരിക്കുന്നു ബാബയുടെ ആരോഗ്യനിലയെക്കുറിച്ച് ഇങ്ങനെ ഇതിനുമുമ്പ് ഒരിക്കലും എനിക്ക് തോന്നിയിട്ടേയില്ല.

ആരും എന്നോട് ആവശ്യപ്പെട്ടിട്ടില്ലെങ്കിലും ബാബയ്ക്ക് സുഖമായി കിടക്കുവാൻ ആവശ്യമായ വിരിപ്പും പുതപ്പും എടുത്ത് ബാബയോടൊപ്പം ഞാനും കൂടി പ്രത്യേകമായി കിട്ടിയ വിഐപി മുറി ഏകദേശം വീട്ടിലെ കിടപ്പുമുറി പോലെ സജ്ജീകരിച്ചു കൊടുത്തു.

അമ്മാർ, ആദിൽ അല്ലെങ്കിൽ അമ്മ, താരിക്ക്, അർബാബ്, റാഷിദ് അങ്ങനെ ആരെങ്കിലുമൊക്കെയായി പലപ്പോഴും ബാബയെ കാണാൻ വരും. പെൺമക്കളിൽ വഫയും മോനെയും ദിവസവും സന്ധ്യക്ക് മുമ്പ് വന്നാൽ വിസിറ്റേഴ്സ് സമയം കഴിഞ്ഞാലേ തിരിച്ചു പോകുകയുള്ളൂ ദലാലും നൈലയും ദിവസവും വരാറില്ല. മൂന്ന് മൂന്നര മണിക്കൂർ ദൂരമുണ്ട് അവർക്ക് ഇവിടേക്ക് എത്താൻ. വന്നാൽ ബാബയുടെ അരികിൽ നിന്നും മാറാതെ നിൽക്കും.

എല്ലാവരും കുടുംബമായി സുഖസമൃദ്ധിയിൽ ജീവിക്കുന്നു. അതിൽ പരം സന്തോഷം മാതാപിതാക്കൾക്ക് മറ്റെന്ത് വേണം.

ഇവരിൽ ആരെങ്കിലും വരുമ്പോഴേ ഞാൻ പുറത്തു കടക്കുകയുള്ളൂ. ഞാൻ അരികിൽ ഉള്ളത് ബാബയ്ക്ക് ഏറെ ആശ്വാസമാണെന്ന് എനിക്ക് തോന്നിയിട്ടുണ്ട്. എന്റെ പ്രവർത്തിയിലോ വിശ്വസ്തതയിലോ എന്നെ സംശയിക്കത്തക്കതായൊന്നും ബാബക്ക് ഞാൻ വരുത്തി വെച്ചിട്ടില്ല.

കുറച്ചുനേരം പുറത്തൊക്കെ കറങ്ങി നടക്കും. ഒറ്റയ്ക്ക് നടക്കുന്നത് കുറച്ചു കഴിയുമ്പോൾ മടുക്കും. നമസ്കാര സമയം ആയാൽ ആസ്പത്രി കോമ്പൗണ്ടിലുള്ള മസ്ജിദിൽ നിസ്കരിച്ചു ദുആ (പ്രാർത്ഥന) ചെയ്യും. മനസ്സിനൊരു നിർവൃതിയാണന്നേരം. എന്റെ പ്രാർത്ഥനകളിൽ മുക്കാൽ ഭാഗവും നിറഞ്ഞു നിൽക്കുന്നത് ബാബ തന്നെയാണ്.

ചിലപ്പോഴൊക്കെ ആ കോമ്പൗണ്ടിൽ തന്നെയുള്ള ഫാർമസിയിലും അല്ലെങ്കിൽ ടോയിസ്, പൂക്കട, സ്വീറ്റ്സ് എന്നിങ്ങനെയുള്ള ഷോപ്പുകളിലും ചെന്നിരിക്കും. അങ്ങനെയങ്ങനെ അവരൊക്കെ ആയിട്ടും ഞാനിപ്പോൾ നല്ല അടുപ്പത്തിലാണ്.

കുറച്ചുനേരത്തേക്കാണെങ്കിൽ പോലും ഉത്തരവാദിത്തപ്പെട്ടവർ ആരെങ്കിലും ഇല്ലെങ്കിൽ ബാബയുടെ അരികിൽ നിന്നും എനിക്ക് നീങ്ങാൻ പോലും മടിയാണെന്ന് ബാബയെ പോലെ തന്നെ അർബാബിനും അറിയാം. ബാബ ഉറക്കമുണരട്ടെ എന്ന് കരുതി കാത്തുനിൽക്കാതെ അർബാബ് പറഞ്ഞു നീ വീട്ടിലേക്ക് പോയി വൈകിട്ട് വന്നാൽ മതിയെന്ന്. ഇന്നലെ ഇതേ വാക്ക് തന്നെ ബാബയും പറഞ്ഞു.

ഇത്ര വയ്യാതായിട്ടും എന്നെക്കുറിച്ചുള്ള ചിന്തകൾ എനിക്ക് തരുന്ന സംരക്ഷണവും കരുതലും ചില നേരങ്ങളിൽ എന്നെ അത്ഭുതപ്പെടുത്താറുണ്ട്. അതിന് പകരം കൊടുക്കുവാൻ എന്റെ സ്നേഹവും ആത്മാർത്ഥതയും അല്ലാതെ മറ്റൊന്നും എന്റെ പക്കൽ ഇല്ലല്ലോ.

എന്റെ സ്വന്തം പിതാവിന് പണം കൊടുത്ത് ഒന്നിനും കുറവ് വരുത്താതെ സംരക്ഷിക്കാൻ കഴിഞ്ഞു എന്നതൊഴിച്ചാൽ തൊട്ടടുത്ത് നിന്ന് ഒന്ന് ശുശ്രൂഷിക്കുവാൻ എനിക്ക് അവസരം കിട്ടിയില്ലല്ലോ എന്ന തീരാത്ത ഖേദത്തിന് ഇങ്ങനെയൊരു പരിഹാരം കിട്ടുകയാണെങ്കിൽ ആയിക്കോട്ടെ. ഈ അവസരം പാഴാക്കരുത്.

സന്ധ്യ കഴിയുമ്പോഴേക്കും രോഗികൾക്കും ബൈസ്റ്റാൻഡർക്കും ഉള്ള ഭക്ഷണം എത്തിയിരിക്കും. ഡയറ്റീഷ്യന്റെ നിർദ്ദേശപ്രകാരം ഓരോ രോഗികൾക്കും വ്യത്യസ്ത വിഭവങ്ങൾ ആയിരിക്കും. ബാബയ്ക്ക് ഭക്ഷണം ഉമ്മിയോ മകളോ എടുത്തു കൊടുത്തു കഴിപ്പിക്കും. ചില ദിവസങ്ങളിൽ വീട്ടിൽ നിന്നുള്ള ഭക്ഷണം ആവശ്യപ്പെടും ബാബ

സന്ദർശക സമയം കഴിഞ്ഞാൽ വാർഡിലെ അമിത പ്രകാശം പരത്തുന്ന ലൈറ്റുകൾ അണക്കും. മങ്ങിയ വെളിച്ചത്തിൽ രോഗികൾക്ക് സുഖമായി ഉറങ്ങാൻ വേണ്ടിയായിരിക്കും അത്. വിസിറ്റേഴ്സ് സമയം കഴിയും മുമ്പേ ഞാൻ ബാബയുടെ അടുത്തെത്തും. എന്നെ കാത്തിരിക്കുന്ന ഭക്ഷണം ഞാൻ നിന്നും ഇരുന്നുമൊക്കെ കഴിച്ചു തീർക്കും. ഉമ്മിയും മോനെയും പോയിക്കഴിഞ്ഞാൽ പിന്നെ ഞാനും ബാബയും തനിച്ചാകും. ചുറ്റും നിറയുന്ന നിശബ്ദതയാണ്, അന്നേരം ഏകാന്തതയിലേക്ക് കാലിടറി വീണത് പോലെ.

വിഐപി മുറിയിൽ ആയതുകൊണ്ട് ബൈസ്റ്റാൻഡർ ആയി എനിക്ക് ബാപ്പയോടൊപ്പം ഈ മുറിയിൽ കഴിയാം. ഇവിടെ എല്ലാ സൗകര്യങ്ങളും ഉണ്ടെങ്കിലുംസ്വർണക്കൂട്ടിൽ കഴിയുന്ന കിളിക്കുഞ്ഞിനെ പോ

ലെ പാരതന്ത്ര്യം ഞാൻ അനുഭവിക്കുന്നു.

നേരം പുലരുമ്പോഴേക്കും ആസ്പത്രി ഉണർന്നു കഴിഞ്ഞിട്ടുണ്ടായിരിക്കും. അപ്പോഴേക്കും രോഗികൾക്കും കൂടെ നിൽക്കുന്നവർക്കും ബ്രേക്ക് ഫാസ്റ്റ് പിന്നെ കുറെ കഴിയുമ്പോൾ ജ്യൂസും ചായയും സ്നാക്സും ഒക്കെ മുറിയിൽ കൊണ്ടു വെച്ചിട്ടുണ്ടായിരിക്കും.

രാവിലത്തെ സന്ദർശകസമയം ആകുമ്പോഴേക്കും ധാരാളം വിസിറ്റേഴ്സ് വന്നുപോകും. തീരെ പരിചയമില്ലാത്തവരാണവർ രോഗികളെ സന്ദർശിച്ച് സാന്ത്വനിപ്പിക്കുക എന്ന പ്രവാചക വചനം അതേപടി പാലിക്കുന്നവരാണ്. ബാബക്ക് അനേകം ആളുകളുമായി ബന്ധമുള്ളതുകൊണ്ട് അങ്ങനെയല്ലാതെ എമ്പാടും സന്ദർശകർ എത്താറുണ്ട്.

ചിലർ എനിക്ക് പണം തരും. അവർ തരുന്ന സദക്ക(നിർബന്ധമില്ലാത്തദാനം)യാണത്.

ഉച്ചഭക്ഷണം എത്തുന്നതിനു മുമ്പായി ബാബ നന്നായി ഒന്ന് ഉറങ്ങുന്ന നേരത്ത് കുറച്ചപ്പുറത്തുള്ള വാർഡിൽ കിടക്കുന്ന രോഗികളെ കാണാൻ ഞാൻ പോകും. ഒട്ടു മിക്കവരും പ്രായമായവർ. പകൽ സമയങ്ങളിൽ രോഗികൾക്ക് കൂടെ നിൽക്കാൻ അപൂർവ്വം ചില ആൺമക്കളോ ബൈസ്റ്റാൻഡറോ കാണും.

വാർദ്ധക്യത്തിൽ നോക്കാൻ ആരുമില്ലാത്തവർ ആശുപത്രിയിൽ തന്നെ കഴിഞ്ഞു കൂടും. തിരുവായ്ക്കു എതിർവാ ഇല്ലാതെ തന്റെ അധികാരത്തിന്റെ ശക്തിയും പ്രതാപവുമായി കഴിഞ്ഞിരുന്ന ഗതകാല സ്മരണകളും ഹൃദയം തകരും വിധമുള്ള നേടുവീർപ്പുകളുമായി കിടക്കുന്നവരെ കാണുമ്പോൾ ഉള്ളൊന്ന് കിടുങ്ങിപ്പോകും ഒന്നും പറയാനാകാതെ ഞാൻ നോക്കി നിൽക്കും. ഇതുപോലെ മക്കളും ഭാര്യയും ഒന്നുമില്ലാത്ത ഞാൻ വാർദ്ധക്യനാളുകളിൽ എനിക്കും നേരിടേണ്ടിവരുന്ന പ്രശ്നമാണല്ലോ.

ഈ നാട്ടിലെ ഭരണാധികാരികൾ ഇവർക്ക് ഒരു കുറവും വരുത്താതെ എല്ലാ സൗകര്യങ്ങളും മുന്തിയ ചികിത്സയും ഭക്ഷണവും സൗജന്യമായി കൊടുക്കുന്നു. ഇവർക്ക് എന്നല്ല ഈ ആസ്പത്രിയിലെ മുഴുവൻ രോഗികൾക്കും.

വൃദ്ധന്മാരെ സംബന്ധിച്ചിടത്തോളം ഉറ്റവരുടെയും ഉടയവരുടെയും സ്നേഹ സാമീപ്യങ്ങൾക്ക് മങ്ങലേറ്റോ എന്ന സംശയം ചിലരിൽ ഉടലെടുക്കുന്നു.

ജെറിയാട്രിക് വാർഡിന്റെ അങ്ങേയറ്റത്ത് കിടക്കുന്ന പ്രായംചെന്ന ഒരു അറബി കുറെ നേരമായി ഒച്ചയെടുക്കുന്നു. വീട്ടിലേക്ക് പോകണമെന്ന വാശിയാണ്. അതിന് പിന്നിൽ ഡോക്ടറുടെ സാരോപദേശങ്ങൾ

ഒന്നും അവരിൽ ഫലിക്കാറില്ല.

രോഗിയുടെ ഇഷ്ടം അങ്ങനെയാണെങ്കിൽ ഡോക്ടർക്ക് നിർബന്ധിച്ചു കിടത്താൻ പറ്റില്ല. അത്തരം സന്ദർഭങ്ങളിൽ വേറെ ഏതെങ്കിലും ആസ്പത്രിയിൽ അഡ്മിറ്റ് ചെയ്യാനാണ് ഡോക്ടർമാർ നിർദ്ദേശിക്കുന്നത്.

രണ്ടുദിവസം മുമ്പ് ഞാൻ ഒരു കാഴ്ച കണ്ടു. ശ്വാസംമുട്ടി വലിക്കുന്ന ഒരു വയസ്സനെ വീൽചെയറിൽ ഇരുത്തി തള്ളിക്കൊണ്ട് പോകുന്നു. അയാൾക്ക് അല്പം ഭേദമായതോടെ വീട്ടിലേക്ക് പോകണമെന്ന നിർബന്ധത്തിന് വഴങ്ങി ഡിസ്ചാർജ് ചെയ്തതാണത്രെ.

അങ്ങനെയുള്ളവർക്ക് ഹോം കെയർ സർവീസിൽ നിന്നും ആവശ്യമുള്ള മരുന്നുകൾ ശേഖരിച്ച് നഴ്സുമാർ വീട്ടിൽ ചെന്ന് ചികിത്സ കൊടുക്കുമത്രേ മെയിൽ നഴ്സായ തൃശൂർക്കാരൻ ശശീന്ദ്രൻ എനിക്ക് തരുന്ന വിവരങ്ങൾ ആണ് ഇതെല്ലാം. ശശീന്ദ്രന് മിക്കവാറും സമയങ്ങളിൽ ജെറിയാട്രിക് വാർഡിലേക്ക് വരേണ്ടിവരും.

ഇന്നലെ മുതൽ നല്ല ആശ്വാസമുണ്ട് ബാബയ്ക്ക് എന്നെനിക്ക് തോന്നി. ഇന്നലെ രാവിലെ റൗണ്ട്സിന് വന്ന ഡോക്ടർ അൻസാർ പറഞ്ഞു ബെറ്റർ ആയിരിക്കുന്നു എന്ന്. ആ വാർത്ത കേട്ട നേരം എന്റെ മനസ്സിനൊരു തണുപ്പായിരുന്നു. പക്ഷേ ബാബയെ ഉടനെ ഡിസ്ചാർജ് ചെയ്യാൻ പറ്റില്ല എന്ന് ഡോക്ടർ അൻസാർ തറപ്പിച്ചു പറഞ്ഞു.

ബാബക്ക് എത്രയും വേഗം വീട്ടിലേക്ക് പോകണം എന്ന് എന്നോട് സൂചിപ്പിച്ചു. എത്രസൗകര്യങ്ങൾ ഉണ്ടായിരുന്നാലും സ്വന്തം വീട്ടിൽ കഴിയുന്ന നിർവൃതി മറ്റെവിടുന്ന് കിട്ടാനാണ്? ഏതൊരു മനുഷ്യന്റെയും ആഗ്രഹം അങ്ങനെയൊക്കെയാണല്ലോ.

ചെങ്കോലും കിരീടവും ഏന്തി സിംഹാസനത്തിൽ ഇരിക്കുന്ന രാജാവിനെ പോലെയാണല്ലോ ബാബയുടെ കുലത്തിൽ അദ്ദേഹത്തിന്റെ പദവിയും സ്ഥാനവും. വെറുതെ ഒരാശ്വാസത്തിന് ഞാൻ ഇങ്ങനെയൊക്കെ ചിന്തിക്കുന്നു എന്നല്ലാതെ എല്ലാമെല്ലാം സ്രഷ്ടാവ് നിശ്ചയിക്കുന്നതുപോലെയല്ലേ കാര്യങ്ങൾ മുന്നോട്ടു പോകൂ.

ബാബയുടെ സഹോദര ഭാര്യമാർ ഖുലൂത്തും ബുദൂറും ഉമ്മിയും സഹോദരി മറിയവുമൊക്കെ ഒപ്പം ഇരുന്ന് ബാബയുടെ ആഗ്രഹത്തെപ്പറ്റി ചർച്ച ചെയ്യുന്നുണ്ടായിരുന്നു. പൂർണ്ണ ആരോഗ്യവാൻ ആണെന്ന ഭാവമാണ് ബാബയ്ക്ക്.

അർബാബിനെക്കൊണ്ട് ഡോക്ടർ മാർക്കാന്റെ സമ്മതം വാങ്ങിപ്പിക്കാം എന്ന് മറിയം ബാബയെ ആശ്വസിപ്പിച്ചു. വിചാരിക്കുന്നതുപോലെ അത് അത്ര എളുപ്പമായ കാര്യമൊന്നുമല്ല. ബാബയുടെ കടുംപിടുത്തമാണ് മറിയത്തിന് അങ്ങനെ പറയുവാൻ പ്രേരണയായത്.

ഔട്ട് പാസ്സ് അനുവദിച്ച് ബാബക്ക് മൂന്നു മണിക്കൂർ നേരത്തേക്ക് മാത്രം വീട്ടിൽ പോകാമെന്ന് അറിയിപ്പ് ബാബയെ പോലെ തന്നെ ഞങ്ങളെ എല്ലാവരെയും സന്തോഷിപ്പിച്ചു. എങ്കിലും അതിന്റെ തിക്തഫലം ഇനി എന്തായിരിക്കും എന്നും ഉത്കണ്ഠപ്പെട്ടു. അനുവദിച്ചു കിട്ടിയ മൂന്നുമണിക്കൂർ വിലപ്പെട്ടതാണ്. ഒന്നോർത്താൽ എത്രയോ മണിക്കൂറുകൾ, ആഴ്ചകൾ, മാസങ്ങൾ, വർഷങ്ങൾ.. സമയത്തിന് വിലകൽപ്പിക്കാതെ നമ്മൾ നഷ്ടപ്പെടുത്തിയിട്ടുണ്ട്. അപ്പോഴൊന്നും അത്രയും സമയം ജീവിതകാലത്തിൽ കുറഞ്ഞുവരികയാണെന്ന് ആരും ചിന്തിക്കാറില്ലല്ലോ. അതൊക്കെ ബോധ്യം വരുന്നത് ഇത്തരം സന്ദർഭങ്ങളിൽ മാത്രം.

ബാബയുടെ അടുത്ത് എല്ലാവരും കൂട്ടംകൂടി നിന്നു. ബാബ കണ്ണു തുടച്ച് ചിമ്മിച്ചിമ്മി നോക്കുന്നു. ആ കണ്ണുകൾക്ക് തകരാറെന്തെങ്കിലും പറ്റിയിട്ടുണ്ടായിരിക്കുമോ.

തിരിച്ച് ആശുപത്രിയിലേക്ക് മടങ്ങുമ്പോൾ വീടും പരിസരവും ആ അന്തരീക്ഷവും എല്ലാം ആകമാനം ഒന്നു നോക്കി എന്നല്ലാതെ ഒരക്ഷരവും ഉരിയാടിയില്ല. ഇനി തന്റെ സാമ്രാജ്യത്തിലേക്ക് ഒരു തിരിച്ചുവരവ് ഉണ്ടാവില്ലെന്ന് ബാബ അനുമാനിച്ചിട്ടുണ്ടായിരിക്കുമോ ?

അന്നേരത്തെ നിസ്സഹായവസ്ഥയും ദുഃഖവും നിരാശയും എല്ലാം കൂടിക്കലർന്ന ആ മുഖഭാവം ഇപ്പോഴും എന്റെ ചങ്കിൽ തറഞ്ഞു നിൽക്കുന്നു. ഇനി പ്രതീക്ഷയുടെ ഒരു തരി പോലും അവശേഷിക്കുന്നില്ലെന്ന് ഡോക്ടർമാർ വിധിയെഴുതി. പിന്നെയും രണ്ടേ രണ്ട് ദിവസം ജീവിച്ചു തീർത്ത് ഭൂമിയിൽ അനുഭവിക്കേണ്ടതെല്ലാം അനുഭവിച്ച് ബാബയെ പിടികൂടിയിരുന്ന അസ്വസ്ഥതകളിൽ നിന്നും വേദനകളിൽ നിന്നും മോചനം നേടി ബാബ പരലോകത്തേക്ക് യാത്രയായി.

അദ്ധ്യായം

ഇരുപത്തിമൂന്ന്

ഋതുക്കൾ വന്നു പോകുന്നതോടെ ജീവിതകാലം കുറഞ്ഞ മനുഷ്യർ വൃദ്ധരാകുന്നതോടൊപ്പം ചിന്താശക്തിയും മറ്റു ശാരീരിക പ്രവർത്തനങ്ങളും ക്ഷയിച്ച് മരണം സംഭവിക്കുന്നതോടെ ജീവിതചക്രം പൂർത്തിയാകുന്നു.

ബാല്യ കൗമാര യൗവന വാർദ്ധക്യം ഇതിൽ ഏതൊരു ഘട്ടത്തിലായാലും നിർമ്മിതമായ അവധി വന്നാൽ മരണത്തെ ഒരു നാഴികനേരം പോലും വൈകിക്കാനോ അല്ലെങ്കിൽ നേരത്തെ ആക്കാനോ പടച്ചവ

ന്റെ പടപ്പുകൾക്കാർക്കും കഴിയില്ല എന്ന സത്യം എല്ലാവർക്കും അറിയുന്നതുപോലെ തന്നെ എനിക്കും വ്യക്തമായി അറിയാം.

ഇങ്ങനെയൊക്കെ ആണെങ്കിലും ബാബയുടെ മരണം ഉറപ്പാക്കിയ നേരത്ത് ഡോക്ടർ അൻസാറിന്റെ നാവിൻതുമ്പത്തു നിന്നും ഇന്നാലില്ലാഹി വ ഇന്നാ ഇലൈഹി റാജിഊൻ (ഞാൻ പടച്ചവനിൽ നിന്നും വന്നവനാണ് അവനിലേക്ക് തന്നെ മടങ്ങി പോകേണ്ടവനുമാണ്) എന്ന് കേട്ട നിമിഷം എന്റെ ഹൃദയമിടിപ്പ് നിമിഷനേരത്തേക്ക് സ്തംഭിച്ചു തളർന്നുനിന്നുപോയ നേരം വിശദവിവരങ്ങൾ ഒന്നും കേൾക്കാൻ തോന്നിയില്ല.

ഇക്കണ്ട ദിനരാത്രങ്ങൾ ഉറക്കം ഒഴിഞ്ഞിരുന്നു സ്വന്തം പോലെ കരുതി പരിചരിച്ചതും സ്വയം ആശ്വസിപ്പിച്ചതും എല്ലാം വെറുതെ ആയിപ്പോയല്ലോ.

ഈ ലോകത്തിലെ കാഴ്ചകൾ ശബ്ദങ്ങൾ ഓർമ്മകൾ ആശ നിരാശകൾ അസ്വസ്ഥതകൾ വേദനകൾ എല്ലാമെല്ലാം കൂടിക്കലർന്ന ജീവിതാവസരം തീർത്ത് ഈ ഭൂമിയിൽനിന്ന് ഇത്ര ധൃതിയിൽ ബാബ എങ്ങോട്ടാണ് പോയത്.

ഇത്രയും നാളുകൾ യാതൊരു അല്ലലും ഇല്ലാതെ സുഖമായി ജീവിച്ചല്ലോ എന്നൊക്കെ മറ്റുള്ളവർക്ക് തോന്നുമായിരിക്കും എങ്കിൽ എനിക്ക് തോന്നുന്നത് വളരെയധികം നന്മ ചെയ്യുന്നവരെ ദൈവം അതിവേഗത്തിൽ തിരിച്ചു വിളിക്കുന്നു എന്നാണ്.

ജഡമായി പോലും സ്വന്തം വീട്ടിലേക്ക് ഇനി ബാബ തിരിച്ചു വരില്ല എന്നോർക്കുമ്പോൾ എന്നിൽ ഉറഞ്ഞുകൂടിയിരിക്കുന്ന ദുഃഖത്തിന്റെ കനം എനിക്കേ അറിയൂ. അത് കണ്ടു നിൽക്കുന്നവർക്ക് മനസ്സിലാകണമെന്നില്ല കുറച്ചു ദിവസം മുമ്പ് രോഗ ശമനം അറിഞ്ഞ ഞാൻ എത്ര മാത്രം സന്തോഷിച്ചു. എന്റെ സന്തോഷങ്ങൾ എപ്പോഴും ഹ്രസ്വമായി പരിണമിക്കുന്നതായാണ് എന്റെ അനുഭവം. അവസാന നിമിഷം ബാബ ഈ വീടുവിട്ട് പോകുന്ന നേരം ഇനി ഒരിക്കൽപോലും ഇവിടെ ഒരു തിരിച്ചുവരവ് ഉണ്ടാകില്ലെന്ന് ആരറിഞ്ഞു. ദൈവേച്ഛ നടക്കുന്നു അന്നേരം നിസ്സഹായരാകുന്ന ദൈവ സൃഷ്ടികൾ

ബാബയിൽ ഘടിപ്പിച്ചിരിക്കുന്ന ട്യൂബുകൾ നേഴ്സുമാർ ഊരിമാറ്റി വളരെ ബഹുമാനത്തോടെ തന്നെ ശരീരം തുടച്ചു കഴിഞ്ഞ് നല്ല വെളുത്ത തുണികൊണ്ട് മൂടിയിടുന്നതുമൊക്കെ ഞാൻ നോക്കി നിന്നു. ഇനിയും എത്രനേരം ഈ ഭൂമിയിൽ ബാബയെ എനിക്ക് കാണാൻ കഴിയും.

മരണവാർത്ത കേട്ട് ആസ്പത്രിയിലെത്തിയവർക്കെല്ലാം അവസാന

മായി ഒരു നോക്ക് കാണാൻ അനുവാദമുണ്ട്. ആരൊക്കെയോ വിങ്ങിപ്പൊട്ടുന്നു. നയിലയും വഫയും.. എനിക്ക് കണ്ടുനിൽക്കാൻ വയ്യായിരുന്നു.

ആ വേർപാട് താങ്ങാനുള്ള താക്കത്ത് (ശക്തി) പടച്ചോൻ അവർക്ക് കൊടുക്കട്ടെ ഉമ്മിയെയും പെൺമക്കളെയും വീട്ടിൽ കൊണ്ടുചെന്നാക്കുവാൻ അർബാബ് എന്നോടു നിർദ്ദേശിച്ചു. പോരാൻ മടിച്ചിട്ടാണെങ്കിലും അർബാബിന്റെ ആജ്ഞ ഞാൻ ശിരസാവഹിച്ചു.

കുളിപ്പിക്കുവാനും കഫൻ ചെയ്യുവാനുമായി ഷേക്ക് പള്ളിയിൽ പ്രത്യേകം ആളുകളെ നിയമിച്ചിട്ടുണ്ട്. പുരുഷന്മാർക്ക് പുരുഷന്മാരും സ്ത്രീകൾക്ക് സ്ത്രീകളും.

ബാബയുടെ മയ്യത്ത് ആശുപത്രിയിൽ നിന്നും നേരെ ഷെയ്ക്ക് പള്ളിയിലേക്ക് കൊണ്ടുപോയി. ളുഹർ (ഉച്ചസമയത്തുള്ള നമസ്കാരം) മുമ്പായി അനേകം സാധാരണക്കാരുടെയും ഷെയ്ഖ് മാരുടെയും പ്രാർത്ഥനകളോടെ ഖബർസ്ഥാനിൽ മറവ് ചെയ്തു. മറ്റുള്ളവരോടൊപ്പം ഞാനും ഒരുപിടി മണ്ണെടുത്ത് ഖബറിലേക്ക് ഇട്ടു.

ഇത്ര വലിയ സമ്പന്നനും ജനസമ്മതനും ഒക്കെയായിട്ടും ഖബർ (കുഴിമാടം) കല്ലറ കെട്ടുകയും മോടിപിടിപ്പിക്കൽ ഒന്നുമില്ല ദൈവത്തിനു മുമ്പിൽ എല്ലാ മനുഷ്യജന്മങ്ങളും സമന്മാരാണെന്ന് ജീവിച്ചിരിക്കുന്നവരെ ഓർമ്മപ്പെടുത്തുന്നത് പോലെ.

കബറടക്കം കഴിഞ്ഞു. ബാബ അന്ത്യവിശ്രമം കൊള്ളുന്ന മൺകൂനയിലേക്ക് ഞാൻ നോക്കി നിന്നു. അൽ മുഹിയ്യ് (ജീവിപ്പിക്കുന്നവൻ) അൽ മുമൈത്ത് (മരിപ്പിക്കുന്നവൻ) ആയ തമ്പുരാനെ ബാബയുടെ ആഖിറം (പരലോകം) വെളിച്ചമാക്കി കൊടുക്കേണമേ ഞാൻ ഇരുകൈപ്പത്തികളും ഉയർത്തി പ്രാർത്ഥിച്ചു.

ഇനി കാതു തുറന്നുവെച്ച് ഞാൻ എത്ര കാത്തിരുന്നാലും ബാബയുടെ ശബ്ദം ഞാൻ കേൾക്കില്ലല്ലോ. നീട്ടി വിളിക്കുമ്പോൾ ഉള്ള ആ ശബ്ദത്തിന്റെ ദൃഢത, എന്റെ വേദനയിൽ ആശ്വാസം പകർന്നു തരാനുള്ള ആ ചടുലത, എന്നെ കാണുമ്പോഴുള്ള ശാന്തമായ നോട്ടം, എല്ലാമെല്ലാം ഓർമ്മകളിലേക്ക് എടുത്തു വയ്ക്കുന്നു.

എന്റെ തലയ്ക്കകത്ത് എന്തോ ഭാരം തിങ്ങിവിങ്ങി നിൽക്കുന്നതു പോലെ ഞാൻ പെട്ടെന്ന് പുറത്തേക്ക് കടന്നു. കവാടത്തിനരികെ ശ്മശാനം സൂക്ഷിപ്പുകാരന് വേണ്ടി പണിതുണ്ടാക്കിയ കൊച്ചു വീടിന്റെ തിണ്ണയിൽ വെറുതെ തൂണും ചാരി ഇരുന്നു.

എന്റെ മനസ് അന്നേരം ബാബയുടെ ഓർമ്മകൾക്ക് പിന്നാലെ പാ

ഞ്ഞു പോവുകയായിരുന്നു. ദുഃഖം നിറഞ്ഞ നീർകണങ്ങൾ ഇരുകവിളു കളിലൂടെയും അതിവേഗത്തിൽ ഒഴുകി. എല്ലാ സന്തോഷങ്ങളും എന്നിൽ നിന്നും തട്ടിയകറ്റി. എപ്പോ നോക്കിയാലും ദുഃഖങ്ങൾ ഒന്നൊന്നായി എ ന്നെ അലട്ടിക്കൊണ്ട് അകത്തൊരു പിടച്ചിൽ ആണല്ലോ ശക്തമായ ഒരു വിധിയാണ് എന്റേത്. മറ്റുള്ളവരെ പോലെ സന്തോഷ സുഖസമ്മിശ്രമാ യ ഒരു ജീവിതം എനിക്ക് വിധിച്ചിട്ടില്ലേ ഇലാഹി (ദൈവം).

ഞാനിതൊക്കെ ഇനി എവിടെയാണ് ഇറക്കി വയ്ക്കുക. ആകെയു ണ്ടായിരുന്ന ഒരു അത്താണി ആണല്ലോ കുറച്ചുനേരം മുമ്പ് ആറടി മ ണ്ണിലേക്ക് ഇറക്കിവച്ചത്. ഓരോരോ സംഘർഷങ്ങൾ കടന്നുവന്ന് എന്റെ മനസ്സിനെ പീഡിപ്പിക്കുന്നു. ഇത്രയും നേരം കഴിഞ്ഞിട്ടും എന്റെ കണ്ണു കൾക്ക് തോർച്ചയുണ്ടായില്ല.

നമസ്കാരം കഴിഞ്ഞ് പള്ളിയിൽ നിന്നും ആളുകൾ പിരിഞ്ഞു പോ യിക്കൊണ്ടിരുന്നു ബാബയുടെ മക്കളും അടുത്ത ബന്ധുക്കളും പൊതു ശ്മശാനത്തിന്റെ കൂറ്റൻ മതിൽ കടന്നു ഗെയ്റ്റിനപ്പുറം സംസാരിച്ചു നിൽ ക്കുന്നു. അതിനിടയിൽ അർബാബ് എന്നെ ഉറ്റുനോക്കുന്നുണ്ടായിരുന്നു. ഞാൻ തട്ടിപ്പിടിഞ്ഞ് എഴുന്നേറ്റ് കണ്ണുംമുഖവും നന്നായി തുടച്ചു.

എന്തെങ്കിലും കാര്യങ്ങൾ എന്നോട് പറഞ്ഞേൽപ്പിക്കാൻ ആയിരിക്കു മോ അർബാബ് എന്നെ ഇങ്ങനെ നോക്കുന്നത് എന്ന ശങ്കയിൽ പതു ക്കെ അർബാബിനടുത്തേക്ക് ചെന്നു. നേർത്ത ശബ്ദത്തിൽ എന്റെ ക ണ്ണുകളിലേക്ക് നോക്കിക്കൊണ്ട് പറഞ്ഞു, "നീ വീട്ടിലേക്ക് ചെല്ല്." അർ ബാബിനോട് എനിക്ക് ആശ്വാസവാക്കുകൾ പറയണമെന്ന് തോന്നി. എന്റെ കണ്ണുകളിൽ ഊറിക്കൂടുന്ന കണ്ണുനീർ ഒളിച്ചു വെക്കാൻ ഞാൻ പെട്ടെന്ന് മുന്നോട്ട് നടന്നു.

ബാബയുടെ വീട്ടിൽ സന്ദർശകർക്കുള്ള കൂടാരങ്ങൾ ഒരുങ്ങിക്കഴി ഞ്ഞു. പുരുഷന്മാർക്ക് വേണ്ടി മരണവീട്ടിൽ ഉണ്ടാക്കിയെടുക്കുന്ന ഇ ത്തരം കൂടാരത്തെ ഖൈമത്തുൽ അസ്സാ അൽ റിജാൽ എന്നും സ്ത്രീ കൾക്ക് വേണ്ടി മരണവീട്ടിൽ നിർമ്മിക്കുന്നതിന് 'ഖൈമത്തുൽ നിസാ അ്' എന്നുമാണ് പറയപ്പെടുന്നത്. അനുശോചനം അറിയിക്കുവാനെത്തു ന്ന നാട്ടുകാർ അടക്കമുള്ളവരെ സ്വാഗതം ചെയ്യുന്നതും സ്വീകരിക്കുന്ന തും ഒക്കെ ഈ ടെന്റുകളിൽ ആണ്. മരിച്ച വ്യക്തിയുടെ ഉറ്റവരും ഉടയ വരും ഒക്കെ എഴുന്നേറ്റ് നിന്നാണ് അനുശോചനക്കാരെ സ്വീകരിക്കുന്ന ത്. വലിപ്പച്ചെറുപ്പം നോക്കാതെയുള്ള അറബികളുടെ ഇത്തരം പ്രകട നം കണ്ട് ഞാൻ ആശ്ചര്യപ്പെട്ടിട്ടുണ്ട്.

മറ്റു നാടുകളിൽ നിന്നുപോലും അനുശോചനം അറിയിക്കുവാൻ എ

ത്തുന്നവർക്കും ഈ നാട്ടുകാർക്കും ഇവിടെ ജോലി തേടിയെത്തിയവർക്കായാലും ഭക്ഷണവും സൗകര്യങ്ങളും ഒക്കെ ഈ വീട്ടിൽ സജ്ജീകരിച്ചിട്ടുണ്ട്. എങ്കിലും ഓരോരോ കാര്യത്തിനായി ഞാനിവിടെ എപ്പോഴും സജീവമായിരിക്കുക തന്നെ വേണം. സ്വസ്ഥമായിരുന്നു ഒന്ന് ചിന്തിക്കുവാൻ പോലും നേരം കിട്ടാത്ത തിരക്കാണ് ഇവിടെ.

ദിനരാത്രങ്ങൾ മാറിമറിഞ്ഞു. മരണവീട്ടിലേക്കുള്ള ആൾപ്രവാഹം കുറഞ്ഞു. കാര്യങ്ങൾ എല്ലാം പൂർവ്വസ്ഥിതിയിലായി. എങ്കിലും എന്റെ മനഃപ്രയാസങ്ങൾക്ക് കാര്യമായ അയവൊന്നും കിട്ടിയില്ല. ജീവിതപാതയിൽ എവിടെയോ കണ്ടു പരിചയിച്ച ബാബ എന്റെ ആരൊക്കെയോ ആയിക്കഴിഞ്ഞിരുന്നുവെല്ലോ.

ബാബയുടെ കടമകൾ എല്ലാം ഭംഗിയായി നിറവേറ്റി കഴിഞ്ഞു. ഇനി അമ്മാറിന്റെ വിവാഹം മാത്രമേ ബാക്കിയുള്ളൂ. ഉമ്മിയുടെ സഹോദരൻ മഹ്മൂദിന്റെ മകൾ ആലിയയെ ഉറപ്പിച്ചു വെച്ചിരിക്കുകയാണ്. അത് കഴിഞ്ഞു കാണുവാനുള്ള യോഗം ഉണ്ടായില്ല. അപ്പോഴേക്കും ഉടയതമ്പുരാൻ ആ ജീവനങ്ങ് എടുത്തു. എനിക്കും അമ്മാറിന്റെ കല്യാണത്തിൽ പങ്കെടുക്കുവാനുള്ള യോഗം ഉണ്ടാവില്ല.

എന്റെ സേവനം ആവശ്യമുണ്ടായിരുന്ന ആൾ ആറടി മണ്ണിലായിക്കഴിഞ്ഞല്ലോ. ഇനി എന്നെ ഇവിടെ ആർക്കും ആവശ്യമില്ല. എങ്ങോട്ട് നോക്കിയാലും ആശിക്കാൻ ഒരു പഴുതുപോലും കാണാനില്ല. വാരിക്കെട്ടി നാട്ടിലേക്ക് പോകാം എന്നുവെച്ചാൽ ഹോ അത് എന്തായാലും വേണ്ട. പിന്നെ ഞാൻ എന്താണ് ചെയ്യേണ്ടത്. എന്താണ് ഒഴിവാക്കേണ്ടത് എന്നൊക്കെ ആലോചിച്ച് ഉറപ്പിക്കേണ്ടതുണ്ട്.

ഇത്രയും നാളും അനുഭവിച്ച സംഘർഷങ്ങളും വേദനകളുമായി ഇനിയും മുന്നോട്ട് പോകുവാനായിരിക്കും എന്റെ വിധി. വാക്കുകൾ കൊണ്ട് വിവരിക്കാനാകാതെ സ്വയം അനുഭവിച്ചറിയേണ്ട തീവ്രമായ സംഘർഷങ്ങളിൽ പെട്ടിരുന്ന പ്രവാസികളിൽ ഒരാളായി ഞാനും.

ഇനി മറ്റെവിടെയെങ്കിലും ചേക്കേറാം. പക്ഷേ ജോലിയില്ലാതെ അത്രയും നാളെങ്ങനെ കഴിച്ചുകൂട്ടും. വേറെ ജോലി നോക്കിക്കോ എന്ന് പറയുന്നത് കേൾക്കാൻ കാത്തുനിൽക്കാതെ യാത്ര പറഞ്ഞു പോകുന്നതായിരിക്കും ഉചിതം. കൂടി വന്നാൽ ഒരാഴ്ച. അപ്പോഴേക്കും നേരെ ചൊവ്വേ അർബാബിനോട് ഒന്ന് പറയുവാനുള്ള കെൽപ്പ് ആർജിക്കട്ടെ.

ഇടയ്ക്കിടെ അർബാബ് എന്നെ വിളിക്കുമ്പോൾ എന്റെ ഇടനെഞ്ചിനകത്ത് ഒരു ആളിക്കത്തലാണ്, എന്നെ പിരിച്ചുവിടാൻ ആയിരിക്കുമോ എന്നുള്ള ആശങ്ക കൊണ്ട്. ഞാൻ ജോലി ചെയ്തതിനുള്ള പണവും

എനിക്ക് കിട്ടാവുന്നതിൽ പരമാവധി സൗകര്യവും എനിക്കിവിടെ കിട്ടിയിട്ടുണ്ട്.

അർബാബിന്റെ തിരക്കൊക്കെ ഒന്ന് ആറി തണുക്കട്ടെ. എന്നിട്ടാകാം യാത്ര ചോദിക്കൽ.

ഉമ്മിയോടും കൂടിയൊന്ന് പറയണമെന്ന് വെച്ചാൽ ഇനിയും ദിവസങ്ങളോളം കാത്തിരിക്കേണ്ടിയും വരും. ഭർത്താവ് മരിച്ചാൽ വിധവകൾ ദുഃഖാചരണത്തിനായി നിശ്ചിത ദിവസങ്ങൾ ഇരിക്കും. രക്തബന്ധം ഇല്ലാത്ത അന്യ പുരുഷന്മാരെ കാണാനും ഇടപഴകാനും പാടില്ല.

ആദ്യം ഉണ്ടായിരുന്ന ലേബർ ജോലി തന്നെ നോക്കാം. പക്ഷേ ഇനി അങ്ങനെയുള്ള മല്ലു പണിയെടുക്കുവാൻ എന്റെ ശരീരം വഴങ്ങുമോ. ഇനി മുന്നോട്ടുള്ള കാര്യങ്ങൾ എങ്ങനെയെന്നുള്ള വ്യാകുല ചിന്തകൾ എന്നെ ശ്വാസം മുട്ടിച്ചു.

അദ്ധ്യായം
ഇരുപത്തിനാല്

ജോലിയൊന്നും ഇല്ലാതെ ഇനിയും എത്ര നാൾ തുടരും എന്നൊക്കെയുള്ള ആശങ്കകൾ എന്നെ അലട്ടി. ഇവിടെ തുടരണോ വേണ്ടയോ എന്നൊന്നും അർബാബ് പറയുന്നുമില്ല.

ഈ ജോലി അവസാനിക്കും മുമ്പേ മറ്റെവിടെയെങ്കിലും ചുവടുറപ്പിച്ചില്ലെങ്കിൽ സംഗതി ആകെ കുഴഞ്ഞു മറിയും. സ്റ്റീഫനോട് വ്യക്തമായി പറഞ്ഞു നോക്കാം. പാവം ഇക്കാര്യത്തിൽ അവനും മറ്റുള്ളവരെപ്പോലെ തന്നെ നിസ്സഹായനായിരിക്കാനാണ് ഏറെ സാധ്യത.

പിന്നെയുള്ള ആശാകേന്ദ്രം കൃഷ്ണേട്ടനാണ്. അറ്റ്ലസിലേക്ക് പോയിട്ട് നാളുകൾ ഏറെയായി. കൃഷ്ണേട്ടന്റെ ചോദ്യം ചെയ്യലിനു ഉത്തരമായി എനിക്കുണ്ടായ ദുരന്തനുഭവങ്ങളും പിന്നെ അദ്ദേഹം ഇവിടെ ഇല്ലായിരുന്നല്ലോ അങ്ങനെയുള്ള സമാധാനം ഒക്കെ പറയാം.

മുമ്പത്തെപ്പോലെ ഇടക്കെങ്കിലും കൃഷ്ണനെട്ടനെ ഫോണിൽ ഒന്ന് വിളിക്കാമായിരുന്നു. അതുപോലും എനിക്ക് തോന്നിയില്ല. ചെയ്യേണ്ടത് അപ്പപ്പോൾ ചെയ്തില്ലെങ്കിൽ ഇങ്ങനെയുള്ള പല അബദ്ധങ്ങളും പറ്റാനിടയുണ്ട്.

സ്വന്തം കാര്യസാധ്യത്തിനായി ഞാൻ അങ്ങോട്ട് ഓടിച്ചെന്നു എന്ന്

ഓർക്കുക മാത്രമല്ല വെട്ടി തുറന്നങ്ങ് പറയുകയും ചെയ്യും. അതൊന്നും സാരമാക്കേണ്ടതില്ല. മറ്റൊരു കാര്യം സ്റ്റീഫനേയും കൃഷ്ണേട്ടനെയും കുറിച്ചാണ്. എങ്കിൽ അങ്ങനെയൊന്നും ചിന്തിക്കേണ്ട കാര്യമേയില്ല. തികച്ചും ഏകാന്തപഥികനായ എനിക്ക് അവരൊക്കെ ഉണ്ടല്ലോ എന്ന തോന്നൽ പോലും ഒരു രക്ഷാ ബോധമൊക്കെ നൽകുന്നു. അവരുടെ വാക്കുകൾ എന്റെ ദുഃഖ ചിന്തകൾ അകറ്റി മനസ്സിലെ വ്യഥങ്ങളിൽ ആശ്വാസത്തിന്റെ ലേപനങ്ങൾ പുരട്ടി തടവുന്നു.

ഒരു ഗതിയും ഇല്ലെങ്കിൽ ആദ്യത്തെ ലേബർ തൊഴിൽ തന്നെ പിടിച്ചുനിൽക്കാം. കൃഷ്ണേട്ടൻ ശ്രമിച്ചാൽ കിട്ടാതിരിക്കില്ല. ആ ജോലിയുമായി പൊരുത്തപ്പെടാൻ ശരീരത്തെയും മനസ്സിനെയും സജ്ജമാക്കി. ആരോഗ്യമുള്ള ഒരു ശരീരവും മനസ്സും പടച്ചവൻ എനിക്ക് തന്നിട്ടുണ്ടല്ലോ.

ഇങ്ങനെ തളർന്നിരുന്നാൽ എന്റെ കാര്യമാകെ കഷ്ടത്തിലായി പോകും. കൃഷ്ണേട്ടൻ വീട്ടിലേക്ക് പോകും മുമ്പ് അങ്ങത്താം. ഇപ്പോഴാണെങ്കിൽ പറ്റിയ സമയവും. അർബാബ് മൂന്ന് പേരോടൊപ്പം പോകുന്നത് കണ്ടു. ഇനി കുറെ കഴിഞ്ഞ് നോക്കിയാൽ മതി. തിരിച്ചെത്തുമ്പോഴേക്കും ഞാൻ ഉദ്ദേശിച്ച കാര്യങ്ങൾ കഴിഞ്ഞ് എനിക്കും ഇങ്ങോട്ട് എത്താം. ഈ വീട്ടിലെ എന്റെ ജോലിയുടെ നാളുകൾ എണ്ണപ്പെട്ടു കഴിഞ്ഞു. ഇനിയൊരു ജോലിക്ക് വേണ്ടി എല്ലാ വാതിലുകളും മുട്ടി നോക്കുക തന്നെ. അൽ കരീം (ഔദാര്യം ചെയ്യുന്നവൻ) ആയ തമ്പുരാനെ എനിക്കും എന്തെങ്കിലും ഒരു മാർഗ്ഗം തുറന്നു തരണേ.

ഞാൻ എത്തിയപ്പോഴേക്കും ഉച്ചവിശ്രമത്തിന് പോകുവാനായി മുകേഷിനെയും കാത്ത് നിൽക്കുകയായിരുന്നു കൃഷ്ണേട്ടൻ. അറ്റ്ലസ് സൂപ്പർമാർക്കറ്റ് ആകെ ഒന്ന് നവീകരിച്ചിട്ടുണ്ട്. മുമ്പത്തേതിനേക്കാൾ അധികം സാധനസാമഗ്രികൾ നിരത്തി. സ്ഥാനം അങ്ങോട്ടുമിങ്ങോട്ടും ഒക്കെ മാറ്റിയിരിക്കുന്നു. മുകേഷിന്റെ കരവിരുത് ആകാനാണ് സാധ്യത.

ശ്യാമള ചേച്ചി മരിച്ചതിനുശേഷം ഞങ്ങൾ ആദ്യമായി കാണുകയായിരുന്നു.

“ആ നീ ബന്നീനാ” എന്നൊരു ചോദ്യം മാത്രം ചോദിച്ചു

ഒരാഴ്ച മുമ്പ് കൃഷ്ണേട്ടന്റെ പുതിയ ഭാര്യ നാട്ടിൽ നിന്ന് എത്തിയത് ഞാനറിഞ്ഞിരുന്നു. എന്തുകൊണ്ടോ ഞാൻ ആദ്യം വിശ്വസിക്കാൻ മടിച്ചു. ‘പുരുഷന്മാർക്ക് എന്തും എങ്ങനെയും ആകാം. നേരെമറിച്ച് ആ സ്ഥാനത്ത് ഒരു സ്ത്രീ വിധവയായി കഴിഞ്ഞ് വളരെ പെട്ടെന്ന് പുനർവിവാഹം കഴിഞ്ഞാൽ ജനങ്ങൾ നാക്കുകൊണ്ട് കൊന്നുകളഞ്ഞേനെ.’

സുൽത്താന എന്റെയുള്ളിലിരുന്ന് ഇങ്ങനെയൊക്കെ വാദിക്കേണ്ടതായിരുന്നു.

കൃഷ്ണേട്ടന് എന്തൊക്കെയോ പറയാനുണ്ടെന്ന് തോന്നി. കൃഷ്ണേട്ടന്റെ നാക്കല്ല മനസ്സാണ് ഇപ്പോൾ സംസാരിച്ചുകൊണ്ടിരിക്കുന്നത്. ആ വാക്കിനു വേണ്ടി കാത്തുനിൽക്കാതെ വന്ന കാര്യം ഞാൻ എങ്ങനെയോ പറഞ്ഞു ഒപ്പിച്ചു. ഉണക്കാൻ കഴിയാത്ത മുറിവും പേറി നടക്കുന്ന എനിക്ക് കൂടുതൽ വിശദീകരിക്കാൻ തോന്നിയില്ല.

എന്റെ സങ്കടങ്ങൾ പറയാനും കൂടിയാണല്ലോ അവിടത്തെ തിരക്കിനിടയിലും ഞാൻ ഇങ്ങോട്ട് ഓടി വന്നത്. ഒന്നും പറയേണ്ടെന്ന് കരുതിയാലും കൃഷ്ണേട്ടനുമായി സംസാരിക്കുമ്പോൾ ഒളിച്ചുവെക്കാതെ എല്ലാം സത്യം സത്യമായി പറഞ്ഞു പോകും. അതാണ് എന്നത്തെയും എന്റെ രീതി എങ്കിലും ഇന്ന് എന്തോ തൃപ്തികരമായി ഒന്നും പറയാൻ കഴിഞ്ഞില്ല. ഒന്നോ രണ്ടോ വാചകത്തിൽ എല്ലാ കാര്യങ്ങളും അടക്കിക്കൊണ്ടാണ് ഞാൻ പറഞ്ഞത്.

ഇനി എന്റെ കാര്യം കൃഷ്ണേട്ടൻ നോക്കിക്കൊള്ളും. ജോലി വിധിച്ചതാണെങ്കിൽ എനിക്ക് തന്നെ കിട്ടുമെന്ന് ഉറപ്പ്. കൃഷ്ണേട്ടൻ ഒന്നുകൂടി ചെറുപ്പം ആയതുപോലെ. കാലം എടുത്തുകൊണ്ടുപോയ മേനിയഴക് തിരിച്ചുപിടിക്കാനുള്ള കഠിന ശ്രമം പോലെ.

ഒട്ടിയ കവിളുകൾ ഒന്നുകൂടി തുടുത്തു. എങ്കിലും മുഖത്തും കഴുത്തിലും ഒക്കെ ഉണ്ടായിരുന്ന ചുളിവുകൾ ഒളിഞ്ഞിരിക്കുന്നു. ഇങ്ങനെയൊരു വിഷമഘട്ടത്തിൽ ആയിരുന്നാലും അനാവശ്യ ചിന്തകൾക്ക് യാതൊരു നിയന്ത്രണവും ഇല്ലാതാകുന്നല്ലോ പടച്ചതമ്പുരാനെ. മനോമുകരത്തിൽ എന്തൊക്കെ ചിത്രങ്ങളാണ് തെളിഞ്ഞുവരുന്നതെന്ന് അദ്ദേഹം ഊഹിച്ചെടുത്തിരിക്കും. ആ മുഖത്തേക്ക് നോക്കിനിന്നുള്ള മൗനവും ദീർഘനിശ്വാസവും കൃഷ്ണേട്ടനെ വേദനിപ്പിച്ചുവോ ആവോ.

ഞാനിവിടെ നിന്നും വിരമിച്ചെങ്കിലും പരിപൂർണ്ണ സ്വാതന്ത്ര്യം എനിക്കിവിടെ അനുവദിച്ചു തന്നിട്ടുണ്ട്. കൃഷ്ണേട്ടനോട് എത്രനേരം സംസാരിക്കുന്നതും എനിക്കും ആനന്ദം തന്നെയാണ്. പക്ഷേ ഇന്നിപ്പോൾ വല്ലവിധേനയും ഇവിടെ നിന്നും പിൻവലിഞ്ഞാൽ മതിയെന്നായി. ശ്വാസം മുട്ടുന്നത് പോലെ വല്ലാത്തൊരു അസഹ്യത. പുനർവിവാഹത്തെ കുറിച്ചൊന്നും മനഃപൂർവ്വമായിരുന്നു ഞാൻ ചോദിക്കാതിരുന്നത്.

'എന്നാ ഞാൻ പോട്ടെ കൃഷ്ണേട്ടൻ വീട്ടിൽക്ക് ഇറങ്ങല്ലേ. പറ്റുമെങ്കിൽ നാളെ വരാം." പോകാൻ തുനിഞ്ഞ എന്നെ നിരുത്സാഹപ്പെടുത്തി കൃഷ്ണേട്ടൻ.

"അങ്ങനത്തെ കാരണവും പറഞ്ഞു നീ പോണ്ട. പൊരേല് വന്നിട്ട് പോകാം. വീട്ടുകാരിയേം കാണാം. ഓള് വന്ന വിശേഷം നീ അറിയൂലെ വിചാരിക്കാതെ അനക്ക് അങ്ങനെയും വേണ്ടിവന്നു. മാഷാ അള്ളാ (ദൈവം ഉദ്ദേശിച്ചതത്രെ)" കാര്യങ്ങളെല്ലാം വിധിയുടെമേൽ ചാരിവെച്ച് കൃഷ്ണേട്ടൻ സ്വയം ആശ്വസിച്ചു.

എനിക്കങ്ങോട്ട് പോകുവാൻ യാതൊരു താൽപര്യവും തോന്നിയില്ല നേരമില്ലെന്ന് പറഞ്ഞ് ഒഴിവാകാനും പറ്റില്ല. അങ്ങനെയൊരു നിസ്സഹായാവസ്ഥയിൽ അകപ്പെട്ടു പോയി.

ഭക്ഷണശേഷം ഒരു അർദ്ധമയക്കവും കഴിഞ്ഞ് നിറഞ്ഞ ഉന്മേഷത്തോടെ ഓടിച്ചാടി വന്ന മുകേഷ് കടയിലേക്ക് കയറിവന്നു. കൃഷ്ണേട്ടനോടൊപ്പം ഞാനും ഇരിപ്പിടത്തിൽ നിന്നും എഴുന്നേറ്റു.

"കബീറെ നിനക്ക് മനസ്സിലായില്ലേ മുകേഷിനെ കാഞ്ചനയുടെ സ്വന്തത്തിൽ പെട്ടതാ പണിയൊന്നുമില്ലാതെ നടക്കണെ കണ്ടു ഞാൻകടയിലേക്ക് വിളിച്ചു. ഓൻ നമ്മുടെ ആടെയാ പാർപ്പ്. കാഞ്ചനക്കും ഒരു തുണയാകൂല്ലോ. വിനോദിനെ മറ്റെ കടയിലേക്ക് വിട്ടു. ഓനാണെങ്കി അന്നോടൊപ്പം ഈടെ നിന്ന് അയിന്റെറാരു തയക്കോം പയക്കോം ബന്നിന്. ഓന് ആടെ നിക്കട്ടെ. അതാണ് അയിന്റൊരു ഹിക്ക്മത്ത് (ബുദ്ധി)." വീട്ടിലേക്ക് നടക്കുന്നതിനിടയിൽ കൃഷ്ണേട്ടൻ ചിരിച്ചുകൊണ്ടാണ് ഇതൊക്കെ പറയുന്നത്. മനസ്സ് തുറന്ന് ചിരിക്കാൻ ഒന്നും എനിക്ക് കഴിഞ്ഞില്ല.

പുതുതായി തുറന്ന ഒരു ലോൺട്രി അറ്റ്ലസ് സൂപ്പർമാർക്കറ്റിന്റെ പിൻഭാഗത്ത് തലയുയർത്തി നിൽക്കുന്നു. അതിനടുത്ത് അധികം പൊക്കം ഇല്ലാത്ത മതിൽക്കെട്ടിനകത്താണ് കൃഷ്ണേട്ടന്റെ പാർപ്പിടം എണ്ണിയാൽ ഒടുങ്ങാത്ത അത്രയും തവണ ഞാനീ വീട്ടിൽ വന്ന് ചെലവഴിച്ചിട്ടുണ്ട്. അന്നൊന്നും തോന്നാത്ത ഒരു അപരിചിതത്വമോ ഒരു സന്ദേഹമോ അതുമല്ലെങ്കിൽ സങ്കടമോ എന്നിൽ തികട്ടി തികട്ടി വന്നു.

ഇവിടെ താമസിച്ചിരുന്ന ബാച്ചിലേഴ്സ് ബന്ധുക്കൾ ഒഴിഞ്ഞുപോയി മുകേഷ് മാത്രമേയുള്ളൂ എന്ന് തോന്നുന്നു

വീട്ടിനകത്തേക്ക് കയറാൻ മടിച്ച് ഞാന് കോമ്പൗണ്ടിൽ തന്നെ നിന്നു. മിക്കവാറും എന്റെ കയ്യിൽ ഉണ്ടാകുന്ന സാധനങ്ങൾ നിറച്ച സഞ്ചി സ്വാതന്ത്ര്യത്തോടെ അടുക്കളയിലേക്ക് കൊണ്ടുവെക്കുകയാണ് എന്റെ പതിവ്. ശ്യാമള ചേച്ചി തരുന്ന സുലൈമാനിയോ സ്നാക്സോ നട്സോ എന്തെങ്കിലും കഴിച്ചിട്ട് പുറത്തേക്കിറങ്ങും അതിനിടയിൽ വിശേഷങ്ങളും പറയും.

വിളക്ക് തിരിയും നല്ലെണ്ണയും ചന്ദനത്തിരിയും തീർന്നാൽ കടയിൽ നിന്നും എടുത്തുകൊണ്ടുപോകുവാൻ ചേച്ചി എന്നെ പ്രത്യേകം ഓർമ്മിപ്പിക്കും. കുളിച്ച് കുറിതൊട്ട് വൃത്തിയുള്ള വസ്ത്രം ധരിച്ചേ ചേച്ചിയെ കാണാറുള്ളൂ. ആ വ്യക്തിത്വത്തെ ആരും അംഗീകരിച്ചു പോകും. അടുക്കളമണവും എയർഫ്രെഷ്നറിന്റെ മണവും അല്ലാതെ ചന്ദനത്തിരിയുടെയും കുന്തിരിക്കത്തെയും ഒക്കെ മണമായിരുന്നു ഈ വീടിനകത്തേക്ക് കയറി വരുമ്പോൾ.

ഭക്ഷണ സമയത്തെങ്ങാനും ഞാൻ വന്നാൽ മേശയിൽ ഒഴിഞ്ഞ പാത്രങ്ങൾ എടുക്കലും തീൻമേശ വൃത്തിയാക്കലും ഒക്കെ ചേച്ചിയും ഞാനും കൂടിയാണ്. നീ അതൊന്നും ചെയ്യേണ്ട അവിടെ വെച്ചേക്ക് ചേച്ചിയുടെ വാക്ക് ഞാൻ ചിരിച്ചു തള്ളും. ആണുങ്ങൾ അടുക്കള ജോലി എടുക്കേണ്ടെന്ന് പക്ഷക്കാരിയാണ് ചേച്ചി. അതും മുത്തശ്ശിയുടെ ശിക്ഷണം ആയിരിക്കും.

ഇനി അങ്ങനെയുള്ള സ്വാതന്ത്ര്യവും സന്തോഷങ്ങളും ഒന്നും എനിക്ക് വീട്ടിൽ ഉണ്ടാകാൻ ഇടയില്ല. നഷ്ടപ്പെട്ടതിന്റെ വില എന്നെ തുടരെത്തുടരെ ഓർമിപ്പിച്ചു കൊണ്ടിരിക്കും

“ബന്നിറ്റ് ബീട്ടീ കേറാണ്ട് നീ ആടെ തന്നെ നിക്ക്യണ്? കേറി ബാ.” കൃഷ്ണേട്ടന്റെ ചോദ്യം കേട്ടപ്പോഴാണ് നിശ്ചലനായി നിന്നിരുന്ന എനിക്ക് ചലനം ഉണ്ടായത്. എന്റെ കണ്ണുകൾ നിറഞ്ഞത് പെട്ടെന്നാണ്. കൃഷ്ണേട്ടനോട് ഒന്നും പറയാൻ കിട്ടാതെ എന്റെ വാക്കുകൾ ഇടറി.

കാഞ്ചന ചേച്ചി ഒരു പാവം ശുദ്ധഗതിക്കാരി ആണെന്ന് മനസ്സ് വിലയിരുത്തി. സന്തോഷഭാവം ഒന്നും അവരിൽ പ്രകടമാകുന്നില്ലെന്ന് തോന്നി. എന്റെ വീടും നാടും ചോദിച്ചു. എന്തെങ്കിലും ചോദിക്കണ്ടേ എന്ന് കരുതിയിട്ടാകാം. പരിചയമായി വരുന്നതല്ലേ ഉള്ളൂ. കൃഷ്ണേട്ടൻ എന്നെക്കുറിച്ച് അല്പം മുമ്പ് പറഞ്ഞിട്ടുണ്ടായിരിക്കും.

കാഞ്ചന ചേച്ചി വിളമ്പി തന്ന് ഞങ്ങളോടൊപ്പം കഴിച്ചു. ഈ ഭക്ഷണത്തിന് മുമ്പത്തേതിൽ നിന്നും രുചി വ്യത്യാസം. വീട്ടിലെ ചിട്ടകൾ ഭക്ഷണം ഉണ്ടാക്കുന്ന കൈകൾ എല്ലാം മാറിയല്ലോ. പക്ഷേ കൃഷ്ണേട്ടന്റെ പതിവുകൾ മുമ്പത്തേത് പോലെ തന്നെ. എന്തൊക്കെയായാലും സ്വന്തം പോലെ കരുതി കൃഷ്ണേട്ടനെ പരിചരിക്കാൻ ഒരാളായല്ലോ

ചോറ് ബെയ്ക്കാതെ നീയെന്താ ഓർമ്മിച്ചിർക്ക്ന്ന് ? ബെറ്തെ ഇരിക്കാതെ കയ്ച്ച്ന്. കൃഷ്ണേട്ടൻ എന്നെ ശ്രദ്ധിക്കുന്നുണ്ടായിരുന്നു. ഞാനൊന്ന് ചിരിച്ചതേയുള്ളൂ. ഞാൻ ഓർക്കുന്നത് ശ്യാമള ചേച്ചിയെ ആയിരിക്കുമെന്ന് കൃഷ്ണേട്ടൻ ഊഹിച്ചിട്ടുണ്ടായിരിക്കും. അതും 100% നേരു

തന്നെ

ഭക്ഷണം കഴിഞ്ഞ് യാത്ര ചോദിച്ച് ഇറങ്ങി. സ്റ്റീഫനെ ഇനി നാളെ കാണാം. അവിടെ നിന്നും ഇറങ്ങിയിട്ട് നേരം കുറച്ചേറെയായി. അർബാബ് യാത്ര കഴിഞ്ഞ് തിരിച്ചെത്തിയിട്ടുണ്ടായിരിക്കുമോ. ബാബയുടെ മൻസിലിൽ നിന്നും വിരമിക്കുന്നതിന് മുമ്പ് ഉമ്മിയെ ഒരു നോക്ക് കണ്ട് യാത്ര ചോദിക്കണം. ഇടയ്ക്ക് എന്നോട് ദേഷ്യപ്പെടും ആയിരുന്നെങ്കിലും ഒരു ആശ്രിതൻ എന്ന നിലയിൽ എനിക്ക് നൽകിയ സ്നേഹവും കാരുണ്യവും ഞാൻ കണ്ടില്ലെന്ന് നടിക്കരുത് ഉമ്മിയെ കാണുക എന്നത് അസാധ്യമായ കാര്യം തന്നെ എങ്കിലും വെറുതെ ഒന്ന് മോഹിച്ചു.

ബാബയുടെ കബറിനരികിൽ പോയി ബാബക്ക് വേണ്ടി സിയാറത്ത് (പരലോക നന്മയ്ക്കുവേണ്ടി ദൈവത്തോട് പ്രാർത്ഥിക്കൽ) ചെയ്യണം ഇനി കിട്ടാൻ പോകുന്ന ജോലി കുറെ ദൂരത്ത് ആണെങ്കിൽ എപ്പോഴും കബറിനരികിൽ വരുവാനോ ബാബക്കുവേണ്ടി സ്വസ്ഥമായി ഒന്ന് പടച്ചോനോട് പ്രാർത്ഥിക്കാനോ കഴിഞ്ഞെന്നു വരില്ല എവിടെയെങ്കിലും ജോലി കിട്ടുമോ എന്നൊന്നും യാതൊരു ഉറപ്പുമില്ല. എന്നിരുന്നാലും എല്ലാമെല്ലാം ഞാൻ വെറുതെ ഒന്ന് കണക്കുകൂട്ടി വച്ചു.

അദ്ധ്യായം

ഇരുപത്തിയഞ്ച്

ഞാൻ ഗേറ്റ് കടന്ന് വണ്ടി പാർക്ക് ചെയ്തു. അല്പനേരം സംശയിച്ചു നിന്നു. എന്റെ നോട്ടം ആ പരിസരം ആകെ ഒന്ന് വട്ടംചുറ്റി

വസീമിനെ അത്യാവശ്യമായി ഒന്ന് കാണേണ്ടതുണ്ട്. അവനിതെവിടെ പോയി കിടക്കുകയാണ്. ജോലിത്തിരക്കിൽ പെട്ടുപോയിട്ടുണ്ടായിരിക്കും. ജോലികഴിഞ്ഞ് ഫ്രീ ആകുമ്പോൾ എന്നെ കാണാൻ വരാതിരിക്കില്ല. അപ്പോഴേക്കും എന്റെ പൂന്തോട്ടത്തിലേക്ക് പോയി നോക്കാം ചെടികളെ പരിപാലിച്ചിട്ടും പരിഗണിച്ചിട്ടും ഒക്കെ ദിവസങ്ങളോളമായി

ജീവിത സങ്കല്പങ്ങളുടെ ഭീകരമായ തകർച്ച ഒന്നിനുമേലെ മറ്റൊന്നായി എന്റെ മനസ്സിൽ കനത്ത നൊമ്പരമായി വിട്ടു പോകാതെ നിൽക്കുമ്പോൾ തോട്ടമോ വളർത്തു പക്ഷികളോ വളർത്തുമൃഗങ്ങൾക്കോ മറ്റ് നേരമ്പോക്ക് ചിന്തകൾക്കോ മനസ്സിൽ എവിടെയാണ് സ്ഥാനം

ജീവിതമോഹങ്ങൾ വരണ്ടുണങ്ങി ഇനി ഇവിടുന്ന് അങ്ങോട്ട് മരിക്കുംവരെ ജീവിച്ചു തീർക്കാൻ വേണ്ടിയുള്ള ഒരു ജീവിതം എന്നല്ലാതെ

ആർക്കുവേണ്ടി എന്തിനുവേണ്ടി ജീവിക്കണം.

അർബാബിന്റെ വീട് പണിക്ക് ഇടയിൽ ഞാൻ ബാബയോട് ആവശ്യപ്പെട്ടിട്ട്നീഫ കോൺട്രാക്ട് കമ്പനിയിലെ ഫോർമാൻ റോബിനെ കൊണ്ട് എന്റെ തോട്ടത്തിൽ ബാബ ഉണ്ടാക്കിത്തന്ന ആർച്ച് ആകൃതിയിലുള്ള പ്രവേശന കവാടവും സിമൻറ് ബെഞ്ചും ആ കൂട്ടത്തിൽ കളിയൂഞ്ഞാലും സീസോയും ഒക്കെയുണ്ട്

അർബാബിന്റെ മക്കൾ ഇവിടെ വരുമ്പോൾ കളിക്കുവാനായി ഓടിവരുന്നത് ഇവിടേക്കാണ്. എന്തൊരു സംതൃപ്തിയാണന്നേരം എനിക്ക്.

ഒരിക്കൽ എന്റെ ഖൽബിൽ കൂടുകൂട്ടിയിരുന്നവളുമായി ഒറ്റയ്ക്കിരുന്ന് സംസാരിക്കുക ചിന്തിക്കുക ആ സുന്ദര നിമിഷങ്ങളെ കൂടെ കൊണ്ടുവന്നു സ്വസ്ഥമായി കഴിച്ചുകൂട്ടുവാൻ തിരഞ്ഞെടുത്ത സ്ഥലമായിരുന്നു. ഞാൻ നട്ടു നനച്ചുണ്ടാക്കിയ ഈ പൂന്തോട്ടവും അനുസാരികളുമൊക്കെ. പൊലിഞ്ഞ മോഹന സങ്കല്പങ്ങളുടെ ചീളുകൾ പിന്നെയും പിന്നെയും ആളിക്കത്തിച്ച് ഇപ്പോഴും നെടുവീർപ്പിന്റെ ആവി ഉയർത്തുന്നു. മനസ്സിൽ എരിഞ്ഞു കൊണ്ടിരിക്കുന്ന അത്തരം ചിന്തകൾ പേടിസ്വപ്നങ്ങൾ ആയി മാറുന്നത് കണ്ട് ഞാൻ അമ്പരന്നു പോകുന്നു. ഇനി അതെല്ലാം ഉപേക്ഷിച്ചു കൊണ്ടായിരിക്കണം ഇവിടെ നിന്നുള്ള പടിയിറക്കം.

ഓരോ പ്രതിസന്ധി തരണം ചെയ്യുമ്പോഴും എല്ലാം അവസാനിച്ചു എന്ന് ഞാൻ മോഹിച്ചു പോകും. പക്ഷേ എല്ലാം വെറുതെ പൂവണിയാത്ത വെറും സ്വപ്നം മാത്രമാണ് എനിക്കതെല്ലാം.

മാറിമറിയുന്ന ചിന്തകൾ ഉണർന്നു. ആശ്രയം തേടി ബെഞ്ചിലേക്ക് മലർന്നു കിടന്നു.

ആകാശത്തിന് തെളിച്ചമില്ല. കറുത്ത കാർമേഘ തുണ്ടുകൾ അവിടവിടെയായി നിരന്നു നിൽക്കുന്നു കിഴക്ക് നിന്നും തണുത്ത കാറ്റ് പൊടി പാറ്റിക്കൊണ്ട് വീശുന്നു. ഇളകിയാടുന്ന മരക്കൊമ്പുകളുടെ മർമ്മരം മൂടിക്കെട്ടി നിൽക്കുന്ന അന്തരീക്ഷത്തിൽ ആകെയൊരു കോലാഹലം. ഇന്ന് മഴയ്ക്കുള്ള എല്ലാ സാധ്യതകളും തെളിഞ്ഞു കാണുന്നു.

ഗാർഡൻ അതിർത്തിയിൽ വെച്ചുപിടിപ്പിച്ച ബുഷ് ചെടികൾക്കപ്പുറത്തായി താനെ പൊട്ടിമുളച്ച ഒട്ടും പരിലാളനകൾ ഇല്ലാതെ വളർന്നുവന്ന ഗാഫ് മരങ്ങളുടെ തുമ്പത്തിരുന്ന് ഊയലാടുന്ന പക്ഷികൾ ചില്ലകളിൽ കൂട്ടുകെട്ടി സംഗീതാരവവും മുഴക്കുന്നുണ്ട്.

ഈ നാട്ടിൽ തീരെ സംരക്ഷണം കൊടുക്കാതെ വളർന്നുവരുന്ന ഗാഫ് മരം രാജസ്ഥാന്റെ സംസ്ഥാന മരമാണ്. ദസറ ആഘോഷത്തിൽ രജപു

ത്രന്മാർ മരത്തെ പൂജിക്കും. ദസറയുടെ പത്താമത്തെ ദിവസം ഗാഫ് മരത്തിന്റെ ഇലയിലേക്ക് അമ്പെയ്യുന്നത് ഇവരുടെ ആചാരമാണ് തെലുങ്കാനയിൽ ജെമ്മി എന്നും രാജസ്ഥാനിൽ കെജ്രി എന്നുമൊക്കെയാണ് ഇതിന്റെ പേര്. ഇതൊക്കെ എന്നോട് ഒരിക്കൽ ശർമാജി പറഞ്ഞു തന്നതാണ്

ഈ അറബി നാട്ടിൽ 400 വർഷത്തോളം പഴക്കമുള്ളതുവരെ ഉണ്ടത്രേ. ഒരു ലക്ഷത്തോളം വരെ ഇവിടത്തെ തലസ്ഥാന നഗരിയിൽ മാത്രം ഉണ്ടെന്ന് കണക്കുകൾ സൂചിപ്പിക്കുന്നുണ്ട് പോലും. ഈ നാട്ടിലും ഗാഫ് മരം ദേശീയ മരമായി പ്രഖ്യാപിച്ചു. കുറച്ചു വർഷങ്ങൾക്കു മുമ്പ് സഹിഷ്ണുതയുടെ സിംബലായി ഗാഫ് തൈകൾ വച്ചുപിടിപ്പിച്ചു

റോക്ക് ഗാർഡൻ ഉണ്ടാക്കുവാനായി ഉയർന്നും പരന്നും മുന്നോട്ടു തള്ളിയുമൊക്കെയുള്ള കരിങ്കല്ലുകൾ ഗാഫ് മരത്തിന് താഴെ കൊണ്ടുവന്നിട്ടത് ഇപ്പോഴും അതേപടി അനാഥമായി കിടക്കുന്നു. എന്റെ മനസ്സിൽ ആ ഗാർഡന്റെ പൂർണരൂപം വരച്ചിട്ടതും ആണ്. എന്തൊരു ആവേശമായിരുന്നു ആ നാളിൽ. പിന്നെ ഓരോരോ കാര്യങ്ങളുടെ പിറകെ ഓടിക്കൊണ്ടിരിക്കുമ്പോൾ സമയം തികഞ്ഞില്ലെന്നതാണ് വാസ്തവം. ഇന്നിപ്പോൾ നേരം കിട്ടിയാൽ പോലും ഞാൻ തിരിഞ്ഞു നോക്കാറില്ല. ഇനി നഷ്ടപ്പെടാൻ ഒന്നുമില്ല. എല്ലാം ഉപേക്ഷിച്ച് ഈ മൻസിൽ നിന്നും പോകുന്നതുവരെയേ എനിക്കിവിടെ സ്വാതന്ത്ര്യം ഉള്ളൂ.

ഏതൊക്കെ ചെടികൾ തളിർത്തു പൂത്തു കായിച്ചു ഇലകൾ കൊഴിഞ്ഞു എന്നുപോലും മനസ്സിൽ കുറിച്ചുവെക്കാറുണ്ട്. ഞാൻ വളർത്തുന്ന പക്ഷികൾ അവയുടെ ചിലച്ചിൽ ഇനി ആസ്വദിക്കുവാനും തൊട്ടുതലോടുവാനും അവയെ സംരക്ഷിക്കുവാനും ഒന്നു കാണുവാനോ കേൾക്കുവാനോ ഞാൻ ഇവിടെ ഉണ്ടാകുകയില്ല. എന്റെ അഭാവത്തിൽ ചെടികളെല്ലാം കരിഞ്ഞുണങ്ങി അവശേഷിപ്പ് പോലും ഇല്ലാതാകാം. എന്റെ കാൽപ്പാദങ്ങൾ പതിഞ്ഞു പതിഞ്ഞു തോട്ടത്തിലേക്ക് ഉണ്ടായ നടപ്പാതയിലൂടെ നടക്കുവാനോ ഇവിടെ വന്നിരിക്കുവാനോ ഉള്ള സ്വാതന്ത്ര്യം നഷ്ടപ്പെടാൻ പോകുന്നു.

കാലക്രമേണ ഇതെല്ലാം മനസ്സിൽനിന്നും അകന്നകന്ന് അവ്യക്ത സങ്കല്പങ്ങൾ പോലെ കലങ്ങിമറിഞ്ഞ് കിടക്കുമായിരിക്കും.

തണുത്ത കാറ്റിനോടൊപ്പം മഴത്തുള്ളികൾ ചാറുന്നു. രണ്ടുദിവസമായി മഴ വന്നുംപോയും നിൽക്കുന്നു. ഞാൻ എഴുന്നേറ്റ് അതിവേഗത്തിൽ നടന്നു. ബാബയുടെ പെൺമക്കൾ മോനയുടെയും വഫയുടെയും വണ്ടി പാർക്ക് ചെയ്തിരിക്കുന്നു. ഞാൻ അവിടേക്ക് ധൃതിയിൽ

ചെന്നു. മറിയവും അംനയും ഉണ്ടല്ലോ. പതിവില്ലാതെ എല്ലാവരും കൂടി ഒന്നിച്ചൊരു വരവ്. എന്തോ പന്തികേട് ഉണ്ടെന്നുറപ്പാണ്. അമ്മാറും ത്വാരിക്കും പുറത്തുനിൽക്കുന്നു. കാര്യം എന്തെന്നറിയുവാനായി അമ്മാറിനോട് തിരക്കുമ്പോഴേക്കും എന്നോട് എത്രയും വേഗം വണ്ടിയെടുക്കുവാൻ ത്വാരിക്ക് പറഞ്ഞു. ഉമ്മിയ്ക്ക് പെട്ടെന്ന് എന്തോ വയ്യാതായിരിക്കുന്നു.

അംനയും മറിയവും ഉമ്മിയോടൊപ്പം വണ്ടിയിൽ കയറിയിരുന്നു. ഒരു രാജ്ഞിയുടെ പ്രൗഢിയിൽ കഴിഞ്ഞിരുന്ന ഉമ്മി നിക്കാബ് അണിഞ്ഞ് മുഖംമൂടിയിരുന്നു.

ഉമ്മിയെ നേരിട്ട് കണ്ട് യാത്ര ചോദിക്കാനുള്ള അവസരം ഒത്തു വന്നിട്ടും ഈ അവസ്ഥയിൽ അത്തരം കാര്യങ്ങളെല്ലാം എങ്ങനെ പറഞ്ഞറിയിക്കും.

ആസ്പത്രി കവാടം കടക്കുന്നേരം ബാബയുടെ ചേതനയറ്റ ശരീരവുമായി ഇവിടെ നിന്നും തിരിച്ചു പോയതെല്ലാം എന്റെയുള്ളിൽ തെളിഞ്ഞുവന്നു. ഒബ്സർവേഷൻ റൂമിലേക്ക് കയറ്റിയ ഉമ്മിയേയും കാത്ത് ഞാനിരുന്നു.

കഴിയാൻ സമയമെടുക്കും. അപ്പോഴേക്കും എന്നോട് ബാബയുടെ വീട്ടിൽ പോയി മറിയത്തിന്റെ സർവെന്റിനെ മറിയത്തിന്റെ വീട്ടിലേക്ക് കൊണ്ടുചെന്നാക്കി കൊടുക്കുവാൻ മറിയം പറഞ്ഞു.

മാർക്കറ്റിൽ നിന്നും വീട്ടിലേക്കു ആവശ്യമായ കുറച്ചു സാധനങ്ങൾ വാങ്ങി സർവന്റിനെയും വിട്ടുകൊടുത്തു. നന്നായി വിശക്കുന്നുണ്ട്. ഇന്ന് കാര്യമായി ഒന്നും കഴിച്ചില്ലെന്ന് അപ്പോഴാണ് ഓർമ്മ വന്നത്. ഭക്ഷണം കഴിക്കുമ്പോഴേക്കും ഉമ്മിയെ എടുക്കുവാനുള്ള സമയവും ഏകദേശം ആയിട്ടുണ്ടായിരിക്കും.

പതിവുപോലെ പുറത്തെ അടുക്കളയിൽ നിന്നും ഭക്ഷണം കഴിച്ചു. അബ്ദുക്ക ഉണ്ടാക്കുന്ന ഈ ഭക്ഷണത്തിന് എന്തൊരു രുചിയാണ്.

വിശക്കുമ്പോൾ ഓടിവന്ന് അബ്ദുല്ലക്കാടെ സ്പെഷ്യൽ ഫുഡ് ആവോളം കഴിക്കുവാനുള്ള ചാൻസ് ഇനിയും ദിവസങ്ങളോ കൂടിവന്നാൽ ആഴ്ചകളോ മാത്രം ബാക്കി.

ഈ നാട്ടിലെ കാലാവധി തീരാറായിരിക്കുന്നു. ഇനി ഇവിടത്തെ പൊറുതി അവസാനിപ്പിക്കാൻ നിർബന്ധിതനായിരിക്കുന്നു. അബ്ദുല്ലക്ക ഇത്രയുംനാൾ കഴിച്ചുകൂട്ടിയ ഈ വീടും അടുക്കളയും സുഖദുഃഖങ്ങൾക്ക് കൂട്ടുനിന്ന കിടപ്പറയും ഈ നാടും തന്നെ ഇഷ്ടപ്പെടുന്നവരും ഇവിടത്തെ അന്തരീക്ഷവും എല്ലാം ഇനി ഓർമ്മകൾ മാത്രമായി അവശേഷിക്കും

എന്ന ദുഃഖസത്യം അബ്ദുള്ളക്കയുടെ തൊട്ടടുത്ത് എത്തിയിരിക്കുന്നു.

ആയുസ്സിന്റെ മുക്കാൽ ഭാഗവും ഇടതടവില്ലാതെ പണിയെടുത്ത് നാട്ടിൽ ജീവിക്കാനുള്ളതൊക്കെ ഉണ്ടാക്കിയിട്ടുണ്ടെങ്കിലും ജോലിയും കൂലിയും ഒന്നുമില്ലാതെ വെറുതെയിരിക്കാൻ ചെന്നാൽ വീട്ടുകാരുടെ വരവേൽപ്പ് എങ്ങനെയായിരിക്കും എന്നൊരു വ്യഥയും അദ്ദേഹത്തെ അല ട്ടുന്നുണ്ടത്രേ. ഒട്ടുമിക്ക പ്രവാസികൾക്കും കടന്നു പോകേണ്ടി വരുന്ന ആ അഗ്നി വളയത്തെക്കുറിച്ച് അബ്ദുള്ളക്ക് മുൻകൂട്ടി ചിന്തിച്ചിരിക്കുന്നു എന്ന് വ്യക്തം.

ഓ അത്രയ്ക്കൊന്നും കടന്നു ചിന്തിക്കേണ്ട ഇക്കാ. അങ്ങനെ ഒരി ക്കലും ഇക്കാനോട് അവർ പെരുമാറില്ലെന്ന് ഉറപ്പാണ്. ഇനി അങ്ങനെ യാണെങ്കിൽ തന്നെ വരുന്നിടത്ത് വെച്ച് കാണാം.

ഞാൻ ആസ്പത്രിയിലേക്ക് എത്തിയപ്പോഴേക്കും പരിശോധനകൾ എല്ലാം കഴിഞ്ഞിരിക്കുന്നു. ഉമ്മിയ്ക്ക് മാനസിക ശാരീരിക ക്ഷീണത്തിൽ നിന്നുണ്ടായ അസുഖങ്ങളുടെ കടന്നുവരവ് ആരോഗ്യം ശ്രദ്ധിക്കുവാനും ഉമ്മി തനിച്ചിരിക്കാൻ അവസരം കൊടുക്കാതിരിക്കാനും ഒക്കെ അംന യും മറിയവുമൊക്കെ ഒപ്പം ഉണ്ടാകുമെന്ന് അവരുടെ സംഭാഷണത്തിൽ നിന്നും ഞാൻ തിരിച്ചറിഞ്ഞു. ബാബയെ പോലെ തന്നെ ഉമ്മിയും വിത ച്ച് വെച്ചത് കൊയ്തെടുക്കുന്നു. അങ്ങനെ തന്നെയായിരിക്കട്ടെ ഉമ്മിക്ക്.

അവർ ഉമ്മിയുടെ കൈകളിൽ പിടിച്ച് വീടിനകത്തേക്ക് നടന്നു. വ ണ്ടിയിൽ നിന്നും മരുന്നുകളെല്ലാം എടുത്ത് ഞാനും അകത്തേക്ക് ചെ ന്നു. എന്റെ ഭാഗ്യത്തിന് ഉമ്മി മുറിയിലേക്ക് പോകാതെ അല്പം വിശ്രമി ക്കാൻ എന്നോണം എന്തോ ഗഹനമായി ചിന്തയിലാണ്ട് സോഫയിൽ ചാരികിടക്കുന്നു. മരുന്നുകളെല്ലാം മേശയിലേക്ക് എടുത്തു വച്ചു ഞാൻ.

പറ്റിയ സന്ദർഭം ഒത്തു വന്നിരിക്കുന്നു അധികം വളച്ചുകെട്ടും കാടു കയറലും ഒന്നുമില്ലാതെ പറയാനുള്ള യാത്ര മൊഴി ഞാനെത്രയും പെ ട്ടെന്ന് പറഞ്ഞു തീർത്തു. അനല്പമായ ഹൃദയവേദനയോടെ ഞാൻ ഇ റങ്ങാൻ നേരം ഉമ്മിയുടെ വിഷാദത്തിൽ തണുത്തുറഞ്ഞ വാക്കുകൾ എന്റെ ഉള്ളിൽ തട്ടി. 'ബാബ പോയപ്പോൾ നിനക്കിവിടെ നിന്നും പോ കാൻ ധൃതിയായോ?'

എന്റെ പ്രവർത്തിയിൽ ആ മനസ്സ് വേദനിച്ചിട്ട് ഉണ്ടായിരിക്കുമോ. ഈ സന്ദർഭത്തിൽ ഞാനിത് പറയരുതായിരുന്നു. പക്ഷേ ഇങ്ങനെയൊരു സാ ഹചര്യം എനിക്ക് കിട്ടില്ലെന്നും ഉറപ്പാണല്ലോ. എന്റെ നിവർത്തികേടു കൊണ്ടാണല്ലോ ഇങ്ങനെ ചെയ്യേണ്ടി വന്നത്. എങ്കിലും ഞാൻ ഉദ്ദേശി ച്ചത് പോലെ ഉമ്മിയോട് ഒന്ന് നേരിട്ട് യാത്ര പറയാൻ കഴിഞ്ഞല്ലോ എ

ന്നൊരു സംതൃപ്തി.

ഇനി ജലാലിനെയും കൂടി ഒന്ന് കാണേണ്ടതുണ്ട്. അവനിപ്പോൾ നല്ല സൗകര്യത്തിലാണ്. മൂന്ന് കടകൾ അവന് സ്വന്തമായുണ്ട്. അല്ലാഹു അക്ബർ (ദൈവം വലിയവനാണ്) വന്ന വഴി മറന്ന മട്ടാണ് എല്ലാം അവന്റെ കേമത്വം കൊണ്ട് നേടിയെടുത്തത് പോലെ അവൻ സംസാരിക്കും. എങ്കിലും ഇല്ലായ്മകൾ പറയുന്നത് കേട്ടാൽ ആരോടെങ്കിലും പണം ഇരന്നു വാങ്ങി അവന് കൊടുക്കാൻ തോന്നും. എന്റെ അനുഭവങ്ങൾ വിശ്വാസത്തിന് മാറ്റുകൂട്ടുന്നു

എല്ലാം വ്യക്തമായി അറിയാവുന്നതുകൊണ്ട് ഞാൻ അവനോട് കെഞ്ചാൻ പോകാറില്ല. എങ്കിലും ചഞ്ചലമായിക്കൊണ്ടിരിക്കുന്ന മനുഷ്യമനസ്സിൽ എപ്പോഴാണ് സൽകർമ്മങ്ങൾ ചെയ്യാൻ തോന്നുന്നതെന്ന് പ്രവചിക്കാൻ കഴിയില്ലല്ലോ. കാലക്രമേണ അവനും അങ്ങനെ ആയിക്കൂടെന്നില്ല. കാണുമ്പോഴുള്ള അവന്റെ സ്നേഹപ്രകടനം ഉള്ളിൽ തട്ടിയല്ലെന്ന് അറിയാമെങ്കിലും ഇടയ്ക്കൊക്കെ അതിൽ വീണു പോകാറുണ്ട്.

ജോലിക്കാര്യം ഉറപ്പാക്കുന്നതിന് മുമ്പ് അർബാബിനോട് ഒന്ന് സൂചിപ്പിക്കുകയും ചെയ്യേണ്ടതല്ലേ. അങ്ങനെ ഞാൻ ഏറ്റിക്കൊണ്ട് നടക്കുന്ന എരിച്ചിലും പുകച്ചിലും അതുവഴി ഇല്ലാതാകും എങ്കിൽ നന്ന്.

പുറത്തെവിടെയും പോകാതെ ഈ ചുറ്റുവട്ടത്ത് തന്നെ നിന്നാൽ അർബാബിനെ തനിച്ചു കിട്ടും. ഉമ്മിയെ കാണുവാനായി ഇന്ന് വരാതിരിക്കില്ല അർബാബിന്റെ ഭാര്യ നൂറയും കുട്ടികളും ഉമ്മിയുടെ അടുത്ത് തന്നെയുണ്ട്.

ഞാൻ എങ്ങനെ യാത്ര പറഞ്ഞു തീർക്കുമെന്ന് ഓർക്കുമ്പോൾ ഇപ്പോഴേ ഒരു തേങ്ങൽ ഉരുണ്ടുകൂടുന്നു. ഇനിയും ഉള്ളിൽ വെച്ചുകൊണ്ടിരിക്കാൻ എനിക്ക് വയ്യ. അങ്ങനെ ഓരോന്നോർത്ത് നിൽക്കുമ്പോൾ അതാ അർബാബ് വരുന്നു

ഞാൻ അടുത്തേക്ക് ചെന്നു. ചോദ്യ ഭാവത്തിൽ എന്നെ നോക്കി. നിരാശയിൽ കുതിർന്ന കുറേ വാക്കുകൾ എന്നിൽ നിന്നും പുറത്തേക്ക് വന്നു.

“നീ എങ്ങോട്ട് പോകുന്നു. നീ ഒരിടത്തും പോകുന്നില്ല. അബൂയിക്ക് നിന്നെ ഒരുപാട് സ്നേഹമായിരുന്നു. സ്വന്തം പിതാവിനെ പോലെയല്ലേ അബൂയിയെ നീ സ്നേഹിച്ചതും പരിപാലിച്ചതും. കാര്യങ്ങളൊക്കെ നോക്കി ഇവിടെ തന്നെ നിന്നോളൂ.”

പകച്ചുനിന്ന എന്റെ തോളിൽ കൈ ചേർത്തുവച്ചുകൊണ്ട് അറബാ

ബ് പറഞ്ഞു. ശരിക്കും ഞാനൊന്നു ഞെട്ടി. സന്തോഷവിസ്മയങ്ങൾ തിക്കി തിരക്കി മനസ്സിലേക്ക് വലിഞ്ഞു കയറി. പടച്ചതമ്പുരാനെ എന്റെ കാതിൽ കേട്ട മർമ്മരം എന്താണ് ഞാനിതെങ്ങനെ വിശ്വസിക്കും. എന്റെ ദുഃഖഭാരം കുറഞ്ഞു കുറഞ്ഞു അപ്പൂപ്പൻതാടി പോലെ അന്തരീക്ഷത്തിലേക്ക് പാറിപ്പറന്ന് പോകുകയാണോ അൽനാഫിഅ് (ഉപകാരം ചെയ്യുന്നവൻ) ആയ തമ്പുരാനെ. അവിശ്വസനീയമായ ഒരു അത്ഭുതം തന്നെയല്ലേ നീ എന്റെ മനസ്സിൽ നിറച്ചു തന്നത്.

സന്തോഷം സകല കെട്ടും പൊട്ടിച്ച് ചാടാൻ വെമ്പുന്നു. സന്തോഷത്തിലും ദുഃഖത്തിലും എല്ലാം കരഞ്ഞു കൊണ്ടിരിക്കുന്നു. ഇവൻ എന്തൊരു ചങ്കുറപ്പില്ലാത്തവൻ ആണെന്ന് എങ്ങാനും അർബാബിന് തോന്നിയാലോ എന്ന് കരുതി ഞാൻ സംയമനം പാലിച്ചു. ആനന്ദം കൊണ്ടന്റെ മനസ്സാകെ നിറഞ്ഞു തുളുമ്പുന്നു. വളരെ ദിവസങ്ങൾക്ക് ശേഷം ഞാനൊന്ന് സുഖമായി ഉറങ്ങട്ടെ.

അദ്ധ്യായം
ഇരുപത്തിയാറ്

ഞാൻ നട്ടു നനച്ച് തൊട്ടു തലോടി വളർത്തിയെടുത്ത ചെടികളിൽ പലതിലും നിറയെ ചില്ലകൾ വന്നു. തണ്ടുകൾക്ക് കനവും ബലവും പൊക്കവും കൂടി. വേരുകൾ മണ്ണിനടിയിലേക്ക് ആഴ്ന്നിറങ്ങി ഉറപ്പുള്ള ശിഖരങ്ങളിൽ പക്ഷികൾ കൂടുകൂട്ടി. സംഗീത ധ്വനി മുഴക്കി. പഴുത്ത ഇലകളുടെ കാലാവധി കഴിഞ്ഞ് വേദനയോടെ ഭൂമിയിലേക്ക് പതിച്ചു.

നാളെ കൊഴിയും എന്ന ഭാവമില്ലാതെ പഴുത്ത ഇലകളെ നോക്കി ചിരിച്ചുകൊണ്ട് തളിരിലകൾ അഹങ്കാരത്തോടെ ഉയരത്തിലേക്ക് പിടിച്ചു കയറാൻ വെമ്പൽ കൊണ്ടു. എന്നിൽ നിന്നും എത്രയെത്ര ജന്മദിനങ്ങൾ ഒരിക്കലും തിരിച്ചു വരാൻ ആകാത്ത വിധം ഏതോ ധ്രുവങ്ങളിലേക്ക് പറന്നു പറന്നു കാലത്തിന്റെ അനന്തതയിൽ ലയിച്ചു. കണ്ണടച്ചു തുറക്കും മുമ്പേ എന്നൊക്കെ പറയുന്നതുപോലെ ഇന്നിപ്പോൾ എനിക്ക് ഈ നാട് അന്യമല്ലാതെ സ്വന്തം നാട് പോലെയായിരിക്കുന്നു.

ഉമ്മ ഇപ്പോഴും മുടങ്ങാതെ എനിക്ക് എഴുതിക്കൊണ്ടിരിക്കുന്നു. ഉമ്മയെപ്പോലെ ആ സാമീപ്യം ഞാനും എത്ര കൊതിക്കുന്നുണ്ട് ഓർമ്മകൾ മനസ്സിന്റെ ചട്ടക്കൂട്ടിൽ അള്ളിപ്പിടിച്ച് അങ്ങനെ ഇരിക്കുന്നു.

അടുക്കളയിൽ ചാരനിറത്തിലുള്ള സിമൻറ് തറയിൽ അർദ്ധ വൃത്താ

കൃതിയിൽ ഞങ്ങൾ മക്കളെയെല്ലാം ഇരുത്തി ചോറും കറികളും അടങ്ങുന്ന ചെമ്പും കലങ്ങളും നിരത്തിവെച്ച് ഉമ്മ അടുത്തിരുന്ന് വിളമ്പിത്തരും. ഓരോ ദിവസവും വ്യത്യസ്ത കറികൾ ആയിരിക്കും. കൂടെ കഞ്ഞി വെള്ളത്തിൽ ഉപ്പിട്ട് ഓരോ ഗ്ലാസിൽ പകർന്ന് ഭക്ഷണത്തിനരികിൽ വെക്കും. പള്ള നിറച്ചും തിന്നണേ എന്നൊരു പറച്ചിലും കൂടിയുണ്ട്. ഭക്ഷണം ബാക്കി വെച്ചാൽ കുഴച്ചുരുട്ടി വായിൽ വെച്ചുതരും. ഒരു പ്രത്യേക രുചിയാണ് ആ ഉരുളയ്ക്ക്.

എത്ര വർഷങ്ങൾ പറന്നകന്നാലും ആ ഓർമ്മകൾ പോലും എന്റെ കണ്ണ് നനയിക്കുന്നു. ബാബയുടെയും മക്കളുടെയും കൂടിയൊക്കെ വിവിധ ഹോട്ടലുകളിൽ. വിവിധ രാജ്യങ്ങളിലെ ആഹാരം അമിതവിലകൊടുത്തു വാങ്ങി രുചിച്ചിട്ടുണ്ട്. പക്ഷേ അതെല്ലാം ഉമ്മയുടെ ഭക്ഷണത്തിനു മുമ്പിൽ തോറ്റു പോകുകയേയുള്ളൂ ഈ ലോകത്തിൽ എവിടെനിന്നാണ് ഇനി ആ പുന്നാര ചോറുരുളകൾ കിട്ടുക.

വിളറി വെളുത്തതാണ് അന്നെന്റെ രൂപം രക്തക്കുറവ് നികത്താനായി അമ്പൂക്കൻ ഡോക്ടർ കുറിച്ചു തന്ന ടോണിക്ക് ബാപ്പയാണ് വായിലേക്ക് ഒഴിച്ചുതരിക. ഡോക്ടറുടെ നിർദ്ദേശപ്രകാരം പോഷകസമൃദ്ധമായ ആഹാരം എനിക്ക് വേണ്ടി ഒട്ടനവധി ജോലികൾക്കിടയിലും ഉമ്മ പ്രത്യേകം തയ്യാറാക്കും.

നിലത്ത് പായ് വിരിച്ച് ഞങ്ങൾ കുട്ടികൾ എല്ലാവരും കൂടി ഒന്നിച്ചാണ് രാത്രി ഉറങ്ങാൻ കിടക്കുക. വലിയ വായനക്കാരിയായ ഉമ്മുക്കുലുസു വായിച്ച പ്രേത കഥകൾ പറയുന്നത് അപ്പോഴാണ്. എല്ലാവരും ഉറങ്ങിക്കഴിഞ്ഞാലും അതൊക്കെ ഓർത്ത് പേടിച്ച് ചില ദിവസങ്ങളിൽ ഞാൻ ഉറങ്ങാതെ കിടക്കും ഉറക്കം വരാത്ത സങ്കടം കൊണ്ട് തേങ്ങി കരയും അന്നേരം ഉമ്മ അടുത്തു കിടന്നു നെറ്റിയിലും തലമുടിയിലും എല്ലാം തലോടി ഖുർആൻ സൂക്തങ്ങൾ ഓതി തന്നാൽ ഞാൻ അറിയാതെ ഉറങ്ങിപ്പോകും. ആ തലോടലിനെന്തൊരു മാന്ത്രിക ശക്തിയാണ് ആവോ. ഞാൻ ഉറങ്ങാൻ കിടക്കുമ്പോഴും എഴുന്നേൽക്കുമ്പോഴും എല്ലാം ഉമ്മ എന്തെങ്കിലും ജോലികൾ ചെയ്യുന്നതേ കാണാറുള്ളൂ.

ഉമ്മ എനിക്ക് തന്ന സ്നേഹവാത്സല്യങ്ങൾ ഞാനെങ്ങനെ മറക്കാനാണ്. എന്നിട്ടും ഉമ്മ എഴുതിയിരിക്കുന്നു നീ ഞങ്ങളെയൊക്കെ മറന്നു എന്ന്. ഇത്തരം വാക്കുകൾ എനിക്ക് തരുന്ന ശിക്ഷ പോലെയാണെന്ന് ഉമ്മ വിചാരിച്ചിരിക്കാൻ ഇടയില്ല. എല്ലാം ഞാൻ എങ്ങനെ പറഞ്ഞു മനസ്സിലാക്കി തരാനാണ്. മനസ്സിൽ സ്വയം പ്രകാശിക്കുന്ന കഴിഞ്ഞകാല നിമിഷങ്ങൾ.

സ്വത്ത് ഭാഗം വെക്കൽ ഒക്കെ കഴിഞ്ഞത്രേ. തറവാടും അതോടൊപ്പം ഉള്ള 10 സെൻറ് ഭൂമിയും എനിക്കായി വീതിച്ചു. ആ സ്ഥലത്തിനുള്ള പണം ഞാൻ സഹോദരിമാർക്ക് കൊടുക്കണമെന്നാണ് കരാർ.

സാജിതക്ക് ആ പണം കിട്ടിയിട്ട് എത്രയെത്ര കാര്യങ്ങളാണ് ചെയ്യാനുള്ളത്. അമാന്തിക്കാതെ ആ പണം അയച്ചുകൊടുക്കണമെന്നാണാവശ്യം. മറ്റുള്ളവർക്ക് അവരവരുടെ മുതലിന്റെ വില എത്രത്തോളമാണെന്നും എല്ലാവരും എന്നെപ്പോലെ അല്ലെന്നും എത്രയെത്ര പാഠങ്ങൾ പഠിച്ചാലും എനിക്ക് മനസ്സിലാവില്ല എന്നാണോ മനുഷ്യ മനസ്സിൽ ഊറിക്കൂടുന്ന വിചിത്രമായ വികാരങ്ങൾ. ഇതിനൊന്നും പ്രതികരിക്കാൻ ഞാൻ മെനക്കെടാറില്ല. എന്റെ ഭാഗം ശരിയാക്കാനേ ഞാൻ ശ്രമിക്കാറുള്ളൂ. പലരുടെയും സമ്മർദ്ദവും ആകാം പാവം സാജിതയുടെ ഈ തിടുക്കത്തിന് പിന്നിൽ.

എന്തൊക്കെ ആയാലും അതിനിടയിൽ കിടന്നു വീർപ്പുമുട്ടുന്ന പാവം ഉമ്മയെ കൂടി ഇങ്ങോട്ട് കൊണ്ടുവരാം. ഒരിക്കൽ ഞാൻ അത് സൂചിപ്പിക്കുകയും ചെയ്തു. അതിനു തക്കതായ മറുപടിയും കിട്ടി. ബാപ്പയുടെ ഓർമ്മകൾ തളംകെട്ടി നിൽക്കുന്ന വീടും നാടും വിട്ടൊരു ജീവിതം വേണ്ട പോലും. പിന്നെ ഒരു അടിക്കുറിപ്പും നീ ഒരു പെണ്ണ് കെട്ടി കൂടെ കൊണ്ടുപോകുന്നതല്ലേ. ശരി അല്ലെങ്കിൽ ഞാനും എന്റെ ഭാര്യയും ഉമ്മയും ഒത്തു തറവാട്ടിൽ കഴിയാം എന്നുമൊക്കെയാണ് ഉമ്മയുടെ വാദം.

അങ്ങനെ പറയാൻ തീർത്തും അവകാശമുണ്ടല്ലോ ഉമ്മാക്ക്. എന്റെ സഹോദരൻ നാദിർഷയും കുടുംബവും ഉമ്മയും ആണ് തറവാട്ടിൽ. നീ വന്നാൽ അവൻ വീട് വെച്ച് മാറി താമസിക്കും എന്നാണവൻ പറയുന്നത്. അതും തികച്ചും ന്യായമായ ഒരു കാര്യവുമാണ്.

അതിനുള്ള ഉത്തരം ഞാൻ തന്നെ കൊടുക്കണം. തൃപ്തികരമായ ഒരു ഉത്തരം കൊടുക്കുവാൻ എനിക്ക് കഴിയില്ല. എന്നെനിക്കുറപ്പായതു കൊണ്ട് പിന്നെ ഞാൻ അങ്ങനെയൊരു കാര്യം എഴുതിയിട്ടില്ല.

എന്റെ മോൻ ആരെ തോൽപ്പിക്കാനാണ് ഇങ്ങനെ ഒറ്റത്തടിയായിട്ട് നടക്കുന്നത്. ആ വരികളിൽ മുഴച്ചു നിൽക്കുന്ന ഉമ്മയുടെ വേദന എനിക്ക് നന്നായി അറിയാം. ആരെയും തോൽപ്പിക്കാൻ അല്ല ഉമ്മ. തോറ്റു പോയത് ഞാൻ മാത്രമാണല്ലോ.

ഉമ്മയെ കാണാൻ എന്റെ മനസ്സ് തുടിക്കും ഇവിടെ ഒരു കാര്യം കഴിയുമ്പോൾ മറ്റൊന്നായി എന്നെ ഇവിടെ തളച്ചിടുന്നു എന്നൊക്കെ സ്വയം ആശ്വസിക്കാം എന്നല്ലാതെ അങ്ങനെയൊന്നും ഓർക്കേണ്ട കാര്യം പോലുമില്ല. ചുരുക്കിപ്പറഞ്ഞാൽ നാട്ടിലേക്ക് പോകുവാൻ മനസ്സ് അനു

വദിക്കുന്നില്ല. ഞാൻ അങ്ങനെ ഒരു കാര്യത്തിന് ശ്രമിക്കുന്നില്ല എന്നത് തന്നെയാണ് പച്ചപരമാർത്ഥം.

നല്ലൊരു ഭർത്താവ് സ്വന്തം ഭാര്യയെ നോക്കുന്നതിന് ഒരു പരിധിയില്ല. തനിക്കുള്ളതെല്ലാം ഭാര്യക്കും അവകാശപ്പെട്ടതാണ് എന്നതുപോലെയാണ്. ബാപ്പ ഇല്ലാതായപ്പോൾ അതുപോലെയായിരിക്കണമെന്നില്ല. ഉമ്മയുടെ അവസ്ഥ പണം ഇല്ലാത്തതിന്റെ പേരിൽ ഉമ്മയുടെ സ്ഥാനമാനങ്ങൾ കുറയരുതെന്ന് കരുതി മാസംതോറും ഉമ്മയുടെ പേരിൽ തന്നെയാണ് പണം ഞാൻ അയച്ചു കൊടുക്കുന്നത്. ഉമ്മ സ്വന്തം ഇഷ്ടം പോലെയൊക്കെ കൈകാര്യം ചെയ്തുകൊള്ളട്ടെ. അവാച്യമായ ഒരു മനഃശാന്തിയാണ് എനിക്കന്നേരം.

ഒരിക്കലും ഉമ്മയെ വേദനിപ്പിക്കാതിരിക്കാൻ ഞാൻ ആവതും ശ്രമിച്ചു. പക്ഷേ എന്നെ ഓർത്തിട്ട് ആയിരിക്കാം ഉമ്മ ഏറ്റവും കൂടുതൽ വേദനിച്ചിട്ട് ഉണ്ടായിരിക്കുക. ആ കുറ്റബോധം മനസ്സിൽ കനത്ത നൊമ്പരം ഉണ്ടാക്കി.

പെട്ടെന്നൊരു ദിവസം ഉമ്മ മരിച്ചെന്ന ദുഃഖ വാർത്ത എന്റെ കാതിൽ വന്നലച്ചു. പ്രയാസങ്ങൾക്കും നിരാശകൾക്കും ഇടയിൽ ആശ്വാസവും ഉന്മേഷവും തരുന്ന ആശ്വാസത്തിന്റെ ലേപനവും എനിക്ക് അങ്ങനെ നഷ്ടമായി. കല്ലുംപടി തറവാട്ടിലെ കഴിഞ്ഞ തലമുറയുടെ ഏറ്റവും അവസാനത്തെ കണ്ണിയും അങ്ങനെ അറ്റുപോയി. ഒപ്പം ഒരു കാലഘട്ടത്തിന്റെ സംസ്കാരം. എല്ലാമെല്ലാം അതോടെ അസ്തമിച്ചു. എന്നെ ഞാനാക്കിയെടുത്ത എന്റെ മാതാപിതാക്കളുടെ വേർപാട് കാലങ്ങൾക്ക് ഉണക്കാൻ കഴിയാത്ത ദുഃഖത്തിന്റെ വ്രണം അങ്ങനെയങ്ങനെ ഒന്നിനുമേലെ മറ്റൊന്നായി എത്രയെത്ര ദുരന്തങ്ങൾ പേറി കൊണ്ടാണ് ഞാൻ മുന്നോട്ട് നീങ്ങിക്കൊണ്ടിരിക്കുന്നത്. പിന്നീട് എനിക്ക് ചക്കരക്കാവിലേക്ക് പോകണമെന്ന് തോന്നിയിട്ടില്ല. എന്നെ കാത്തിരിക്കാൻ എനിക്കാരുണ്ടവിടെ എന്ന ആശങ്ക എന്നെ തളർത്തി. മനസ്സിൽ പ്രകാശം ചൊരിഞ്ഞിരുന്ന സൂര്യചന്ദ്രന്മാർ മറഞ്ഞു. അവിടം കൂരിരുട്ടാണ് എന്നെ സംബന്ധിച്ചിടത്തോളം.

അതോടെ കെട്ടുമുറുക്കിയിരുന്ന ബന്ധങ്ങൾ അയഞ്ഞ മട്ടായി കത്തുകൾ തീർത്തും നിലച്ചു. വല്ലപ്പോഴും എന്തെങ്കിലും ആവശ്യത്തിനു മാത്രമായി കത്തുകൾ.

ബാബ മരിച്ചതോടെ ഈ മൻസിലിലെ സുവർണ്ണ കാലങ്ങൾ അസ്തമിച്ചു പോയോ എന്ന് തോന്നിപ്പോകും. എന്തിനും ഏതിനും യാതൊരു കുറവും ഇല്ലെങ്കിലും എപ്പോഴും അസ്വസ്ഥയായിട്ടേ ഉമ്മിയെ കാണാ

റുള്ളൂ.

ബാബ നിശ്ചയിച്ചു ഉറപ്പിച്ചിരുന്നത് പോലെ ഉമ്മിയുടെ സഹോദരന്റെ മകൾ ആലിയയെ അമ്മാർ കല്യാണം കഴിച്ചു. കല്യാണം കെങ്കേമമായി തന്നെയാണ് അർബാബ് നടത്തിക്കൊടുത്തത്. ഒരു വർഷം തികഞ്ഞപ്പോഴേക്കും ബന്ധം അറ്റു പോകുമെന്ന നിലയിലായി. പരസ്പരം അഭിപ്രായവ്യത്യാസത്തിന്റെ പേരിൽ അതൃപ്തികരമായിരുന്നു അവരുടെ ജീവിതം.

വീട്ടിലേക്കയക്കാതെ കുറച്ചുനാൾ ഉമ്മി ആലിയയെ കൂടെ തന്നെ നിർത്തി. ശരിക്കും ഉമ്മിയുടെ മുഖച്ഛായയാണ് ആലിയക്ക്. പെരുമാറ്റത്തിന്റെ കാര്യത്തിലും ഒട്ടും വ്യത്യസ്തമല്ല. ബാല്യകാലം മുതലേ കണ്ടും കേട്ടും അറിയാവുന്നവരും ആണ് അമ്മാർ ആലിയ ദമ്പതികൾ.

എന്നിട്ടും എന്തേ ഇങ്ങനെ അവരുടെ മനസ്സ് തൊട്ടറിയാനും കഴിയുന്നില്ല. എനിക്ക് ഉത്തരം കിട്ടാത്തതായി ഒട്ടനവധി കാര്യങ്ങളുണ്ട്. ചിലപ്പോൾ ഈ വീട്ടിലുള്ളവർക്ക് അറിയുമായിരിക്കും. എല്ലാ കാര്യങ്ങളും എന്നോട് പ്രഖ്യാപിക്കേണ്ട കാര്യം അവർക്കില്ലല്ലോ.

ആലിയയും അമ്മാറുമായി ബന്ധം വേർപെടുത്തിയെങ്കിലും മുമ്പത്തേത് പോലെ മിക്കവാറും ദിവസങ്ങളിൽ ഉമ്മിയെ കാണുവാനായി ആലിയയുടെ സഹോദരൻ ഇവിടേക്ക് വരാറുണ്ട്. ബാപ്പയുടെ സഹോദരി എന്ന മായ്ച്ചു കളയുവാൻ ആകാത്ത കെട്ടുറപ്പുള്ള ഒരു രക്തബന്ധം കൂടിയുണ്ടല്ലോ ആലിയയുടെ വീട്ടുകാർക്കും എല്ലാം ഉമ്മിയുമായിട്ട്.

അദ്ധ്യായം
ഇരുപത്തിയേഴ്

ബാബയുടെ മകൻ വിവാഹാലോചനകളിൽ നിന്നെല്ലാം ഒഴിഞ്ഞു മാറുകയായിരുന്നു. ആലിയയും ആയുള്ള ആദ്യത്തെ വിവാഹബന്ധം വേർപെടുത്തിയിട്ട് ഇപ്പോൾ ഏകദേശം രണ്ടു വർഷത്തോളമായി. തന്നെയുമല്ല ആലിയയുടെ പുനർവിവാഹവും കഴിഞ്ഞു അതോടെയാണ് അർബാബും ഉമ്മിയുമൊക്കെ വിവാഹാലോചനകൾ ഒന്നുകൂടി ഊർജിതമാക്കിയത്.

ആലിയ മറ്റൊരാളുടെ ഭാര്യയായി കഴിഞ്ഞ നിലക്ക് ഇനി ആ അദ്ധ്യായം അടച്ചു വെക്കാമല്ലോ. അമ്മാറിന് എന്നിട്ടും എന്തുകൊണ്ട് സ്വന്തം വിവാഹത്തെ എതിർക്കുന്നു എന്ന് അവനു മാത്രമേ അറിയൂ. ഒരാളുടെ ഉള്ളിൽ നടക്കുന്ന സംഘർഷങ്ങൾ കണ്ടുനിൽക്കുന്നവർക്ക് വ്യ

ക്തമായി അറിയാൻ കഴിഞ്ഞെന്നു വരില്ല.

ആലിയയുടെ രണ്ടാം വിവാഹത്തിന് അമ്മാർ ഒഴികെ ഈ മൻസിലിലെ എല്ലാവരും പങ്കെടുത്തു. ഉമ്മിയുടെ അന്നത്തെ സംഘർഷവും സങ്കടവും എത്രയായിരുന്നു. അതൊന്നും കാണാനും കേൾക്കാനും നിൽക്കാതെ രണ്ടു ദിവസം മുമ്പേ കൂട്ടുകാരോടൊപ്പം എങ്ങോട്ടോ സ്ഥലം വിട്ടു. ഒന്ന് ആറിത്തണുത്തപ്പോഴാണ് തിരിച്ചുവന്നത്.

രണ്ടാം വിവാഹം ചെയ്യണമോ വേണ്ടയോ എന്ന സംശയത്തിലായിരുന്നു അമ്മാറിന്റെ മനസ്സ്. ഈ തറവാട്ടിൽ എന്തൊരു ആവശ്യം നടക്കുമ്പോഴും ഉമ്മിയുടെ സഹോദരി പുത്രിയും തന്റെ മുൻ ഭാര്യയുമായിരുന്ന ആലിയയെ നേരിടേണ്ടി വരാറുണ്ട്. അന്നേരം അമ്മാറിന് എന്തോ ഒരു വല്ലായ്മ പോലെയാണ്. ഇനിയും അങ്ങനെയൊന്നും ആവർത്തിക്കേണ്ടെന്ന് കരുതിയിട്ടായിരിക്കാം ഇനിയൊരു വിവാഹം ബന്ധത്തിൽ നിന്നും അമ്മാർ വിലക്കിയത്.

അർബാബും ഉമ്മിയും എത്ര നിർബന്ധിച്ചിട്ടാണ് അർബാബിന്റെ സുഹൃത്ത് യസീദിന്റെ സഹോദരി അഹിലത്തെ അമ്മാർ ജീവിതസഖി ആക്കിയത്. അഹിലത്തിന്റെ ആദ്യ വിവാഹമാണ് തുടക്കം മുതൽ അവസാനം വരെയും ആലിയയും പങ്കെടുത്ത് വിവാഹത്തിൽ സഹകരിച്ചു.

അമ്മാറിന്റെ പേരിൽ ഫലാജിലുള്ള വീടും സ്ഥലവും ഫാമും കൃഷിയും സംരക്ഷിക്കുവാൻ അനേകം ജോലിക്കാരുണ്ട്. പക്ഷേ വീട്ടിനുള്ളിൽ ആൾ പെരുമാറ്റമില്ലാതെ അനാഥമായി കിടക്കുന്നു. വിവാഹശേഷം അമ്മാറും അഹിലവും താമസമാക്കിയപ്പോഴാണ് അവിടെ ഉണർവുണ്ടായത്.

അഹിലവും അമ്മാറും ഇപ്പോഴത്തെ ദാമ്പത്യത്തിൽ കല്ലുകടി ഒന്നുമില്ലാതെ തുടരുന്നു എന്നാണ് അവരുടെ പെരുമാറ്റത്തിൽ നിന്നും ഊഹിക്കുവാൻ കഴിയുന്നത്. മരണം വരെയും അത് അങ്ങനെ തന്നെ നിലനിൽക്കട്ടെ അൽ അലിയ്യ്(അത്യുന്നതൻ) ആയ ഉടയവനേ.

തങ്ങളിൽ നിക്ഷിപ്തമായിരുന്ന വലിയൊരു കടമ നിർവഹിച്ചു കഴിഞ്ഞെന്നുള്ള ഒരു ആത്മസംതൃപ്തി ഉമ്മിയിലും അർബാബിലും തെളിഞ്ഞു കാണുന്നുണ്ട്. ഉമ്മി കുടുംബസമേതം അമ്മാറിന്റെ വീട്ടിലും അവർ ഇവിടെയും ഇടയ്ക്കിടെ വന്നു താമസിക്കും. ആ ഒരുമയും ആഹ്ലാദവും കണ്ടുനിൽക്കുന്ന എന്നിൽ പോലും സന്തോഷത്തിര അലതല്ലും.

മനുഷ്യർക്ക് പരിഹരിക്കാൻ ആകുന്ന ദുഃഖങ്ങൾക്ക് അറുതി വന്നു എന്ന് കരുതി സന്തോഷത്തോടെയും സമാധാനത്തോടെയും ഒക്കെ നീങ്ങിക്കൊണ്ടിരിക്കുമ്പോഴാണ് അടുത്ത പ്രഹരം. ത്വാരിക്ക് ഒരു വാഹനാപകടത്തിൽ തൽക്ഷണം മരിച്ചു. അതോടെ ഉമ്മി തീർത്തും അവശയാ

യി. ത്വാരിക്കിന്റെ ഭാര്യ ഹസ്സയാണെങ്കിൽ പൂർണ്ണ ഗർഭിണിയുമാണ്.

ദാനധർമ്മങ്ങളിലും മറ്റുള്ളവരോടുള്ള സ്നേഹമശ്യണമായ പെരുമാറ്റത്തിലും ബാബയുടെ മക്കളിൽ ഏറ്റവും മുൻനിരയിൽ ആയിരുന്നു ത്വാരിഖ്. ബാബയുടെ മുഖച്ഛായ അതേപടി കിട്ടിയിരിക്കുന്നതും ത്വാരിഖിന് തന്നെ ആയിരുന്നു. ഉത്തരവാദിത്വമുള്ള ജീവിതത്തിലേക്ക് കാലൂന്നി തുടങ്ങുന്നതേ ഉണ്ടായിരുന്നുള്ളൂ ത്വാരിഖ്.

ഹസ്സ ജോർദാൻ രാജവംശ അംഗമാണ്. എങ്ങനെ നോക്കിയാലും ത്വാരിഖിന് യോജിച്ചവൾ തന്നെ ആയിരുന്നു. വലിപ്പച്ചെറുപ്പമോ പ്രായമോ ഒന്നും തടസ്സമാകാതെ സൃഷ്ടാവ് ഭൂമിയിൽ അനുവദിച്ചുതന്ന സമയം കഴിഞ്ഞാൽ ആ തൃക്കൈകളിലേക്ക് തിരിച്ചു പോകേണ്ടി വരുമെന്ന യാഥാർത്ഥ്യം ഉൾക്കൊള്ളാൻ ഏറെനാൾ വേണ്ടി വന്നു ഹസ്സയ്ക്ക്.

ഇളംപ്രായത്തിൽ വിധവയായി ജീവിതം മുരടിപ്പിക്കാൻ വിട്ടുകൊടുക്കാതെ ഇരു വീട്ടുകാരും കിണഞ്ഞു ശ്രമിച്ചു. രണ്ടു വർഷങ്ങൾക്കുശേഷം അർബാബിന്റെ ഭാര്യ നൂറയുടെ സഹോദരൻ സിയാദിനെ വരനായി ഹസ്സ തിരഞ്ഞെടുത്തു.

ഒന്നോർത്താൽ ഇരുവരും തുല്യദുഃഖിതർ. സിയാദിന്റെ ആദ്യ ഭാര്യയും മകളും നഷ്ടപ്പെട്ടതും ആക്സിഡന്റിൽ തന്നെ ആയിരുന്നു. സ്വന്തം പോലെ കരുതി താലോലിക്കാൻ ഹസ്സയുടെ മകൻ ഉണ്ടല്ലോ അതിലൂടെ. നഷ്ടം പരിഹരിക്കാം എന്നും ആശ്വസിച്ചിട്ടുണ്ടായിരിക്കാം. സിയാദ് എന്നത് എന്റെ മാത്രം ഊഹമാണ്. ഒരുപക്ഷേ സിയാദ് അങ്ങനെ ചിന്തിച്ചിട്ട് പോലുമുണ്ടാകാനിടയില്ല.

അർബാബിന്റെ ബീവി നൂറ ഇപ്പോൾ ജ്യേഷ്ഠപത്നി മാത്രമല്ല സഹോദരിയും കൂടിയാണിപ്പോൾ. ഹസ്സയാണെങ്കിൽ അനുജന്റെ ഭാര്യ എന്നതിലുപരി സഹോദരപത്നി എന്നൊരു ബന്ധം കൂടിയുണ്ട് നൂറയ്ക്ക്.

ത്വാരിഖിന്റെയും ഹസ്സയുടെയും മകൻ അർബാബിന്റെ മക്കളോടൊപ്പം തന്നെയാണ്. അർബാബിന്റെയും ഉമ്മിയുടെയുമൊക്കെ സംരക്ഷണത്തിലാണ് അവൻ വളരുന്നത്.

ദമ്പതികൾ ഒട്ടുമിക്കവരും പരസ്പരം അഭിപ്രായങ്ങൾ മാനിച്ചു സ്നേഹിച്ചും സഹകരിച്ചും പങ്കാളികളിൽ ഒരാൾ ചെയ്യുന്നത് മറ്റേയാൾക്ക് സാന്ത്വനമായും മുന്നോട്ടു നീങ്ങിയാൽ ആ ദാമ്പത്യം പരിപൂർണ്ണ വിജയം തന്നെയാണ്.

ഭർത്താവിന്റെ അധ്വാനത്തെ ചൂഷണം ചെയ്തുകൊണ്ട് ഭർത്താവിനെ വഞ്ചിക്കുന്ന ഒരു അവസ്ഥ എത്ര കഠിനമാണ്. സ്റ്റീഫന്റെ റൂംമേറ്റ് അബ്ദുൽ സത്താറിന്റെ കാര്യം തന്നെ ഏറ്റവും വലിയൊരു ഉദാഹരണ

മാണ്. സമൃദ്ധവും സന്തോഷകരവുമായ സുഖജീവിതം ആഗ്രഹിച്ച സത്താർ സ്ഥലം വാങ്ങി വീട് വെച്ച് ഭാര്യയുടെ പേരിൽ എഴുതിവെച്ച് വലിയൊരു മണ്ടത്തരം ചെയ്തുവെച്ചു.

നിന്ദ്യവും അപമാനകരവും വിലകെട്ടു പോയതുമായ ഒരു ജീവിതമാണ് സത്താറിന്. ഭാര്യയായ മറുവ പകരം കൊടുത്തത്. മനസ്സിന് പുറത്ത് നടക്കുന്ന അപവാദ വാക്കുകളും ബഹളങ്ങളും കണ്ടില്ലെന്നും കേട്ടില്ലെന്നും നടിച്ചെങ്കിലും മനസ്സിനുള്ളിൽ നടന്നുകൊണ്ടിരിക്കുന്ന യുദ്ധം ഒഴിവാക്കാൻ അവന് കഴിയുമോ.

അവൾക്ക് തന്നോട് ഉണ്ടായിരുന്ന അപാരമായ സ്നേഹം ഇത്തരം ദുഷ്ചിന്തകൾ മനസ്സിൽ വച്ചുകൊണ്ടായിരുന്നു. വിശ്വസിക്കാൻ ആകാതെയാണ് അവൻ നാട്ടിലേക്ക് പറന്നത്. മനസ്സിൽ ഉദിച്ചു നിന്നിരുന്ന പൂർണ്ണചന്ദ്രൻ മറഞ്ഞു പോയത് നേരിട്ടറിഞ്ഞ സത്താറിന് അപമാന ഭാരം കൊണ്ട് ആരോടും മറുത്തൊന്നും ഉച്ചരിക്കാനായില്ല. എത്രയെന്ന് വെച്ചാ മറ്റുള്ളവരുടെ കുറ്റപ്പെടുത്തലുകളും പരിഹാസ വാക്കുകളും സഹിക്കുന്നത്.

മറുവക്ക് സുഖമായി കഴിഞ്ഞു കൂടുവാൻ ഉള്ളതെല്ലാം സത്താർ സമ്പാദിച്ചു കൊടുത്തിട്ടുണ്ടല്ലോ. ഇനിയും എത്ര കെഞ്ചിയാലും ആ വിഴുപ്പ് ചുമക്കാൻ സത്താർ ഒരുക്കമില്ലെന്ന് അവൻ തീരുമാനിച്ചു കഴിഞ്ഞു. തന്റെ അധ്വാനഫലം എടുത്ത് അവൾ കാമുകനുമൊത്ത് ജീവിക്കട്ടെ. അവൻ പറഞ്ഞെങ്കിലും കാലക്രമേണ കുട്ടികൾക്ക് വേണ്ടി അവർ ഒന്നിച്ച് ജീവിക്കാനും സാധ്യതയുണ്ട്.

മനസ്സിൽ നടക്കുന്ന ഇടിമുഴക്കങ്ങൾ സ്വയം നിയന്ത്രിച്ചു കൊണ്ടാണ് അവൻ ഇങ്ങനെയൊക്കെ പറയുന്നതെങ്കിലും എത്ര ഒളിച്ചു വെച്ചാലും ഉള്ളിൽ നടക്കുന്ന സംഘർഷത്തിന്റെ പ്രതിഫലനം സത്താറിനെ ആകെ ശോഷിപ്പിച്ചിരിക്കുന്നു.

തെറ്റ് ചെയ്തവരോട് ദൈവം ചോദിക്കുമെന്ന് മറ്റുള്ളവർ ആശ്വസിപ്പിക്കുന്നു. അതുകൊണ്ട് സത്താറിന് എന്ത് നേട്ടം. എട്ടുംപൊട്ടും തിരിയാത്ത വിദ്യാർത്ഥിനി ഒന്നുമല്ലല്ലോ. ജീവിതാനുഭവങ്ങളും ചിന്താശേഷിയും ഒക്കെയുള്ള ഒരു സ്ത്രീയല്ലേ അവൾ. ഇത്തരത്തിലുള്ള സംഭവങ്ങൾ ദിനേനെ കേട്ടുകൊണ്ടിരിക്കുന്നു. മിക്കവാറും ഗൾഫുകാരുടെ ഭാര്യമാർ ഇപ്പോൾ അത്തരം വാർത്തകളുടെ പ്രസക്തി നഷ്ടപ്പെട്ടിരിക്കുന്നു.

പെണ്ണില്ലാഞ്ഞിട്ടും ദുഃഖം പെണ്ണുണ്ടായിട്ടും ദുഃഖം ഇതൊക്കെ കാണുമ്പോൾ ഇങ്ങനെയൊരു ചുറ്റിക്കെട്ടും ഇല്ലാത്ത ഞാനെത്ര ഭാഗ്യവാനാണെന്ന് തോന്നും. എനിക്കത് മതി അങ്ങനെ തന്നെ മതി. വെറും

പാഴ്ചിന്തകൾ ആണെന്ന് അറിയാമായിരുന്നിട്ടും എന്തോ അങ്ങനെ തോന്നിപ്പോകുന്നു

ഇന്നത്തേക്ക് ഇത്രയും മതി. അല്ലെങ്കിൽ ഭാരമേറിയ ഓർമ്മകൾ എന്നിലേക്ക് ചാടിവീഴും. മനസ്സിൽ നിന്നും കടപുഴക്കി എറിഞ്ഞു കളഞ്ഞ സുൽത്താനയെ കുറിച്ച് എന്നോട് മനസ്സ് സംസാരിച്ചുകൊണ്ട് കഴിഞ്ഞ കാല ഗർത്തത്തിലേക്ക് പോയിക്കൊണ്ടിരുന്നാൽ വ്യർത്ഥ ജീവിതത്തെ പഴിച്ച് സങ്കടം പതഞ്ഞു ഉയർന്നുകൊണ്ടിരിക്കും. അല്ലെങ്കിലേ സ്റ്റീഫന്റെ കദന കഥ കേട്ട് നിസ്സഹായനായിരിക്കുകയാണ് ഞാൻ.

എത്ര സമാധാനത്തോടെയാണ് കുടുംബവുമൊത്ത് അവനിവിടെ ജീവിച്ചിരുന്നത്. കുടുംബ സ്വത്തും അവന്റെ അപ്പച്ചൻ ഉണ്ടാക്കിയതും ഒക്കെയായി നാട്ടിലും തെറ്റില്ലാതെ ജീവിച്ചിരുന്ന കുടുംബത്തിലെ ഏക ആൺതരിയാണ് അവൻ.

നല്ലവനായിരുന്ന അപ്പച്ചൻ അമ്മച്ചി മരിച്ചതോടെ സ്വഭാവമാകെ മാറി നിയന്ത്രിക്കാൻ അമ്മച്ചിയും ഇല്ലല്ലോ. ഒറ്റപ്പെട്ട അപ്പച്ചന്റെ തുണയ്ക്കായി അൽ തഷീദ് ഹോസ്പിറ്റലിൽ മികച്ച ശമ്പളം വാങ്ങി ജോലി ചെയ്തിരുന്ന സിസിയെയും കുട്ടികളെയും നാട്ടിലേക്ക് വിട്ടു

സ്വത്തുക്കൾ കുറേശ്ശെയായി വിറ്റുതുലച്ചു കളഞ്ഞു. അപ്പച്ചൻ സ്റ്റീഫന്റെ മകന്റെ പേരിൽ കുറെ മുമ്പേ എഴുതി വെച്ചിരുന്ന സ്ഥലം മാത്രം വിൽക്കാതെ ബാക്കിവെച്ചു.

സ്റ്റീഫൻ ഈ നാട്ടിൽ തുടങ്ങിവെച്ച ബിസിനസും ആകെ പൊളിഞ്ഞു. അതിന്റെ കടബാധ്യതകൾ തീർത്തു കഴിഞ്ഞപ്പോഴേക്കും ഇവിടെ ബാങ്കിൽ അടച്ചു തീർക്കേണ്ട ലോണും മറ്റു കടങ്ങളുമായി ഇവിടെ കുടുങ്ങിപ്പോയി. നാട്ടിലേക്ക് പോകാൻ കഴിയാതെ എരിഞ്ഞു പുകയുന്ന മനസ്സും അതിന്റെ ദർപ്പണമായ ദുഃഖഛവി കലർന്ന മുഖവുമായാണ് അവനെ കാണുന്നത്.

ഈയിടെയായി അപ്പച്ചന്റെ ദേഷ്യം അധികരിച്ച് സമനില തെറ്റിയത് പോലെയാണത്രേ സിസിയെക്കുറിച്ച് പ്രചരിപ്പിക്കുന്ന അപവാദങ്ങൾ. പണാപഹരണം, പട്ടിണിക്കിടൽ, മുറിയിൽ പൂട്ടിയിടൽ അങ്ങനെ തുടരുന്നു അപ്പച്ചന്റെ പരാതികൾ. അപ്പച്ചനെ സിസി വീട്ടിൽ നിന്ന് പുറത്താക്കി എന്ന തെളിവിനായി പുള്ളിക്കാരൻ വീട് പൂട്ടി ഗേറ്റിനരികിൽ നിന്ന് ഉറക്കെ കരഞ്ഞു. അപ്പച്ചന്റെ ഇടയ്ക്കിടെയുള്ള മാനസിക വിഭ്രാന്തി അറിയാവുന്നത് കൊണ്ട് സ്വയം ചെയ്തതാണെന്ന് മറ്റുള്ളവർക്ക് മനസ്സിലായി രണ്ടുപേരുടെയും ആവലാതികൾ അവൻതന്നെ കേൾക്കണമല്ലോ.

കോപം ആറി തണുക്കുമ്പോൾ അപ്പച്ചന്റെ കർശന ഭാവം അലിഞ്ഞ്

അലിഞ്ഞ് സിസിയോട് മാപ്പ് പറച്ചിലും കരച്ചിലും സ്നേഹപ്രകടനങ്ങളും ഒക്കെയാണ്.

അപ്പച്ചന്റെ ദേഷ്യപ്രകടനങ്ങളൊന്നും മനഃപ്പൂർവമല്ലെന്ന് സിസിക്ക് അറിയാമെന്നതാണ് ഏക ആശ്വാസം. അനേകം രോഗികളുമായി ഇടപഴുകി തഴക്കം വന്നിട്ടുള്ള ഒരു നേഴ്സ് ആണല്ലോ സിസി.

തൃശ്ശൂരിലെ കൊച്ചുമുഹമ്മദ് മെമ്മോറിയൽ ഹോസ്പിറ്റലിലെ സൈക്യാട്രിസ്റ്റ് ഡോക്ടർ സൈറാബാനുവിനെ കാണിക്കുവാനായി അപ്പച്ചനെ കൊണ്ടുപോകാൻ തുടങ്ങുമ്പോഴാണ് സിസിയെ അടിച്ചു വീഴ്ത്തി താഴെയിട്ട് ചവിട്ടിക്കൂട്ടിയത്. അപ്പച്ചനിൽ നിന്നും ചില്ലറ ഉപദ്രവങ്ങൾ ഇതിനുമുമ്പും അവൾ അനുഭവിക്കേണ്ടി വന്നിട്ടുണ്ടെങ്കിലും ഇത് കുറെ കടുത്തു പോയല്ലോ.

സിസിയും മക്കളും താമസം മാറുകയാണെന്ന് സ്റ്റീഫൻ ഫോണിലൂടെ അപ്പച്ചനെ അറിയിച്ചു. അങ്ങനെയാണെങ്കിൽ അപ്പച്ചൻ വീടുവിട്ട് എങ്ങോട്ടെങ്കിലും ഇറങ്ങിപ്പോകും. അത്രയും ഗതികെട്ടാൽ നിനക്കൊന്നും വേണ്ടാത്ത ഈ ജീവൻ അവസാനിപ്പിച്ച് കളയും. പിന്നെ എന്തിനാണ് ഒട്ടും വിലയില്ലാത്ത ഞാൻ ഇവിടെ കിടന്നു നരകിക്കുന്നത്.

അപ്പച്ചന്റെ വാക്കുകൾ അതേപടി എന്നോട് വിശദമാക്കുമ്പോഴും അവന്റെ കണ്ണുകൾ നിറയുന്നത് ഞാൻ കണ്ടു. എത്ര അമർത്തി തുടച്ചാലും മായിച്ചാലും വലിച്ചെറിഞ്ഞാലും പിടിവിട്ടു പോകാൻ കൂട്ടാക്കാത്ത രക്തബന്ധത്തിന്റെ മഹിമയായിരിക്കും പൊടിഞ്ഞു വന്നു കൊണ്ടിരിക്കുന്ന കണ്ണുനീർത്തുള്ളികൾ. പല പ്രതിസന്ധിഘട്ടങ്ങളിലും ഉറ്റവരെയും ഉടയവരെയും ഒരു നോക്ക് കാണാൻ കൊതിച്ചിട്ടും അതിനാകാതെ ഓർമ്മകളുടെ ചൂടേറ്റ് വെന്തുരുകി കഴിയേണ്ടി വരുന്ന ഒരു പച്ച പാവം പ്രവാസികളിൽ ഒരാളായി സ്റ്റീഫനും മാറിക്കഴിഞ്ഞു.

അദ്ധ്യായം
ഇരുപത്തിയെട്ട്

സാങ്കേതികവിദ്യ കുതിച്ചുയരുന്നതോടൊപ്പം പ്രാചീനമായതിനെ പുറംതള്ളി നവീനമായ അവശ്യവസ്തുക്കൾ വിപണിയിലിറങ്ങുന്നു.അതോടെ ദൈനംദിന ജീവിതത്തിൽ കാര്യങ്ങളെല്ലാം വളരെ എളുപ്പത്തിൽ സാധിക്കുന്നു. ഇനി ഇതിനപ്പുറത്തേക്ക് ഒരു കണ്ടുപിടിത്തങ്ങളും ഉണ്ടാകില്ലെന്ന് ചിന്തിച്ചു പോകും കുറെ കഴിയുമ്പോൾ അതിനേക്കാൾ സൗകര്യപ്രദമായവ വിപണിയിൽ ഇറങ്ങും.

ഒപ്പം ജീവിതശൈലിയിൽ വരുന്ന മാറ്റങ്ങൾ അലസത, വിരസത, മായം ചേർത്ത ഭക്ഷ്യവസ്തുക്കളുടെ അതിപ്രസരം, എല്ലാം തന്നെ മാനവഹാനിക്ക് ഹേതു ആകുന്നു. അൽപായുസും അതുകൂടാതെ പലതരം രോഗങ്ങളും കുതിച്ചുയരുന്നു.

സ്വാർത്ഥ താല്പര്യങ്ങൾക്കായി പ്രകൃതിയെ വിരൂപമാക്കി എടുക്കുന്നതിന്റെ പരിണിത ഫലങ്ങളായി പ്രകൃതിദുരന്തങ്ങളും പ്രകൃതിക്ഷോഭങ്ങളും നേരിടേണ്ടി വരുന്ന ഒരു അവസ്ഥയാണ് നവീനയുഗത്തിൽ നേരിടേണ്ടി വരുന്നത്. കാലം പുരോഗമിക്കുന്തോറും ഗുണവും ദോഷവും ഒക്കെയായി ഇനിയും മനുഷ്യർ എന്തെല്ലാം കാണാനിരിക്കുന്നു.

മനുഷ്യരുണ്ടായ കാലം മുതൽക്കേ ജീവനോപാധികൾക്കും അസുഖങ്ങൾക്കും എല്ലാം പരിഹാരം കണ്ടിരുന്നു. ചക്രത്തിന്റെ ഉത്ഭവത്തിനു മുമ്പ് ഭാരമുള്ള വസ്തുക്കൾ ലക്ഷ്യസ്ഥാനത്ത് എത്തിക്കുവാൻ കെട്ടിവലിച്ചാണ് കൊണ്ടുപോയിരുന്നതത്രെ. മെയ്യനങ്ങി ജോലി ചെയ്തിരുന്ന പ്രാചീന മനുഷ്യർ അതെല്ലാം നിഷ്പ്രയാസം സാധിച്ചിരുന്നു. ദീർഘായുസ്സും ആരോഗ്യവും സമൃദ്ധമായി ഉണ്ടായിരുന്ന പുരാതനയുഗത്തിലെ മാനവർക്ക്. ചക്രം കണ്ടുപിടിച്ചതോടെ ചെറിയ വാഹനങ്ങളിൽ നിന്ന് തുടങ്ങി വാഹന രംഗത്ത് അഭിനവങ്ങളായ കണ്ടുപിടുത്തങ്ങൾ ഇത്രത്തോളം എത്തി. കാൽനടയാത്ര ചിന്തകളിൽ പോലും ഇല്ലാതായി. വന്നുവന്ന് നടത്തം ഇപ്പോൾ ആരോഗ്യത്തിനും അസുഖത്തിനും ഒക്കെയുള്ള പരിഹാരമാർഗ്ഗം മാത്രമായി ഒരു സമയപരിധിക്കുള്ളിൽ ഒതുങ്ങിക്കൂടി.

ചക്രത്തിന്റെ കണ്ടുപിടുത്തം പോലെ തന്നെ മനുഷ്യജീവിതത്തിൽ ചലനങ്ങൾ ഉണ്ടാക്കാൻ കഴിഞ്ഞത് മൊബൈൽ ഫോണിനാണ്, വെള്ളവും വായുവും പോലെ അത്യന്താപേക്ഷിതമാണ് മൊബൈൽ ഫോണുകൾ. അതില്ലാതെ ആർക്കും ഒരു അടി മുന്നോട്ടുവെക്കാൻ വയ്യ എന്നായിരിക്കുന്നു. വിനോദത്തിനും വിജ്ഞാനത്തിനും എന്ന് വേണ്ട ഒരു ആയാസവും ഇല്ലാതെലോകം തന്നെ കാണുവാൻ ഈ ദീർഘചതുര പെട്ടിയിൽ വിരൽ അഗ്രം ഒന്നു മുട്ടിച്ചാൽ മാത്രം മതി. ഇനിയും കൂടുതൽ സൗകര്യപ്രദമായത് അധികം ഇടവേളകളില്ലാതെ മാർക്കറ്റിൽ ഇറങ്ങിക്കൊണ്ടിരിക്കുന്നു

പുതിയതൊന്ന് വാങ്ങിയപ്പോൾ അമ്മാറിന്റെ കൈവശം ഉണ്ടായിരുന്നത് എനിക്ക് വെച്ച് നീട്ടി. ഓർക്കാപ്പുറത്ത് എന്റെ കൈകളിൽ മൊബൈൽഫോൺ വന്നുചേർന്നപ്പോൾ എനിക്കുണ്ടായ സന്തോഷവും അഭിമാനവും എത്രയായിരുന്നു? അന്ന് ഇത്രയധികം വ്യാപകമായിരുന്നില്ല. സമ്പന്നരുടെ മാത്രം സ്വത്ത് എന്നത് പോലെയായിരുന്നു മൊബൈൽ

ഫോണുകൾ. ആദ്യമായി അങ്ങനെയൊന്ന് എനിക്കും സ്വന്തമായി

പിന്നീട് എപ്പോഴും നൂതന സംവിധാനങ്ങൾ ഉള്ളത് വാങ്ങുമ്പോൾ പഴയത് എനിക്ക് തരും. ഇത് നിനക്ക് വേണോ എന്നാണ് അമ്മാർ എന്നോട് ചോദിക്കാറുള്ളത്. എനിക്ക് വേണ്ടെങ്കിൽ മാത്രമേ മറ്റാർക്കെങ്കിലും കൊടുക്കുകയുള്ളൂ എന്നൊരു സ്നേഹധ്വനി ആ വാക്കുകളിൽ മുഴങ്ങി കേൾക്കാം. പുതിയത് കൈവശമായാൽ കയ്യിൽ ഉണ്ടായിരുന്നത് ഞാൻ വസീമിന് കൊടുക്കും. അവൻ അത് ആർക്കെങ്കിലും വിലകുറച്ച് വിൽക്കും. ആ ശൃംഖല അങ്ങനെ തുടർന്നുകൊണ്ടിരുന്നു.

അമ്മാർ ഒരാഴ്ച മുമ്പ് സ്ക്രീൻ ഉള്ളതാണ് എനിക്ക് തന്നത്. ഈ കുള്ളൻ കറുത്ത ബോർഡിൽ അക്ഷരങ്ങളും അക്കങ്ങളും ഒന്നും കാണാതെ ഞാൻ അതെടുത്ത് തിരിച്ചും മറിച്ചുമൊക്കെ നോക്കി. ഓൺ ചെയ്തെങ്കിലും കുറെയേറെ പരിശ്രമിച്ചിട്ടും എനിക്ക് അതിലെ വിദ്യകൾ ഒന്നും മനസ്സിലായതേ ഇല്ല.

അർബാബിന്റെ ഇളയ മകനാണ് എനിക്കെല്ലാം പഠിപ്പിച്ചുതന്നത്. സംശയമുണ്ടെങ്കിൽ അവനോട് ചോദിക്കേണ്ട താമസം ഓടിപ്പാഞ്ഞു വന്ന് മൊബൈൽ കൈക്കലാക്കി മാന്തളിർപോലെ തന്റെ ചൂണ്ടുവിരൽ സ്ക്രീനിൽ കുത്തിയും തോണ്ടിയും വിവരിക്കുന്നത് കേട്ട് ഞാൻ അമ്പരന്നു പോയി. പറക്കമുറ്റാത്ത കുട്ടികൾക്ക് പോലും എന്തൊരു അറിവാണ്

എനിക്ക് വേണ്ടപ്പെട്ടവരെയൊക്കെ മൊബൈൽ ഫോണിൽ ഒരുമിച്ച് ഒരു നിരയിൽ ആക്കി കൈപ്പിടിയിൽ ഒതുക്കി ചേർത്തുവച്ച് കൊണ്ടുനടക്കുകയാണ് ഞാനിപ്പോൾ. സങ്കടങ്ങളും സന്തോഷങ്ങളും സംഘർഷങ്ങളും പ്രിയപ്പെട്ടവർക്ക് കൈമാറുവാൻ ഒരു ഇടനിലക്കാരനായി വർത്തിക്കുന്നു ഈ കുഞ്ഞൻ. കുറെ മുമ്പേ വിപണിയിൽ ഇറങ്ങണമായിരുന്നെന്ന് തോന്നിപ്പോയി.

ഒരുകാലത്ത് മനുഷ്യന് ആശ്രയമായിരുന്ന, എന്നാൽ ഇപ്പോൾ ആരും തിരിഞ്ഞു നോക്കാത്ത ടെലിഫോൺ ബൂത്തുകൾ നന്ദികെട്ട മനുഷ്യൻ എന്ന് മന്ത്രിച്ച് കൊണ്ട് പ്രതാപം നശിച്ചു, ഗതകാല സ്മരണകൾ അയവിറക്കി, ഗത്യന്തരമില്ലാതെ മൊബൈൽ ഫോണുകൾക്ക് വഴി മാറി കൊടുത്ത്, നെടുവീർപ്പിട്ട് അങ്ങനെ ഒരു അധികപ്പറ്റ് പോലെ വഴിയോരത്ത് നിൽക്കുന്നു.

എല്ലാ ജീവജാലങ്ങളും ഒരിക്കൽ പുതിയതിന് വഴിമാറി കൊടുക്കേണ്ടിവരും. എന്നതുപോലെ കൃഷ്ണേട്ടനും അറ്റ്ലസ് സൂപ്പർമാർക്കറ്റ് ഇളയ മകൻ സുനിലിന് കൈമാറി. ഇനിയും വിസ കാലാവധി നീട്ടിയാൽ ഈ നാട്ടിലെ ജീവിതം അവസാനിപ്പിക്കാൻ പിന്നെയും തന്റെ മനസ്സ് അനുവദിക്കില്ല എന്ന തീരുമാനത്തിലാണ് ഇങ്ങനെയൊരു ഉപാധി ചെ

യ്തു വെച്ചത് പോലും നാളേറെയുള്ള സ്വന്തം അധ്വാന ഫലം തന്റെ മകനെ തന്നെ ഏൽപ്പിക്കുവാൻ കഴിഞ്ഞുവല്ലോ എന്നൊരു നിർവൃതിയോടെ ആയിരുന്നെങ്കിലും ഹൃദയവേദനയോടെയാണ് അദ്ദേഹം ഈ നാട്ടിൽ നിന്നും പടിയിറങ്ങിയത്.

കൃഷ്ണേട്ടന്റെ അറ്റ്ലസ് സൂപ്പർമാർക്കറ്റ് കഴിഞ്ഞ് ഇടത്തോട്ട് ഒന്ന് ചവിട്ടിയാൽ കോ-ഓപ്പറേറ്റീവ് സൊസൈറ്റിയായി. അതിന്റെ വലതുവശത്ത് കാണുന്നതാണ് സ്റ്റീഫന്റെ താമസസ്ഥലം. നിറഞ്ഞ സന്തോഷത്തോടെ ഞാൻ ഏറ്റവും കൂടുതൽ താണ്ടിയിട്ടുള്ള വഴികളാണത് ഇപ്പോൾ ആ വഴികളിലേക്കൊന്നും പോകാൻ ഇനിക്കൊട്ടും താല്പര്യമില്ല എനിക്ക് ആഹ്ലാദം തന്നവർ ഉപേക്ഷിച്ചു പോയ സ്ഥലങ്ങളല്ലേ ഇപ്പോൾ എന്റെ മനസ്സിൽ ആ പ്രദേശങ്ങളെല്ലാം.

മറ്റൊരാൾക്കൊരു ദോഷവും വരുത്താത്ത അങ്ങനെ ആഗ്രഹിക്കുക പോലും ചെയ്യാത്ത സ്റ്റീഫൻ കടബാധ്യത മേൽക്കുമേൽ പെരുകി. ഇപ്പോൾ തടവറയിലാണ്. അവന് വന്നു ഭവിച്ച കഷ്ടപ്പാടോർക്കുമ്പോൾ എന്തെന്നില്ലാത്ത ഒരു അസ്വസ്ഥതയും നിരാശയും ഫോണിലൂടെയുള്ള ബന്ധം പോലുമില്ല. രണ്ടുതവണ മാത്രമാണ് ഇക്കാലയളവിൽ അവൻ വിളിച്ചത്.

ജയിൽ അധികൃതരുടെ അനുവാദത്തോടെ മാത്രമേ ഫോൺ ചെയ്യാൻ അനുവദിക്കൂ അതും അവിടത്തെ ഫോണിൽനിന്ന് കുറ്റവാളികളുടെ മൊബൈലും പേഴ്സും അവർ വാങ്ങി സൂക്ഷിച്ചു വെക്കും. ശിക്ഷാകാലാവധി കഴിഞ്ഞ് വിട്ടയക്കുമ്പോൾ മാത്രമേ തിരികെ കൊടുക്കൂ.

സ്റ്റീഫനെ ജയിൽ മോചിതൻ ആക്കുവാൻ ആവതും ശ്രമിച്ചു. നിരാശയല്ലാതെ ആശയുടെ ചെറു കണിക പോലും ആരിൽ നിന്നും കിട്ടിയില്ല. അഭിമാനത്തോടെ പറയാൻ കൊള്ളാവുന്ന ഒരു കാര്യവും അല്ലല്ലോ. ഇങ്ങനെയുള്ള പ്രതിസന്ധികൾ കുറ്റവാളികൾ എത്ര കൊമ്പന്മാർ ആയാൽ പോലും ശിക്ഷ അനുഭവിച്ചേ പറ്റൂ എന്ന കർശന നിയമം അതേപടി പാലിക്കുന്ന ഈ അറബ് നാട്ടിൽ എന്റെ അപേക്ഷ ആര് പരിഗണിക്കാൻ ഒടുവിൽ ഒരു നോക്കു കാണാനുള്ള അവസരം പോലും കിട്ടിയെങ്കിൽ എന്നാശിച്ചു ഞാൻ അതിനും ഫലം നിരാശ മാത്രം.

സഊദിനോടൊന്നു പറഞ്ഞു നോക്കിയാലോ എന്നൊരു ആശയം മനസ്സിൽ ഉദിച്ചു. പോയാൽ ഒരു വാക്ക് കിട്ടിയാൽ ഒരു നേട്ടവും നാളിതുവരെ ആയിട്ടും അങ്ങനെയുള്ള ഒരു അപേക്ഷയുമായി സഊദിനെ ഞാൻ ബുദ്ധിമുട്ടിച്ചിട്ടുമില്ല. ഞാനൊന്നു പറഞ്ഞു നോക്കിയതാണ് സ്റ്റീഫനെ കാണുവാനുള്ള അവസരം സഊദ് എനിക്ക് തന്നു യാ റബ്ബൽ ആലമീൻ (ലോകരക്ഷിതാവ്) ആയ പടച്ചവനോട് ഞാൻ നന്ദി പറഞ്ഞു.

ബാബയുടെ മരിച്ചുപോയ സഹോദരൻ ജാബറിന് ആദ്യഭാര്യ കുലുത്തിൽ ഉണ്ടായ നല്ല മനുഷ്യപ്പറ്റുള്ള പരോപകാരിയായ മകനാണ് സഊദ്ജാബറും അങ്ങനെയൊക്കെ ആയിരുന്നുവല്ലോ സഊദിന് ഓർമ്മ വച്ച നാൾ മുതൽ എന്നെ കാണുന്നതും ഞാൻ കുറെ ലാളിച്ച് കൊണ്ട് നടന്നിട്ടും ഉള്ളതല്ലേ സഊദിനെ.

സഊദ് ഇപ്പോൾ പോലീസ് വിഭാഗത്തിൽ ക്യാപ്റ്റനും നഈഫ് മുദീർ (അസി.മാനേജർ) ഉം ആണ് അന്നത്തെ കുട്ടികളായിരുന്ന ഇവരെയൊക്കെ കാണുമ്പോഴാണ് എന്നിൽ നിന്നും ഞാൻ അറിയാതെ പറന്നകന്ന കാലങ്ങളെ കുറിച്ച് വല്ലപ്പോഴുമെങ്കിലും ഓർക്കുന്നത് പോലും

സ്റ്റീഫന്റെ മുഖം ഒന്ന് കാണുവാനായി അഴികൾക്കുള്ളിലൂടെ ഞാനൊന്ന് ചാഞ്ഞും ചരിഞ്ഞും നോക്കി. പോലീസിന്റെ അകമ്പടിയോടെ സ്റ്റീഫൻ നടന്നുവരുന്ന കാഴ്ച കണ്ട് ചങ്കിനകത്ത് വേദന തളം കെട്ടി.

തടവറയിൽ കഴിയുന്നതിനേക്കാൾ വേദന നേർവഴിക്ക് ജീവിച്ച അവന് വിധി സമ്മാനിച്ച അപമാനത്തിന്റെ കറുത്ത പാടുകൾ ദൃശ്യമായത് ഓർത്തിട്ടായിരുന്നു. മാനസികമായി അവൻ എത്രമാത്രം വേദന അനുഭവിച്ചിട്ടുണ്ടായിരിക്കും.

"ശിക്ഷ അനുഭവിച്ചു കഴിഞ്ഞാൽ നിന്നിൽ തറച്ചുകയറിയ അപരാധത്തിന്റെ മുള്ള് എടുത്ത് നീക്കി കഴിഞ്ഞു. അതോർത്ത് സമാധാനിക്കാം മനസ്സിനെ പീഡിപ്പിക്കുകയല്ല വേണ്ടത്. ഒന്നും നീ കരുതിക്കൂട്ടി ചെയ്തതല്ലല്ലോ" എന്ന് അവനെ ഞാൻ ആശ്വസിപ്പിച്ചു.

സത്യസന്ധനായി ജീവിക്കുന്ന ഒരാളെ സംബന്ധിച്ചിടത്തോളം അവൻ അനുഭവിക്കുന്നതിൽ ഏറ്റവും കഠിനമായ ശിക്ഷ സ്വന്തം മനസ്സാക്ഷിയുടെ കോടതി വിധിക്കുന്നത് തന്നെയാണ്. അതിനാരുടെയും മേൽ പഴിചാരാനും കഴിയില്ല.

വൈകാരിക ചുഴിയിൽപ്പെട്ട് അവൻ പറഞ്ഞുവരുന്ന കാര്യങ്ങൾക്ക് ശരിയായ ഉത്തരം നൽകാൻ എനിക്ക് കഴിഞ്ഞില്ല. പരസ്പരം എത്രയെത്ര കാര്യങ്ങളാണ് പറയാനുണ്ടായിരുന്നത്. അപ്പോഴേക്കും കൂടിക്കാഴ്ചയ്ക്ക് അനുവദിച്ച സമയം തീർന്നെന്ന അറിയിപ്പുമായി ഒരു പോലീസ് രംഗപ്രവേശനം ചെയ്തു.

അഴികൾക്കുള്ളിലൂടെ അവന്റെ വിരലുകളിൽ മുറുക്കിപ്പിടിച്ചു ഈ ദുഃഖസമുദ്രത്തിന്റെ മറു കരയിലെത്തിക്കാൻ ആവതും ചെയ്യുമെന്ന് ഒരു സന്ദേശം കൈമാറി. പരസ്പരം വിരലുകളിലെ പിടുത്തം വിടാൻ മടിച്ചു നിൽക്കുന്ന നേരം പോലീസിന്റെ ആജ്ഞ കുറച്ച് ഉച്ചത്തിൽ മുഴങ്ങിക്കേട്ടു.

വക് ത് കലാസ് യാ അള്ളാ സിർ ബർറ (സമയം കഴിഞ്ഞു പുറ

ത്തുപോകു) നമ്മൾ വെറുതെ പാഴാക്കി കളയുന്ന സമയത്തിന്റെ വില എത്രത്തോളമമാണെന്ന് ഓർത്തുപോകുന്ന സന്ദർഭങ്ങൾ.

സ്റ്റീഫനെ വിട്ടുപിരിയാതെ നിവൃത്തിയില്ലല്ലോ എന്നൊരു പ്രതിസന്ധിയിൽ നിൽക്കുമ്പോഴാണ് ആ കാഴ്ച കണ്ടത്. എനിക്ക് തെറ്റു പറ്റിയതാണോ എന്ന് ഉറപ്പുവരുത്തുവാനായി സ്റ്റീഫനോട് തിരക്കി. തടവുപുള്ളിയുടെ വേഷം ധരിച്ച് സ്റ്റീഫന് തൊട്ടപ്പുറത്ത് കൂടെ സാവധാനം നടന്നു നീങ്ങുന്നവൻ അതെ അത് ഞാൻ ഉദ്ദേശിച്ച സത്യവ്രതൻ തന്നെ ആയിരുന്നു. സ്റ്റീഫനോട് ഞാൻ കാര്യം തിരക്കി

വിദേശമദ്യം കടത്തിയ കേസിൽ അകത്തായത് ആണത്രേ പലപ്രാവശ്യവും പോലീസിൽ നിന്നും ഭാഗ്യം കൊണ്ട് രക്ഷപ്പെട്ടതായിരുന്നു. അവന്റെ ടാക്സിയിൽ പലപ്രാവശ്യവും ഞാൻ യാത്ര ചെയ്തിട്ടുണ്ട് അക്കാലത്ത് അമിത പ്രതീക്ഷകൾ ഒന്നുമില്ലാതെ നേരെ ചൊവ്വേ ജീവിച്ചിരുന്നവൻ.

ആദ്യമൊക്കെ ടാക്സിയിൽ തന്നെ ചെറിയ തോതിൽ ആയിരുന്നു മദ്യം കടത്ത്. പിന്നീട് അമിത പ്രതീക്ഷകളും എല്ലാം വെട്ടിപ്പിടിക്കണം എന്ന് മനുഷ്യസഹജമായ ആർത്തിയും തഴച്ചു വളർന്നതോടെ അതേ പറ്റിയുള്ള ചിന്തയും പ്രവർത്തിയും ഒപ്പം കഴിഞ്ഞു.

സത്യം വ്രതമാക്കിയവനെന്ന സ്വന്തം പേരിനു തന്നെ കളങ്കം ചാർത്തി.

സൂപ്പർമാർക്കറ്റ്, ഹോട്ടൽ, ടെക്സ്റ്റൈൽസ്, ബ്യൂട്ടിപാർലർ അങ്ങനെയങ്ങനെ സത്യവ്രതൻ സമ്പാദിച്ചു. കുടുംബമൊത്ത് സസുഖം ജീവിക്കുമ്പോഴാണ് ഒരു മാദകറാണി, അവൾ ബ്യൂട്ടിപാർലറിലെ ഫിലിപ്പിനോ ആണെന്ന് പറയുന്നു. എന്തായാലും ഫിലിപ്പിനോ സുന്ദരി അവന്റെ ഹൃദയത്തിലേക്ക് പ്രേമത്തിന്റെ അമ്പെയ്തു കിട്ടാവുന്ന ഇടത്തോളം പണം അവൾ കൈക്കലാക്കി.

ഒരു സാധാരണക്കാരിയും വളരെ സാധുവും നിഷ്കളങ്കയുമായ ഭാര്യക്ക് സത്യവ്രതന്റെ ഒളിച്ചുകളി എളുപ്പത്തിൽ മനസ്സിലാക്കുവാൻ കഴിഞ്ഞില്ലെന്നതാണ് വാസ്തവം. കാലക്രമേണ എല്ലാ തെമ്മാടിത്തരവും അറിഞ്ഞിട്ടും സത്യവ്രതനോട് ചെറുത്തുനിൽക്കുവാൻ ആകാതെ സത്യവ്രതന്റെ ഭാര്യ നെഞ്ചു പൊട്ടലോടെ നാട്ടിലേക്ക് തിരിച്ചു. അസാധ്യമെന്ന് തള്ളിക്കളയാതെ എങ്ങനെയെങ്കിലുംപ്രതിസന്ധിയെ നേരിടാൻ ഒരുങ്ങി മനക്കരുത്തോടെ ഇവിടെത്തന്നെ പിടിച്ചുനിൽക്കുകയായിരുന്നു എങ്കിൽ കുട്ടികളുടെ അമ്മ എന്ന നിലക്ക് മുതിർന്ന രണ്ടാൺമക്കളെ എങ്കിലും രക്ഷിക്കാം ആയിരുന്നു സത്യവ്രതന്റെ ഭാര്യക്ക്.

ഒപ്പം കൂടിയിരുന്നവരൊക്കെ സത്യവ്രതനെ കയ്യൊഴിഞ്ഞിട്ടുണ്ടാകാ

നാണ് സാധ്യത. പണമില്ലെങ്കിൽ പിണം എന്ന ആപ്തവാക്യം നൂറുശതമാനം ശരി തന്നെയാണ് എന്ന് തെളിയിച്ചിരിക്കുന്നു. ലോകം നിലനിൽക്കുന്നിടത്തോളം കാലം അങ്ങനെയൊക്കെ ആയിരിക്കാം.

കുടുംബത്തിലെ വേവലാതികൾ ഇങ്ങനെയൊരു തിരിച്ചടി കിട്ടിയപ്പോൾ ആയിരിക്കും സത്യവ്രതൻ ചിന്തിച്ചിട്ടുണ്ടായിരിക്കുക വന്നത് വന്നു. ഇനിയിപ്പോൾ കഴിഞ്ഞതോർത്ത് ഉള്ളു പിടഞ്ഞിട്ട് എന്ത് നേട്ടം ഉണ്ടാകുവാനാണ്. മോചിതനായാൽ ഇനി വരുംനാളിൽ നേരെ ചൊവ്വേ സഞ്ചരിക്കുവാൻ സത്യവ്രതന് കഴിഞ്ഞിരുന്നെങ്കിൽ എന്ന് ഞാനും ആത്മാർത്ഥമായി ആശിച്ചുപോയി.

സ്വയം അറിഞ്ഞുകൊണ്ടുണ്ടാക്കുന്ന പൊല്ലാപ്പുകളും, അറിയാതെ വന്നുഭവിക്കുന്ന ഉപദ്രവങ്ങളിൽ മനസാ വാചാ ഒരു പങ്കുമില്ലാതെ പങ്കാളികളാകേണ്ടിവരുന്ന എത്രയെത്ര മനുഷ്യ പുഴുക്കൾ തങ്ങൾക്ക് വന്നുചേർന്ന ദുർവിധിയോർത്ത് ഈ തടവറയിൽ കിടന്നു പുളയുന്നുണ്ടായിരിക്കാം. ഒരാൾ പറയുന്നതും പറയാൻ ആഗ്രഹിക്കുന്നതും പറയാതെ ഒളിച്ചുവെക്കുന്നതും എല്ലാം അല്ലാഹു അഅ് ലം (ദൈവത്തിന് അറിയാം) പൊക്കമുള്ള കൂറ്റൻ മതിൽക്കെട്ടിനകത്ത് നിന്ന് ചിന്താഭാരവും ഏറ്റിക്കൊണ്ട് കഴിയുന്നതും വേഗം ഞാൻ പുറത്തുകടന്നു.

അദ്ധ്യായം
ഇരുപത്തിയൊമ്പത്

സ്റ്റീഫൻ ജയിലറക്കുള്ളിൽ ആയിട്ട് മൂന്നുവർഷവും രണ്ടുമാസവും 17 ദിവസവും തികയുന്നു. നാൾ ഇത്രയും കടന്നു പോയിട്ടും ആകെ രണ്ടോ മൂന്നോ തവണ മാത്രമാണ് അവനെ കാണുവാനുള്ള അവസരം കിട്ടിയത്. ജയിലിൽ കിടന്നു പുറംലോകം കാണാൻ ആകാതെ നരകിക്കുന്ന അവനെക്കുറിച്ചുള്ള ഓർമ്മകൾ പോലും എന്നിൽ തളർച്ചയും ക്ഷീണവും ഉണ്ടാക്കുന്നു.

അവന് വന്നുഭവിച്ച ദുരിതത്തിൽ നിന്നും കരകയറ്റുവാനായി എത്ര മാത്രം യത്നിച്ചു. യാതൊരു ഫലവും കണ്ടില്ല. എന്റെ ഉത്സാഹം മുഴുവനും കെട്ടുപോയി. ആ സന്ദർഭത്തിലാണ് സ്റ്റീഫന്റെ മോചനത്തിനായി ദൈവം തന്നെ ഒരു വഴി കാണിച്ചു തന്നത്. സഊദ് മുമ്പൊരിക്കൽ എന്റെ മനസ്സിലേക്ക് വച്ചുതന്ന പ്രതീക്ഷയുടെ തൂവെളിച്ചം എന്നുള്ളിൽ ചിതറിപ്പറന്നു.

ഈ നാടിന്റെ ദേശീയ ദിനം റംസാൻ നോമ്പുകാലം ഇങ്ങനെയുള്ള

സുപ്രധാന നാളുകളിൽ കുറച്ച് തടവുപുള്ളികളെ മോചിപ്പിക്കാറുണ്ടത്രെ.

ഈ വരുന്ന റംസാൻ മാസത്തിൽ ആകെ 600 പേരെ മോചിപ്പിക്കുന്നതിൽ 15 പേർ ഇവിടത്തെ ജയിലിൽ നിന്നാണ് ആ തടവുകാരിൽ സ്റ്റീഫന്റെ പേരും ഉണ്ടെന്ന് ക്യാപ്റ്റൻ സഊദ് എനിക്ക് വിവരം തന്നു.

സ്റ്റീഫന്റെ പേരിലുള്ളത് ചെക്ക് കേസ് അല്ലേ. അതിപ്പോൾ ക്രെഡിറ്റ് കാർഡിൽ നിന്നും കടം പെരുകി പെരുകി നിയന്ത്രണം വിട്ടു. അടച്ചു തീർക്കാൻ കഴിയാതെയായി. അല്ലാതെ കരുതിക്കൂട്ടി തട്ടിപ്പ് വെട്ടിപ്പ് വഞ്ചന എന്നീ ദുഷ്പ്രവണതകൾ മനസ്സിലേറ്റി കൊണ്ടു നടക്കുന്ന ഹൃദയശൂന്യൻ ഒന്നുമല്ല സ്റ്റീഫൻ എന്ന് അവനെ അറിയുന്നവർക്കെല്ലാം വ്യക്തമായി അറിയാം.

അല്ലെങ്കിൽ പ്രതികാരമോഹം മൂത്ത് ക്രിമിനൽ കുറ്റമോ രാജ്യദ്രോഹമോ നടത്തി ജീവിതം വൃഥാവിൽ ആക്കാനോ അതുമല്ലെങ്കിൽ നരകത്തിന് പോലും സ്വീകാര്യനല്ലാത്ത വിധത്തിലുള്ള നീച പ്രവർത്തികൾ ചെയ്തതായ ഒരു വിവരവും അവന്റെ രേഖകളിൽ ഇല്ലെന്ന് ഇവിടത്തെ ഭരണകൂടത്തിനും ജയിൽ അധികൃതർക്കും നല്ലവണ്ണം ബോധ്യമായിട്ടുണ്ടായിരിക്കും.

താൻ പാതി ദൈവം പാതി എന്ന് പറഞ്ഞതുപോലെ അൽ മുജീബ് (പ്രാർത്ഥനയ്ക്ക് ഉത്തരം നൽകുന്നവൻ) ആയ ദൈവം എന്റെ പ്രാർത്ഥനയ്ക്ക് ഉത്തരവും എന്റെ പ്രയത്നത്തിന് ഫലവും തന്നു. ഇതിന്റെ പിന്നിൽ സർവ്വശക്തന്റെ സ്നേഹവും അനുഗ്രഹങ്ങളും വർണ്ണിക്കുവാനോ വിവരിക്കുവാനോ വാക്കുകൾ കൊണ്ടാകുമോ? ഓർമ്മകൾ മരവിക്കുവോളം മറക്കാനാകാത്ത ഒരു അനുഭവമായി ഈ തടവറ ജീവിതം അള്ളിപ്പിടിച്ചങ്ങനെ ഇരിക്കും സ്റ്റീഫനിൽ.

അടുത്ത പടി ഈ തടവറയിൽ നിന്ന് പുറംലോകത്ത് എത്തിയാൽ എത്രയും പെട്ടെന്ന് സ്വന്തം ജന്മനാട്ടിലേക്ക് എത്തിച്ചേരണമെന്ന് ആയിരിക്കുമല്ലോ ആഗ്രഹം. ഈ ദുർഘടസന്ധിയിൽ നിന്നും മോചിതനായ സ്റ്റീഫനെ കാത്തിരിക്കുന്ന സിസിയും മക്കളും പിന്നെ ശാരീരികമായ നിസ്സഹായത അനുഭവിക്കുന്ന വൃദ്ധനായ അപ്പച്ചനും അവനെ ഒരു നോക്കു കണ്ടാൽ മാത്രം മതിയെന്നായിരിക്കും ആഗ്രഹം.

കാര്യങ്ങൾ അങ്ങനെയൊക്കെ ആണെങ്കിലും എന്തെങ്കിലും സമ്മാനങ്ങൾ അവർക്കെല്ലാം കൊണ്ടു കൊടുക്കണമെന്ന അവന്റെ അന്തരംഗം സദാമന്ത്രിക്കുന്നുണ്ടാകില്ലേ. എനിക്കുണ്ടായ പ്രതിസന്ധിഘട്ടത്തിൽ സ്റ്റീഫൻ എന്റെനേരെ നീട്ടിയ സഹായഹസ്തത്തിൽ എത്രയോ വട്ടം പിടിച്ചു കയറിയിട്ടുണ്ട്. അതൊക്കെ മറന്നാൽ മനുഷ്യഗണത്തിൽപെടു

ത്താൻ കഴിയുമോ. തന്നെയുമല്ല ഞാനല്ലാതെ സ്റ്റീഫനെ സഹായിക്കാൻ ഈ നാട്ടിൽ അവന് മറ്റാരാണുള്ളത്.

ഞാൻ എന്തെങ്കിലുമൊക്കെ വാങ്ങിയാൽ അവന്റെ പ്രിയപ്പെട്ടവർക്ക് ഇഷ്ടപ്പെടുന്നതായിരിക്കുമോ. സ്റ്റീഫനോട് അഭിപ്രായം ചോദിക്കാം എന്ന് വെച്ചാൽ തീർച്ചയായും അവൻ എന്നെ വിലക്കും എന്നൊരു പ്രശ്നവും അതോടൊപ്പം ഉദിക്കുന്നു. ഓരോരുത്തർക്കും യോജിക്കും എന്ന് തോന്നിയ പുടവകളും മറ്റു സാധനസാമഗ്രികളും ഒക്കെ ബസാറിൽ ഉള്ള ബാസിൽസ് ഫാഷൻസിൽ നിന്നും നിനിതാസ് സ്റ്റോറിൽ നിന്നും ഏകദേശം ഒരു ഉദ്ദേശം വച്ചുകൊണ്ട് ഞാൻ തിരഞ്ഞെടുത്തു. അതും പോരാഞ്ഞ് അല്ലറ ചില്ലറ സാധനങ്ങളും എന്റെ കൈവശം സ്റ്റോക്കുള്ള സുഗന്ധദ്രവ്യങ്ങളും എല്ലാം കൂടി സ്റ്റീഫനുവേണ്ടി ഞാൻ വാങ്ങിയ പെട്ടിയിൽ നിറച്ചു. അക്കൂട്ടത്തിൽ ബ്രൂട്ട് സ്പ്രേയും മുമ്പൊക്കെ എത്രയെത്ര ആനന്ദത്തോടെയാണ് ഞാൻ അതെടുത്ത് സുൽത്താനക്കായി സൂക്ഷിച്ചു വെച്ചിരുന്നത്. ഇന്ന് എനിക്കത് കാണുന്നത് മടുപ്പാണ്. ആർക്കെങ്കിലും എടുത്തുകൊടുത്തു ഒഴിവാക്കുകയാണ് പതിവ്.

ഇപ്പോൾ സുൽത്താനയ്ക്ക് ഇഷ്ടങ്ങൾ സാധിച്ചു കൊടുക്കുവാനും ആഗ്രഹങ്ങൾ നിറവേറ്റുവാനും മറ്റൊരുത്തൻ ഉണ്ടല്ലോ. ഇനി കൂടുതൽ ഓർമ്മകൾ ചികഞ്ഞെടുത്ത് നേരം കളയാതെ നിന്റെ ജോലികൾ എത്രയും വേഗം ചെയ്തു തീർക്കുക. മനസ്സ് പറഞ്ഞു.

ഒരു ഗൾഫുകാരന്റെ ലഗേജിനകത്ത് കാണപ്പെടുന്ന സാധനങ്ങൾ എല്ലാം ഒത്തു വന്നിട്ടുണ്ട് എന്ന് ഞാൻ ആശ്വസിച്ചു കൊണ്ടുപോയി ജയിൽ അധികൃതരെ ഏൽപ്പിച്ചു. കാര്യങ്ങൾ എളുപ്പം നടന്നു ഞാൻ പ്രതീക്ഷിച്ചതിനപ്പുറവും സഊദ് എന്ന മനുഷ്യസ്നേഹി എനിക്ക് ചെയ്തു തന്നു. സ്റ്റീഫനെ അഴിക്കുള്ളിൽ നിന്നും സ്വതന്ത്രനാക്കി ഞങ്ങൾക്ക് പരസ്പരം കാണുവാനും പറയുവാനുമൊക്കെയുള്ള അവസരവും ക്യാപ്റ്റൻ സഊദിന്റെ ശുപാർശയുടെ ഫലമായി ഉണ്ടായി. എന്നെ കണ്ട മാത്രയിൽ സ്റ്റീഫന്റെ കണ്ണുകൾ നിറഞ്ഞു.

അങ്ങനെ ഒരു ദുശ്ശകുനം കുറച്ചുനാൾ ജീവിതത്തിൽ അനുഭവിക്കണമെന്ന് അവന്റെ തലയിലെഴുത്ത് ആയിരിക്കും. വിധി മനുഷ്യനെ സ്വതന്ത്രനാക്കാതെ തട്ടിക്കളിക്കുന്നു. ഏതായാലും ദുർഘടസന്ധികൾ തരണം ചെയ്തു കഴിഞ്ഞു എന്നവന് ആശ്വസിക്കാൻ കഴിഞ്ഞിരുന്നെങ്കിൽ.

സ്റ്റീഫൻ എന്റെ നേരെ തിരിഞ്ഞു നിന്നുകൊണ്ട് പറഞ്ഞു. ഒരാൾക്ക് കഷ്ടകാലം വന്നാൽ ഒട്ടു മിക്കവരും അത് എത്ര അടുപ്പമുള്ളവർ ആയാലും നമ്മെ കൈവിട്ടുകളയും. എനിക്ക് കൊണ്ടുപോകാനുള്ള പെട്ടിയും

ഇക്കണ്ട സാധനങ്ങൾ.. ഒന്നും വേണ്ടിയിരുന്നില്ല.

ഞങ്ങൾ ചിരിക്കാൻ ശ്രമിച്ചെങ്കിലും പെട്ടെന്ന് തന്നെ എന്നെ വട്ടം കെട്ടിപ്പിടിച്ച് ഒപ്പം തോളിൽ തലചായ്ച്ച് കണ്ണീർ വാർത്ത് സ്റ്റീഫൻ മനസ്സുകൊണ്ട് ധൈര്യശാലി എന്ന് സ്വയം വിലയിരുത്തിയിരുന്ന ഞാനുമൊന്നു തേങ്ങിപ്പോയി. ആ കണ്ണീരിലും തേങ്ങലിലും ഇത്രയും നാളുകൾ ഞങ്ങൾ പരസ്പരം പങ്കുവെച്ച സൗഹൃദങ്ങളുടെ കാലാവധി അസ്തമിക്കാൻ തുടങ്ങുകയാണോ എന്നൊരു തീരാ വേദനയും ലയിച്ചു ചേർന്നു.

ആകുലതകളിൽ നിന്നും മുക്തനായി കൊണ്ടുതന്നെ സ്റ്റീഫന് പോകാൻ കഴിഞ്ഞല്ലോ എന്ന ആശ്വാസം എന്നുള്ളിൽ കത്തിക്കളിച്ചു.

സംഘർഷ ദുഃഖങ്ങൾ ഇറക്കിവെക്കാൻ ആരുമില്ലാതിരുന്ന എനിക്ക് സർവ്വേശ്വരൻ ഒരുക്കി തന്ന സമ്മാനം ആയിരിക്കാം നിസ്വാർത്ഥരായ ഈ മഹത്തുക്കളെ എന്റെ വിഷാദ ചിന്തകളെ സ്നേഹവചനങ്ങളാൽ മായിച്ചു കളയുന്ന കൃഷ്ണേട്ടനും സ്റ്റീഫനും എന്റെ കണ്ണകലത്ത് നിന്നകന്നു. അങ്ങനെ എന്റെ രക്ഷാകവചങ്ങൾ എനിക്ക് നഷ്ടപ്പെട്ടു. എല്ലാറ്റിനും ഒരു അവസാനം ഉണ്ടല്ലോ. ഇൻഷാ അള്ളാ (ദൈവം അനുവദിച്ചെങ്കിൽ) ഇനി എവിടെയെങ്കിലുംവെച്ച് കാണാം. അല്ലെങ്കിൽ ഈ ആയുസ്സിൽ ഒരിക്കൽ പോലും കണ്ടില്ലെന്നും വരാം

ഇനി ഇവിടന്നങ്ങോട്ട് എന്റെ ജീവിതം കുത്തിക്കുത്തി നോവിക്കുന്ന ഏകാന്തതയിൽ ആയിരിക്കാം. കുറച്ചുനാൾ നാട്ടിൽ നിന്ന് എപ്പോഴെങ്കിലും ഇങ്ങോട്ടൊന്നു വരണമെന്ന് ആഗ്രഹം ഉണ്ടെങ്കിൽ ഞാനുണ്ടല്ലോ ഇവിടെ എന്നൊക്കെ സ്റ്റീഫന് ഞാൻ വാക്കു കൊടുത്തു. അത് വെറും ഒഴിവാക്കലല്ലെന്ന് അവന് നന്നായി അറിയാമല്ലോ. അവന് എപ്പോഴെങ്കിലും അങ്ങനെ ഒരു ആഗ്രഹം തോന്നിയാൽ എന്നെക്കൊണ്ട് അതിന് കഴിയുമോ അന്ന് ആരോഗ്യത്തോടെ ഞാൻ ജീവിച്ചിരിപ്പുണ്ടാകുമോ എന്നും എനിക്കറിയില്ല. എങ്കിലും വെറുതെ ഞാൻ അങ്ങനെയൊക്കെ ആഗ്രഹിച്ചുപോകുന്നു. നിസ്വാർത്ഥ സ്നേഹം ആവോളം അനുഭവിക്കാനുള്ള അത്യാർത്തിയാകാം എന്നെക്കൊണ്ട് അങ്ങനെയൊക്കെ ചിന്തിപ്പിക്കുന്നത്. “ഇനി ഒട്ടും വൈകാതെ നീ പെണ്ണുകെട്ടണം” എന്ന് സ്റ്റീഫൻ എന്നെ വീണ്ടും വീണ്ടും ഓർമ്മിപ്പിച്ചു. “ഇനി നിന്നെ കാണുന്നത് അവളോടൊപ്പം ആയിരിക്കണം” എന്നും പറഞ്ഞു.

കൃഷ്ണേട്ടനും സ്റ്റീഫനും എന്നിൽ നിന്നും പറന്നകന്ന സങ്കടത്തിൽ കഴിഞ്ഞു കൂടുമ്പോഴാണ് രോഗം മൂർച്ഛിച്ചു അത്യാസന്ന നിലയിലായ ഉമ്മിയും അവസാനം എല്ലാവരും എത്തിച്ചേരേണ്ട പരലോകത്തേക്ക് യാ

ത്രയായത്.

ഒരാശ്രിതനെന്ന നിലയിൽ ബാബക്കും ഉമ്മിക്കും ഒക്കെ ചെയ്തു കൊടുക്കേണ്ടത് എല്ലാം ഒരു മടിയും കൂടാതെ പൂർണ്ണ മനസ്സോടെ തന്നെ വേണ്ടവിധമൊക്കെ ചെയ്തു കൊടുത്തിരുന്നല്ലോ എന്നൊരു ആശ്വാസം എനിക്ക് തരുന്ന സമാധാനം വളരെ വലുതാണ് ഈ നാട്ടിലും എന്റെ നാട്ടിലുമായി ഒന്നിന് പിറകെ ഒന്നായി എനിക്ക് നഷ്ടപ്പെട്ട ആശ്രയങ്ങളെ കുറിച്ച് ഓർക്കുമ്പോൾ ഉൽഭവിക്കുന്ന സങ്കടങ്ങൾ എന്റെയുള്ളിൽ കനത്തങ്ങനെ നിൽക്കുന്നു.

തനിക്ക് പ്രിയപ്പെട്ട എല്ലാം പിന്നെ സ്വത്തും സമ്പാദ്യവും ഒക്കെ അടുത്ത തലമുറക്കായി ഈ ഭൂമിയിൽ ഉപേക്ഷിച്ച് ഓരോരുത്തരായി കടന്നുപോകുന്നു. പിന്നെ അടുത്ത തലമുറ അധികാരത്തിലേറുന്നു. ഈ ദുനിയാവിൽ (ലോകം) അവരുടെ അവധി കഴിഞ്ഞാൽ എല്ലാം ഇവിടെ തിരസ്കരിച്ച് അവരും ആഖിറ (പരലോകം) ത്തിലേക്ക് പോകുന്നു

സ്വന്തം എന്ന് കരുതി പരിപാലിച്ചിരുന്നത് വെറുതെ ആ പദത്തിന് ഒരു അർത്ഥവും ഇല്ലാതാകുന്നു എന്ന പച്ചപരമാർത്ഥം ചിന്താശേഷിയുള്ള നമ്മൾ മാനവർ ഒരു മാത്ര ചിന്തിച്ചിരുന്നെങ്കിൽ നടമാടിക്കൊണ്ടിരിക്കുന്ന എത്രയെത്ര വിപത്തുകൾ ഒഴിവാക്കാമായിരുന്നു. ഒടുവിൽ മണ്ണും വിണ്ണും കടലും മലകളും അവശേഷിക്കുന്ന എല്ലാറ്റിനും സാക്ഷി എന്നോണം അതിനും അന്ത്യമുണ്ടെന്നാണല്ലോ പറയപ്പെടുന്നത് അന്ത്യം എത്തുന്നതിനു മുൻപേ മനുഷ്യരുടെ കൈവെപ്പുമൂലം പ്രകൃതിക്ക് തന്നെ ക്ഷതം സംഭവിച്ചുകൊണ്ടിരിക്കുന്നു.

ബാബയും ഉമ്മിയും ജീവിച്ചു കഴിഞ്ഞ് ഉപേക്ഷിച്ചു പോയ മൻസിൽ ഇപ്പോൾ ബാബയുടെ മകൻ അമ്മാറും ഭാര്യയും മക്കളും താമസിക്കുന്നു. തറവാട് അനാഥമാക്കരുത് എന്ന് ഉമ്മി പറഞ്ഞിരുന്നു എന്നാണ് അറിയാൻ കഴിഞ്ഞത്.

അമ്മാറിന്റെ ഫലാജിലുള്ള വീട് ഒഴിഞ്ഞു കിടക്കുകയാണ് ഇപ്പോൾ വീടും സ്ഥലവും ഒക്കെ സംരക്ഷിക്കാൻ ജോലിക്കാരും ഉണ്ട്. ബാബയുടെ മക്കൾക്ക് മാത്രമല്ല മിക്കവാറും അറബികൾക്കും ഒന്നിലധികം വീടുകൾ സ്വന്തമായുണ്ട്

അമ്മാറിന്റെ കുടുംബത്തിന്റെ കാൽവെപ്പോടെ ബാബയുടെ മൻസിലിലെ അടുക്കും ചിട്ടയും വ്യത്യസ്തമായി. ഭരണകർത്താക്കൾ മാറിയല്ലോ. പഴയ ജോലിക്കാരിൽ ഒട്ടു മിക്കവരും പല സ്ഥലങ്ങളിലേക്കും മാറിപ്പോയി. വസീമും ചില ബംഗാളികളും മാത്രമേ പഴയ ജോലിക്കാർ ആയിട്ടുള്ളൂ. ഞാനാണെങ്കിൽ അർബാബിന്റെ വീട്ടിലേക്കും പോന്നു. എങ്കിലും നിത്യേന എന്നോണം ബാബയുടെ മൻസിലിലേക്കും വരും.

എന്റെ വസന്തകാലത്തിലേറെയും ചിലവഴിച്ചിരുന്ന കൈപ്പും ചവർപ്പും മധുരവും ഉള്ള ഓർമ്മകൾ തളംകെട്ടി നിൽക്കുന്ന ആ വീടും പരിസരവും തീർത്തും ഉപേക്ഷിക്കാൻ എനിക്കാവുമോ ഇല്ലേയില്ല എന്നതാണ് വാസ്തവം.

അർബാബിന്റെ മരിച്ചുപോയ സഹോദരൻ ത്വാരിഖിന്റെ മകൻ അർബാബിന്റെ രണ്ടു മക്കളോടൊപ്പം ഉപരിപഠനാർത്ഥം വിദേശത്താണ്. ഇപ്പോൾ ത്വാരിഖിന്റെ ഭാര്യക്ക് പുനർവിവാഹത്തിൽ രണ്ട് മക്കളുണ്ട്. അവരുടെ സന്തോഷകരമായ ജീവിതം എല്ലാവർക്കും ആഹ്ലാദം നൽകുന്നു. അന്നത്തെ കുട്ടികളെല്ലാം യുവാക്കളായി മാറിക്കഴിഞ്ഞു. എത്ര ഉന്നതനായാലും എല്ലാം നിയന്ത്രിക്കാൻ കഴിവുള്ളവൻ ആയാലും പാഞ്ഞു പൊയ്ക്കൊണ്ടിരിക്കുന്ന കാലങ്ങളെ പിടിച്ചുനിർത്താൻ ആർക്കും കഴിയില്ലല്ലോ.

ഞാനിപ്പോൾ അധികം ഡ്രൈവ് ചെയ്യാറില്ല. അർബാബിന്റെ കാര്യങ്ങളും നോക്കി കഴിയുന്നു. ഇടക്കൊക്കെ പഴയ വഴികളിലൂടെ ഒന്ന് കറങ്ങും. അന്നത്തെ അടുപ്പക്കാരിൽ ഒട്ടുമിക്കവരും സ്വന്തം നാട്ടിലേക്ക് ചേക്കേറി. ചിലരൊക്കെ മണ്ണിനടിയിൽ പാർത്തു കഴിഞ്ഞു. ഓരോന്നൊക്കെ ഓർത്തുകൊണ്ട് നിരാശയോടെ ഞാൻ വണ്ടിയോടിച്ചു കൊണ്ടിരുന്നു.

അപ്പോഴാണ് ടാക്സി സ്റ്റാൻഡിൽ നിൽക്കുന്ന ഹുസൈൻക്കയെ കാണാനിടയായത്. ഹുസൈൻക്കയുടെ ബീവിയും മകളും വന്ന വിവരം ഞാൻ അപ്പോഴാണ് അറിഞ്ഞത്. സ്വന്തം നാട്ടിലേക്ക് പോകും മുമ്പ് ബീവിയെ കൊണ്ടുവന്ന് ഈ നാട് കാണിച്ചു കൊടുക്കണമെന്ന് ഹുസൈൻക്കയുടെ എന്നത്തേയും സ്വപ്നമായിരുന്നു. ഒരു മുറി വാടകയ്ക്ക് എടുത്ത് താമസിക്കാനുള്ള സാമ്പത്തിക ശേഷി ഒന്നുമില്ല. ഹുസൈൻക്ക നാൾ ഇത്രയായിട്ടും ആദ്യത്തെ ജോലിയിൽ തന്നെ വട്ടം കറങ്ങുകയാണ്. ഒട്ടും മുന്നോട്ടു പോകാതെ (അൽഹംദുലില്ല ദൈവത്തിന് സ്തുതി). ഇപ്പോഴെങ്കിലും അതിനവസരം ഒത്തു വന്നല്ലോ എന്ന് ഞാൻ ഓർക്കാതിരുന്നില്ല.

ഹുസൈൻക്കാടെ മനസ്സിലിരിപ്പ് ഊഹിച്ചെടുത്ത നല്ലവനായ മരുമകൻ മൂന്നുമാസത്തെ വിസിറ്റ് വിസയെടുത്ത് അദ്ദേഹത്തിന്റെ ഭാര്യ അതായത് ഹുസൈൻക്കായുടെ മകളോടൊപ്പം ബീവിയെയും കൊണ്ടുവന്നതായിരുന്നു. കുറച്ചുനാൾ എങ്കിലും ഈ നാട്ടിൽ വാപ്പയും ഉമ്മയും ഒന്നിച്ച് കഴിയട്ടെ അതായിരുന്നു മകളുടെ ഭർത്താവിന്റെ അഭിപ്രായം.

30 വർഷങ്ങളോളം ആയിട്ടുള്ള പ്രവാസത്തിൽ ഒന്നിച്ച് ജീവിച്ചത് ആകെ മുപ്പതോ അതിൽ കുറവോ മാസങ്ങൾ മാത്രമായിരിക്കും. അങ്ങനെ എത്രയെത്ര പ്രവാസികൾ അക്കരെയും ഇക്കരെയുമായി വീർപ്പുമുട്ടി ക

ഴിയുന്നുണ്ടായിരിക്കും.

എയർപോർട്ടിൽ നിന്നും മരുമകൻ നേരെ ഹുസൈൻക്കയുടെ അടുത്തേക്കാണ് ബീവിയെ കൊണ്ടുവന്നത്. താമസിക്കാൻ ഇടമില്ലാത്തതു കൊണ്ടാണ് അന്ന് തന്നെ മകളുടെ വീട്ടിലേക്ക് തിരിച്ചുപോയത്. "അവളെ കൊണ്ട് വരാൻ എനിക്ക് പറ്റിയില്ല. എന്റെ അടുത്ത് വന്നിട്ടും ഒന്നിച്ചൊന്നു നിൽക്കാനും ഞങ്ങൾക്ക് കഴിഞ്ഞില്ല". ഹുസൈൻക്കയുടെ ഗദ്ഗദമൂറുന്ന വാക്കുകൾ എന്നെ വല്ലാതെ നൊമ്പരപ്പെടുത്തി.

"ഒക്കത്തിനും നമുക്ക് പരിഹാരമുണ്ടാക്കാം. ഞാനൊന്ന് ആലോചിക്കട്ടെ." ഒന്നും ഓർക്കാതെയാണ് ഞാൻ ഹുസൈൻക്കയോട് പറഞ്ഞത് എന്തുറപ്പിലാണ് അങ്ങനെ എനിക്ക് പറയാൻ തോന്നിയത്. ചാടിക്കയറി അങ്ങനെയൊന്നും പറയേണ്ടിയിരുന്നില്ല.

കൃഷ്ണേട്ടൻ ഉള്ളപ്പോഴായിരുന്നെങ്കിൽ ഈ പ്രതിസന്ധികളെല്ലാം ആ തലയിലേക്ക് വെച്ച് കൊടുത്താൽ മതിയായിരുന്നു. എല്ലാം കേട്ടുകഴിഞ്ഞ് കുലുങ്ങി ചിരിച്ചുകൊണ്ട് അദ്ദേഹം ചോദിച്ചേനെ.

"ഈടത്തെ എല്ലാരേം കാര്യേം നോക്കാൻ ഇന്നെ ആരേലും ഏല്പിച്ചിനാ."

ഒപ്പം എന്റെ പ്രശ്നവും പരിഹരിച്ച് തരുമായിരുന്നു. ആ ശബ്ദം ഒന്ന് കേൾക്കാൻ എത്ര കൊതിക്കുന്നുണ്ട്. ആ തണലും ചാഞ്ഞു പോയി.

പെട്ടെന്നാണ് എനിക്കൊരു ആശയം മനസ്സിലുദിച്ചത്. അർബാബിന്റെ ഒരു ചെറിയ വീട് ഒഴിഞ്ഞു കിടക്കുന്നുണ്ട്. അത് ധാരാളം മതിയാകും. തന്നെയുമല്ല മുമ്പ് താമസിച്ചിരുന്നവർ പെട്ടെന്ന് ഒരു ദിവസം പോയതുകൊണ്ട് ഉപയോഗിച്ചിരുന്ന പാത്രങ്ങളും ഫർണിച്ചറുകളിൽ പലതും അതിലുണ്ട്. ഈ സന്ദർഭത്തിൽ ആ വീട് കിട്ടിയാൽ ഹുസൈൻക്കയുടെ സങ്കടത്തിന് അറുതി വരുത്താം. വെറും മൂന്നുമാസത്തേക്ക് ഒന്നുകൂടി പൊടിപ്പും തൊങ്ങലും ഒക്കെ ചേർത്ത് അർബാബിനോട് ഇന്ന് തന്നെ പറഞ്ഞു നോക്കാം. സമ്മതിക്കുമായിരിക്കും അത്രയ്ക്കും മനസ്സലിവുള്ളവൻ ആണല്ലോ എന്റെ അർബാബ് എന്ന് ഞാൻ അഭിമാനം കൊണ്ടു.

"കബീറെ നിന്നെ കണ്ടത് നന്നായി. എനിക്കിഷ്ടപ്പെട്ട കുറേ സാധനങ്ങളൊക്കെ അവള് കൊണ്ടെന്ന് സൂക്കേട് കാരൻ ആയ എനിക്ക് അതൊന്നും വേണ്ട. നാളെ കാലത്ത് നീ പീട്യേൽക്കൊന്ന് വാ ഒക്കെ ഞാൻ തരാം. പറഞ്ഞുകഴിഞ്ഞ് ഹുസൈൻ ടാക്സിയിൽ കയറി മകളുടെ വീട്ടിലേക്ക് യാത്രയായി. വീടിന്റെ കാര്യം അധികമൊന്നും പറയേണ്ടി വന്നില്ല. അർബാബ് സമ്മതിച്ചു. നാളെ രാവിലെ ഈ സന്തോഷ വാർത്തയുമായി ഹുസൈൻക്കാനെ കാണാൻ പോകാം.

അദ്ധ്യായം
മൂപ്പത്

മൊബൈൽ ഫോണിന്റെ പ്രകമ്പനം കേട്ട് ഞാൻ അതെടുത്ത് നോക്കി. പ്രതീക്ഷിച്ചത് പോലെ ജവഹറിന്റെ കോൾ ആയിരുന്നു. തിങ്കളാഴ്ച അർബാബിനെ മഫ്രക്ക് ഹോസ്പിറ്റലിൽ കൊണ്ടുപോകേണ്ടതുണ്ട്.

രണ്ട് രണ്ടര മണിക്കൂറോളം ഡ്രൈവ് ചെയ്തിട്ട് വേണം ആ സ്ഥലത്തെത്താൻ. മുമ്പത്തെ പോലെ ഡ്രൈവിങ്ങിൽ ഉള്ള ആവേശം ഒന്നും ഈയിടെയായി എനിക്കില്ല. വയസ്സായി വരികയല്ലേ. ഇത്രയും ദൂരേക്ക് ഇടതടവില്ലാതെ ഡ്രൈവ് ചെയ്താൽ ശാരീരികമായി എന്തെങ്കിലും അനർത്ഥങ്ങൾ ഉണ്ടായാലോ. അക്കാരണത്താലാണ് ജവഹറിനെ കൂട്ടുവിളിച്ചത്.

അത്തരം കാര്യങ്ങളെല്ലാം തീരുമാനിക്കാനുള്ള പരിപൂർണ്ണ സ്വാതന്ത്ര്യം അർബാബ് എനിക്ക് അനുവദിച്ചു തന്നിട്ടുണ്ട്. അർബാബിന് ഒരു തുണയായി എന്റെ സാമീപ്യം വേണമെന്നേള്ളൂ. ആ നിലക്ക് എനിക്കൊട്ടും താല്പര്യമില്ലാതിരുന്നിട്ടും പോകാതിരിക്കുവാനും കഴിയില്ല.

ബ്ലഡ് ടെസ്റ്റ് ചെയ്ത റിസൾട്ട് കൊളസ്ട്രോളിന്റെയും ഷുഗറിന്റെയും അളവ് കൂടിയിരിക്കുന്നതായാണറിഞ്ഞത്. പിന്നെ പ്രഷറിന്റെ ആധിക്യവും ഉണ്ട്.

മഫ്രക്ക് ഹോസ്പിറ്റലിൽ ആഴ്ചയിൽ രണ്ടു ദിവസം എത്തുന്ന ഡോക്ടറെ കുറിച്ച് നൈല പറഞ്ഞു വിവരം ലഭിച്ചു. പേരുകേട്ട ഒരു ലേഡി ഡോക്ടർ അമേരിക്കയിൽ നിന്നും എത്തിയിട്ടുണ്ടത്രേ. നൈലയുടെ വീട്ടിൽ നിന്നും അധിക ദൂരത്തല്ല മഫ്രക്ക് ഹോസ്പിറ്റൽ. തലേന്നാൾ നൈലയുടെ വീട്ടിൽ തങ്ങിയാൽ ചെക്കപ്പിന് ഓടി പിടഞ്ഞ് എത്തുകയും വേണ്ടല്ലോ. നാളെയും മറ്റന്നാളും ആണ് ഡോക്ടർ ജെഫ്രിൻ മഫ്രക്ക് ഹോസ്പിറ്റലിൽ എത്തുന്നത്.

നൈലയുടെ വീട്ടിലേക്കാകുമ്പോൾ അർബാബിന്റെ ഭാര്യ നൂറയും ഉണ്ടാകാനിടയുണ്ട്. ഈ വക കാര്യങ്ങളൊന്നും എന്നോട് മുൻകൂട്ടി പറയാറില്ല. വണ്ടിയും ഡ്രൈവർമാരും വേറെയും ഉണ്ടല്ലോ. കാര്യങ്ങളെല്ലാം മുറപോലെ നടക്കും അതിൽ ഞാൻ ഇടപെടേണ്ട കാര്യമൊന്നുമില്ല. പക്ഷേ അർബാബിന് എന്റെ സാമീപ്യം ആശ്വാസം പകരുന്നു എന്നുള്ളത് എന്റെ സ്വകാര്യ അഹങ്കാരം തന്നെയാണ്.

മരുന്നിനൊപ്പം തന്നെ ദേഹം ഇളക്കി നടക്കണം എന്നാണ് ഡോക്ടറുടെ നിർദ്ദേശം. അപ്പോഴും എന്നെയാണ് കൂട്ടിന് വിളിക്കുന്നത് ബാബയും അങ്ങനെയൊക്കെയായിരുന്നു. അന്ന് എന്തിനും പോന്ന ആരോഗ്യമുള്ള ഒരു ശരീരവും മനസ്സും ഒക്കെ എനിക്കുണ്ടായിരുന്നു.

ഡ്രൈവ് ചെയ്യാൻ ജവഹർ കൂടെയുള്ളപ്പോൾ എന്റെ ആശങ്ക അസ്ഥാനത്താണ്. ഞാൻ എന്തെങ്കിലും സഹായം അഭ്യർത്ഥിച്ചാൽ സമയം ഉണ്ടാക്കി എങ്ങനെയെങ്കിലും ഓടിപിടഞ്ഞെത്തും. നല്ല സ്നേഹവും നന്ദിയും ഉള്ള ഒരു പയ്യൻ.

ജവഹർ നാട്ടിൽ നിന്നെത്തിയിട്ട് അത്രയധികം നാളുകൾ ഒന്നും ആയിട്ടില്ല. അർബാബിനോടും ബാബയോടും പരിചയക്കാരായ അറബികളോടും അനറബികളോടുമൊക്കെ ശുപാർശ ചെയ്തു. പലയിടങ്ങളിലായി പലർക്കും, ഓരോരുത്തരുടെ കഴിവും വിദ്യാഭ്യാസവും അനുസരിച്ച് ഞാൻ ജോലി വാങ്ങി കൊടുത്തിട്ടുണ്ട്.

സ്വന്തം കാലിൽ നിൽക്കാം എന്ന് ഉറപ്പായാൽ അതിന് കാരണ ഭൂതനായ ഞാൻ എന്ന ഒരുത്തനെ വിസ്മൃതിയിലേക്ക് ചവിട്ടിത്താഴ്ത്തുന്നതായിട്ടാണ് അനുഭവങ്ങളിൽ ഏറെയും. അതൊന്നും ഞാൻ പ്രതീക്ഷിക്കുന്നു പോലുമില്ല. എന്നിൽ അഭയം തേടി വരുന്നവർക്ക് എന്നാൽ കഴിയുന്നതൊക്കെ ഞാൻ ചെയ്തുകൊടുക്കും എന്നതാണ് എന്നത്തെയും എന്റെ രീതി. എനിക്ക് അതിനൊക്കെ കഴിയുന്നുണ്ടല്ലോ സുബ്ഹാനള്ളാ (ദൈവം പരിപൂർണ്ണനാണത്രേ) എന്ന് മാത്രമേ ഞാൻ ചിന്തിക്കാറുള്ളൂ.

ജവഹർ കുറച്ചുനാൾ അമ്മാറിന്റെ വീട്ടുകാര്യങ്ങൾ നോക്കി നിന്നു. പിന്നീട് പ്രമോഷൻ കിട്ടിയതുപോലെ അമ്മാറിന്റെ ഡ്രൈവറായി ഇന്നിപ്പോൾ അമ്മാറിന്റെ ഉറ്റ ചങ്ങാതി മുൽജമിന്റെ സ്ഥിരം ഡ്രൈവറാണ്. ഇതിന്റെയൊക്കെ പിന്നിൽ പ്രവർത്തിച്ച കരങ്ങൾ എന്റേതാണെന്ന് നന്നായി ബോധ്യമുണ്ടെന്ന് തോന്നുന്നു ജവഹറിന്.

വക്രതകൾ ഒന്നുമില്ലാതെ സന്മനസ്സോടെയും ആത്മാർത്ഥതയോടെയും ജോലിചെയ്ത് യജമാനന്റെ സ്നേഹവും വിശ്വാസവും ഒക്കെ നേടിയെടുക്കണമെന്നും ഞാൻ ജവഹറിനെ ഉപദേശിച്ചിരുന്നു ജീവിത പാതയിലേക്ക് കാലെടുത്തുവെക്കുന്നതേയുള്ളൂ അവൻ ഒരു കുരുന്ന് പയ്യൻ. ഞാനും ആ വഴികളൊക്കെ താണ്ടിയാണല്ലോ ഇവിടെ എത്തിയത്. പക്ഷേ ഒരു മനുഷ്യന്റെ ജീവിതത്തിൽ കാലാകാലങ്ങളിൽ സംഭവിക്കേണ്ട സൗഭാഗ്യങ്ങളൊന്നും നിർഭാഗ്യവശാൽ എന്നിൽ ഉണ്ടായില്ല. ഞാനിപ്പോഴും വഴിയേത് എന്നറിയാതെയും ലക്ഷ്യം എതെന്നറിയാതെയും സഞ്ചരിക്കുന്ന ഒരു ഏകാന്തപഥികൻ. ഈ ജീവിതയാത്ര എവിടെ ചെന്ന് മുട്ടും എന്നും എനിക്ക് അജ്ഞാതമാണ്.

ഡോക്ടർ ജഫ്രീനെ കാണുവാനായി കാത്തിരിക്കുന്നവരോട് ഒപ്പം ഞങ്ങളും ഇരുന്നു. നൈല അർബാബിനുവേണ്ടി നേരത്തെ അപ്പോയിന്റ് മെന്റ് എടുത്തത് കൊണ്ട് വേഗത്തിൽ ഡോക്ടറെ കാണാൻ കഴിയുമായിരിക്കും. ഇക്കണ്ട രോഗികളെ മുഴുവനും പരിശോധിച്ചിട്ട് മാത്രമേ ഡോക്ടർ മടങ്ങുകയുള്ളൂ. ഒരു ദിവസം ഇത്ര രോഗികൾ ഉണ്ടെന്ന് കണക്കുണ്ടത്രേ.

എന്തൊക്കെയോ ചിന്തിച്ചുകൊണ്ട് മൂകമായി അങ്ങോട്ടുമിങ്ങോട്ടും നോക്കിയിരിക്കുന്നു. ചിലർ എന്തിനെന്നില്ലാതെ ആടിപ്പോയ മനസ്സിലെ ഭീതി ചിലരുടെ മുഖത്ത് നിഴലിക്കുന്നുണ്ട് ഹൃദയം പണിമുടക്കിയാൽ തീർന്നില്ലേ. എല്ലാം മനുഷ്യസ്വഭാവത്തിന്റെ ഭാഗമായി തഴച്ചുവളർന്നു കൊണ്ടിരിക്കുന്ന അമിത പ്രതീക്ഷകളും മോഹങ്ങളും എല്ലാം കെട്ടുപോകുന്ന ഘട്ടം.

ഡോക്ടറുടെ പേര് കേട്ടിട്ട് ഇംഗ്ലീഷുകാരി ആണെന്നാണ് തോന്നുന്നത് അമേരിക്കയിൽ നിന്നും വന്നതാണെന്നോ മറ്റോ ആണ് നൈല പറഞ്ഞു കേട്ടത്. എന്തായാലും പ്രശ്നമില്ല. ഭാഷ കൈകാര്യം ചെയ്യുവാൻ അർബാബിനൊപ്പം മൂത്തമകൻ വിദ്യാസമ്പന്നനും മനക്കരുത്തുള്ളവനുമായ അബ്ദി കൂടെയുണ്ടല്ലോ.

അർബാബിന്റെ കാവലാളായി ഞാനിവിടെ വെറുതെയിരുന്നാൽ മതിയല്ലോ. പൂർണ്ണ ആരോഗ്യവാനായി ജീവിക്കുവാനുള്ള താക്കത്ത് (ശക്തി) അർബാബിന് കൊടുക്കണേ എന്ന് എപ്പോഴും ഉള്ള എന്റെ യാചന പടച്ചവൻ കേൾക്കാതിരിക്കുമോ

കാത്തിരിപ്പിന് അവസാനം കുറിച്ചുകൊണ്ട് ഡോക്ടർ ജെഫ്രിൻ വന്നിറങ്ങി. എന്റെ കണ്ണുകൾ അങ്ങോട്ട് തിരിഞ്ഞു. തന്നെ കാത്തിരിക്കുന്ന രോഗികളുടെ നേർക്ക് അയച്ച പുഞ്ചിരിയിൽ എല്ലാ വ്യാധികളും പരിഹരിക്കാം എന്നൊരു മൂക സന്ദേശം ചേർത്തു വെച്ചിരിക്കുന്നത് പോലെ. ഏതായാലും ഡോക്ടർ ഇംഗ്ലീഷുകാരി ആണെന്ന് തോന്നിയില്ല. ഇത്രയും കാലം അന്യദേശക്കാരുമായി ഇടപഴകാൻ കഴിഞ്ഞതിനാൽ ഏതു നാട്ടുകാരാണെന്ന് ഏകദേശം എനിക്ക് പിടികിട്ടും

വത്സമ്മ ചേച്ചിയുടെ നടത്തവും മുഖച്ഛായവും തോന്നി ഡോക്ടർക്ക്. അവരെ നേരിൽ കാണുവാനുള്ള എന്റെ ആഗ്രഹത്തിന്റെ പ്രതിഫലനം ആയിരിക്കാം ഈ മുഖച്ഛായ തോന്നൽ.

അപരിചിതരെ കണ്ടാലുള്ള മുഖച്ഛായ പറയലും വിലയിരുത്തലും മൂലം പലരിൽ നിന്നും വഴക്കും കമന്റും ഏറ്റുവാങ്ങി സ്വയം പരിഹാസ്യനാകേണ്ടി വന്നിട്ടും ഈ സ്വഭാവത്തെ എന്നിൽ നിന്നും പൂർണമായും പിഴുതു മാറ്റുവാനും കഴിയുന്നില്ല.

എൽദോ അച്ചായൻ മരിച്ചതിനുശേഷം വത്സമ്മ ചേച്ചി ഇവിടത്തെ ജോലി രാജിവച്ച് കൂടപ്പിറപ്പുകളോടൊപ്പം അമേരിക്കയിലാണെന്ന് അറിഞ്ഞു. പിന്നെ ഒരു വിവരവും അറിഞ്ഞിട്ടില്ല. ഒരുകാലത്ത് ജീവിതപ്പാതയിൽ നിറഞ്ഞു നിന്നിരുന്ന എത്രയെത്ര പേർ എന്റെ കണ്ണകലത്ത് നിന്നകന്നു. കാലം എനിക്ക് സമ്മാനിച്ച നൊമ്പരങ്ങളാണ് അതെല്ലാം.

ഡോക്ടർ ജെഫ്രിൻ അടുത്തെത്തുന്തോറും ഹൃദയം ശക്തിയോടെ മിടിച്ചു. ഇത്രയും വിലമതിപ്പുള്ള വ്യക്തി വത്സമ്മ ചേച്ചിയുടെ മകൾ തന്നെയാണെന്ന് വിശ്വസിക്കാതിരിക്കുവാനും കഴിയുന്നില്ലല്ലോ. ഒരുപക്ഷേ എന്നെ ഓർമ്മയുണ്ടാകാൻ ഇടയില്ല. ഉണ്ടെങ്കിൽ തന്നെ അങ്ങനെ ഭാവിക്കാനും ഇടയില്ല. ഇത്രയും ഉയരങ്ങൾ താണ്ടി നിൽക്കുന്ന ഡോക്ടർക്ക് അങ്ങനെയൊരു പരിചയ ഭാവത്തിന്റെ ആവശ്യവുമില്ല.

അന്ന് ഈ മെയ്മോളെയും കൂട്ടുകാരികളെയും വിക്ടോറിയ കോളേജിൽ വിട്ടുകൊടുക്കുവാനായി വണ്ടി എടുക്കുമ്പോൾ വത്സമ്മ ചേച്ചിയുടെ കണ്ണിൽ നിന്നും മറഞ്ഞാൽ ഉടനെ കാറിന്റെ ചാവി ചോദിച്ച് ചിണുങ്ങിക്കൊണ്ടിരുന്ന ആ ടീനേജ് കാരിയാണ് ഉള്ളിൽ ഇപ്പോൾ നിറഞ്ഞു നിൽക്കുന്നത്. അന്നത്തേക്കാളും കുറെ കൂടി തടിച്ചു. ഒരു സഹോദരനെ പോലെ എന്നെ സ്നേഹിച്ചിരുന്ന വത്സമ്മ ചേച്ചിയുടെ മകൾ മെയ്മോള് വളർന്നു വലുതായ ഡോക്ടർ ജെഫ്രി എന്ന കേൾവികേട്ട മഹതി എത്ര പേരുടെ ജീവൻ രക്ഷിക്കുന്നു. രോഗികൾക്ക് ആശ്വാസം പകരുന്നു, വേദനകൾ ഒപ്പിയെടുക്കുന്നു, എന്ന നിലയിലേക്ക് എത്തിയത് എനിക്ക് കാണാൻ കഴിഞ്ഞല്ലോ. കാത്തിരിക്കുന്ന വ്യത്യസ്ത നാട്ടുകാരായ ഈ രോഗികളുടെ എണ്ണം നോക്കിയാൽ മാത്രം അറിയാമല്ലോ ഈ ഡോക്ടറുടെ മഹത്വം. റബ്ബുൽ ആലമീൻ (ലോകസൃഷ്ടാവ്) ആയ തമ്പുരാൻ എല്ലാ അനുഗ്രഹങ്ങളും ഈ മോൾക്ക് കൊടുക്കട്ടെ.

ഏതായാലും ഇത്രേം വന്നത് ഒട്ടും വെറുതെയായില്ലല്ലോ. പ്രസന്നതയും ഉത്സാഹവും ചുറുചുറുക്കും നിറച്ചുകൊണ്ട് ഡോക്ടർ നടന്നുനടന്ന് എന്റെ അടുത്ത് എത്താറായപ്പോൾ ഇരിപ്പിടത്തിൽ നിന്നും പെട്ടെന്ന് എഴുന്നേറ്റു ഞാൻ ഒരടി മുന്നോട്ട് വെച്ചു.

ഡോക്ടർ ജെഫിൻ എന്റെ മുഖത്തേക്ക് നോക്കിയിട്ട് ഒരു ചോദ്യം കബീർ അങ്കിൾ അല്ലേ എന്താ ഇവിടെ? എന്തുപറ്റി തിരക്കൊഴിഞ്ഞ് നമുക്ക് കാണാം കേട്ടോ. ചോദ്യത്തോടൊപ്പം എന്റെ കൈകളിൽ ഒന്ന് മൃദുവായി പിടിച്ചു. ആ സ്നേഹത്തിന്റെ വ്യാപ്തി എന്നെ അതിശയിപ്പിച്ചു. ഡോക്ടർ വളരെ പെട്ടെന്ന് കൺസൾട്ടിംഗ് റൂമിലേക്ക് മറഞ്ഞു.

എന്റെ പേര് പോലും ഓർത്തിരിക്കുന്നല്ലോ. എളിമയും സ്വഭാവ ശുദ്ധിയും രൂപഭംഗിയും എല്ലാം ഒത്തുചേർന്ന് യഥാർത്ഥ സൗന്ദര്യവതിയാ

യ ഈ ഡോക്ടർ ആ അമ്മയുടെ മകൾ തന്നെ.

അർബാബും അബ്ദിയും ഒക്കെ ഇതെന്ത് മറിമായം എന്ന നിലയിൽ എന്നെ നോക്കിനിന്നു.

വത്സമ്മ ചേച്ചിയെ ഒരു നോക്കു കാണുവാനുള്ള എന്റെ ഏറെ നാളത്തെ ആഗ്രഹം ഇതാ കൈയെത്തി പിടിക്കാവുന്ന ദൂരത്തിൽ എത്തിക്കഴിഞ്ഞിരിക്കുന്നു. പക്ഷേ അത് എങ്ങനെ സാധ്യമാക്കാമെന്ന് ഞാൻ ചിന്തിച്ചു കൊണ്ടിരുന്നു വത്സമ്മ ചേച്ചി ഡോക്ടറോടൊപ്പം ഈ ചുറ്റുവട്ടത്ത് എവിടെയെങ്കിലും ആയിരിക്കുമോ താമസം. ജീവിച്ചിരിപ്പുണ്ടെങ്കിൽ തന്നെ വയസ്സ് എത്രയായി കാണും. ആ നിലയ്ക്ക് എന്നെ കണ്ടാൽ തിരിച്ചറിയാൻ കഴിയുമോ. ശാരീരികമായ നിസ്സഹായത ആ ശരീരത്തെ പിടിമുറുക്കിയിട്ടുണ്ടായിരിക്കും

എനിക്കറിയേണ്ടുന്ന ഉത്തരങ്ങൾ നൽകാൻ ഡോക്ടർക്ക് മാത്രമേ കഴിയൂ. രോഗികൾ പോയിക്കഴിഞ്ഞ് ഡോക്ടർ പുറത്തേക്കിറങ്ങും വരെ ഇവിടെ കാത്തു നിൽക്കേണ്ടിവരും. അതെന്തായാലും നടക്കുന്ന കാര്യവുമല്ല.

അർബാബിനെ നൈലയുടെ വീട്ടിൽ കൊണ്ടുവിട്ട് ജവഹറിനെയും കൂട്ടിവീണ്ടും ഇങ്ങോട്ട് വന്നാൽ കാര്യം നടക്കുമായിരിക്കും.

അല്ലാതെ മറ്റു പോംവഴികൾ ഒന്നും തലയിൽ ഉദിക്കുന്നില്ല അർബാബ് ഇന്നുതന്നെ തിരിച്ചു പോകണം എന്ന് പറഞ്ഞാൽ അതോടെ പദ്ധതിയാകെ തകിടം മറിയും.

അർബാവും കുടുംബവും ഇന്നലെ ഉച്ചയോടെ മൻസിൽ നിന്നും ഇറങ്ങിയതാണല്ലോ അർബാബ് അവിടെ ഇല്ലെങ്കിൽ എത്രയെത്ര കാര്യങ്ങളാണ് മുടങ്ങി പോകുന്നത് കാലപ്പഴക്കം കൊണ്ട് അതെല്ലാം എനിക്ക് വ്യക്തമായി അറിയാം.

കാര്യങ്ങളെല്ലാം അർബാബിന്റെ സഹോദരന്മാരായ അമ്മാറിനെയോ റാഷിദിനെയോ ഏൽപ്പിച്ചിട്ടാണ് പോന്നതെങ്കിൽ അർബാബിന് സമാധാനത്തോടെ ഇന്നിവിടെ കഴിഞ്ഞ് നാളെ അതിരാവിലെ അങ്ങോട്ട് തിരിച്ചാൽ മതി. ആ തീരുമാനം നൈലക്കും ഏറെ സന്തോഷമായിരിക്കും.

ഇത്രയും വലിയ വീട്ടിൽ ഭർത്താവും ഇളയ മകനും മാത്രമേയുള്ളൂ. പിന്നെ അകത്തും പുറത്തുമായി ജോലിക്കാരും. നൈലയുടെ രണ്ട് ആൺമക്കളും കുടുംബവും വേറെ വീടുകളിൽ ആണ് താമസം. രണ്ട് പെൺമക്കളും അറബി നാടുകളിൽ കല്യാണം കഴിച്ച വീടുകളിലാണ്. അവർ ഇടക്കൊക്കെ ഇവിടേക്ക് വരാറുള്ളൂ.

ഉമ്മിയും മരിച്ചതിനുശേഷം അർബാബും സഹോദരിമാരും വല്ലപ്പോഴുമേ ഒന്നിക്കാറുള്ളൂ. അങ്ങനെ നോക്കുമ്പോൾ ഇന്നത്തെ ഈ കൂടി

ച്ചേരൽ നല്ലൊരു അവസരമാണ് ഏതായാലും ഇവരുടെ തീരുമാനം എന്താണെന്ന് ചോദിച്ചു നോക്കാം. അർബാബിനോട് ആരാഞ്ഞാൽ മറു ചോദ്യം നേരിടേണ്ടി വന്നേക്കാം. ഏതായാലും ഇന്നും നാളെയും ഡോക്ടർ മഫ്രക് ഹോസ്പിറ്റലിൽ ഉണ്ടാകുമല്ലോ. വത്സമ്മ ചേച്ചിയെ കാണാൻ യോഗം ഉണ്ടെങ്കിൽ എന്റെ ആഗ്രഹം നടക്കും. ഇല്ലെങ്കിൽ എന്ന് ഞാൻ ആലോചിക്കുന്നില്ല. നടക്കും നടക്കുക തന്നെ ചെയ്യും എന്ന് മനസ്സ് ധൈര്യം തരുന്നുണ്ടല്ലോ. എങ്കിൽ എത്രയെത്ര വിശേഷങ്ങൾ ആണ് വത്സമ്മ ചേച്ചിയോടും മെയ്മോളോടും പങ്കുവെക്കാനുള്ളത്. തൽക്കാലം ആലോചനകൾ അവിടെ എത്തിനിന്നു.

അദ്ധ്യായം
മുപ്പത്തിയൊന്ന്

അർബാബിന്റെ വ്യായാമവും ശരീരം ഇളക്കിയുള്ള നടത്തവും ഞാനും പതിവാക്കി. അർബാബിനെ വ്യായാമ മുറകൾ പരിശീലിപ്പിക്കാൻ ഒരു ട്രെയിനറും ഉണ്ട്. മിന്നിത്തിളങ്ങുന്ന ജീവിതം ഒന്നുകൂടി ഊർജ്ജസ്വലമാക്കാനായി പുത്തൻ തലമുറക്കാരിൽ ഭേദമില്ലാതെ മിക്കവരും എക്സർസൈസിന് പോകുന്നു അവിടെ പോയി മടുക്കുമ്പോൾ പിന്നെയും പഴയപടി തന്നെ.

അർബാബിന്റെ ഇളയ മകൻ ഷക്കീക്ക് മാത്രമാണ് വ്യായാമം നിർത്താതെ തുടർന്നുകൊണ്ടിരിക്കുന്നത്. അത് കൂടാതെ മറ്റ് ഹോബികളും ഉണ്ട്.

ഞാൻ അർബാബിന്റെ വീട്ടിലേക്ക് ചേക്കേറിയതോടെ വെറുമൊരു മാനസിക ഉല്ലാസത്തിന് വേണ്ടിയാണ് നാടൻ പ്രാവുകളെ വളർത്തി തുടങ്ങിയത്. വീടിന് കുറേ ദൂരം വടക്കേ അതിർത്തിയിലായി വലയും പട്ടികയുമൊക്കെ വെച്ച് ഞാനൊരു കൂടുണ്ടാക്കി.

അതൊക്കെ കാണുവാനുള്ള കൗതുകത്തിനായി അന്ന് കുട്ടിയായിരുന്ന ഷക്കീക്ക് എന്റെ പിന്നാലെ വരും നാളുകൾ കഴിയുന്തോറും വിവിധ ഇനങ്ങളെ കൊണ്ടുവന്നു വലിപ്പത്തിലും നിറത്തിലും ഗുണത്തിലും ഒക്കെയായി ഇപ്പോൾ ഏകദേശം 700 ഓളം ഇനങ്ങൾ ഉണ്ട്. ഇവിടെ അവയുടെ പേരുകളുടെ ഭാരം എന്റെ നാക്കിന് താങ്ങാൻ പോലും ബുദ്ധിമുട്ടാണ്. ഷക്കീക്കിന്റെ കൂട്ടുകാരൻ ബദർ കുറേ എണ്ണത്തിനെ തന്നു.

കൂടുകളുടെ കെട്ടിലും മട്ടിലും ഒക്കെ മാറ്റം വരുത്തി കുറെ കൂടി വികസിപ്പിച്ചു. വിവിധയിനം പക്ഷികളും കുറച്ച് അപ്പുറത്തേക്ക് മാറ്റി പല

തരം ഒലീവ് മരങ്ങളുടെ ഒരു തോട്ടവും എന്റെ സംവിധാനത്തിൽ ഉണ്ടാക്കിയെടുത്തു. എല്ലാം പരിചരിക്കാനായി രണ്ടുമൂന്ന് ബംഗാളി പയ്യന്മാരും ഉണ്ട്.

ഒഴിവ് ദിവസങ്ങളിൽ കുട്ടികൾ അടക്കമുള്ള സന്ദർശകരെത്തുന്നുണ്ട്. എന്നിലൂടെ ഇത്തരം ഒരു കൗതുക കാഴ്ചകൾ മറ്റുള്ളവർക്ക് പകർന്നു കൊടുക്കാൻ കഴിഞ്ഞതിൽ നല്ലൊരു അഭിമാനം എനിക്കുമുണ്ട്.

മുട്ടവിരിഞ്ഞ് പുറത്തുവരുന്ന പ്രാവിൻ കുഞ്ഞുങ്ങളെ പ്രാപ്തരാക്കുവാൻ അവ സഹിക്കുന്ന ത്യാഗങ്ങൾ പോലും ഞാൻ നിരീക്ഷിച്ചറിഞ്ഞു. ഭൂമിയിൽ അങ്കുരിച്ചുകൊണ്ടിരിക്കുന്ന സൂക്ഷ്മാണുക്കളിൽ മുതൽ വന്യമൃഗങ്ങളിലും മനുഷ്യരിലും എന്നുവേണ്ട സസ്യലതാദികളിൽ അടക്കമുള്ള ദൈവത്തിന്റെ സംവിധാനങ്ങൾ ഓർത്തു നോക്കിയാൽ എത്രയോ അത്ഭുതകരമാണ്.

ആ സംവിധാനത്തിൽ ഒരു കടുകുമണിയോളം എങ്കിലും മാറ്റം വരുത്തുവാൻ ദൈവസൃഷ്ടികൾക്കാവില്ലല്ലോ. പടച്ചവൻ വിശേഷബുദ്ധി തന്ന് അനുഗ്രഹിച്ച മനുഷ്യരായ നാം അതിമോഹം മൂലം ദൈവ സംവിധാനത്തിൽ ഉൽഭവിച്ച പ്രകൃതിക്ക് വ്യതിയാനം വരുത്തുന്നതിന്റെ പരിണത ഫലം പ്രകൃതി ദുരന്തങ്ങളുടെ രൂപത്തിൽ മനുഷ്യരോടൊപ്പം തന്നെ നിരപരാധികളായ പക്ഷി മൃഗാദികളും വൃക്ഷലതാദികളും എല്ലാം അനുഭവിക്കേണ്ടി വരുന്നു.

പതിവു പോലുള്ള ഉന്മേഷം ഒന്നുമില്ല. ഷക്കീക്കിന് ഈയിടെയായി തീവ്രമായ സംഘർഷങ്ങളിൽ അകപ്പെട്ടതുപോലെ. കൂട്ടുകാരൻ ബദറിനെയും ഈ വഴിയൊന്നും കാണാറുമില്ല. കാരണം ആരാഞ്ഞപ്പോഴാണ് വേദനയോടെ ബദറിന്റെ കാര്യം ഷക്കീക്ക് എന്നോട് പറഞ്ഞത്. അവനിപ്പോൾ പൂർണ്ണമായും മയക്കുമരുന്നിന് അടിമയാണത്രേ. ബദറിനെ കുറിച്ച് ആർക്കും ചിന്തിക്കാൻ പോലും കഴിയാത്ത ഒരു കാര്യം ഷക്കീക്കിനെ പോലെ പക്ഷി വളർത്തലും മീൻപിടുത്തവും ഫുട്ബോൾ കളിയും യാത്രകളും ഒക്കെ ഹോബിയാക്കി രസകരമായി സംസാരിച്ചു നടന്നിരുന്ന പയ്യൻ.

സിഗരറ്റിന്റെ വിഷപ്പുക വലിച്ചുകയറ്റുന്നതിന് യാതൊരു നിയന്ത്രണവുമില്ല. സദുപദേശങ്ങൾ ഒന്നും അവനിൽ ഏശാതെ ഇതിനെക്കുറിച്ച് ന്യായീകരിച്ചു കൊണ്ടിരിക്കും.

മയക്കുമരുന്ന് എന്ന മഹാദോഷം സൽബുദ്ധിയെ നശിപ്പിച്ച് ആയുസ്സെത്താതെയുള്ള അന്ത്യമായിരിക്കും ഫലം. സമൃദ്ധവും സന്തോഷകരവുമായ ജീവിതം ഇനിയും എത്രമാത്രം മുന്നിൽ തുറന്നു കിടക്കുന്നു. അത് എന്നേക്കും സുന്ദരമായിരിക്കുന്ന പരമാർത്ഥമാണ് എന്നൊക്കെ

ചിന്തിക്കാനുള്ള പ്രായം ആകുന്നതല്ലേ ഉള്ളൂ. അവനെ ഓർത്ത് എരിഞ്ഞു പുകയുന്ന എത്ര മനസ്സുകൾ ഉണ്ടായിരിക്കും.

അവയർനസ് ക്ലാസുകളിലും പൂർവ്വ സ്ഥിതിയിൽ എത്തിക്കുവാനുള്ള റിഹാബിലിറ്റേഷൻ സെൻററുകളിലും ഒക്കെയാണത്രേ ബദർ. ഇത്രത്തോളം എത്തിയിട്ട് ഇനി പശ്ചാത്തപത്തിന്റെ കണ്ണീരൊഴുക്കിയിട്ട് എന്ത് നേട്ടം. ഈ മാരണത്തിന്റെ കെട്ടുപാടിൽ നിന്നും കരകയറുവാനുള്ള ഹിദായത്ത് (നേർവഴി) പടച്ചവൻ നൽകി അനുഗ്രഹിക്കുമാറാകട്ടെ.

കർശനമായ നിയമങ്ങൾ ഉള്ള ഈ നാട്ടിൽ പോലും പരോക്ഷമായി ഇങ്ങനെയൊക്കെ സംഭവിക്കുന്നു ഭൂമിയിൽ ഒരിക്കൽ മാത്രം ലഭിക്കുന്ന ജീവിതം എന്ന സുവർണ്ണാവസരം കണ്ണുതുറന്ന് കാണുവാനും മനസ്സിലാക്കുവാനും ശ്രമിക്കാതെ തെറ്റായ വഴിയിലേക്ക് വിവേകമില്ലാതെ തിരിഞ്ഞ് സ്വയം വിളിച്ചു വരുത്തുന്ന ദുര്യോഗം.

എന്തെല്ലാം വാർത്തകളാണ് ദിനേന കേട്ടുകൊണ്ടിരിക്കുന്നത്. ജീവിതം എപ്പോഴും എന്നും ആർക്കും ഒരുപോലെയാകണമെന്നില്ല. അത് ഉത്തരം മുട്ടിക്കുന്ന ചോദ്യങ്ങളിലൂടെ പോയിക്കൊണ്ടിരിക്കും.

അൽ ഫത്ത്മ സ്കൂളിൽ ജോലി ചെയ്തിരുന്ന സത്യൻ ജോലിയിൽ നിന്നും വിരമിക്കുവാൻ മാസങ്ങൾ അവശേഷിക്കുന്ന സമയത്താണ് അവന്റെ ഏക പ്രതീക്ഷയായിരുന്ന മകൻ മയക്കുമരുന്ന് കടത്തിയ കേസിൽ ഇവിടത്തെ എയർപോർട്ടിൽ നിന്നും പോലീസ് പിടിയിലായത്.

സത്യനെ പോലെ തന്നെ മകനും ഒരു പരോപകാരിയും മനുഷ്യസ്നേഹിയും ഒക്കെയാണ്. ഈ നാട്ടിൽ ജോലി ചെയ്യുന്ന സത്യന്റെ മകന് പരിചയമുള്ള ഒരാൾക്ക് ഉടനെ എത്തിക്കേണ്ട മരുന്നാണെന്ന് വിശ്വസിപ്പിച്ച് ഒരു കൂട്ടുകാരനാണ് സത്യന്റെ മകന്റെ കൈവശം കരിപ്പൂർ വിമാനത്താവളത്തിൽ വെച്ച് മയക്കുമരുന്ന് കൈമാറിയത്. പാവം ഇപ്പോഴും രാപ്പകൽ നീറിക്കൊണ്ടിരിക്കുന്ന മനസ്സുമായി ജയിലറക്കുള്ളിൽ കഴിയുകയാണ്.

പിച്ചവെക്കാൻ തുടങ്ങിയ ജീവിതമല്ലേ നുള്ളിക്കളഞ്ഞത്. നിരപരാധിയാണെന്നതിന് തെളിവുമില്ല. പിന്നെ രാജ്യദ്രോഹ കുറ്റവും പണത്തിനും പദവിക്കും പ്രശസ്തിക്കും വേണ്ടി സഹജീവികളെ കുരുതി കൊടുക്കുവാൻ ചിന്താശേഷിയും മനസ്സാക്ഷിയും ഒക്കെയുള്ള മാനവ വർഗ്ഗത്തിന് എങ്ങനെ കഴിയുന്നു. ചിന്തയും പ്രവർത്തിയും വാക്കുകളും ദൈവത്തെ മറച്ചുവെക്കാൻ കഴിയില്ലെന്ന് ഓർക്കാൻ കഴിയാത്ത നികൃഷ്ട ജന്മങ്ങൾ.

പണവും സ്വാധീനവും ഉള്ളവർക്കും ഇതൊന്നും ഇല്ലാത്തവർക്കും ഈ നാട്ടിൽ ശിക്ഷാഭാരം ഒരുപോലെയാണ്. കുടുംബം കരകയറുവാ

നായി ഈ നാട്ടിൽ ജോലി തേടിയെത്തുന്ന ചെറുപ്പക്കാരിൽ വളരെ അപൂർവമായി ചിലർ പെട്ടെന്ന് സമ്പന്നർ ആകണമെന്ന വ്യാമോഹത്താലും മറ്റു ചിലർ മനസാ അറിയാതെയും ഈ ശൃംഖലയിൽ അകപ്പെട്ടിട്ടുള്ളതായും അറിയാം.

നിയമപാലകർ പല ഘട്ടങ്ങളിൽ ആയി ഇരയെ നന്നായി നിരീക്ഷിച്ച് ഈ മാരണം ഒളിപ്പിച്ചു കൊണ്ടുപോകുന്നതിനിടയിൽ തെളിവോടെ തന്നെയാണ് പിടികൂടുന്നത്. ഇത്തരത്തിലുള്ള യാതൊരുവിധ പൊല്ലാപ്പുകളിലും ചെന്ന് ചാടാതെ പരമാവധി ശ്രദ്ധിച്ച് ജീവിക്കുവാനുള്ള ഖുദ്റത്ത് (കഴിവ്) സർവ്വശക്തൻ എല്ലാവർക്കും നൽകട്ടെ എന്ന് പ്രാർത്ഥിക്കുന്നു.

സാങ്കേതിക വിദ്യ കുതിച്ചുയർന്നു കൊണ്ടിരിക്കുന്ന ഇക്കാലത്ത് ലോകത്തിന്റെ തന്നെ ഭൂതവും ഭാവിയും വർത്തമാനവും അപ്പപ്പോൾ അറിയാം എന്നായിരിക്കുന്നു. ആ നിലക്ക് ഇത്രയും കൂടെപ്പിറപ്പുകളും ബന്ധുക്കളും ഒക്കെ ഉണ്ടായിട്ടും ഒരുവട്ടമെങ്കിലും എന്നോടൊന്ന് ബന്ധപ്പെടാൻ ആർക്കും തോന്നിയില്ലല്ലോ. ഞാൻ അങ്ങനെ പെട്ടെന്നൊരു ദിവസം മാനത്തു നിന്നും പൊട്ടി വീണതും അല്ല. അല്ലെങ്കിൽ ജോലി ചെയ്തു ഇതുപോലെ വീട്ടുകാരോട് വാശി തീർക്കുവാനായി അന്യദേശക്കാരിയായ സഹപ്രവർത്തകയെ ജീവിതസഖിയാക്കി കുടുംബവും കുട്ടികളും ഒക്കെയായി ഈ നാട്ടിൽ സുഖസുന്ദരമായി ജീവിക്കുകയും അല്ലാ.

എന്റെ മാതാപിതാക്കൾ മാത്രമല്ലേ ഇഹലോകവാസം വെടിഞ്ഞ് പരലോകത്തേക്ക് പോയിട്ടുള്ളൂ. അവർ ജീവിച്ചിരിപ്പുണ്ടായിരുന്നെങ്കിൽ ഇത്തരത്തിൽ ചിന്തിപ്പിക്കുവാൻ അവർ എന്നെ അനുവദിക്കുമായിരുന്നോ. അതൊക്കെ ഓർത്ത് ഉള്ളിൽ എവിടെയോ നിന്നൊരു വിങ്ങിപ്പൊട്ടൽ ഈയിടെയായി മിക്കപ്പോഴും എന്നിൽ തികട്ടിവരും. ചുരുക്കിപ്പറഞ്ഞാൽ എനിക്ക് വേണ്ടപ്പെട്ടവരൊക്കെ ഉണ്ടായിട്ടും ആൾക്കൂട്ടത്തിൽ തനിയെ ആയിപ്പോയ ഒരുവൻ.

മറിച്ച് ചിന്തിച്ചാൽ എന്റെ ജീവിതത്തിൽ നിന്നും ഞാൻ അവരെ ഒഴിവാക്കി എന്ന് അവർക്കും വിചാരിക്കാമല്ലോ. ഞാൻ അവരോടൊക്കെ പെരുമാറുന്നതുപോലെയല്ലേ തിരിച്ച് അവരിൽ നിന്നും എനിക്കും കിട്ടുക. ഞാൻ ആഗ്രഹിക്കുന്നത് പോലെ മാത്രം കാര്യങ്ങൾ നടക്കണമെന്നും ഇല്ല. അങ്ങനെ നോക്കുമ്പോൾ എല്ലാ ചോദ്യങ്ങളും ഉത്തരം ഉള്ളതും ഉത്തരം മുട്ടിക്കുന്നതും ആണ്. മനസ്സൊന്നു വിശാലമാക്കിയാൽ തീരാവുന്ന വേദനയെ ഉള്ളൂ.

എപ്പോഴും എന്നേക്കും ഒരുപോലെയല്ല ഓരോ സാഹചര്യങ്ങൾ അ

നുസരിച്ചായിരിക്കും നല്ലതായാലും ചീത്തയായാലും അനുഭവിക്കേണ്ടി വരിക എന്നൊക്കെ സ്വയം ആശ്വസിക്കാൻ ശ്രമിച്ചു നമ്മൾ ഒരാളെ കുറിച്ച് തന്നെ ഓർത്തുകൊണ്ടിരുന്നാൽ നമ്മുടെ ചിന്തയും തോന്നലുകളും ഉദ്ദേശിച്ചവരിലേക്ക് എത്തി അവരും നമ്മെക്കുറിച്ച് ഓർത്തുകൊണ്ടിരിക്കും. എനിക്ക് അങ്ങനെയൊരു അനുഭവമുണ്ടായി.

എന്റെ ഇംഗിതങ്ങൾ ആ ഊർജ്ജം അവനിലേക്ക് എത്തി. ഇളയ സഹോദരൻ നാദിർഷയുടെ ഫോൺകോൾ എന്നെ തേടിയെത്തി.

അവന്റെ ശബ്ദം പോലും എന്റെയുള്ളിൽ സന്താപത്തിന്റെയും സന്തോഷത്തിന്റെയും ചലനങ്ങൾ ഉണ്ടാക്കി. ഹൃദയത്തിൽ തറച്ചു കിടന്നിരുന്ന പരിഭവത്തിന്റെ മുള്ള് അനായാസം നീക്കി തന്നു നാദിർഷ. എല്ലാ വിശേഷങ്ങളും ഒറ്റയടിക്ക് അറിയുവാനുള്ള ആവേശം എന്നിൽ തുടികൊട്ടി. കസിൻ ബ്രദർ ജലാലിന്റെ കയ്യിൽ നിന്നും നാദിർഷ സംഘടിപ്പിച്ചതായിരുന്നു ഫോൺ നമ്പർ.

ജലാൽ ഉയർച്ചയുടെ പടവുകൾ താണ്ടി എങ്കിലും ഈ നാട്ടിൽ തന്നെ ഉണ്ടായിട്ടും അങ്ങനെ ഒരു ആശയം എന്റെ തലയിൽ ഉദിച്ചില്ല എന്നുള്ളതാണ് സത്യം. ജലാലിന് ഈ സൗഭാഗ്യങ്ങൾ തന്നെ മുളച്ചു വന്നതല്ല. അവന്റെ വളർച്ചയുടെ ഓരോ പടവിലേക്കും ഉള്ള സ്രോതസ്സ് ഞാൻ തന്നെയായിരുന്നെന്ന് നിസ്സംശയം എനിക്ക് പറയാൻ കഴിയും. അന്ന് പണം ആയിട്ടും ബാബയും അർബാബും വഴിയായുള്ള ശുപാർശയിലും ജലാലിന്റെ കാര്യം കാണാൻ എന്നെ ഉപയോഗപ്പെടുത്തും എന്നല്ലാതെ എന്റെ ഒരു കാര്യവും അവൻ അന്വേഷിക്കാറുമില്ല. തിരക്കുള്ള അവന്റെ സമയം പാഴാക്കുവാൻ ഞാൻ പോകാറുമില്ല.

ഒടുവിൽ നാദിർഷ വിളിച്ച കാര്യം പറഞ്ഞു. എന്റെ നേരെ മൂത്ത ജ്യേഷ്ഠൻ ഹൃദയസംബന്ധമായ അസുഖം മൂലം യാതന അനുഭവിച്ചുകൊണ്ടിരിക്കുന്നു. ശസ്ത്രക്രിയ ചെയ്യണമെന്നാണ് ഡോക്ടർമാരുടെ അഭിപ്രായം. ഒരു നിമിഷം ഞാനങ്ങ് വല്ലാതെ ആയി ആരോഗ്യത്തോടെ അവരൊക്കെ ജീവിക്കുന്നു എന്നറിയുന്നതാണല്ലോ എനിക്ക് ഏറ്റവും സന്തോഷം ഉള്ള കാര്യം. എന്നെ കൊണ്ടാകുന്ന സഹായം ചെയ്തു കൊടുക്കണമെന്നും ഞാൻ മനസ്സിൽ കരുതി.

ഇക്കയുടെ ചികിത്സക്ക് ആവശ്യമായ തുക എത്രയും പെട്ടെന്ന് അവന് അയച്ചുകൊടുക്കണം എന്നാണ് നാദിർഷയുടെ ആവശ്യം. കബീർ ഇക്കാക്ക് ഒരാൾക്ക് കഴിഞ്ഞുകൂടാൻ അല്ലേ എന്നെപ്പോലെ കുടുംബ പ്രാരാബ്ധം ഒന്നും ഇല്ലല്ലോ എന്നും അതോടൊപ്പം അവൻ കൂട്ടിച്ചേർത്തു. പിന്നെ അവന്റെ ഇല്ലായ്മകളും വല്ലായ്മകളും ഒക്കെയായി നിസ്സഹായനായ മട്ടിൽ തലയിലേക്ക് ആ ദുഃഖഭാരം മുഴുവനും വെച്ചുതന്ന്

അവന്റെ കൈ ആയത്തിൽ ഒന്ന് കുടഞ്ഞു. എന്റെ ഉള്ളിൽ പ്രവേശിച്ച അവന്റെ വാക്കുകൾ എന്റെ ദുഃഖത്തെ ഒന്നുകൂടി ഇളക്കിമറിച്ചു. നിരാശയും വേദനയും എന്നെ മതിച്ചുകൊണ്ടിരുന്നു. അവന്റെ ശബ്ദം കേട്ട് ഞാൻ സന്തോഷിച്ചതെല്ലാം വെറുതെ.

വർഷങ്ങൾക്കിപ്പുറം എന്റെ ശബ്ദം കേട്ടിട്ടും ഇക്ക നാട്ടിലേക്ക് വരുന്നില്ലേ സുഖമാണോ ഇക്കയെ നേരിൽ കാണാൻ ആഗ്രഹിക്കുന്നു എന്നൊരു വെറും വാക്കുപോലും ചോദിക്കാൻ അവന് തോന്നിയില്ല. എന്നെ വേണ്ട പണം മാത്രമാണ് അവന്റെ ലക്ഷ്യം എന്ന് മനസ്സിലായി.

തന്നെയുമല്ല കുടുംബ സ്വത്തായി കിട്ടിയ തറവാട്ടിൽ നാദിർഷയും കുടുംബവും ആണല്ലോ താമസിക്കുന്നത് അതിനിടയിൽ ഞാൻ നാട്ടിലേക്ക് ചെന്നാൽ വീട് എനിക്ക് ഒഴിഞ്ഞു തരേണ്ടി വന്നാലോ നാദിർഷ പണിതുയർത്തിയ അവന്റെ വീട്ടിലേക്ക് കുടുംബത്തോടൊപ്പം മാറിയാൽ വീടിന്റെ വാടകയിനത്തിൽ കിട്ടിക്കൊണ്ടിരിക്കുന്ന നല്ലൊരു തുകയും അവന് നഷ്ടമായേക്കാം എന്നൊക്കെ അവൻ കണക്ക് കൂട്ടിയിട്ടുണ്ടായിരിക്കും.

നാദിർഷയെ പഠിപ്പിച്ച് ആൾ ആക്കിയതും അവന്റെ കല്യാണ ചിലവ് പോലും വഹിച്ചതും എന്തിനധികം പറയുന്നു കല്യാണത്തോടനുബന്ധിച്ച് അന്നോളം ഉള്ള എന്റെ സമ്പാദ്യവും പിന്നെ കടം വാങ്ങിയും ലോൺ എടുത്തുമൊക്കെ എല്ലാ സൗകര്യങ്ങളോടും കൂടി ഞാൻ പുതുക്കിപ്പണി കഴിപ്പിച്ചു കെങ്കേമം ആക്കിയെടുത്ത തറവാട്ട് വീട്ടിലാണ് അവനും കുടുംബവും താമസിക്കുന്നതും.

അതുകൂടാതെ എത്രയെത്ര പ്രതിസന്ധികളിൽ കടമയാണെന്നതു പോലെയാണ് ഞാൻ അവനെ സഹായിച്ചിരുന്നത് എനിക്ക് അർഹതയുള്ള അവകാശങ്ങൾ പോലും അനുഭവിക്കുന്നില്ലെന്ന് മാത്രമല്ല അങ്ങനെയുള്ള കാര്യങ്ങൾ എന്നെ അലട്ടുന്നില്ല. ഞാൻ അതെക്കുറിച്ച് ഒന്നും ഓർക്കാറു പോലുമില്ല. അവരുടെയൊക്കെ ജീവിതം എങ്ങനെ സമൃദ്ധമാക്കാം എന്ന് ചിന്തിച്ച് കാലം കഴിച്ചുകൂട്ടിയ എന്നോടാണ് ഇത്തരത്തിലുള്ള പെരുമാറ്റങ്ങൾ.

മറ്റൊരാളുടെ നേട്ടങ്ങൾ എന്നെ സന്തോഷിപ്പിക്കും എന്നല്ലാതെ അതേക്കുറിച്ച് ഓർത്ത് ഒരിക്കലും എന്റെ മനസ്സ് സംഘർഷത്തിന് അടിമയാകാറില്ല. എല്ലാവർക്കും ആവശ്യങ്ങൾ വരുമ്പോൾ മാത്രം ഞാൻ ഉറ്റവനും ഉടയവനും ഒക്കെയാണ്, അല്ലാത്ത സന്ദർഭങ്ങളിൽ എന്നോട് നാമമാത്രമായ ബന്ധമേ ഉള്ളൂ എന്നല്ലേ ഇതിൽ നിന്നൊക്കെ ഞാൻ മനസ്സിലാക്കേണ്ടത്.

അവൻ നേടിയെടുത്ത സ്ഥാനമാനങ്ങളിലും സന്തോഷത്തിലും സമൃദ്ധിയിലും ഞാൻ അനുഭവിച്ച പിരിമുറുക്കങ്ങളുടെ തുണ്ടുകൾ എത്ര

മാത്രം ഉണ്ടായിരിക്കും. ചെയ്തതിനൊന്നും ഞാൻ കണക്ക് പറയുകയല്ല, അങ്ങനെ ചെയ്താൽ ഞാൻ ചെയ്തതൊക്കെ നിഷ്ഫലമായിപോകും.

മനോ സംഘർഷത്തിനിടയിൽ ആരോടായാലും പറയുന്ന വാക്കുകൾ പൂർണമായും ശരിയിലേക്ക് നയിക്കുന്നതാകണമെന്നില്ല അത്തരം സന്ദർഭങ്ങളിൽ കൂടുതൽ ഒന്നും പറയാതിരിക്കുന്നതാണ് നല്ലതെന്നുള്ള അനുമാനത്തിൽ സൗഹൃദത്തിന് മങ്ങൽ ഏൽപ്പിക്കാതിരിക്കാൻ പരമാവധി ശ്രമിച്ചുകൊണ്ട് എന്റെ സഹോദരൻ നാദിർഷയുമായുള്ള സംഭാഷണത്തിന് തൽക്കാലം വിരാമമിട്ടു.

അദ്ധ്യായം
മുപ്പത്തിരണ്ട്

എന്റെ സഹോദരൻ നാദിർഷ നാട്ടിൽ നിന്നും അറിയിച്ച പ്രകാരം ജ്യേഷ്ഠന്റെ ഓപ്പറേഷനും ആശുപത്രി ചിലവിനുള്ള തുകയും കൂടി ഞാൻ അയച്ചു കൊടുത്തു. എന്റെ കയ്യിൽ ഒരു തെറ്റും വരാത്ത രീതിയിലാണ് ഞാൻ പ്രവർത്തിച്ചത്. ഇനി എന്റെ പെരുമാറ്റം മൂലം ആർക്കും ഒന്നും നഷ്ടപ്പെടാൻ ഇടവരരുത് എന്നും ഞാൻ ചിന്തിച്ചു

കൂടെപ്പിറപ്പുകളോടുള്ള സഹകരണവും സൗഹൃദവും എന്റെയുള്ളിൽ ശാന്തി നിറച്ചു. ഇക്ക സുഖം പ്രാപിച്ചു പൂർണ്ണ ആരോഗ്യത്തോടെയും ആയുസ്സോടെയും ജീവിക്കട്ടെ. അതോർത്ത് സമാധാനത്തോടെ കഴിയുമ്പോഴാണ് സഹോദരി ഉമ്മുക്കുലുസുവിന്റെ ഫോൺകോൾ അപ്രതീക്ഷിതമായി വന്നത്.

കേട്ടു കേട്ട് കാതുകളിൽ തഴമ്പിച്ചു നിന്നിരുന്നതാണെങ്കിലും വർഷങ്ങൾക്ക് ശേഷം ആ ശബ്ദം എന്നെ ആനന്ദത്തിലാഴ്ത്തി. നാദിർഷയോട് ഞാൻ എല്ലാവരുടെയും വിശേഷങ്ങൾ തിരക്കിയിരുന്നു. ആ സന്തോഷം പങ്കുവെക്കാൻ ആയിരിക്കാം. അങ്ങനെയങ്ങ് തേച്ചു മായിച്ച് കളയാൻ പറ്റില്ലല്ലോ രക്തബന്ധം.

കുറേ അനുഭവങ്ങൾ അവൾ നിരത്തി. അതൊക്കെ കേൾക്കേണ്ടവൻ ഞാൻ തന്നെയാണ്. ഒരു സഹോദരൻ എന്ന നിലയിൽ വല്ലപ്പോഴെങ്കിലും ഞാൻ അവരെ അന്വേഷിക്കണം ആയിരുന്നു. ഞാൻ എന്ത് നൽകുന്നു എന്നതാണല്ലോ എനിക്ക് എന്ത് തിരിച്ചുകിട്ടുന്നു എന്നതിന്റെ അടിസ്ഥാനം.

പറഞ്ഞതുതന്നെ പറഞ്ഞു വട്ടം കറങ്ങിയിട്ട് ഒടുവിൽ കാര്യത്തിലേ

ക്ക് കടന്നു. ഉമ്മുക്കുലുസുവിന്റെ ഭർത്താവിന് വളരെ ചിലവേറിയ സർജറി വേണമത്രേ. അങ്ങനെയൊരു ദുർഘട സന്ധിയിൽ അകപ്പെട്ടിരിക്കുകയാണ് അവർ.

രണ്ടാൺമക്കളിൽ ഒരാൾ വിദേശത്ത് കുടുംബവുമൊത്ത് താമസിക്കുന്നതിനാൽ അവന് ചിലവ് ഏറെയാണ് നാട്ടിലുള്ള മകന്റെ കാര്യമാണെങ്കിൽ അതിലേറെ കഷ്ടം. അതിനിടയിൽ ഓരോന്ന് പറഞ്ഞ് അവരെ ബുദ്ധിമുട്ടിക്കുന്നതെങ്ങനെയാണ്. പിന്നെ മകളുടെ ഭർത്താവ് ആണെങ്കിൽ മുഴുവൻ തുകയും തരുമായിരിക്കും. പക്ഷേ എനിക്കിത്രയും ആങ്ങളമാർ ഉള്ളപ്പോൾ മരുമകനോട് ഒരു സഹായം ചോദിക്കുന്നത് നമുക്കൊരു കുറച്ചിലല്ലേ.

അവർക്ക് കുടുംബ പ്രാരാബ്ധം ഉണ്ടെന്നുള്ള കാര്യം നമ്മളും ഓർക്കണമല്ലോ. ജീവിത ചിലവൊന്നുമില്ലാതെ കുമിഞ്ഞു കൂടിയിരിക്കുന്ന ധനം എങ്ങനെ ചെലവഴിച്ച് തീർക്കും എന്നൊരു രൂപവും ഇല്ലാതെ കെട്ടിമുറുക്കി വെച്ചിരിക്കുന്നത് എന്റെ കൈവശം മാത്രമാണല്ലോ.

ഞാൻ നാട്ടിലേക്ക് ചെല്ലാത്തതുകൊണ്ട് ഫ്ളൈറ്റ് ടിക്കറ്റ് ചാർജ് പോലും മുടക്കേണ്ടല്ലോ എന്നാണ് ഉമ്മുകുൽസുവിന്റെ സംസാരത്തിലെ ധ്വനിയിൽ നിന്നും മുഴങ്ങിക്കേട്ടത്.

മറ്റുള്ളവരുടെ മനസ്സ് നിറക്കുന്നതിൽ സംതൃപ്തി കണ്ടെത്തിയ ഞാൻ എന്റേതായ ഒന്നും നേടാൻ ആകാതെ ഭൂതകാലം എന്നിൽ നിന്നും വിട പറഞ്ഞു കഴിഞ്ഞു ആയുസ്സിന്റെ ഭംഗിയും മേന്മയും ഉണ്ടാക്കിത്തരുന്ന ഘട്ടങ്ങൾ ഞാൻ കണ്ടില്ലെന്ന് നടിച്ചു. മനോഹരമായ വഴികളിൽ നിന്നും സ്വയം അറിഞ്ഞുകൊണ്ടുതന്നെ ഞാൻ വഴിമാറി നടന്നു. ആ രത്ന കിരീടം ജീവിത വഴിയിൽ എവിടെയോ ഞാൻ മറന്നു വെച്ചു എന്തിന് ആർക്കുവേണ്ടി ഒടുവിൽ ഞാൻ പരാജയപ്പെട്ടിരിക്കുന്നു ഞാൻ സ്വയം നഷ്ടപ്പെടുത്തിയ ജീവിതത്തിന്റെ വില എത്രത്തോളമായിരുന്നു എന്ന് ഇത്തരം സംഭവങ്ങൾ എന്നെ ഓർമിപ്പിച്ചു കൊണ്ടേയിരുന്നു. എന്റെ ദുഃഖം ഞാൻ എന്നോട് തന്നെ പറയുക എന്റെ കണ്ണുനീർ ഞാൻ തന്നെ തുടക്കുക എന്ന നിലയിലാണ് ഞാനിപ്പോൾ.

എന്റെ പുഴുക്കുത്തേറ്റ ഈ ജീവിതം കാണേണ്ടി വന്ന നിർഭാഗ്യവതിയായ ഉമ്മ എനിക്കൊരു കുടുംബജീവിതം ഉണ്ടായിക്കാണുവാൻ എത്ര ആഗ്രഹിച്ചു. അതുപോലെ എന്റെ നന്മയിൽ എന്നും എപ്പോഴും ആഹ്ലാദിച്ചിരുന്ന കൃഷ്ണേട്ടനും സ്റ്റീഫനും എത്രമാത്രം യജ്ഞിച്ചു. ആ വാക്കുകൾ എല്ലാം അഹങ്കാരത്തോടെ എറിഞ്ഞുടച്ച ഞാനതിന്റെ പരിണത ഫലം അനുഭവിച്ചുകൊണ്ടിരിക്കുന്നു എന്നുവേണം കരുതാൻ.

എനിക്കിഷ്ടപ്പെട്ട രീതിയിൽ കാര്യങ്ങൾ കാണണമെന്ന് ഞാൻ കരുതി.

മറ്റുള്ളവർ അടിച്ചേൽപ്പിക്കുന്നതാണെന്ന ശങ്കയിൽ ഒന്നും സ്വീകരിക്കാൻ ഞാൻ തയ്യാർ ആയില്ല. ജീവിതം ഇനിയും വേണ്ടുവോളം മുന്നിൽ തുറന്നു കിടക്കുന്നു. ആ കാലങ്ങൾ ഇത്രവേഗം കൈവിട്ടു പോകും എന്നുള്ള ബോധം എനിക്കുണ്ടായില്ല. കടന്നുപോകുന്ന കാലങ്ങൾ എന്റെ കൈപ്പിടിയിൽ ഒതുങ്ങിയതുമില്ല. ജീവിതകാലം അതിവേഗം കുറഞ്ഞു വരികയാണല്ലോ. ഇനി അതോർത്തിട്ട് എന്ത് ഫലം.

എന്റെ മാതാപിതാക്കളോടൊപ്പം തന്നെ എന്നോടുള്ള സ്നേഹവും മണ്ണടിഞ്ഞു പോയി. അതോടെ നിനക്കൊരു വിവാഹജീവിതം അങ്ങ നെ ഒരു വെറും വാക്കോ അതിനു വേണ്ടിയുള്ള ഒരു പ്രോത്സാഹനമോ ഉണ്ടായില്ല.

എല്ലാം സർവ്വശക്തന്റെ നിയന്ത്രണത്തിലാണ് എങ്കിലും കൈപ്പിടിയിൽ നിന്നും വിട്ടുപോകുന്ന സമയത്തെ ഗൗനിക്കാതെ ചെയ്യേണ്ടത് ചെയ്യേണ്ട പ്പോൾ ചെയ്തില്ലെങ്കിൽ എന്നെപ്പോലെ നഷ്ടങ്ങളെ ഓർത്ത് വിലപിക്കേ ണ്ടി വരുമെന്ന് ഉറപ്പാണ്. യൗവനം കടന്നു ചോരയും നീരും വറ്റി വരണ്ട ഒടുവിൽ ആർക്കും വേണ്ടാത്ത ഒരു പാഴ്ജന്മം അതുമല്ലെങ്കിൽ മറ്റുള്ള വർക്ക് ഞാൻ ഒരു സഹതാപ കഥാപാത്രമായി മാറിയേക്കാം.

കൂട്ടത്തിൽ ഇളയ സഹോദരി സാജിതയാണ് ഭേദം. സ്വന്തം നാട്ടിൽ സ്നേഹിക്കുവാനും ഓർമിക്കുവാനും ആരെങ്കിലുമുണ്ട് എന്ന് തോന്നി യത് സാജിതയുടെ സംസാരം കേട്ടപ്പോഴായിരുന്നു.

ഉമ്മുക്കുലുസുവിനോളം ധനശേഷി ഒന്നുമില്ലെങ്കിലും ഉള്ളതുകൊ ണ്ട് തൃപ്തയാണ് അവൾ. ഞാൻ അവൾക്ക് വേണ്ടി ചെയ്തു കൊടു ത്തതെല്ലാം ഇപ്പോഴും നന്ദിയോടെ സ്മരിക്കുന്നുണ്ടെന്ന് ആ സംഭാഷ ണത്തിൽ നിന്നും വ്യക്തമായി. അത് എന്നിൽ ആനന്ദം നിറച്ചു. അസാ ധാരണമായ ആഹ്ലാദത്തോടെ ഒരു ആനക്കാര്യം പൊക്കിക്കൊണ്ടുവന്നു സാജിത. സുൽത്താനയെ ഒരു ദിവസം അവൾ കാണാനിടയായി. എന്റെ വിശേഷങ്ങൾ ആർത്തിയോടെ തിരക്കി. ചക്കരക്കാവിലെ ലൈബ്രറിയു ടെ കിഴക്ക് വശത്ത് കൊച്ചാപ്പു ആശാരിയുടെ വീട് വാങ്ങി താമസിക്കു കയാണ് പോലും. മൻസൂറുമായി ചുരുങ്ങിയ നാളുകളെ സുൽത്താന ക്ക് ജീവിക്കാൻ കഴിഞ്ഞുള്ളൂ. ഒരു മകനും ഉണ്ട്. ചിലപ്പോൾ മനഃപൂർ വ്വം ആയിരിക്കും ഇങ്ങോട്ട് താമസം മാറ്റിയത്.

വളരെ ആവേശത്തോടെ അവൾ പറഞ്ഞു. അതിന് ഞാനെന്തു വേ ണം എന്ന് കുറച്ചു പരുഷമായി തന്നെയാണ് ഞാൻ ചോദിച്ചത്. സുൽ ത്താനയെ കല്യാണം കഴിച്ച് എന്റെ പേരിലുള്ള തറവാട് വീട്ടിൽ താമ സിക്കണം എന്നാണ് സാജിത പറഞ്ഞതിന്റെ പൊരുൾ. ഇനിയും വൈ കിട്ടില്ല ഞാനുമായുള്ള കല്യാണത്തിന് സമ്മതിപ്പിക്കുന്ന കാര്യവും സാ

ജിത ഏറ്റു.

ഒരു ഫലിതം കേട്ടതുപോലെ ഞാൻ പൊട്ടിച്ചിരിച്ചു. ചെറുപ്പക്കാലത്ത് ഉണ്ടായിരുന്ന സ്വഭാവത്തിന് ഒരിറ്റ് മാറ്റം പോലും വന്നിട്ടില്ല. നിരർത്ഥകവും ആശയവുമില്ലാത്ത വാക്കുകളായി ഞാൻ അതിനെ കണക്കാക്കുന്നുള്ളൂ. ചില നേരങ്ങളിൽ പെട്ടെന്ന് സ്വപ്നത്തിൽ നിന്നുണർന്നത് പോലെയാണ് സാജിതയുടെ സംസാരം.

"പെണ്ണും മണ്ണും പറഞ്ഞ് എന്നെ ഇനിയും പ്രലോഭിപ്പിക്കുകയാണോ സാജിത നീ." എന്നെ വിട്ടുമാറാതെ നടന്നിരുന്ന കുഞ്ഞുപെങ്ങൾക്ക് അമിത സ്വാതന്ത്ര്യമാണ് ഞാൻ കൊടുത്തിരുന്നത്. ആ ഓർമ്മകളെല്ലാം എന്നും എന്നെ ചുറ്റിപ്പറ്റി ആയിരിക്കും അത് കുടഞ്ഞു കളയാൻ എനിക്ക് മടിയാണ്.

പോയ്പ്പോയ കാലങ്ങൾ എനിക്ക് മാത്രമായി തിരിച്ചുവന്നാലും വന്നില്ലെങ്കിലും എനിക്കൊരു പോലെയാണ്. ആ സങ്കടങ്ങൾ, നെടുവീർപ്പുകൾ, ശ്വാസംമുട്ടലുകൾ എല്ലാം കഴിഞ്ഞുപോയ സംഭവത്തിന്റെ മാഞ്ഞുപോകാൻ കൂട്ടാക്കാത്ത വടുക്കൾ മാത്രമാണിന്ന്.

സുൽത്താനയോട് തോന്നിയിരുന്ന അമർഷം, വിദ്വേഷം, പക എന്നിങ്ങനെയുള്ള ദുഷിച്ച വികാരങ്ങൾ കാലാകാലം കൊണ്ടുനടക്കുന്ന ഹൃദയശൂന്യൻ ഒന്നുമല്ല ഞാൻ. ഉണ്ടായിരുന്നെങ്കിൽ തന്നെ അതെല്ലാം കാലപ്രവാഹത്തിൽ കഴുക്കി കളഞ്ഞു. സുൽത്താന എന്റെ മനസ്സിൽ മരിച്ചു കബറടക്കവും കഴിഞ്ഞു. ഇനി ആ കുഴി മാന്തിയെടുക്കുന്നത് എന്തിന്. ജീവിത പുസ്തകത്തിൽ ഇനി ഒരിക്കലും പൂരിപ്പിക്കാൻ കഴിയാതെ ഒഴിഞ്ഞു കിടക്കുന്ന ഒരു പേജ് അത് നിറം മങ്ങി ദ്രവിച്ചു കൊണ്ടിരിക്കുന്നു. ഇനി ആ ഏട് പുതുക്കിയെടുക്കാൻ അശ്ലേഷം താല്പര്യമില്ല.

ഒരാളുടെ ജീവിതത്തിൽ ലൗകിക കാര്യങ്ങൾക്കും ഒരു സമയമുണ്ട്. എന്നോടുള്ള അമിത സ്നേഹം മൂലം ഇതൊക്കെ മനസ്സിലാക്കുവാനുള്ള സെൻസ് സാജിതാക്ക് നഷ്ടപ്പെട്ടിരിക്കാം എന്നും ഞാൻ അവളോട് പറഞ്ഞു.

സുൽത്താനയുടെ കാര്യം ഒന്നുകൂടി ആലോചിക്കണം എന്നുള്ള ശാഠ്യത്തിലാണ് അവൾ സംഭാഷണം അവസാനിപ്പിച്ചത്. അങ്ങനെയാകട്ടെ എന്നൊരു വാക്ക് ഞാൻ പറഞ്ഞല്ലോ. അത് വേണ്ടിയിരുന്നില്ല. സാജിത അത് കാര്യമായി എടുത്തിട്ടുണ്ടായിരിക്കുമോ ?

ഇനി ഇന്നു മുഴുവൻ ഒരായിരം ചിന്തകൾ ശ്വാസംമുട്ടൽ പോലെ പാഞ്ഞുവന്ന് കഴിഞ്ഞ കാലങ്ങളിലേക്ക് തിരിഞ്ഞുനോക്കാൻ പ്രേരിപ്പിച്ചു കൊണ്ടിരിക്കും.

മനസ്സിനെ അലോസരപ്പെടുത്തുന്ന മറ്റെന്തെങ്കിലും കാര്യങ്ങൾ നേ

രിടേണ്ടിവരുമ്പോൾ കഴിഞ്ഞകാല ഓർമ്മകളും കൊഴിഞ്ഞുണങ്ങിയ സ്വപ്നങ്ങളും പതുക്കെ പതുക്കെ വിസ്മൃതിയിലേക്ക് ആഴ്ന്നിറങ്ങുകയാണ് പതിവ്. അല്ലാതെ കഴിഞ്ഞുപോയ ഇന്നലെകളിലോ വരാനിരിക്കുന്ന നാളെകളിലോ എനിക്ക് ജീവിക്കുവാൻ കഴിയില്ലല്ലോ എന്റെ കൈപ്പിടിയിൽ ഒതുങ്ങിയ ഈ നിമിഷം മാത്രമാണല്ലോ എന്നിൽ ഭദ്രമായിരിക്കുന്നത്.

ചിന്തകളുടെ മതിൽക്കെട്ടിനകത്ത് സുഖമായി ഇങ്ങനെ ഇരുന്നാൽ സമയത്തിന്റെ പ്രയാണം അങ്ങനെ തുടർന്നുകൊണ്ടേയിരിക്കും എന്ന ബോധ്യം എന്നെ തൊട്ടുണർത്തി. മഹേഷ് എന്നെ നേരിൽ കാണണമെന്ന് പറഞ്ഞത് ഞാൻ അപ്പോഴാണ് ഓർത്തത്. ഫോണിലൂടെ അറിയിക്കാൻ കഴിയാത്ത എന്തോ കാര്യമായിരിക്കാം.

പണ്ടേ അവൻ അങ്ങനെ തന്നെയാണല്ലോ. അവൻ ഏറ്റിത്തരുന്ന രഹസ്യങ്ങളുടെ ചുമട് വീഴാതെ ഞാൻ ബദ്ധപ്പെട്ട് സൂക്ഷിച്ച് വെക്കണമായിരുന്നു. വിലപിടിപ്പുള്ള വസ്തുക്കൾ സൂക്ഷിച്ച് വെക്കുന്നതിനേക്കാൾ പ്രയാസമാണല്ലോ മറ്റൊരാളുടെ രഹസ്യങ്ങൾ ചോർത്തി ക്കളയാതെ മനസ്സിൽ ഭദ്രമായി എടുത്തുവെക്കുക എന്നത്.

മഹേഷ് ആദ്യം താമസിച്ചിരുന്ന ബാച്ചിലേഴ്സ് റൂമിലേക്ക് അതും അവനോടൊപ്പം താമസിക്കുന്നവർ എല്ലാവരും ജോലിക്ക് പോയിക്കഴിഞ്ഞ ശേഷം ചെല്ലണമെന്ന നിർദ്ദേശപ്രകാരമാണ് ഞാൻ അവിടെ എത്തിയത്.

കൃഷ്ണേട്ടന്റെ അറ്റ്ലസ് സൂപ്പർമാർക്കറ്റിൽ ജോലി ചെയ്തിരുന്ന കാലത്ത് ആരംഭിച്ച പരിചയമാണ് ഓർഡർ അനുസരിച്ചുള്ള സാധനസാമഗ്രികൾ നിറച്ച വാനുമായി ആഴ്ചതോറും എത്തുന്ന മഹേഷുമായി മനസ്സിൽ അറിഞ്ഞോ അറിയാതെയോ ഒരു ഹൃദയബന്ധം രൂപപ്പെട്ടു. കാലക്രമേണ ആ ബന്ധത്തിന്റെ ആഴവും പരപ്പും കൂടിക്കൂടി വന്നതേയുള്ളൂ.

പിന്നീടവൻ സെയിൽസ്മാൻ പദവിയിൽ നിന്ന് സൂപ്പർവൈസറായി ഉയർന്നു. തുടർന്ന് സെയിൽസ് മാനേജരായി കഴിഞ്ഞപ്പോൾ മിക്കവാറും സമയം ഓഫീസിൽ ഇരിക്കേണ്ടിവന്നു. എങ്കിലും വല്ലപ്പോഴും അവൻ അറ്റ്ലസ് സൂപ്പർമാർക്കറ്റിലേക്ക് വരാറുണ്ട്.

കാലങ്ങളുടെ ഓട്ടപ്പാച്ചിലിനിടയിൽ ജീവിതത്തിന്റെ ഓരോ പടവുകളും കയറി കല്യാണം, കുടുംബം, കുട്ടികൾ. അതിനിടയിൽ മഹേഷ് കുടുംബത്തെ ഇടക്ക് വിസിറ്റ് വിസയിൽ ഇങ്ങോട്ട് കൊണ്ടുവന്നു. അത്യാവശ്യം സമ്പാദ്യവും ഉണ്ടാക്കാൻ അവനു കഴിഞ്ഞു. കഷ്ടകാലത്തിന് കമ്പനിക്ക് ഉണ്ടായ നഷ്ടത്തിൽ മഹേഷിന് ജോലി നഷ്ടപ്പെട്ടു. എങ്കി

ലും ജീവിതയാത്രയിലെ കുണ്ടും കുഴികളും മലകളും ഒക്കെ താണ്ടി സുഖകരമായ നിരത്തിലേക്ക് എത്തിയെന്ന് വിശ്വസിച്ച ഒരു വിഡ്ഢിയാണ് താനെന്നാണ് അവൻ എന്നോട് മൊഴിഞ്ഞത്.

കുടുംബത്തെ കരയ്ക്ക് എത്തിക്കാൻ തന്നെക്കൊണ്ട് കഴിഞ്ഞല്ലോ എന്ന സംതൃപ്തിയാൽ ആഹ്ലാദത്തോടെ നാട്ടിലേക്ക് പ്രവാസം മതിയാക്കി പോകേണ്ടി വന്ന മഹേഷ് വിസിറ്റ് വിസയിൽ ഈ നാട്ടിലേക്ക് വീണ്ടും തിരിച്ചെത്തിയിരിക്കുന്നു. എന്റെ അർബാബിനോട് പറഞ്ഞു എന്തെങ്കിലും ജോലി ശരിയാക്കി കൊടുക്കണമെന്നാണ് ആവശ്യം അവനു കഴിഞ്ഞു കൂടാനുള്ള തുച്ഛമായ വരുമാനമായാലും മതിയെന്നും അവൻ എടുത്തു പറഞ്ഞു

വരാനിരിക്കുന്ന നല്ല നല്ല അനുഭവങ്ങൾ വച്ചുനോക്കുമ്പോൾ രാപ്പകൽ ഇല്ലാതെ പണിയെടുക്കുന്നത് തന്നെ മാത്രം ബാധിക്കുന്ന ചെറിയ ചെറിയ നഷ്ടങ്ങൾ ആണെന്ന് അവൻ കരുതി എന്നിട്ട് ഇപ്പോൾ എന്തെങ്കിലും അഭിപ്രായം പറയുവാനോ തന്റെ കുടുംബകാര്യങ്ങളിൽ ഇടപെട്ട് തന്റെ സ്വാധീനം ഉറപ്പിക്കുവാനും അവന് അനുവാദമില്ല പോലും.

അവധിക്ക് നാട്ടിലേക്ക് പോകുമ്പോൾ കണക്കില്ലാതെ കൊണ്ടു കൊടുക്കുന്ന സാധനങ്ങളുടെ വരവ് നിലച്ചപ്പോൾ തന്റെ വില താനെ ഇടിഞ്ഞു. അന്ന് തന്നെ പ്രശംസിച്ചവർക്ക് താൻ ഇപ്പോൾ ഒരു അധികപ്പറ്റ്. സാമാന്യം വലുപ്പമുള്ള കിടപ്പാടവും ചുറ്റുപാടുകളും രാജകീയ രീതിയിൽ വിലസി നടക്കാനുള്ള സമ്പത്ത് നേടുവാനായി താൻ അനുഭവിച്ച പിരിമുറുക്കങ്ങളും നിലപാടുകളും ഒന്നും തന്റെ മക്കൾക്ക് അറിയില്ല. ഒക്കെ സ്വന്തം കഴിവുകൊണ്ട് ഉണ്ടായത് പോലെയാണ്. അഹങ്കാരത്തിന്റെ കൊടുമുടിയിലേക്ക് കയറുന്ന മക്കളെ പറഞ്ഞു തിരുത്താം എന്ന് എങ്ങാനും കരുതിയാൽ അതിനൊരു ന്യായീകരണവുമായി തന്റെ പത്നി ഓടിയെത്തും.

അതാണ് അവനെ ഏറെ തളർത്തുന്നത്. ഏറെ വിജയിച്ചെന്ന് കരുതിയതെല്ലാം പരാജയത്തിലേക്ക് കൂപ്പുകുത്തുകയാണല്ലോ. കണ്ണുനീർ തുടക്കുവാനും സങ്കടങ്ങൾ പങ്കുവെക്കുവാനും മറ്റൊരാൾ ഇല്ലാതാകുന്നതാണ് ഏറ്റവും വലിയ ഒറ്റപ്പെടൽ എന്ന തത്വങ്ങൾ അവൻ പറയുന്നുണ്ടായിരുന്നു. തന്റെ ശരീരം ഇവിടെ ഈ മണ്ണിൽ തന്നെ ലയിക്കട്ടെ എന്നൊരു കഠിനവാക്ക് പ്രയോഗം നാക്കിൽ നിന്നും അടർന്നു വീണപ്പോൾ ഞാൻ ഒന്ന് ഞെട്ടി എന്നത് നിഷേധിക്കാനാകാത്ത ഒരു സത്യം തന്നെയാണ്.

ഉള്ളിലെ പൊള്ളലിന്റെ തീവ്രത ആയിരിക്കും അവനെക്കൊണ്ട് അങ്ങനെയൊക്കെ പറയിപ്പിക്കുന്നത്. ഒടുവിൽ ഒരുനാൾ എന്റെ പിന്നിലും

ആക്രമിക്കാനായി പതിയിരിക്കുന്ന അപകട സൂചനയായിരിക്കും. ഇതെല്ലാം എന്ന് കരുതാൻ എനിക്ക് വയ്യ. കായ്ക്കാത്ത മരത്തിന് വെള്ളവും വളവുമിട്ട് സംരക്ഷിക്കാൻ ആരും മുതിരുകയില്ല. അല്ലെങ്കിലും ഉപകാരം ഇല്ലാത്തതിനെ പിഴുതെറിയും. അത് മനുഷ്യസഹജം. അതിന് ആരുടെ നേരെയും വിരൽ ചൂണ്ടിയിട്ടും കാര്യമില്ല.

"ഞാനീ പറഞ്ഞതെല്ലാം മനസ്സിൽ കിടക്കട്ടെ" എന്നൊരു വാക്കും കൂടി മഹേഷ് എന്നോട് പറഞ്ഞു. നിന്നെ എനിക്ക് നന്നായി അറിയാമല്ലോ സ്വന്തം കുടുംബത്തെ മറ്റുള്ളവരുടെ മുമ്പിൽ മോശക്കാർ ആക്കാതിരിക്കാൻ കിണഞ്ഞു ശ്രമിക്കുന്ന ഒരാൾ ആണല്ലോ നീയും ഞാനും.

അദ്ധ്യായം
മുപ്പത്തിമൂന്ന്

പതിവുപോലെ ഞാനും അർബാബും കൂടി കടൽത്തീരത്ത് ഉത്സാഹത്തോടെ നടക്കുന്നതിനിടയിലാണ് അർബാബിന് ഒരു വല്ലായ്മ തോന്നിയത്. പെട്ടെന്നൊരു വേദനയേറ്റാലെന്നതുപോലെ എങ്ങും പിടിച്ചു നിൽക്കാനാകാതെ നില തെറ്റി.

ബീച്ചിന് അരികിലെ ബെഞ്ചുകളിൽ ഒന്നിൽ ഇരുന്ന് വെള്ളം കുടിക്കുന്നതിനിടയിൽ ശരീരം കുഴഞ്ഞു. താങ്ങിയത് കൊണ്ട് വീണില്ലെന്ന് മാത്രം. പ്രഭാത നടത്തത്തിന് വന്നവരെല്ലാവരും സഹകരിച്ചത് കൊണ്ട് ഉടനെ ആസ്പത്രിയിൽ എത്തിക്കുവാൻ കഴിഞ്ഞു. ഒരു പകൽ കൊഴിഞ്ഞു തീരും മുൻപേ എന്തെല്ലാം സംഭവവികാസങ്ങളാണ് നടക്കുന്നത്

ആ കിടപ്പ് എത്ര നാളായി. അർബാബ് കിടപ്പിലായ ശേഷം ഞാൻ ഇങ്ങനെ ജീവച്ഛവം പോലെ ജീവിക്കുന്നെന്നേയുള്ളൂ. ഒന്നിലും എനിക്കൊരു ശ്രദ്ധയില്ലായ്മ. എന്റെ ശക്തിയും മനക്കരുത്തും ഒന്നും ചോർന്നു പോയിട്ടില്ലെങ്കിലും മറ്റെന്തൊക്കെയോ എനിക്ക് നഷ്ടപ്പെടുന്നുണ്ടെന്നത് തീർച്ചയാണ്.

എനിക്കിവിടെ ആരുമില്ലെന്ന് ഒരു തോന്നൽ. മനസ്സിനെ പിടിച്ചുലക്കുന്നു. സ്നേഹത്തിന് വേണ്ടിയുള്ള ദാഹം പരവശനാക്കുന്നു. അർബാബ് എനിക്കൊരു യജമാനൻ മാത്രമല്ല സ്നേഹ ധനനായ രക്ഷിതാവും കൂടിയാണ്. ആ സാന്നിധ്യം ആനന്ദവും സുരക്ഷിതത്വവും നിറച്ചിരുന്നു. ചില നേരങ്ങളിൽ ഏറ്റവും അടുത്ത സുഹൃത്തിനെ പോലെയാണ്. എന്നോടുള്ള പെരുമാറ്റം. എത്ര ചെറുപ്പത്തിലെ തുടങ്ങിയുള്ള അടുപ്പമാണ്. അക്കാലങ്ങളിൽ ബാബയുടെയും ഉമ്മിയുടെയും കണ്ണു വെ

ട്ടിച്ച് എന്തെല്ലാം വിക്രിയകളാണ് ചെയ്തിട്ടുള്ളത്. എല്ലാത്തിനും പിന്തുണ കൊടുത്തിരുന്നതും ഞാൻ തന്നെയാണ്. അങ്ങനെയങ്ങനെ മധുരം കിനിയുന്നതും ചവർപ്പും കൈപ്പും നിറഞ്ഞതും ആയിട്ടുള്ള എത്രയെത്ര ഓർമ്മകളാണ് എന്നിൽ ഉറങ്ങിക്കിടക്കുന്നത്. ഇടക്കൊക്കെ പുതപ്പ് തട്ടിമാറ്റി ഉണർന്നെഴുന്നേൽക്കും ആ ഓർമ്മകൾ.

ഈ നാടുവിട്ട് ചക്കരക്കാവിലേക്ക് പോയാൽ കുറച്ചെങ്കിലും മനസ്സമാധാനം കിട്ടിയെങ്കിലോ എന്ന് തോന്നാറുണ്ട്. ഉടനെ മനസ്സ് എന്നോട് തിരുത്തി പറയും. എല്ലാം പെട്ടെന്ന് അങ്ങനെ ഇട്ടെറിഞ്ഞു നാട്ടിലേക്ക് ഓടിച്ചെന്നിട്ട് എന്ത് കാര്യം. നിന്നെ കാണാൻ അവിടെ ആർക്കാണ് മോഹം. അതോടെ ആ പൂതി കെട്ടടങ്ങുകയായി.

കാലത്തോടൊപ്പം അഴകും ആരോഗ്യവും ചോർന്നു പോയതും വസന്തകാലങ്ങളിൽ ഏറെയും ചിലവഴിച്ചതുമായ ഈ നാട്ടിൽ തന്നെയാണ് സ്വന്തം ബന്ധങ്ങളെല്ലാം എന്ന തോന്നൽ എന്നെ പിടി മുറുക്കിയിരിക്കുന്നു.

ആ നിലയ്ക്ക് എന്റെ ചലനം അറ്റുപോയാൽ ഈ നാട്ടിൽ എനിക്ക് സ്നേഹസംരക്ഷണങ്ങൾ ആവോളം തന്നു ഈ ഭൂമിയിൽ നിന്നും വേർപിരിഞ്ഞു മണ്ണിനടിയിൽ ഉറങ്ങുന്നവരുടെ സമീപത്തു തന്നെ എന്നെ മറമാടണം എന്നൊക്കെ ഒസിയത്ത് (അന്ത്യാഭിലാഷം) പറഞ്ഞു വെച്ചാലോ എന്ന് പോലും ഓർത്തിട്ടുണ്ട്. ഓർത്തതല്ല ഒരു ദിവസം സംസാരത്തിനിടയിൽ അർബാബിനോട് ഞാൻ പറഞ്ഞുവച്ചു. ആരോരുമില്ലാത്ത എന്റെ അന്ത്യവും പടച്ചവൻ എനിക്കായി കരുതി വെച്ചിട്ടുള്ള ആറടിമണ്ണും എനിക്കെത്രയും പ്രിയപ്പെട്ട ഈ നാട്ടിൽ തന്നെയായിരിക്കുമോ?

ഉടനെത്തന്നെ നേരെ മറിച്ചും ചിന്തിച്ചു. ഇതാണെന്റെ മനസ്സിന്റെ ഒരു രീതി. ഓർമ്മവെച്ച നാൾ മുതലേയുള്ള ഒരു ശീലമായി പോയി. തീരുമാനങ്ങൾ മാറിമറിയുക എന്നത് എത്രയായാലും ഈ നാടും ഇവിടെ ഉടലെടുത്ത ബന്ധങ്ങളും കെട്ടുമുറുകാത്തതാണല്ലോ ആ നിലക്ക് അങ്ങനെയുള്ള അടുപ്പങ്ങൾക്ക് മുറുക്കി കെട്ടിയ രക്തബന്ധത്തിന്റെ ഊഷ്മളത പ്രദാനം ചെയ്യുവാൻ കഴിയുമോ.

അതിനെല്ലാം ഉപരിയായി എന്നെ അലട്ടുന്ന പ്രശ്നം അർബാബിനെ ഈ നിലയിൽ വിട്ട് എങ്ങോട്ടും പോകുവാനുള്ള ശക്തി എന്റെ മനസ്സ് ഇതുവരെയും ആർജിച്ചിട്ടില്ല എന്നുള്ളതാണ്. വിഷാദം ഉരുണ്ടുകൂടി കരുവാളിച്ച ആമുഖം അർബാബിന്റെ കൺവെട്ടത്ത് നിന്ന് ദൂരെയായി ഞാൻ നിൽക്കുന്ന സമയത്ത് പോലും മനസ്സിൽ നിന്നും പോകാൻ മടിച്ച് അങ്ങനെ നിൽക്കുകയാണ്.

വല്ലപ്പോഴുമൊന്ന് താങ്ങി എഴുന്നേൽപ്പിച്ച് ഇരുത്തിയാൽ കഴുത്ത് ഒ

ടിഞ്ഞതുപോലെ തല ഒരു വശത്തേക്ക് തൂങ്ങി ഒരേ ദിക്കിലേക്ക് തന്നെ ഊന്നി നോക്കി കൊണ്ടുള്ള ആ ഇരിപ്പ് കാണുമ്പോഴേക്കും എന്റെ ച ങ്കിൽ ദുഃഖഭാരത്തിന്റെ കനലുകൾ ഒന്നിനുമേലെ മറ്റൊന്നായി മൂടി മൂടി വന്ന് നീറി പുകഞ്ഞു കൊണ്ടിരിക്കും. ഹോ...! ആ കാഴ്ച കാണാനാ കാതെ നോട്ടം അതിവേഗം ഞാൻ പിൻവലിക്കും.

മുടങ്ങാതെയുള്ള ഏറ്റവും മുന്തിയ ചികിത്സക്കും പരിചരണത്തിനു ഒടുവിൽ അർബാബിന് സംസാരശേഷി കുറേശ്ശെ കുറേശ്ശെയായി തിരി ച്ചു കിട്ടി. കുഴഞ്ഞു മറിഞ്ഞുള്ള ആ സംസാരം അദ്ദേഹത്തിന്റെ പ്രാണ നായ ഭാര്യ നൂറക്കും മക്കൾക്കും പോലും മുഴുവനും മനസ്സിലായെന്ന് വരില്ല. ഞാനാണ് ആ വാക്കുകൾ അവർക്ക് വിവർത്തനം ചെയ്തു കൊ ടുക്കുന്നത്. പിന്നെയും രണ്ടു മാസങ്ങൾക്ക് ശേഷമാണ് അർബാബിന് മെല്ലെ എഴുന്നേറ്റു നടക്കാമെന്നായത്. ഇപ്പോൾ സംസാരത്തിൽ പ്രകട മായി കൊണ്ടിരിക്കുന്ന കൊഞ്ഞപ്പ് അതും ബുദ്ധിമുട്ടുള്ള ചില വാക്കു കൾ ഉച്ചരിക്കുമ്പോൾ മാത്രം പിന്നെയുള്ള ഒരു അപാകത ഇടതുകാൽ വേച്ചുവേച്ചുള്ള നടത്തവും എന്നതൊഴിച്ചാൽ എല്ലാം ശുഭം. സർവ്വവും അൽമജീദ് (മഹത്വമുള്ളവൻ)ആയ ഇലാഹിന്റെ കാരുണ്യം മാത്രം

കാലക്രമേണ എല്ലാം ശരിയാകും ആയിരിക്കും. അർബാബിന് ഒരു പുനർജന്മം കിട്ടിയതുപോലെയാണ് ഇപ്പോൾ. അങ്ങനെയൊക്കെ ആ ണെങ്കിലും മുമ്പത്തേത് പോലെയുള്ള ചുറുചുറുക്കും പ്രസന്നതയും എല്ലാം അപ്രത്യക്ഷമായിരിക്കുന്നു. ക്രയവിക്രയങ്ങളും സാമ്പത്തിക ഇ ടപാടുകളും എല്ലാം അർബാബിന്റെ മേൽനോട്ടത്തിൽ മകൻ അബ്ദിയാ ണ് നോക്കുന്നത്.

അബ്ദിക്കും ഒരു ഉത്തരവാദിത്തം ആയതുപോലെ. എത്ര നാൾ എ ന്നുവെച്ചാണ് മാതാപിതാക്കളുടെ ചിറകിനടിയിൽ കഴിച്ചുകൂട്ടുന്നത് പറ ക്കാൻ പ്രാപ്തിയായാൽ അതിന് ശ്രമിക്കുന്നതും നല്ലൊരു കാര്യം ത ന്നെയാണെന്നതിൽ സംശയമേതുമില്ല.

അബ്ദിയുടെ കല്യാണം അർബാബിന്റെ സഹോദരിയുടെ മകളുമാ യി ഉറപ്പിച്ചു വച്ചിരിക്കുകയാണ്. അബ്ദിയോടൊപ്പം പിറന്ന ഇരട്ട സഹോ ദരി നോഹയുടെ കല്യാണം കഴിഞ്ഞു. നോഹ ലണ്ടനിൽ ആണിപ്പോൾ ഇടക്കൊക്കെ ലണ്ടനിലേക്ക് പോകും. ഒന്നോ രണ്ടോ മാസം സുഖവാ സത്തിന് എന്നതുപോലെ.

നോഹയുടെ ഭർത്താവിന് ലണ്ടനിൽ വീടും സ്ഥലവും ഒക്കെയുണ്ട് അർബാബിനും നൂറക്കുമൊപ്പം ഒരിക്കൽ എനിക്കും ലണ്ടനിലേക്ക് പോ കാനുള്ള അവസരം കിട്ടി. ഏക്കർ കണക്കിനുള്ള സ്ഥലവും വീടും തോ ട്ടവും തോട്ടത്തിനരികിലൂടെ ഒഴുകുന്ന അരുവിയും. എത്ര മനോഹരമാ

ണ് അവിടം. ഏകദേശം രണ്ടാഴ്ചയോളം അവിടെ അർമാദിച്ചു കഴിഞ്ഞു.

അബ്ദുക്കും മണവാട്ടിക്കും വേണ്ടി കൊട്ടാരസദൃശ്യമായ സ്റ്റൈലൻ വീടും സന്നാഹങ്ങളും ഒരുക്കുന്ന തിരക്കിലാണിപ്പോൾ. അർബാബും നൂറയും ബാബ അർബാബിനു വേണ്ടി ചെയ്തത് അർബാബ് മക്കൾക്ക് വേണ്ടി ചെയ്യുന്നു. അങ്ങനെ തലമുറ തലമുറകൾ ആയി ചരിത്രം ആവർത്തിച്ചു കൊണ്ടിരിക്കുകയാണ്. അവർ അതൊക്കെ മാതാപിതാക്കളുടെ ഉത്തരവാദിത്വവും കടമയും ആണെന്നതുപോലെയാണ് ഇവരുടെയൊരു രീതി.

വീട്ടിലേക്ക് കയറി വരേണ്ടതായ വധൂവരന്മാരെ അർബാബും നൂറയും കണ്ടുവെച്ചിട്ടുണ്ട്. എല്ലാം അടുത്ത പരിചയമുള്ളവരും ബന്ധക്കാരുമാണ്. പടച്ചവൻ ആയുസ്സ് കൊടുക്കുകയാണെങ്കിൽ മക്കൾക്ക് കല്യാണ പ്രായം ആകുമ്പോൾ വധൂവരന്മാരെ അന്വേഷിച്ചു നടക്കേണ്ട ആവശ്യകതയും ഇല്ല എല്ലാം പടച്ചവൻ ഹൈറാക്കട്ടെ (നല്ലതാക്കി കൊടുക്കട്ടെ) കല്യാണത്തിന് സമയമടുക്കുമ്പോൾ വിവാഹം ഉറപ്പിക്കലും കല്യാണവും അത്രയും കർത്തവ്യമേ ഇനിയും അവശേഷിക്കുന്നുള്ളൂ

മക്കൾക്ക് വേണ്ടി അർബാബ് ഈജിപ്ത്, അസർബൈജാൻ എന്നിവിടങ്ങളിലൊക്കെ വീടും സ്ഥലവും വാങ്ങിയിട്ടുണ്ട്. അവർക്കുള്ള സുഖവാസ കേന്ദ്രമാണ് ഉദ്ദേശിച്ചിട്ടുള്ളത്.

ആൺമക്കൾക്ക് വേണ്ടിയാണ് കരുതിവെക്കുന്നത്. പെൺമക്കളുടെ കല്യാണം ആയാൽ വരന്റെ വീട്ടിൽ നിന്നാണ് ചിലവ് മുഴുവനും ഇവിടെ സ്ത്രീധനം അല്ല പുരുഷന്മാർ ധനം അങ്ങോട്ടു കൊടുത്താണ് കല്യാണം കഴിക്കുന്നത്. അങ്ങനെയുള്ള കാര്യങ്ങളിൽ ഇസ്ലാമിക നിയമം അപ്പടി പാലിക്കുന്നവരാണ് അറബികൾ.

സ്ത്രീധനത്തിന്റെ പേരിൽ നമ്മുടെ നാട്ടിൽ പാവം പെൺകുട്ടികളെ ചവിട്ടിമെതിച്ചും നരകയാതന അനുഭവിപ്പിച്ചും ജീവനെടുത്തും ആനന്ദം കണ്ടെത്തുന്നവർ ശരിക്കും കണ്ടുപഠിക്കേണ്ടതാണ് അറബികളുടെ സംസ്കാരം. സ്ത്രീ എന്നാൽ കുപ്പക്കുഴിയിൽ എറിഞ്ഞു കളയേണ്ടവളല്ല. നേരെമറിച്ച് വിലമതിക്കാനാകാത്ത രത്നങ്ങൾ ആണെന്നതു പോലെയാണ് ഇവരുടെ സ്ത്രീകളോടുള്ള പെരുമാറ്റം എന്ന് ഞാൻ എന്നേ മനസ്സിലാക്കിയിരിക്കുന്നു.

അർബാബിന്റെ മക്കളുടെ ഭാവിയിൽ നടക്കാൻ പോകുന്ന കല്യാണ കാര്യങ്ങൾ ഒരിക്കൽ ബീച്ചിൽ ഇരിക്കുമ്പോൾ അദ്ദേഹം തന്നെയാണ് എന്നോട് പറഞ്ഞത്. അതേ സംബന്ധിച്ച് കുറെയേറെ കാര്യങ്ങൾ കൂടി പറഞ്ഞു. എന്തൊരു വാചാലത ആയിരുന്നു ആ ദിവസങ്ങളിൽ തൊട്ടടുത്ത പ്രഭാതത്തിലാണ് അദ്ദേഹം കുഴഞ്ഞു വീണത് ഭാവി കാര്യങ്ങളെ

ല്ലാം മുൻകൂട്ടി പറഞ്ഞു വെച്ചതായിരിക്കുമോ എന്നു പോലും ഞാൻ ഭയപ്പെട്ടു. അർബാബിന് സംസാരശേഷി വീണ്ടും കിട്ടിയപ്പോഴാണ് എന്റെ ഖൽബ് (ഹൃദയം) ഒന്ന് തണുത്തത്.

എനിക്കാണ് ഇങ്ങനെ ഒരു അവസ്ഥ വന്നിരുന്നതെങ്കിൽ ആരാണ് ഒരു തുണ. ഞാൻ സഹായിച്ചവരെയും കരകയറ്റിയവരെയും ഓർത്ത് ആത്മസംതൃപ്തി കൊള്ളാമെന്നല്ലാതെ അവർ ആരെങ്കിലും എന്റെ സഹായത്തിനായി എത്തുമോ. ഓരോരുത്തർക്കും അവരുടേതായ കാര്യങ്ങളല്ലേ. ആ നിലക്ക് വെറുതെയെങ്കിലും ഞാൻ അങ്ങനെയൊക്കെ ചിന്തിക്കുന്നത് പോലും അർത്ഥശൂന്യമായ കാര്യങ്ങളാണ് എന്നതിൽ സംശയമില്ല.

കുടുംബവും കുട്ടികളുമായി പരമാനന്ദത്തോടെ ജീവിക്കേണ്ട ഒരു ഘട്ടമാണ്. എന്റെ ഈ കാലയളവ് അങ്ങനെ ആയിരുന്നെങ്കിൽ ഇങ്ങനെയൊക്കെ ഓർത്ത് മനസ്സ് അസ്വസ്ഥമാകുമായിരുന്നില്ല. എനിക്ക് ഇതിനുമുൻപൊന്നും ചിന്തിക്കാൻ തോന്നാതിരുന്ന കാര്യങ്ങളാണിതെല്ലാം.

എത്ര ചെറുതിലെ തുടങ്ങിയ അധ്വാനമാണ് എന്നിട്ടും ഞാൻ ഒരു ലക്ഷ്യവും കണ്ടില്ലല്ലോ. എന്റെ കൈകളിൽ നിന്നും ഞാൻ വലിച്ചെറിഞ്ഞു കളഞ്ഞ കാലം എന്ന ആ മാണിക്യക്കല്ലുകളെ ഓർത്ത് പശ്ചാത്തപിക്കാം എന്നല്ലാതെ തിരിച്ചു പെറുക്കിയെടുക്കാൻ മറ്റൊരു പരിഹാരമാർഗ്ഗവും മുന്നിലില്ല. അർബാബിനെ പോലെ മക്കളുടെ ഭാവിയോർത്തുള്ള മോഹങ്ങളും പ്രതീക്ഷകളും കരുതലുകളും ഒന്നും എനിക്ക് ആവശ്യമില്ല. പിൻഗാമികൾ ഉണ്ടെങ്കിൽ അല്ലേ അങ്ങനെയുള്ള മോഹങ്ങളും കരുതലും നിറവേറ്റലുകളുമൊക്കെയുള്ളൂ

ഓരോ സെക്കൻഡുകളും മണിക്കൂറുകളും ദിവസങ്ങളും വർഷങ്ങളും വളർന്ന് വളർന്ന് ഓരോരുത്തരുടെ ജീവിതത്തിലും എന്തെല്ലാം മാറ്റങ്ങളും സംഭവവികാസങ്ങളും ഉണ്ടായി. എല്ലാം ഉൾക്കൊണ്ട് ഈ നാട്ടിൽ തന്നെ ഞാനും അതോടൊപ്പം ഒഴുകിക്കൊണ്ടിരിക്കുന്നു.

അർബാബിന്റെ മകൾക്കും മകനും ഓരോ കുട്ടികളായി. അദ്ദേഹത്തിന് പേരക്കുട്ടികളായി. ഞാൻ ബാബയുടെ മൻസിലിൽ വന്നതിന് ശേഷമാണ് അർബാബിന്റെ കല്യാണം കഴിഞ്ഞത് പോലും.

ഓർമ്മവച്ച നാൾ മുതൽ എന്റെ മുഖം കണ്ട് വളർന്ന ആ കുട്ടികൾക്ക് അങ്ങനെയൊരു ആത്മബന്ധം പോലുമുണ്ടെന്നെന്നോട് നൂറക്ക് ആണെങ്കിൽ ഞാൻ വയസ്സിനു മൂത്ത ഒരു സഹോദരനെപ്പോലെ. അർബാബിന്റെ ഭാര്യ നൂറിക്ക് മാത്രമല്ല ബാബയുടെ മക്കൾ അമ്മാർ, ദ്വാരിക്ക്, ആദിൽ, റാഷിദ് അവരുടെ ഭാര്യമാരായ തുരായ, ഹസ്സ, റൊവായ, കൈത്ത ഇവർക്കെല്ലാവർക്കും ഏകദേശം അങ്ങനെയൊക്കെയാണ്.

നല്ല പ്രായത്തിൽ ഞാനും കല്യാണം കഴിച്ചിരുന്നെങ്കിൽ അർബാ

ബിന്റെ മക്കളുടെ പ്രായത്തിലുള്ളവരും പേരക്കുട്ടികളും എനിക്കും ഉണ്ടാകുമായിരുന്നു. ഞാനും ഭാര്യയും മക്കളും മരുമക്കളും പേരക്കുട്ടികളും അടങ്ങുന്ന ഒരു സ്വർഗ്ഗത്തോപ്പ് അർബാബിനെ പോലെ തന്നെ എനിക്കും പണിതുയർത്താമായിരുന്നു. മറ്റുള്ളവരിൽ തളിരിട്ട് നിൽക്കുന്ന സ്നേഹത്തിന്റെ പൂർണിമ ആർത്തിയോടെ നോക്കി നിൽക്കാനാണല്ലോ എന്റെ ഒരു യോഗം.

ഈയിടെയായി രൂപത്തിലും ഭാവത്തിലും അർബാബിന് ഉള്ള പ്രായത്തിനേക്കാൾ കൂടുതൽ തോന്നിക്കുന്നു പല പല രോഗങ്ങളുടെയും താവളമായി ആ ശരീരം. ആ അവസ്ഥ എന്നിലേക്കും പടർന്നു പിടിച്ചത് പോലെയൊക്കെ ചില നേരങ്ങളിൽ തോന്നാറുണ്ട്. അർബാബിന്റെ മരുന്ന് പെട്ടിയിൽ ഈയിടെയായി പല നിറത്തിലും വലിപ്പത്തിലും ആകൃതിയിലുമുള്ള ടാബ്ലറ്റുകൾ സ്ഥാനം പിടിച്ചിരിക്കുന്നു.

കസിൻ ബ്രദർ ജലാൽ എന്നെ കാണുവാനായി എത്തി. പതിവില്ലാത്ത ഒരു കാര്യമാണത്. കുറെ നാളുകൾക്ക് ശേഷമാണ് ഞങ്ങൾ തമ്മിൽ കണ്ടുമുട്ടുന്നത്. അവന്റെ മനസ്സ് എന്തിനെപ്പറ്റിയോ ഓർത്ത് തകിടം മറിഞ്ഞിരിക്കുന്നതായി കണ്ട മാത്രയിൽ ഞാൻ ഊഹിച്ചെടുത്തു.

ജലാൽ അധികം വൈകാതെ ഈ നാട്ടിൽ നിന്നും പറന്ന് ചക്കരക്കാവിലേക്ക് ചേക്കേറുകയാണത്രേ. വിസ പുതുക്കുവാൻ ആയി മാത്രം ഇങ്ങോട്ട് വരുവാനാണ് അവന്റെ പദ്ധതി കച്ചവടത്തിന്റെ പതനം വരുത്തി തീർത്ത അനുഭവമാണ് മുമ്പൊരിക്കലും ഇല്ലാത്ത വിധത്തിലുള്ള ദുഃഖഭാവത്തിന് കാരണമെന്ന് തോന്നുന്നു. ഒരുകാലത്ത് ധാരാളിത്തവും ആഡംബരഭ്രമവും ഒക്കെ ആയിരുന്നുവല്ലോ അവന്റെ മുഖമുദ്ര.

ജീവിക്കുവാനുള്ള വക അത്യാവശ്യം ചക്കരക്കാവിൽ ഉണ്ടാക്കിയിട്ടതിലും കൈ വെക്കേണ്ട ഗതികേട് വന്നു എന്ന് വേദനയോടെ അവൻ എന്നെ അറിയിച്ചു. ഇനി ഈ നാട്ടിൽ ബാക്കിയുള്ളത് മകളുടെ ഭർത്താവിനെ ഏൽപ്പിച്ചിട്ടാണ് ചക്കരക്കാവിലേക്കുള്ള മടക്കം. ബിസിനസ്സിൽ നിന്നും കിട്ടുന്ന വരുമാനത്തിന്റെ പകുതി മാസംതോറും ജലാലിന് നാട്ടിലേക്ക് മരുമകൻ അയച്ചുകൊടുക്കാമെന്ന നിബന്ധനയിലാണത്രേ ഈ കച്ചവട കൈമാറ്റം.

ജലാൽ ഈ പറഞ്ഞത് മുഴുവനും സത്യം ആയിരിക്കുവാനാണ് സാധ്യത. ആരുടെയും ശാപം വാങ്ങി തലയിലേറ്റി വെച്ചുകൊണ്ട് ആളാവാൻ ശ്രമിക്കരുത് എന്നുള്ള ഒരു പാഠം അവൻ പഠിച്ചു. അവൻ പൈസ കടംവാങ്ങിയവരെ ഉദ്ദേശിച്ചായിരിക്കാം അങ്ങനെ പറഞ്ഞത് ആ ഗണത്തിൽ എന്നെയും ഉൾപ്പെടുത്തിയിട്ടുണ്ടായിരിക്കുമോ ജലാൽ.

ജലാലുമായി ഏറെ നാളായി ഒരു അടുപ്പവും ഇല്ലാതിരുന്നിട്ടും ഈ

നാട്ടിൽ എനിക്ക് സ്വന്തമെന്നു പറയുവാൻ വരിഞ്ഞുമുറുക്കി കെട്ടി വെച്ചിരിക്കുന്ന ഒരു ബന്ധമുണ്ടെന്ന് എന്റെ മനസ്സിനെ ഞാൻ വിശ്വസിപ്പിച്ചിരുന്നു. അവന്റെ വേർപിരിയൽ ഓടെ ആ വിശ്വാസവും തെറ്റിയിരിക്കുന്നു എന്ന് പൊള്ളുന്ന ഹൃദയവേദനയോടെ ഞാൻ അറിഞ്ഞു.

അദ്ധ്യായം
മുപ്പത്തിനാല്

ജലാലിന്റെ സ്വഭാവത്തിൽ വന്ന മാറ്റം എന്നെ അത്ഭുതപ്പെടുത്തി. നേരിടേണ്ടിവന്ന കച്ചവട തകർച്ച അവന് വല്ലാത്ത ആഘാതം ആയിട്ട് ഉണ്ടായിരിക്കും. അതൊക്കെ ലോക സാധാരണമായ ജീവിത പ്രശ്നങ്ങളാണ്. താങ്ങാൻ ആകാത്ത കനത്ത ഭാരമേറിയ എന്തെങ്കിലും അനുഭവമാണ് ഒരു തിരിഞ്ഞുനോട്ടത്തിന് പലരെയും പ്രേരിപ്പിക്കുന്നത്.

ഒരാൾക്ക് പ്രതാപം നൽകുന്നവനും പ്രതാപം ഇല്ലാതാക്കി അവന്റെ നിസ്സാരത വ്യക്തമാക്കി കൊടുക്കുന്നതും സർവ്വലോക രക്ഷിതാവായ പടച്ചവൻ തന്നെയാണ്.

"കബീർക്ക ഇത്രയും കാലമൊക്കെ ഈ നാട്ടിൽ തന്നെ നിന്നില്ലേ. ഞാനും കൂടി പോയാൽ പിന്നെ കബീർക്ക ഒറ്റയ്ക്ക് എന്തിനിവിടെ നിൽക്കണം. നമുക്ക് രണ്ടാൾക്കും കൂടി എന്തെങ്കിലും ഒരു കച്ചവടം തുടങ്ങി ചക്കരക്കാവിൽ തന്നെ നിൽക്കാം എന്നാണ് ഞാൻ ഉദ്ദേശിക്കുന്നത്. ചക്കരക്കാവിലെ കണ്ണായ സ്ഥലത്ത് തന്നെയാണ് ഞാൻ വാടകയ്ക്ക് കൊടുത്തിരിക്കുന്ന കെട്ടിടം. ഒരു മൂന്നാലു മുറി. വേണെങ്കിൽ അതിൽ തന്നെ ഒന്നോ രണ്ടോ മതി നമുക്ക്. ഇക്കയും കൂടി ഉണ്ടെങ്കിൽ ഒന്നൂടെ ഉഷാറാക്കാം. നല്ലോണം ഒന്ന് ആലോചിക്ക്."

പെട്ടെന്ന് ഞാൻ അവന് മറുപടി കൊടുത്തു. "എന്ത് ആലോചിക്കാൻ ഞാൻ അങ്ങനെയുള്ള കാര്യങ്ങളൊക്കെ എന്നോ വിട്ടുകളഞ്ഞതാണ്. ശരിക്കും. പറഞ്ഞാൽ ചക്കരക്കാവിൽ ഞാൻ ഒരു അന്യനെ പോലെയല്ലേ വെറുമൊരു വരത്തൻ എന്നുവേണമെങ്കിലും പറയാം. അതിനെപ്പറ്റി നിനക്കൊന്നും അറിഞ്ഞുകൂടാണ്ട് ആണ് അല്ലെങ്കിൽ ജലാലേ നീ ഒന്നോർത്തു നോക്ക്യാ."

"അങ്ങനൊന്നുമല്ല നാട്ടിൽ എല്ലാവരും കബീർക്കാനേ കാണാൻ കൊതിച്ചിരിക്കുകയാണ്. ഇന്നാളും കൂടി അവരത് പറഞ്ഞു."

എല്ലാം എന്റെ തോന്നൽ ആണെന്ന് തന്നെയാണ് അവന്റെ വാദം. അവനോട് വാദിച്ചു ജയിക്കാൻ എനിക്കായില്ല. ഒടുവിൽ എന്റെയും ക്ഷ

മ കെട്ടു. ജലാൽ എനിക്ക് തികച്ചും അന്യൻ ഒന്നുമല്ലല്ലോ. ആ നിലക്ക് ഉള്ളത് പറയാൻ ഞാൻ എന്തിന് മടിച്ചു നിൽക്കണം. പിന്നെ എന്തൊക്കെയാണ് ഞാൻ അവനോട് പറഞ്ഞത് ഉള്ളിൽ ഇരുന്ന് ആരോ എന്നെ ക്കൊണ്ട് പറയിപ്പിക്കുന്നത് പോലെ ആയിരുന്നു.

കാലങ്ങൾ എത്രയെത്ര കടന്നുപോയാലും ചില മുറിവുകൾ കാലങ്ങൾക്ക് പോലും മാറ്റിത്തരാൻ പറ്റാത്ത വിധത്തിൽ അള്ളിപ്പിടിച്ചിരിക്കും സാധാരണക്കാരെ പോലെ തന്നെ ഞാനും വരുംകാലത്തെക്കുറിച്ച് എത്രയെത്ര സ്വപ്നങ്ങളാണ് കണ്ടത്. അബദ്ധവശാൽ പോലും ഒന്നും പൂവണിഞ്ഞില്ല. പൂവണിയുകയുമില്ല എന്തെന്നാൽ മറ്റുള്ളവരെ പോലെയല്ല ഞാൻ.

എനിക്ക് സ്നേഹ വാത്സല്യങ്ങൾ തന്നവരും എന്നെ പോറ്റി വളർത്തിയ വരും എല്ലാം പടച്ചവന്റെ തൃക്കൈകളിലേക്ക് തിരിച്ചുപോയി. എന്റെ ഉമ്മ എന്നെയോർത്ത് എത്രയെത്ര ദിനങ്ങൾ ഉരുകി ഉരുകി കഴിച്ചു കൂട്ടിയിട്ടുണ്ടായിരിക്കും. എത്രയെത്ര രാത്രികളിൽ ഉറക്കം വരാതെ നേരം വെളുപ്പിച്ചിട്ടുണ്ടായിരിക്കും അതൊന്നും എനിക്ക് ഓർക്കാൻ വയ്യ.

പല മുഖച്ഛായകളും എന്റെ മനസ്സിൽ മൂടൽമഞ്ഞിൽ എന്നതുപോലെ മൂടിക്കിടക്കുന്നു. ഇനിയുള്ളവരിൽ എന്നെ കണ്ട് പരിചയം പോലും ഇല്ലാത്തവരാണ്. ഇതൊന്നും അനുഭവിക്കാത്തവർക്ക് ഞാൻ ഈ പറഞ്ഞ കാര്യങ്ങളൊന്നും എളുപ്പത്തിൽ മനസ്സിലാകണമെന്നില്ല.

എനിക്ക് വയസ്സായാൽ എന്നെ സംബന്ധിച്ചിടത്തോളം അതൊരു രോഗവും അതിലുപരി ഒരു ശാപവും ആണ്. എന്നെ ശുശ്രൂഷിക്കുവാനും എനിക്കുവേണ്ടി ചോദിക്കാനും പറയാനും പകരം ചോദിക്കാനും എനിക്ക് ആരാണുള്ളത്. വെറുതെ മറ്റുള്ളവരെ ബുദ്ധിമുട്ടിക്കാം എന്നല്ലാതെ അതൊക്കെ ഓർക്കുമ്പോൾ ഭയങ്കര ക്ഷീണവും തളർച്ചയും എനിക്ക് അനുഭവപ്പെടും. അതുകൊണ്ട് മനപ്പൂർവ്വം ഞാൻ അതൊന്നും ഓർത്ത് നേരം കളയാറുമില്ല.

ആയിരക്കണക്കിന് കാര്യങ്ങൾ ഇനിയും പറയാനുണ്ടായിരുന്നു ഇനിയും അതൊക്കെ പറഞ്ഞാൽ കുറെ കടുപ്പമേറിയ വാക്കുകൾ ആയി പോകുമോ എന്നോർത്ത് പുറത്തുചാടാൻ അനുവദിക്കാതെ മനസ്സിൽ തന്നെ വരിഞ്ഞു കെട്ടിയിട്ടു.

ഞാൻ ഇങ്ങനെയൊക്കെ പറയുന്നത് എന്താണെന്നാണ് ജലാലിന് മനസ്സിലാകാത്തത്. കുറെയൊക്കെ തോന്നലുകൾ ആണെന്നാണ് അവൻ പറഞ്ഞുകൊണ്ടിരിക്കുന്നത്. അവനോടൊപ്പം ചക്കരക്കാവിലേക്ക് ചെല്ലണമെന്നാണ് ശാഠ്യം. എന്നെ ഈ നാട്ടിൽ തനിച്ചാക്കാൻ വയ്യ എന്നാണ് ആ സംസാരത്തിലെ കാതൽ.

“കബീർക്ക ഒന്നൂടെ നല്ലോണം ആലോചിക്ക്. കുറച്ച് സാധനങ്ങൾ ഞാൻ കാർഗോ അയക്കുന്നുണ്ട്. ഇക്കാക്ക് അയക്കാൻ എന്തേലും ഉണ്ടെങ്കിൽ അതിനൊപ്പം അയക്കാം.”

ഞാൻ നാട്ടിലേക്ക് മടങ്ങുന്നു എന്ന് ഉറപ്പിച്ചത് പോലെയാണ് അവന്റെ പറച്ചിൽ. കേട്ടാൽ തോന്നുക. അതുകേട്ട് ഞാൻ ചിരിച്ചു പോയി.

“നിന്നെപ്പോലെയല്ല. ഞാൻ ആർക്കുവേണ്ടി എന്തിനുവേണ്ടി ചക്കരക്കാവിൽ പോയിട്ട് ഇപ്പോ എന്ത് നേടാൻ. എന്തോരം വേദനയും യാതനയും ഞാൻ സഹിച്ചിട്ടുണ്ട്. ഇനി എനിക്ക് ഇതിനൊന്നും പറ്റില്ല. ഇവിടെ പൊതുവേ മനസ്സമാധാനവും മനശാന്തിയും ഉണ്ട്. അത് വിട്ട് ഞാൻ എങ്ങോട്ടുമില്ല.”

“കബീർക്ക കുറെ നേരായിട്ട് എന്തൊക്കെയാണ് പറയുന്നത്. ഇക്ക പറയണ കേട്ട തോന്നും ഞങ്ങൾ ഒന്നും ഇക്കാക്ക് ആരുമെല്ലാണ്ടായീന്ന്.” അവൻ അതൊക്കെ ആവർത്തിച്ചു പറഞ്ഞുകൊണ്ടിരുന്നു.

ആ സ്നേഹ വചനങ്ങളിൽ എന്റെ വിഷാദ ചിന്തകൾ അല്പാല്പമായി ലയിക്കുകയാണോ എന്ന തോന്നൽ എന്നിൽ അത്ഭുതമേകി. കരുണാർദ്രമായ ഒരു മനസ്സ് ഇവനിൽ ഉറങ്ങിക്കിടന്നിരുന്നു എന്നല്ലേ ഞാൻ മനസ്സിലാക്കേണ്ടത്.

ഇത്രക്കൊന്നും അവനോട് കടുപ്പിച്ച് പറയരുതായിരുന്നു. എന്റെ സംസാരം അവനെ ഇത്രമാത്രം വേദനിപ്പിക്കുമെന്ന് കരുതിയില്ല. ഞാൻ കല്യാണം കഴിക്കാതിരുന്നത്, എനിക്ക് മക്കൾ ഉണ്ടായി അവർക്ക് ഞാൻ ഒരു മാതൃകയാകാനും അവരെക്കൊണ്ട് നല്ല നല്ല കാര്യങ്ങൾ ചെയ്യിപ്പിക്കുവാനും ഉള്ള ബാധ്യത എനിക്കില്ലെന്ന് പറയേണ്ടിവന്നത്, ഒരു ഭർത്താവും പിതാവും ഒക്കെ ആകാൻ കഴിയാഞ്ഞതിൽ മനസ്സിൽ എവിടെയോ കുരുങ്ങിക്കിടക്കുന്ന അസൂയയുടെ പ്രതിഫലനം ആയിക്കൂടെന്നില്ല. അതിന് അവൻ എന്ത് പിഴച്ചു. എന്റെ ചെയ്തികളുടെ അനന്തരഫലത്തിന് പരിപൂർണ്ണ ഉത്തരവാദി തികച്ചും ഞാൻ മാത്രമാണല്ലോ. അതൊന്നും എനിക്ക് അന്നേരം ഓർക്കാൻ കഴിഞ്ഞില്ലല്ലോ റബ്ബേ (രക്ഷിതാവേ).

ഉള്ളിൽ പുതഞ്ഞു കിടന്നിരുന്ന തീവ്രമായ സംഘർഷവും വേദനയും ഒരു കാരണം കിട്ടിയപ്പോൾ ഞാൻ പോലും അറിയാതെ കത്തി പടർന്നതായിരിക്കാം. ഞാൻ സ്വയം ആശ്വസിക്കാൻ നോക്കിയെങ്കിലും അതൊന്നും കേൾക്കാൻ തയ്യാറാകാതെ എന്റെ മനസാക്ഷി കുറ്റബോധം കൊണ്ടെന്നെ ഞെരിച്ചു.

ഈ നാടുവിട്ട് പോകും മുമ്പ് മക്കയിൽ പോയി ഉംറ നിർവഹിക്കുവാനുള്ള ഒരുക്കങ്ങൾ അവൻ ചെയ്തു കഴിഞ്ഞു.

ഈ നാട്ടിൽ അവനൊന്ന് പച്ചപിടിച്ചു വന്ന നാൾ മുതൽ അവന്റെ

കുടുംബം ഇവിടെത്തന്നെ ഉണ്ടായിരുന്നു. ജലാലിന്റെ മൂത്ത മകളുടെ കല്യാണത്തോടനുബന്ധിച്ചാണ് അവർ ഇവിടെ നിന്നും ചക്കരക്കാവിൽ സ്ഥിരതാമസമാക്കിയത്.

പടച്ചവന്റെ അനുഗ്രഹം കൊണ്ടും ഇവരുടെയൊക്കെ സന്മനസ്സ് കൊണ്ടും ഒരുതവണ ഹജ്ജും ഒന്നിലധികം തവണ ഉംറയും അർബാബിനൊപ്പവും ബാബയോടൊപ്പവും ഒക്കെ എനിക്ക് മക്കയിൽ പോയി നിർവഹിക്കുവാൻ കഴിഞ്ഞിട്ടുണ്ട് അൽഹംദുലില്ല (സർവ്വസ്തുതിയും ദൈവത്തിനു മാത്രം).

സാമ്പത്തികശേഷി ഇല്ലാത്തവർക്ക് ഹജ്ജ് വാജിബ് (നിർബന്ധം ഇല്ല.)

സാമ്പത്തികശേഷി ഇല്ലാത്തവരെ ഹജ്ജ്കാലം ആകുമ്പോൾ ഓരോ തവണയും അറബികൾ സാമ്പത്തിക സഹായ സൗകര്യങ്ങൾ ചെയ്തുകൊടുത്ത് മക്കയിലേക്ക് അയക്കാറുണ്ട്. ഇക്കാലത്ത് അങ്ങനെയുള്ളവർ നാട്ടിലും ഉള്ളതായി അറിയാം.

ഈ വക കാര്യങ്ങൾക്ക് മാത്രമല്ല മറ്റു പല കാര്യങ്ങൾക്കും സാമ്പത്തികശേഷിയില്ലാത്തവരെ ഇവർ കൈ അയച്ചു സഹായിക്കാറുണ്ട്. കഴിഞ്ഞകൊല്ലം പെട്ടെന്നുണ്ടായ വെള്ളപ്പൊക്കത്തിൽ നൂറുകണക്കിന് വീടുകളാണ് എല്ലാം നഷ്ടപ്പെട്ടവർക്ക് ഇവിടത്തെ ഗവൺമെൻറ് പണിത് കൊടുത്തത്.

“കബീർക്ക എന്താണ് ആലോചിക്കുന്നത്. ഇക്കാടെ കടം വീട്ടിയിട്ട് വേണം എനിക്ക് ഉംറക്ക് പോകാൻ.” ഞാൻ ഈ കേട്ടത് നേര് തന്നെയാണോ. അതോ എനിക്ക് തോന്നിയതാണോ എന്ന മട്ടിൽ അവിശ്വസനീയമാം വിധം അവന്റെ കണ്ണുകളിലേക്ക് നോക്കി.

കണക്കുള്ളതും കണക്കിൽ പെടാത്തതുമായി എത്രത്തോളം ഞാൻ അവന് കൊടുത്തിട്ടുണ്ട്. ഓരോരോ ആവശ്യങ്ങൾക്കായി പണമില്ലാതെ ഞെരിപിരി കൊള്ളുന്ന സമയത്ത് എത്രവട്ടം അവനോട് തിരിച്ചു തരാൻ ആവശ്യപ്പെട്ടിട്ടുണ്ട്. ഒന്ന് മനസ്സ് വെച്ചിരുന്നെങ്കിൽ വളരെ മുമ്പ് തന്നെ എന്നിൽ നിന്നും കൈപ്പറ്റിയ തുക കുറെയെങ്കിലും തന്ന് തീർക്കാമായിരുന്നല്ലോ.

ആ തുക കൈവിട്ടുപോയി. പോയത് പോട്ടെ എന്ന് കരുതി ഞാൻ എഴുതിത്തള്ളിയതായിരുന്നു. ഇപ്പോഴെങ്കിലും അവന് ബോധോദയം ഉണ്ടായല്ലോ. കടബാധ്യതകൾ തീർക്കുകയും, അടുത്ത് അറിയുന്നവരോട് തന്നിൽ നിന്നുണ്ടായ എല്ലാ തെറ്റുകളിൽ നിന്നും മാപ്പ് ചോദിക്കുകയും, തന്റെ ഉത്തരവാദിത്വങ്ങൾ തീർക്കുകയും, ആശ്രിതർക്ക് വേണ്ടുന്ന സംരക്ഷണങ്ങൾ ഉറപ്പുവരുത്തുകയും, അതിലുപരി നേർമാർഗത്തിൽ

സമ്പാദിച്ച പണം മാത്രം ഈ കർമ്മങ്ങൾക്ക് ഉപയോഗിക്കുകയും വേണം. എങ്കിൽ മാത്രമേ ഒരാൾ ചെയ്യുന്ന ഉംറയും ഹജ്ജും പടച്ചവൻ സ്വീകരിക്കുകയുള്ളൂ എന്നാണ് വിശ്വാസം എന്നൊക്കെ ജലാലിനും വ്യക്തമായി അറിയുന്നതാണല്ലോ.

"കബീർക്ക എനിക്ക് എന്തോരം സഹായം ചെയ്തു തന്നിട്ടുണ്ട്. അതുകൊണ്ടാണ് ഇത്രയും കാലം വല്യേ നിലേലൊക്കെ ജീവിക്കാൻ എനിക്ക് പറ്റിയത്." ഓ ജലാൽ അത്രയെങ്കിലും പറഞ്ഞല്ലോ.

കബീർക്കയുടെ സ്വഭാവം വെച്ച് നോക്കുമ്പോൾ എത്രത്തോളം കാശ് എനിക്ക് തന്നിട്ടുണ്ടെന്ന് കണക്ക് വെച്ചിട്ടുണ്ടാകാൻ ഇടയില്ല. ഞാനെങ്കിലും അതിനൊക്കെ കണക്ക് വെക്കണമായിരുന്നു. ജലാൽ തന്നെയാണോ ഈ പറയുന്നതെന്ന് എനിക്ക് അത്ഭുതമായി പറയട്ടെ. ഇനിയും ഇനിയും അവന്റെ ഉള്ളിലുള്ളതെല്ലാം പുറത്തേക്ക് വരട്ടെ.

"കബീർക്ക മറ്റൊന്നും വിചാരിക്കരുത്. ഇപ്പോൾ ഇത്രയേ ഉള്ളൂ. ബാക്കി ഞാൻ ഉംറ കഴിഞ്ഞ് വന്നിട്ട് തരാം. എന്റെ തുണിക്കട എടുത്ത രവീന്ദ്രൻ പിന്നെ ശക്തിയുടേന്നും കിട്ടാനുണ്ട്. ബാക്കി കിട്ടിയതൊക്കെ ഏകദേശം കടമൊക്കെ വീട്ടി."

ഒരു തുക എന്റെ നേരെ നീട്ടിക്കൊണ്ടാണ് ജലാൽ ഇത്രയൊക്കെ പറഞ്ഞത്. ഇതൊരിക്കലും ഞാൻ പ്രതീക്ഷിച്ചിട്ടില്ല. എന്റെ മനക്ഷോഭങ്ങൾ പെട്ടെന്ന് മാഞ്ഞു.

'ഇത്രയും മതി ബാക്കിയുള്ളത്. നിനക്ക് ഞാൻ പൊരുത്തപ്പെട്ട് തന്നിരിക്കുന്നു. അതായത് ആ തുക എനിക്ക് വേണ്ട. ഞാൻ നിനക്ക് തന്നത് സന്മനസ്സോടെ തന്നെ." ഞാൻ പറഞ്ഞത് അവന് വിശ്വാസം വരാഞ്ഞത് പോലെയായിരുന്നു അന്നേരം അവന്റെ പ്രകടനം.

"കബീർക്ക ഇല്ലായിരുന്നെങ്കിൽ എനിക്കിത്രയും ഒന്നും നേടാൻ പറ്റുമായിരുന്നില്ല." വാക്കുകളാൽ അങ്ങനെ ഒരു സ്വർണപതക്കം കൂടി എനിക്ക് ചാർത്തി തന്നു ജലാൽ.

"കബീർക്കയെ ഞാൻ കുറെ സങ്കടപ്പെടുത്തിയിട്ടുണ്ട്. അതിന്റെയൊക്കെ ഫലം അനുഭവിക്കേം ചെയ്തു. അറിഞ്ഞും അറിയാതെയും ഞാൻ എന്തെങ്കിലും തെറ്റ് ചെയ്തിട്ടുണ്ടെങ്കിൽ എനിക്ക് പൊരുത്തപ്പെട്ട് (ക്ഷമിച്ച്) തരണം. എന്നാലേ എന്റെ ഉംറ കർമ്മം പടച്ചോൻ സ്വീകരിക്കൂ. ഇക്കാനെ കണ്ട് ഇതൊക്കെ നേരിട്ട് പറയാനും കൂടിയാണ് ഞാൻ വന്നത്. എന്റെ കർമ്മം മഖ്ബൂൽ (ദൈവം സ്വീകരിച്ച് അതിന്റെ പ്രതിഫലം കൊടുക്കുന്നത്) മബ്റൂര് (തെറ്റ് കൂടാതെ ചെയ്യാൻ കഴിയുക) ആകുവാനും ഇക്ക ദുആ (പ്രാർഥന) ചെയ്യണം കബീർക്കാക്ക് വേണ്ടി ഞാൻ പടച്ചവനോട് തേടാം."

സങ്കടം നിറഞ്ഞ വാക്കുകൾ മുറിഞ്ഞു മുറിഞ്ഞു. എങ്ങനെയോ ജലാൽ അത്രയൊക്കെ പറഞ്ഞു ഒപ്പിച്ചു. ഇനിയും അവന്റെ ഉള്ളൂ. നീറ്റുന്ന വാക്കുകൾ കൂട്ടിക്കുഴച്ചുള്ള വിവരണങ്ങൾ കേട്ട് നിൽക്കുവാനുള്ള ത്രാണി എനിക്കുണ്ടായിരുന്നില്ല. അവന്റെ ഒസിയത്ത് (ഇച്ഛകൾ, ഉദ്ദേശ്യങ്ങൾ, സങ്കല്പങ്ങൾ, നിശ്ചയങ്ങൾ) എല്ലാം പടച്ചവൻ നിറവേറ്റി കൊടുക്കട്ടെ.

മനസ്സിലെ ഭാരം കുറെയേറെ ഇറക്കിവെച്ച് ഇനിയും കാണാമെന്നുള്ള വാക്കുകളുടെ ബലത്തിൽ ആശ്വാസത്തോടെ ജലാൽ നടന്നകലുന്നത് നോക്കി. അവനെ കുറിച്ച് മാത്രം ഓർത്തുകൊണ്ട് ഞാൻ വല്ലാത്തൊരു നൊമ്പരത്തോടെ നിന്നു.

അദ്ധ്യായം
മുപ്പത്തിയഞ്ച്

ഓടിയോടി തളർന്നു ഇനി ഒന്നിരിന്ന് കിതപ്പ് അകറ്റണം. എന്നതുപോലെയാണ് അർബാബിന്റെ മട്ടുംമാതിരിയുമൊക്കെ കണ്ടാൽ തോന്നുക. ക്രയവിക്രയങ്ങൾ ഒട്ടുമുക്കാൽ ഭാഗവും മക്കൾ കൈകാര്യം ചെയ്യുന്നത് കൊണ്ട് അർബാബ് ഏറെക്കുറെ സ്വതന്ത്രൻ ആണ് ഇപ്പോൾ മക്കളെല്ലാവരും മെച്ചപ്പെട്ട രീതിയിൽ അർബാബിന്റെ കൺവെട്ടത്ത് ജീവിക്കുന്നു.

ഈയിടെയായി ഒരു ഓർമ്മ പുതുക്കൽ എന്നവണ്ണം കണ്ടു മറന്ന സ്ഥലങ്ങളിൽ പോകുവാനെന്ത് താല്പര്യമാണ് അദ്ദേഹത്തിന്. അർബാബിന്റെ ആശ്രിതനാണ് ഞാനെങ്കിലും എന്നോടുള്ള സ്നേഹബന്ധം ഏറ്റവും ഉറ്റതാണെന്ന് എനിക്ക് തോന്നാറുണ്ട്. ആ സ്നേഹാദിക്യത്താൽ ആയിരിക്കാം അർബാബ് എന്നെയും കൂടെ കൊണ്ടുപോകുന്നത്.

പോകുന്ന സ്ഥലങ്ങളിലെല്ലാം അർബാബ് ഉണ്ടെങ്കിൽ ഒപ്പം ഞാനും കൂടെയുണ്ടെന്ന് പ്രത്യേകം പറയേണ്ടതില്ല.

ജവഹറിനെ വിളിച്ചു കാര്യങ്ങൾ മാത്രം പറഞ്ഞാൽ മതി. കൂടുതലൊന്നും വിസ്തരിക്കേണ്ട കാര്യമില്ല. ചുരുങ്ങിയ നാളത്തെ പഴക്കം കൊണ്ടുപോലും അവന് ഒട്ടുമിക്ക സ്ഥലങ്ങളും അറിയാം.

പലപ്പോഴും അർബാബിന്റെ അടുത്ത് കൂട്ടുകാരനായ യസീതോ ഒബൈദോ അല്ലെങ്കിൽ റാഷിദോ ഒമറോ ആരെങ്കിലുമൊക്കെ ഈ ഉല്ലാസ് യാത്രകൾക്ക് കുടപിടിക്കാൻ കൂട്ടിനു ഉണ്ടായിരിക്കും. അവർക്കും എന്നെ ചിരകാല പരിചയമാണല്ലോ. അർബാബിനെ പോലെതന്നെയാ

ണ് അവരും. സ്വന്തം പ്രാധാന്യത്തോടൊപ്പം എന്റെ നിസ്സാരതയും തിരിച്ചറിയുന്നവർ.

ഞാൻ ഈ നാട്ടിൽ വന്നതിനുശേഷം ആണ് ടണൽ ഉദ്ഘാടനം ചെയ്തത് അന്ന് അത് വലിയൊരു സംഭവമായിരുന്നു. ശൂന്യമായി കിടന്നിരുന്ന ഒട്ടകങ്ങൾമേഞ്ഞു നടന്നിരുന്ന മരുപ്രദേശങ്ങൾ, നേരം ഇരുളാൻ തുടങ്ങുമ്പോൾ സ്ട്രീറ്റ് ലൈറ്റിന്റെ മങ്ങിയ വെളിച്ചം തട്ടുന്ന അതിർത്തികൾ. ചന്ദ്രവെളിച്ചം ഇരുട്ടിനെ വകഞ്ഞു മാറ്റി നിർത്തിയിരുന്നു എന്നതൊഴിച്ചാൽ രാത്രിയിൽ കൂരിരുട്ട് പതുങ്ങിയിരുന്ന ആൾ സഞ്ചാരമില്ലാത്ത സ്ഥലങ്ങൾ. ഇന്നിപ്പോൾ കൂറ്റൻ കെട്ടിടങ്ങൾ കൊണ്ട് അണിഞ്ഞൊരുങ്ങി ആകെ പ്രകാശമാനമായി ജനപ്രവാഹത്തിന്റെ തിക്കിലും തിരക്കിലും പെട്ട് വീർപ്പുമുട്ടുന്നു. കാലം പോയ ഒരു പോക്ക്.

ഒന്ന് ആഞ്ഞു കുതിച്ചാൽ ആകാശത്തെ തൊട്ടു നോക്കാമെന്ന് തോന്നിക്കുന്ന ലോകത്തിലെ ഏറ്റവും ഉയരം കൂടിയ ബുർജ് ഖലീഫയിലേക്ക് ന്യൂ ഇയർ പിറവി കാണുക എന്ന ഉദ്ദേശത്തോടെയാണ് ജവഹർ വണ്ടി തിരിച്ചത്. വിവിധ നിറത്തിലുള്ള ലൈറ്റും വെടിക്കെട്ടുകളും കൊണ്ടൊരു വർണ്ണ പ്രപഞ്ചം തീർത്ത് ജനങ്ങൾ ആരവം മുഴക്കിയാണ് പുതുവർഷത്തെ വരവേൽക്കുന്നത്.

ആ ബഹളത്തിനിടയിൽ ഒരു വർഷത്തെ സൂര്യാസ്തമയങ്ങൾക്കൊടുവിൽ നിലനിൽപ്പ് അവസാനിപ്പിച്ച് പടിയിറങ്ങേണ്ടിവരുന്ന കഴിഞ്ഞ വർഷത്തിന്റെ വിലാപം ആരും കേൾക്കാതെ പോകുന്നു.

'ദൗർബല്യങ്ങൾ നിറഞ്ഞുനിൽക്കുന്ന മനുഷ്യജന്മങ്ങൾക്ക് ഈ കാലയളവിൽ മറക്കാൻ കഴിയാത്ത എത്രയെത്ര അനുഭവങ്ങളാണ് ഞാൻ വെച്ചുനീട്ടിയത്. ഇതുപോലെ വർണ്ണപ്പകിട്ടോടെ ആനയിച്ചു കൊണ്ടുവന്ന എന്നെപ്പോലെ അടുത്തവർഷം നിന്റെയും ആയുസ്സ് അവസാനിക്കും അന്നേരം നിഷ്കരുണം നിന്നെയും ഇറക്കിവിടും.' അല്പം മടിച്ചും പതറിയും വേദനയെ നിയന്ത്രിച്ചു കൊണ്ടും പുതുവർഷത്തോട് ഇങ്ങനെയൊക്കെ മന്ത്രിച്ച് കൊണ്ട് ഭൂമിയിലെ ജീവജാലങ്ങളുടെ ഒരു വയസ്സു കൂടി പൊതിഞ്ഞുകെട്ടിക്കൊണ്ട് കഴിഞ്ഞവർഷം ഭൂതകാലത്തിലേക്ക് ലയിച്ചുചേരുന്നു.

വിശേഷ ദിവസങ്ങളിലും ഓരോരോ പ്രധാന സംഭവങ്ങൾ ഉണ്ടാകുമ്പോഴും ഐക്യദാർഢ്യം പ്രഖ്യാപിച്ചും അഭിവാദ്യങ്ങൾ അർപ്പിച്ചും ബുർജ് ഖലീഫ ടവറിന്റെ നിറം മാറുന്നത് പതിവാണ്.

ബുർജ് ഖലീഫ പിറവിയെടുക്കും മുമ്പ് മലേഷ്യയിലെ ടിൻ ടവർ ആയിരുന്നുലോകത്തിലെ ഏറ്റവും പൊക്കം കൂടിയ ടവർ. ബാബയുടെ മക്കളോടൊപ്പം ഞാനും കഴുത്ത് കഴക്കും വരെ ടിൻ ടവറിന്റെ മുകളറ്റം

കാണുവാനായി മേലോട്ട് നോക്കി നിന്നതും അതിനകത്തെ മാളിലെ ഹോട്ടലിൽ നിന്നും ഭക്ഷണം കഴിച്ചതും ഷോപ്പുകളിൽ ചുറ്റിക്കറങ്ങി നടന്നു ഒട്ടനവധി സാധനങ്ങൾ വാങ്ങിയതും ആ മലേഷ്യൻ സിംഗപ്പൂർ ട്രിപ്പ് തൊട്ടടുത്ത നിമിഷം കഴിഞ്ഞതുപോലെ തോന്നുന്നു.

ഇന്ന് നേരത്തെ വീട്ടിൽ നിന്നിറങ്ങിയത് കൊണ്ട് ലോകത്തിലെ വലിയ ഷോപ്പിംഗ് മാളുകളുടെ നിരയിൽ സ്ഥാനം പിടിച്ച ദുബായ് മാളിലും കയറി അവിടത്തെ മ്യൂസിക് ഫൗണ്ടനും അക്വേറിയവും ഒക്കെ ഒന്ന് കാണുക എന്നതായിരുന്നു ലക്ഷ്യം

കടലിന്റെ ഒരു നുറുങ്ങ് എടുത്തുവെച്ചത് പോലെയാണ് അക്വേറിയം സജ്ജീകരിച്ചിരിക്കുന്നത്. അതിൽ വിവിധയിനം പാറക്കല്ലുകളും സസ്യങ്ങളും അതിലൂടെ നീന്തി നടക്കുന്ന തിരണ്ടികളും പലനിറത്തിലും ആകൃതിയിലും വലിപ്പത്തിലും മേലാകെ വിവിധ തരം ഡിസൈനുകളോട് കൂടിയ മീനുകളും മടിപിടിച്ച് അടിത്തട്ടിൽ കിടക്കുന്ന അമൂർ മത്സ്യങ്ങളും വമ്പൻ സ്രാവുകളും അതിനിടയിൽ ഡൈവ് ചെയ്യുന്ന മനുഷ്യജീവികളും അക്കൂട്ടത്തിലുണ്ട്.

കുറെ നാളുകൾക്ക് ശേഷമാണ് ഇത്തരം വിനോദയാത്രകൾ ഈയിടെയായി അർബാബിന് വിനോദയാത്രകൾ. വല്ലാത്തൊരു ആവേശം പോലെയാണ്. എനിക്കാണെങ്കിൽ എന്തുകൊണ്ട് ഇങ്ങനെ കറങ്ങി നടക്കുവാൻ മുമ്പത്തേതു പോലെയുള്ള ഉത്സാഹമോ ഉന്മേഷമോ തോന്നാറില്ല. പോകാൻ അത്ര സന്മനസ്സ് ഉണ്ടായിട്ടും അല്ല പിന്നെ. വിളിക്കുമ്പോൾ കൂടെ പോകുന്നു എന്ന് മാത്രം.

എന്റെ പ്രവൃത്തി മൂലം എന്നോട് അർബാബിനുള്ള സ്നേഹത്തിന്റെ നിലനിൽപ്പ് നഷ്ടപ്പെടുത്താൻ ഞാൻ ഒരുക്കമല്ല സമ്പത്തിനേക്കാൾ ഈ കൂട്ടുകുടുംബത്തിലെ മനുഷ്യത്വമാണ് എന്നെ മുന്നോട്ടു നയിക്കുന്നത്. എന്നെപ്പോലെ ഈ നാട്ടിൽ ജീവിതം തേടിയെത്തിയവരുടെ ദുരനുഭവങ്ങളിൽ നിന്നും എനിക്ക് അതൊക്കെ വളരെ വ്യക്തമായി തന്നെ ബോധ്യം വന്നിട്ടുണ്ട്.

ദുബായ് ഫ്രെയിം, ഖുദ്റ ലൈക്ക്, ഗ്ലോബൽ വില്ലേജ് അങ്ങനെയങ്ങനെ ഒട്ടേറെ വിനോദ കേന്ദ്രങ്ങളിലേക്ക് കൊണ്ടുപോകാൻ തയ്യാറായി നിൽക്കുകയാണ് ജവഹർ. അവിടെയൊക്കെ ഞാൻ മുമ്പും പോയിട്ടുണ്ട്

ഗ്ലോബൽ വില്ലേജിൽ നിന്ന് ആവശ്യത്തിനും അനാവശ്യത്തിനും അത്യാവശ്യത്തിനും എത്രമാത്രം വിലകൂടിയ അലങ്കാരവസ്തുക്കളും മറ്റുമാണ് അർബാബ് വാങ്ങുന്നത്. നിനക്ക് വേണ്ടത് എടുത്തോളൂ, ചിലപ്പോഴൊക്കെ എന്നോട് അങ്ങനെ പറയാറുണ്ട്. അർബാബ് ആത്മാർത്ഥ

മായി അങ്ങനെ പറയുമെങ്കിലും ഞാൻ ഒന്നും വാങ്ങാറില്ല.

ഓരോരോ കാഴ്ചകൾ കണ്ട് ഉല്ലസിച്ച് നടക്കുമ്പോൾ ചെറുപ്പം വീണ്ടുകിട്ടിയ തോന്നലാണ്. മനഃസംഘർഷങ്ങൾ അകന്നു നിൽക്കുന്ന വേളകളാണ്. ഓരോ പവലിയനുകളിലും കയറിയിറങ്ങി കുറേ നടക്കുമ്പോൾ കാൽമുട്ടുകൾക്ക് കഴപ്പും വേദനയും തോന്നും. അതാണ് ദുർഘടം പിടിച്ചൊരു സംഗതി.

ഖുർആനിൽ പരാമർശിച്ചിട്ടുള്ള സസ്യങ്ങളും ഗുഹകളും പൊയ്കകളും നദികളും സജ്ജീകരിച്ചിട്ടുള്ള ഖുറാനിക് പാർക്കിൽ വളരെ താല്പര്യത്തോടെയാണ് പോയത്. അതുപോലെ പുതുതായി നിർമ്മിച്ച, ഞാൻ ഇതിനുമുമ്പ് കണ്ടിട്ടില്ലാത്ത സ്ഥലങ്ങളിലും. കവനീജ് വാക്കിലേക്ക് പോകുന്നതിൽ നിന്നും ഞാൻ ഒഴിഞ്ഞുമാറാൻ നോക്കി. മുമ്പൊരിക്കൽ അർബാബു കൂട്ടുകാരുമൊത്ത് അവിടെ പോകാൻ അവസരം ഉണ്ടായി. 'കവനീജ് വാക്കി'ന്റെ നടുവിലായി നിർമ്മിച്ച പ്രോമിസ് ബ്രിഡ്ജിന്റെ ഇരുവശങ്ങളിലും ഉള്ള കൈവരികളിൽ പൂട്ടിയിട്ടിരിക്കുന്ന ആയിരക്കണക്കിന് താഴുക്കൾ ഒരാകർഷണം തന്നെയാണ്. പ്രേമ ഭാജനങ്ങളെ ഓർത്ത് താഴിട്ട് പൂട്ടി താക്കോൽ 'ലെയ്ക്ക്'ലേക്ക് വലിച്ചെറിയുന്നു. ഒരു രസത്തിന് അന്ന് ഞാനും അപ്രകാരം ചെയ്തു. സുൽത്താനയെ എന്റെ മനസ്സിൽ നിന്നും പടിയിറക്കുന്നതിന് മുമ്പായിരുന്നു അത്.

വലിയൊരു കാര്യം നിർവഹിച്ചത് പോലെ പൊടിപ്പും തൊങ്ങലും വെച്ചു ഞാൻ സുൽത്താനക്ക് കത്തെഴുതി എന്നല്ലാതെ മറ്റൊന്നും സംഭവിച്ചില്ല. എന്നിട്ട് എന്തുണ്ടായി. അവൾ എന്നിൽ നിന്നും മറ്റൊരു ദിശ നോക്കി പറന്നകന്നു. ഞാൻ അന്ന് വലിച്ചെറിഞ്ഞ താക്കോൽ 'ലൗ ലൈക്കി'ൽ കുറെ ആഴത്തിൽ പുതഞ്ഞ് കിടക്കുന്നുണ്ടായിരിക്കും. ഇപ്പോൾ ഓർക്കുമ്പോൾ എല്ലാം ഓരോരോ വിഡ്ഢിത്തങ്ങൾ. മനസ്സിൽ പൂജിച്ചു കൊണ്ടു നടന്ന സുൽത്താന എന്ന വിഗ്രഹവും എന്നിൽ നിന്നും കൈവിട്ടു പോയതിനാൽ ആകണം ചെയ്തതൊക്കെ വിഡ്ഢിത്തരങ്ങൾ ആയിരുന്നു എന്ന് ചിന്തിക്കാൻ എന്റെ മനസ്സ് പ്രേരിപ്പിക്കുന്നത്.

കഴിഞ്ഞമാസം റംസാൻ വ്രതകാലത്ത് പതിവുപോലെ അർബാബിന്റെ സഹോദരിമാരുടെ വീട്ടിലേക്ക് ഒട്ടനവധി സാധനങ്ങളുമായി അർബാബിന്റെ കുടുംബത്തോടൊപ്പം ഞാനും പോയിരുന്നു. ലോകത്തിൽ വെച്ച് ഏറ്റവും ഭംഗിയും വലുപ്പവും ഉള്ള 10 മോസ്കുകളിൽ ഇടം പിടിച്ചിരിക്കുന്ന ഷെയ്ക്ക് സായിദ് മോസ്കിലാണ് അന്ന് നൈലയും വഫയും കുടുംബവുമൊത്ത് നോമ്പുതുറക്ക് പോയത്.

വിനോദസ്ഥലങ്ങൾ കണ്ടു ആസ്വദിക്കുവാൻ സ്വദേശികളും പരദേശികളും ഒക്കെയായി എമ്പാടും ആളുകൾ ഇത്രയും ബുദ്ധിമുട്ടി തള്ളി

ക്കയറുമ്പോൾ ഒട്ടനവധി കാലങ്ങൾ ഈ നാട്ടിൽ ജീവിച്ച ഞാൻ ഇത്തരം സുവർണ്ണാവസരം കിട്ടിയിട്ടും അതെല്ലാം തട്ടിക്കളഞ്ഞല്ലോ. തന്നെയുമല്ല ഇനിയും മറ്റൊരു അവസരം കിട്ടിയില്ലെങ്കിൽ എന്ന് മന്ത്രിച്ച് മനസ്സ് ഉന്തിത്തള്ളി വിടുകയാണ്. അന്നേരം വല്ലായ്മകളെല്ലാം ഞാൻ മറന്നു പോകുകയാണ് പതിവ്.

ഇന്ന് രാവിലെ അർബാബ് എന്നെ വിളിച്ചു ഒരു അഭിപ്രായം ചോദിക്കുന്നത് പോലെയായിരുന്നു ബീച്ചിനടുത്തായി ബാബ പണികഴിപ്പിച്ച ഇരുനില കെട്ടിടത്തിലേക്ക് ഒന്നോ രണ്ടോ ദിവസത്തിനായി ഒന്ന് പോയാലോ, ബാബ ജീവിച്ചിരിക്കുന്ന കാലത്ത് ആ സുഖവാസ വസതിയിലേക്ക് ബാബ മക്കളോ കുടുംബവുമോ ചിലപ്പോൾ കൂട്ടുകാരുമൊത്തോ ഓരോരുത്തരുടെ ഇഷ്ടാനുസരണം താമസിച്ചു. എപ്പോഴും ആ വീട് സജീവമായിരുന്നു ഇപ്പോൾ മിക്കപ്പോഴും ആ വീട് ശൂന്യമായി കിടക്കുകയാണ്.

ഇവിടെനിന്ന് അത്ര ദൂരത്ത് അല്ലാത്തതിനാൽ ഡ്രൈവിന് ഞാൻ മതി എന്നാലും ജവഹറിനെയും വിളിക്കാം അവനും അതൊക്കെ കണ്ടും കേട്ടും ഇരിക്കട്ടെ.

ആ സുഖവാസ വസതിയിലെ മുകൾ നിലയിലെ ജാലക കർട്ടൻ നീക്കി കടലിനെ തന്നെ നോക്കി നിന്നാൽ കടലിന് ഇതുവരെ കാണാത്ത സൗന്ദര്യമൊക്കെ കണ്ടിരിക്കും. നട്ടുച്ചക്ക് സൂര്യതാപം കൂടുമ്പോൾ കടലിന്റെ ഉപരിതലം കടും പച്ചയും ഇളംപച്ചയും നീലയും കറുപ്പും നിറങ്ങൾ കൊണ്ട് അതിർത്തി തിരിച്ചതുപോലെ തോന്നും.

പതഞ്ഞുവരുന്ന ഓളങ്ങളുടെ കലപില ശബ്ദം എന്നതൊഴിച്ചാൽ അന്നേരങ്ങളിൽ കടൽ ശാന്തമായി അങ്ങനെ കിടക്കും.

വെയിൽ ചാഞ്ഞാൽ പോക്കുവെയിൽ തട്ടി ചില ദിവസങ്ങളിൽ ജലോപരിതലത്തിന് നേർത്ത രീതിയിൽ ചെമ്പ് ലോഹം ഉരുക്കിയൊഴിച്ച പോലെയുള്ള നിറമാണ്. അതിൽ ചെമ്പ് നിറമുള്ള തിളങ്ങുന്ന പൊട്ടുകൾ ഇളകുന്നത് പോലെയാണ്. മുകൾനിലയിൽ നിന്ന് നോക്കുമ്പോൾ തോന്നുക ഉദയാസ്തമയ കാഴ്ചകൾ. ഇവിടെ നിന്ന് നോക്കിയാൽ സുന്ദരമായി ദർശിക്കാം ബാൽക്കണിയിൽ സജ്ജീകരിച്ച ഇരിപ്പിടത്തിൽ കടലിനെ നോക്കി ഇളം കാറ്റേറ്റ് ഗാനശകലങ്ങൾ മൂളിയും സംസാരിച്ചു അർബാവും സംഘവും അർമാദിക്കുന്നത് കാണാം

എതിർഭാഗത്തെ ബാൽക്കണിയിൽ നിന്നും നോക്കിയാൽ ശാന്തമായൊഴുകുന്ന തടാകത്തിലൂടെ പുറം കടലിലേക്ക് മത്സ്യബന്ധനത്തിന് പോകുന്ന ബോട്ടുകളും വഞ്ചികളും തടാകക്കരയിൽ സമയം പോക്കാനായി വരുന്നവരും ഒക്കെയായി രസകരമായ കാഴ്ചകളാണ്.

ഈ നാട്ടിൽ ഒട്ടുമിക്ക തടാകങ്ങളും കുഴിച്ചുണ്ടാക്കിയതാണ്. നമ്മു

ടെ നാട്ടിലാണെങ്കിൽ ജലസ്രോതസ്സുകളും വയലുകളും എല്ലാം നികത്തി മരങ്ങളും പച്ചപ്പുകളും തണലും ഇല്ലാതാക്കി ദൈവത്തിന്റെ സ്വന്തം നാടിന്റെ മനോഹാരിതയ്ക്ക് കോട്ടം തട്ടിച്ചിരിക്കുന്നു ജനസംഖ്യ പെരുപ്പത്തിന് അനുസരിച്ച് സ്ഥലപരിമിതി മൂലം അങ്ങനെയൊക്കെ ചെയ്യേണ്ടിവരുന്നു എന്നതിനാലാകാം. എങ്കിലും ഉള്ളിലെവിടെയോ ഭൂതകാലത്തിന്റെ ആ നഷ്ട അനുഭൂതി തേങ്ങി കൊണ്ടിരിക്കുന്നു

അതുമാത്രമാണോ നഷ്ടസ്മൃതി. മൈതാനങ്ങൾ, ചാണകം മെഴുകിയ വീടുകൾ, പനമ്പട്ടകൾ മറച്ചുണ്ടാക്കിയ ഓലമേഞ്ഞ കുടിലുകൾ, നേരം സന്ധ്യയായാൽ ഉമ്മറത്തിണ്ണകളിൽ മുനിഞ്ഞുകത്തുന്ന വിളക്കുകൾക്ക് മുമ്പിലിരുന്ന് ദൈവസ്മരണ വിളിച്ചോതുന്ന ശബ്ദങ്ങൾ. കുട്ടികൾ അടുത്ത ദിവസത്തെ പാഠഭാഗങ്ങൾ വായിച്ചു പഠിക്കുന്ന ഒച്ചകൾ. കൊച്ചുകുട്ടികൾ വാശിപിടിച്ചു കരയുന്ന ശബ്ദം. സിനിമ തിയേറ്ററുകളിൽ നിന്നും മുഴങ്ങി കേൾക്കുന്ന സംഗീത ധ്വനികൾ. ഇങ്ങനെയുള്ള ഒച്ചകളും കാഴ്ചകളും എല്ലാം എത്ര ഇമ്പമാർന്നതായിരുന്നു. അതൊക്കെ നഷ്ടപ്പെടുമ്പോഴാണല്ലോ ഏതൊന്നിന്റെയും മഹത്വം നാം തിരിച്ചറിയുന്നത്.

ചുറ്റും മതിലുകൾ ഇല്ലാത്ത വീടുകളിൽ നിന്നും പരസ്പരം സഹായത്തിനായി തയ്യാറായി നിൽക്കുന്ന നിസ്വാർത്ഥരായ അയൽക്കാർ. എല്ലാ ഇന്ത്യക്കാരും എന്റെ സഹോദരീ സഹോദരന്മാരാണെന്ന് സുന്ദര വാചകം അതേപടി ജീവിതത്തിൽ പകർത്തി പെരുമാറിയിരുന്ന കാഴ്ചപ്പാടിനും ഇപ്പോൾ മാറ്റം വന്നു.

സ്വാർത്ഥതക്ക് കനം കൂടിക്കൂടി അതിനിടയിൽ പെട്ട് പരസ്പര സ്നേഹം ചതഞ്ഞു കൊണ്ടിരിക്കുന്നു. നാടിന്റെ നിറം, മണം, രുചി, ശബ്ദങ്ങൾ, ആശയങ്ങൾ, കാഴ്ചപ്പാടുകൾ എല്ലാമെല്ലാം വിസ്മൃതിയിലായി.

കോളിംഗ്ബെല്ലിന്റെ ശബ്ദം. അർബാബിന്റെ കൂട്ടുകാർ ആരെങ്കിലുമൊക്കെ ആയിരിക്കും സെൽവം മുറികൾ വൃത്തിയാക്കിയിട്ടുണ്ടെങ്കിലും കിടപ്പുമുറികളിലെ ബെഡ്ഷീറ്റുകൾ മാറ്റി വിരിച്ചിട്ടുണ്ടോ എന്നൊന്ന് ഉറപ്പുവരുത്തണം അവർക്ക് കുടിക്കുവാൻ ഉള്ള ഗാവ തയ്യാറാക്കി ഫ്ളാസ്കിൽ ഒഴിച്ചുവെക്കണം അങ്ങനെയങ്ങനെ കൊച്ചുകൊച്ചു ജോലികളെ എനിക്കുള്ളൂ

അർബാബിന്റെ കൂട്ടുകാർ എല്ലാവരും തന്നെ ഇന്ന് ഇവിടെ ആയിരിക്കും അന്തിയുറങ്ങുക. എങ്കിലും മുമ്പത്തേത് പോലെ വെളുക്കുന്നത് വരെ ഇരുന്നു തീറ്റയും അർമാദിക്കലും ആയിട്ട് നേരം പോകാനുള്ള ആരോഗ്യം ഒന്നും എന്നെ പോലെ തന്നെ ഇവർക്കൊന്നും ഇല്ലെന്നാണ് തോന്നുന്നത്.

താഴത്തെ നിലയിലെ കോമ്പൗണ്ടിൽ ബാർബിക്യൂവിനും മറ്റുമായി

ഉണ്ടാക്കിയ അടുക്കളയിലെ സജ്ജീകരണങ്ങൾ ഒന്ന് നോക്കണം. മ ണ്ണെണ്ണയും ചാർക്കോളും സെൽവം കൊണ്ടു വെച്ചിട്ടു ഉണ്ടായിരിക്കും. രാത്രി ശാപ്പാടിന് വേണ്ട ബാർബിക്യൂവിനുള്ള മീനും ഇറച്ചിയും കബാ ബിനുള്ള കൂട്ടുകളും അമ്മൂസും സലാഡും ഗാർലിക് പേസ്റ്റും എടുത്ത് കൊണ്ടുവരുവാൻ ജവഹർ പോയിട്ടുണ്ട് അർബാബിന്റെ വീട്ടുജോലി ക്കാരിലെ രണ്ടു പയ്യന്മാരെയും ജവഹർ കൊണ്ട് വരും പാകം ചെയ്ത തും ചെയ്യാത്തതും ബാക്കിയായാൽ ഞാൻ അത് എടുത്ത് ആ പയ്യ ന്മാർക്ക് കൊടുക്കുകയാണ് പതിവ്.

നാളെ ഉച്ചഭക്ഷണം ഇവിടെയാണെങ്കിൽ അർബാബിനും കൂട്ടുകാർ ക്കും ഇഷ്ടമുള്ള കബ്സ, കൊശാരി, മക്ക്ലൂബ ഇതിൽ ഏതെങ്കിലും ഒ ന്ന് മതിയാകും. പാചകത്തിന് തൽക്കാലം അർബാബിന്റെ വീട്ടിലെ സ് പെഷ്യൽ പാചകക്കാരായ മുകുന്ദനെയോ കുഞ്ഞിമൂസയെയോ വിളി ക്കാം.

ഏതായാലും ജവഹറിനെ ഇന്ന് ഇവിടെ നിർത്താം. താഴത്തെ നില യിലും മുറികളും സൗകര്യങ്ങളും ഒക്കെയുണ്ട്. നാളത്തെ പകൽ അവ നെയും കൂട്ടി കുറച്ചു സ്ഥലങ്ങളിൽ പോകാൻ ഉണ്ട്. എന്തെങ്കിലും ആ വശ്യമുണ്ടെങ്കിൽ അർബാബ് എന്നെ വിളിക്കും. എന്റെ യാത്ര അധികം ദൂരത്തേക്ക് ഒന്നുമല്ല. അർബാബ് വിളിച്ചാൽ എത്രയും പെട്ടെന്ന് എത്താം. പ്രധാനമായും ജലാലിനെ ഒന്ന് കാണേണ്ടതുണ്ട്.

ഉംറ കഴിഞ്ഞ് മക്കയിൽ നിന്നും തിരിച്ചെത്തിയ ദിവസം തന്നെ അ വൻ എന്നെ വിളിച്ചിരുന്നു.

ഇക്ക നാട്ടിൽ പോകുന്ന കാര്യം തീരുമാനിച്ചോ. പിന്നെ അക്കാര്യ ത്തെ ചുറ്റിപ്പറ്റിയാണ് സംസാരത്തിൽ മുഴച്ചു നിൽക്കുന്ന പ്രധാന വിഷ യം. എന്നെയും കൊണ്ടേ ജലാൽ നാട്ടിലേക്ക് മടങ്ങൂ എന്ന പിടിവാശി പോലെ.

അദ്ധ്യായം
മുപ്പത്തിയാറ്

ഞാൻ ജലാലിനോട് പറഞ്ഞ കാര്യങ്ങൾ എല്ലാം അത് അറിയേണ്ട വരോട് വള്ളിപുള്ളി വിടാതെ ചില ഭാഗങ്ങളിൽ പൊടിപ്പും തൊങ്ങലു മൊക്കെവെച്ച് അലങ്കരിച്ച് അവൻ പകർത്തിയിട്ടുണ്ടായിരിക്കാനാണ് സാ ധ്യത. ഏതൊരു വാർത്തകളും അങ്ങനെയാണ് അദൃശ്യമായി സഞ്ച രിച്ച് എത്തേണ്ടിടത്ത് എത്തിച്ചേരുന്നു.

അതിന്റെ അനുരണനമെന്നോണം എന്റെ കൂടെ പിറപ്പുകൾ എല്ലാവരും എന്നെ വിളിച്ചു. ഓരോരുത്തരുടെ ഭാഗമാണ് ശരിയെന്ന് ന്യായീകരിച്ചു. എന്നെ അള്ളിപ്പിടിച്ചിരുന്ന ദുഃഖത്തിന്റെ ചെറിയൊരു അംശം മാത്രമേ ജലാലിനോട് ഞാൻ അവതരിപ്പിച്ചുള്ളൂ. പിന്നെയല്ലേ ഇല്ലാത്ത കാര്യം. കാലങ്ങൾ ഇത്രയേറെ കഴിഞ്ഞിട്ടും ചില സംഭവങ്ങൾ ഓർക്കുമ്പോൾ എന്റെ ഉള്ളിൽ ഒരു നീറ്റൽ. അവർ പറഞ്ഞതിലെനിക്ക് അത്ര സങ്കടമൊന്നും തോന്നിയില്ല ആരെയും പ്രയാസപ്പെടുത്താൻ വേണ്ടി ആയിരുന്നില്ല ജലാലിനോട് ഞാൻ അന്ന് പ്രതികരിച്ചത്. ഒരു ദുർബല നിമിഷത്തിൽ ഞാൻ പോലും അറിയാതെ മനസ്സിൽ നിന്നത് പൊട്ടിത്തെറിച്ചു. അത്രയേ ഇവിടെ സംഭവിച്ചുള്ളൂ.

എന്നെ നേരിൽ കാണുവാൻ അവരെല്ലാവരും ആഗ്രഹിക്കുന്നുണ്ടത്രേ. തകർന്നടിഞ്ഞു ഞാൻ താഴെ വീണ നേരം ഒന്ന് കൈപിടിച്ച് എന്നെ എഴുന്നേൽപ്പിക്കാതെ എന്റെ ജീവിതം തുലച്ചു കളഞ്ഞതിന് പിന്നിൽ അവരൊക്കെയാണെന്നുള്ള കുറ്റബോധമായിരിക്കും.

അർബാബ് എത്ര തവണ വിവാഹത്തെപ്പറ്റി പരാമർശിച്ചിട്ടുണ്ട്. കുടുംബത്തോടൊപ്പം താമസത്തിനു വേണ്ട എല്ലാ സൗകര്യങ്ങളും വാഗ്ദാനം ചെയ്യുകയും ചെയ്തു. ഞാനത് മുഖവിലക്കെടുക്കാതെ ഓരോരോ മുടന്തൻ ന്യായങ്ങൾ പറഞ്ഞൊഴിഞ്ഞു മാറുകയായിരുന്നു അന്നേരം. അതുപോലെ സ്റ്റീഫനും കൃഷ്ണേട്ടനും അവർക്കൊക്കെ എന്നോടുള്ള അലിവ് പോലും എന്റെ കാര്യത്തിൽ അർഹതയുള്ളവർക്ക് ഉണ്ടായില്ലല്ലോ. അങ്ങനെ നോക്കുമ്പോൾ രക്തബന്ധങ്ങളെക്കാൾ അടുപ്പമുള്ളതാണ് ഹൃദയബന്ധങ്ങൾ എന്നുപോലും തോന്നിപ്പോകുന്നു.

ആരെയും തിരുത്തുവാനും കുറ്റപ്പെടുത്തുവാനും ഒന്നും ഞാൻ ആളല്ല. അതൊന്നും നല്ലൊരു സംസ്കാരത്തിന്റെ ഭാഗമല്ലെന്ന് പക്ഷക്കാരനാണ് ഞാൻ. സാഹചര്യങ്ങൾ കൊണ്ടും പ്രേരണകൾ കൊണ്ടും ചില തെറ്റുകുറ്റങ്ങളെല്ലാം സംഭവിച്ചേക്കാം. അഭിപ്രായങ്ങളും നിലപാടുകളും ശരി തെറ്റുകളും ഓരോ മനുഷ്യന്റെയും പ്രായത്തിനനുസരിച്ച് മാറിക്കൊണ്ടിരിക്കും എന്നൊക്കെ വിശ്വസിക്കുവാനാണ് എനിക്കിഷ്ടം.

മറ്റുള്ളവരെ കരുതിക്കൂട്ടി വേദനിപ്പിക്കാനായി എന്റെ സംസാരത്തിൽ മുള്ളും മുനയും വെച്ച് മേനി കൂട്ടി സംസാരിക്കാതിരിക്കുവാനായി ഞാൻ ആവതും ശ്രമിച്ചു. ഒരാളെ കൊണ്ട് ഉപകാരം ഉണ്ടെങ്കിൽ അടുപ്പിക്കുക ഉപകാരമില്ലെങ്കിൽ അകറ്റി നിർത്തുക എന്ന നിലപാടുകാരൻ ഒന്നുമല്ല ഞാൻ. സംഗതികൾ ഏറെക്കുറെ അവർ വിചാരിക്കുന്നത് പോലെ ആണെങ്കിലും എന്റെ വഴി ഞാൻ തന്നെ തിരഞ്ഞെടുക്കുതാണെന്നും അതിൽ നിങ്ങൾക്കാർക്കും ഒരു അണുപോലും പങ്കില്ലെന്നും ഞാനെന്റെ

കൂടെപ്പിറപ്പുകളോട് ആണയിട്ട് പറഞ്ഞു.

അവരുടെ മനസ്സ് കുത്തി നോവിച്ചിട്ടും ബന്ധങ്ങളുടെ കണ്ണികൾ പൊട്ടിച്ചെറിഞ്ഞിട്ടും അതുവഴി അവരെ എന്റെ ജീവിതത്തിൽ നിന്നും ഒഴിവാക്കിയിട്ടും എനിക്ക് നഷ്ടം എന്നല്ലാതെ മറ്റെന്ത് നേട്ടമാണ് കിട്ടാൻ പോകുന്നത്.

കഴിഞ്ഞ കാലങ്ങളും കൊഴിഞ്ഞുണങ്ങി കരിഞ്ഞു ചാമ്പലായ സ്വപ്നങ്ങളും ഒന്നും ഇനി എനിക്ക് ആരും വാരിയെടുത്ത് തരേണ്ടതില്ല. ഞാൻ ദുഃഖസിംഹാസനത്തിൽ ഇരിപ്പുറപ്പിച്ച് കഴിഞ്ഞു. എന്റെ സഹോദരങ്ങളുടെ ജീവിതം പടച്ചവൻ ഹൈർ(നന്മ) നിറഞ്ഞതാക്കി കൊടുക്കട്ടെ. ആർക്കും ഒരു ദോഷം വരുന്ന കാര്യം ഓർക്കാൻ പോലും എനിക്കിഷ്ടമല്ല. ഒരാളുടെയും കദനകഥകൾ കേൾക്കുവാനുള്ള ത്രാണിയും എനിക്കിപ്പോൾ ഇല്ല.

ഓരോന്നും കുത്തിപ്പൊക്കി കൊണ്ടുവന്നു ഇനിയും കഴിഞ്ഞ കാലത്തിലേക്ക് ഒരു തിരിഞ്ഞുനോട്ടത്തിന് എന്നെ പ്രേരിപ്പിച്ചാൽ എല്ലാവരും കൂടി എനിക്ക് നഷ്ടപ്പെടുത്തിയതിന്റെ വില ഓർമിപ്പിച്ച് മനസ്സിൽ സങ്കടവും നിരാശയും പതഞ്ഞ് പതഞ്ഞ് വന്നുകൊണ്ടിരിക്കും കഴിഞ്ഞ ചില സംഭവങ്ങൾ നെഞ്ചിനുള്ളിൽ കറുത്ത പാടുകൾ ഉണ്ടാക്കിയ വിധിയെന്ന് സമാധാനിച്ചേക്കാം. പക്ഷേ സ്വന്തമായി ഒന്നും സമ്മാനിക്കാതെ കടന്നുപോയ ഭൂതകാലം അതൊന്നും ഓർത്തോർത്ത് സമയം പാഴാക്കരുത്. എന്നൊക്കെ പറഞ്ഞാലും തർക്കിച്ചാലും നഷ്ട സ്വപ്നങ്ങളെ ഓമനിക്കാതിരിക്കുവാൻ എനിക്ക് കഴിയുന്നില്ലല്ലോ തമ്പുരാനേ.

ദൈവത്തിന്റെ ഉത്കൃഷ്ട സൃഷ്ടികളിൽ പെട്ട എനിക്ക് ആരോഗ്യസമൃദ്ധമായ ജീവിതം പടച്ചവൻ തന്നു. സാഹചര്യങ്ങളുടെ കെട്ടുപാടുകളിൽ നിന്നും വേണമെങ്കിൽ പുറത്തു ചാടാമായിരുന്നു. ഒന്നും ഞാൻ ചെയ്തില്ല. അതിന്റെ പരിണിത ഫലമാണല്ലോ ഈ ദുഃഖഹേതു.

ഈ ലോകത്ത് ജീവിച്ചിരുന്നു എന്നതിന് എന്താണ് തെളിവ്. എന്റെ ചോരയിൽ പിറന്ന ഒറ്റയൊരു സന്താനം ഇല്ലെന്നതുപോട്ടെ എന്നോടൊപ്പം ജീവിതം പങ്കിട്ട ഒരു ഇണ പോലും എനിക്കില്ല. എന്നിൽ നിന്നും തലമുറ തലമുറകളായി വളർന്നു പന്തലിച്ച് അങ്ങനെ പോകുന്ന ഒരു തലമുറയുടെ അധിപൻ ആകുവാനും എനിക്കായില്ല. എന്റെ ജീവിത പുസ്തകത്താളുകളിൽ മകൻ, സഹോദരൻ എന്നല്ലാതെ ഭർത്താവ്, അച്ഛൻ, മുത്തച്ഛൻ, മുതുമുത്തച്ഛൻ എന്നീ സ്ഥാനങ്ങളെല്ലാം പൂരിപ്പിക്കാനാകാതെ ശൂന്യമാക്കിക്കൊണ്ട് എനിക്ക് ഈ ലോകത്ത് നിന്ന് പോകേണ്ടിവരും.

എന്റെ പ്രായക്കാരിൽ പലരും അവരിൽ നിക്ഷിപ്തമായ ഓരോരോ

ഘട്ടങ്ങളും പൂർത്തിയാക്കി ചിലർ അങ്ങനെയുള്ള അവസ്ഥയിലേക്ക് ചുവട് വെച്ചുകൊണ്ടിരിക്കുന്നു. എത്ര സുന്ദരമായ ഒരു അനുഭവമാണത്. പടച്ച വൻ ഇനിയും ദീർഘായുസ്സ് കൊടുക്കുകയാണെങ്കിൽ അവർക്കെല്ലാം വരും തലമുറയുടെ നാമ്പ് കണ്ട് സംതൃപ്തി അടയുകയുമാകാം.

എന്റെ അഭാവത്തിൽ എത്രയെത്ര ആഘോഷങ്ങളും അത്യാവശ്യങ്ങളും ഇത്രയും നാളുകൾ കൊണ്ട് സ്വന്തം വീട്ടിൽ നടന്നു. അതൊന്നും ഞാൻ അറിഞ്ഞില്ലല്ലോ. അറിയാതെയല്ല അറിഞ്ഞില്ലെന്ന് നടിക്കുകയല്ലേ യഥാർത്ഥത്തിൽ ഞാൻ ചെയ്തത്.

ഇളയ സഹോദരൻ നാദിർഷയുടെ മകളുടെ വിവാഹത്തിന് പങ്കെടുക്കണമെന്ന് സഹോദരി സാജിത വീണ്ടും വീണ്ടും ഓർമിപ്പിച്ചു. എന്നെ സംബന്ധിക്കുന്ന വേറെ എന്തൊക്കെയോ പദ്ധതികൾ അവളുടെ മനസ്സിൽ കിടന്നു മറിയുന്നുണ്ട്. സാജിത ഉദ്ദേശിക്കുന്ന ഐഹിക ജീവിതത്തിന്റെ അലങ്കാരമായി ഇണയും സന്താനങ്ങളും അത്തരം കാര്യങ്ങളെല്ലാം വളരെ മുമ്പേ മനസ്സിൽ കിടന്ന് അന്ത്യശ്വാസം വലിച്ചു കഴിഞ്ഞു.

'ബന്ധപ്പെട്ടവരെല്ലാം പരമാവധി പറഞ്ഞു കഴിഞ്ഞിട്ടും ആ മൊഴികൾ തട്ടിക്കളഞ്ഞ് ഈ നാട്ടിൽ തന്നെ ജീവൻ ഒടുങ്ങട്ടെ എന്ന കടുത്ത നിലപാടിൽ ഉറച്ചുനിൽക്കാതെ വാശിക്ക് ഒരു അയവ് വരുത്താമല്ലോ നിന്നെ കാണണം എന്നുള്ള മോഹം അവരുടെ ഒടുങ്ങാത്ത ആ മോഹത്തെ തട്ടിക്കളഞ്ഞ് ഇനിയും മനസ്സിനെ പീഡകൾ ഏൽപ്പിക്കാൻ ആണോ ഭാവം.' എന്റെ മനസ്സ് ഇപ്പോൾ ഇങ്ങനെയൊക്കെ എന്നോട് സംസാരിച്ചു സംസാരിച്ചു കൂടെപ്പിറപ്പുകളുടെ ഭാഗം മാത്രം ശരിയെന്ന് ന്യായീകരിച്ചു കൊണ്ടിരുന്നു.

ഇന്നലെയും കൂടി ജലാൽ എന്നെ വിളിച്ചു ചോദിച്ചു, 'ചക്കരക്കാവിലേക്ക് പോകുന്ന കാര്യം എന്ത് തീരുമാനിച്ചു' എന്ന്.

കാലപ്പഴക്കം ചെല്ലുംതോറും ജീവിതത്തിന്റെ വേരുകൾ ഈ നാട്ടിൽ ആഴ്ന്നിറങ്ങിക്കൊണ്ടിരിക്കുന്നു. അതിനെ മുറിച്ചുമാറ്റാനോ പിഴുതെറിയുവാനോ എന്നെക്കൊണ്ടാവുമോ. ഏറെനാളായി ഞാൻ ജീവിച്ച ചുറ്റുപാടുകൾ എന്നെ വാരിപ്പുണർന്നിരിക്കുന്നു. അതിനെ കുടഞ്ഞു കളയുക എന്നത് കാർന്നു തിന്നുന്ന ഒരു വേദന തന്നെയാണല്ലോ. ഈ വിഷമവൃത്തത്തിൽ നിന്നും ഞാൻ എങ്ങനെ കരകയറും. ഈ ദുഃഖ സമുദ്രത്തിന്റെ മറുകരയണയാൻ ഒരു വഴിയും കാണാതെ തളർന്നു നിന്നു.

ഒരു എത്തും പിടിയും കിട്ടാത്ത വിചാരങ്ങൾ മാറിമറിഞ്ഞു വന്ന് ഉറക്കത്തെ എന്നിൽ നിന്ന് അകറ്റി നിർത്തുന്നു. ഇടയ്ക്കിടെ തലകറങ്ങുന്നു. അന്നേരം എവിടെ നിന്നൊക്കെയോ വേണ്ടാത്ത ഭയം ആർത്തല

ച്ചു വന്നു എന്നെ ചുറ്റിവരിയുന്നു.

അൽ തഫ്മീദ് ക്ലിനിക്കിൽ പോയി ഡോക്ടർ ഭാഗ്യലക്ഷ്മിയെ കണ്ടു രക്ത സമ്മർദ്ദം കൂടിയിട്ടുണ്ടെന്ന് പരിശോധനയിൽ കണ്ടു. കൊളസ്ട്രോളും കിഡ്നി ഫംഗ്ഷനിങ്ങും ഒന്ന് ടെസ്റ്റ് ചെയ്യുവാനായി കുറിച്ചു തന്നു. ഭാഗ്യലക്ഷ്മി ഡോക്ടറുടെ മക്കളുടെ ഹോസ്പിറ്റലിൽ അതിനുള്ള സൗകര്യമൊക്കെയുണ്ട്.

എന്റെ കയ്യിൽ നിന്നും പരിശോധന ഫീസ് വാങ്ങാറില്ല. എത്ര നിർബന്ധിച്ചാലും, ആവശ്യമുള്ള മരുന്നുകളും തരും. ഡോക്ടറുടെ പക്കൽ ഇല്ലെങ്കിൽ മാത്രം പുറത്തുനിന്ന് വാങ്ങേണ്ടി വരാറുള്ളൂ. രോഗികളുടെ അമിതമായ തിരക്കുള്ള നേരങ്ങളിൽ ആണെങ്കിൽ പോലും അധികനേരം ഒന്നും കാത്തുനിർത്തി എന്നെ ബുദ്ധിമുട്ടിക്കാറില്ല ഭാഗ്യലക്ഷ്മി ഡോക്ടർ.

എത്ര വർഷങ്ങളായുള്ള പരിചയമാണ് ഡോക്ടർ ആയിട്ട്. ഉമ്മിയെയും കൊണ്ടാണ് ആദ്യമായി ഞാൻ ക്ലിനിക്കിൽ പോയത്. പിന്നെ തൊട്ട് ഈ വീട്ടിൽ ആർക്ക് അസുഖം ഉണ്ടായാലും ഞാൻ തന്നെയാണ് അവിടെ കൊണ്ടുപോകുന്നത്. ഭാഗ്യലക്ഷ്മി ഡോക്ടർ നല്ല കൈപ്പുണ്യം ഉള്ള ഡോക്ടർ ആണെന്നാണ് ഉമ്മി പറഞ്ഞിരുന്നത്.

ഇവിടത്തെ ഗവൺമെൻറ് ഹോസ്പിറ്റലിൽ ചികിത്സയും മരുന്നുകളും സൗജന്യമാണെങ്കിലും ഭാഗ്യലക്ഷ്മി ഡോക്ടർ പരിശോധിച്ചാൽ ഒരു വിശ്വാസവും തൃപ്തിയുമൊക്കെ ഉള്ളൂ അവർക്ക്. ഉമ്മിയുടെയും ബാബയുടെയും പോലെ അവരുടെ പരിചയക്കാരും ബന്ധുക്കൾക്കും ഒക്കെ അങ്ങനെയായി മാറിക്കഴിഞ്ഞു. പടച്ചവൻ ആയുസ്സും ആരോഗ്യവും കൊടുക്കട്ടെ ഭാഗ്യലക്ഷ്മി ഡോക്ടർക്ക്.

എന്നെ ബാധിച്ചിരിക്കുന്ന സംഘർഷകാരണങ്ങൾ ആരാഞ്ഞനേരം എന്റെ ജീവചരിത്രം മുഴുവനും അറിയാമെന്ന വ്യക്തി എന്ന നിലയിൽ ഡോക്ടർ എന്ത് വിചാരിക്കും എന്തു പറയും എന്നൊന്നും ഓർക്കാതെ എല്ലാം വെട്ടിത്തുറന്നങ്ങ് പറയേണ്ടിവന്നു ഭാഗ്യലക്ഷ്മി ഡോക്ടറോട്.

"കുറച്ചുനാളത്തേക്ക് നാട്ടിൽ പോയി എല്ലാവരെയും കണ്ട് വേണമെങ്കിൽ ഇനിയും തിരിച്ചു വരാമല്ലോ. അന്നേരം ഈ മനോസംഘർഷങ്ങൾക്കെല്ലാം അയവും കിട്ടിയെന്നിരിക്കും സ്വന്തമായി വീടും സ്ഥലവും ഒക്കെയുള്ള നിലക്ക് ഇനി അങ്ങനെയൊരു ഭയപ്പാടിന്റെയും ആവശ്യമില്ലല്ലോ.

ആ സ്നേഹമൊഴികൾ എന്നുള്ളിൽ പതുങ്ങി കിടന്നിരുന്ന നാട്ടിൽ പോകണമെന്ന മോഹത്തെ തട്ടിയുണർത്തിയതാണോ അതുമല്ലെങ്കിൽ ഈ ഭൂമിയിൽ പടച്ചവൻ എനിക്ക് കനിഞ്ഞു തന്ന ജീവിതാവധി ചുരുങ്ങി ചുരുങ്ങി എന്റെ ആയുസ് ഒടുങ്ങാറായോ ?

ഈ ലോകത്തിൽ ഒട്ടുമിക്കവാറും കാര്യങ്ങൾക്ക് പിന്നെയും അവസരം കിട്ടും. എന്നാൽ ജീവിതത്തിന് ഒരൊറ്റ അവസരമേയുള്ളൂ മൂത്തു പഴുത്ത കായ്കനികൾ കൊഴിഞ്ഞു പോകുന്നതുപോലെയാണ് മരണവും. ദൈവത്തിന്റെ അലംഘനീയമായ നിശ്ചയം വേണ്ടപോലെ നടക്കും എത്ര സാഹസപ്പെട്ടാലും യാഥാർത്ഥ്യം സംഭവിക്കുക തന്നെ ചെയ്യും. എന്നുള്ള തത്വങ്ങൾ എല്ലാം മറ്റുള്ളവർക്ക് വിളമ്പിക്കൊടുക്കാം എന്നല്ലാതെ മരണത്തിന്റെ രുചി ഓർക്കുമ്പോഴേ ഞെട്ടി വിറച്ചു പോകുന്നു. ആ രുചി അത് എല്ലാവരും അറിയേണ്ടിവരും

ഇനി ജലാൽ വിളിക്കുമ്പോൾ നാട്ടിൽ പോകുവാൻ സമ്മതമാണെന്ന് അറിയിക്കാം. അല്ലെങ്കിൽ വേണ്ട. പോയാൽ ഇനിയൊരിക്കലും ഇങ്ങോട്ട് ഒരു തിരിച്ചുവരവ് ഉണ്ടാവില്ലെന്ന് ഉണ്ടോ. വേണോ വേണ്ടയോ എന്ന അതിതീവ്രമായ സംഘർഷത്താൽ ചിന്തകൾ അങ്ങോട്ടുമിങ്ങോട്ടും ചാഞ്ചാടുകയാണ്.

ഈ നാടും ഇവിടെയുള്ളവരും ഇവിടത്തെ കാഴ്ചകളും സഞ്ചരിച്ച വഴികളും കണ്ണിൽനിന്ന് അകന്ന് മനസ്സിൽ അമർന്ന് ഒടുവിൽ ഓർമ്മകളുടെ നിഴലുകളായി മാറി അവ്യക്തമായി മാഞ്ഞു മാഞ്ഞു എന്റെ മനസ്സിൽ നിന്നത് വിട്ടുപോകുമായിരിക്കും

നാട്ടിൽ പോകണമെന്ന ആവശ്യം പറഞ്ഞാൽ മനസ്സില്ലാമനസ്സോടെ അർബാബ് സമ്മതിക്കുമായിരിക്കും. "നീ എന്തിനിപ്പോൾ ഈ നാട് ഉപേക്ഷിച്ച് പോകുന്നു. നിന്റെ നാട്ടിൽ പോയി ഉദ്ദേശ്യങ്ങൾ എല്ലാം സാധിച്ചു തിരിച്ചുവന്ന് ഇവിടെ നിൽക്കാമല്ലോ."

ഞാനൊന്നും പറയാതെ തന്നെ മനസ്സിലെ ചിന്തകൾ അദ്ദേഹം അറിഞ്ഞതുപോലെയായിരുന്നു ആ പറച്ചിൽ. മനസ്സിൽ ഉറഞ്ഞു കിടന്നിരുന്ന നോവ് അലിയിച്ചു കളഞ്ഞു. ആശ്വാസത്തിന്റെ കുളിരു പകർന്നു തന്നതും ഞാൻ വ്യക്തമായി ഓർക്കുന്നു. ഈ നാട്ടിലേക്ക് തിരിച്ചുവരുമല്ലോ. അങ്ങനെ ഒരു പ്രതീക്ഷയുടെ നിഴൽ എന്നിലുണ്ട്. ആ വാക്കുകളുടെ വീര്യമാണ് എന്റെ ആശ്വാസം.

അദ്ധ്യായം
മുപ്പത്തിയേഴ്

എന്റെ പ്രിയപ്പെട്ട ഈ നാടുവിട്ട് ചക്കരക്കാവിലേക്ക് പോകണോ വേണ്ടയോ എന്ന സംശയം എന്നുള്ളിൽ പിടിവലി നടക്കുമ്പോഴാണ് മനുഷ്യന് കാണാൻ പോലും വലിപ്പമില്ലാത്ത ഒരുതരം വൈറസ് ചൈന

യിൽ നിന്ന് ഉത്ഭവിച്ച് അതിർത്തികടന്ന് ലോകമെമ്പാടും വ്യാപിച്ച് ലക്ഷക്കണക്കിന് മനുഷ്യജീവനുകളെ മരണം പിടിച്ചിറക്കി കൊണ്ടുപോയത് തീർത്തും ഒഴിഞ്ഞു പോകുമ്പോഴേക്കും മനുഷ്യർ ആരെങ്കിലും അവശേഷിക്കുമോ എന്നുപോലും സംശയിച്ചു.

ദൈവം സൃഷ്ടിച്ച ഭൂമി മനുഷ്യർ അതിർത്തി തിരിച്ചു ആധിപത്യം സ്ഥാപിച്ചു ചിലത് വെട്ടിപ്പിടിച്ചു തട്ടിപ്പറിച്ചും ചതിച്ചും വഞ്ചിച്ചും വാദിച്ചും തർക്കിച്ചും നിരപരാധികളെ കൊന്നൊടുക്കിയും അധീനത്തിൽ ആക്കിയെടുത്തു അതും പോരാഞ്ഞ് മനുഷ്യർക്കിടയിൽ മതിലുകളും സൃഷ്ടിച്ചു.

അസുഖം ബാധിച്ചവർ തൊട്ടവർക്കും മുട്ടിയവർക്കും തോണ്ടിയവർക്കും കണ്ടവർക്കും എല്ലാം പടർന്നു പിടിച്ചു ജനനം എന്ന സ്വപ്നവും മരണമെന്ന സത്യവും ലോക നിയമങ്ങൾ ആണെങ്കിലും ആഖിബത്ത് (അവസാനം) തൊട്ടടുത്തെത്തി ജീവിതം ഒടുങ്ങാറായോ എന്ന ഭീതി ജനഹൃദയങ്ങളെ വരിഞ്ഞു മുറുക്കി.

അത്യാവശ്യത്തിന് മാത്രം പുറത്തിറങ്ങുക സാമൂഹിക അകലം പാലിക്കുക എന്ന് ഭരണാധികാരികൾ കർശനമായി താക്കീത് ചെയ്തു. ഉറ്റവരുടെ കല്യാണം, മരണം ഇതിനൊന്നും സാക്ഷ്യം വഹിക്കാൻ ആകാതെ എരിഞ്ഞു പുകയുന്ന മനസ്സോടെ വീടിന്റെ അകത്തളങ്ങളിൽ ഒതുങ്ങി.

പരദേശത്ത് കിടന്ന് മരിക്കാൻ ആഗ്രഹിക്കാത്തവരുടെ ജഡങ്ങൾ പോലും സ്വദേശത്തേക്ക് കൊണ്ടുപോകാൻ ആകാതെ അതാത് നാടുകളിൽ സംസ്കരിച്ചു. സംസ്കാര ചടങ്ങുകളിൽ പങ്കെടുക്കാൻ ജനങ്ങൾ ഭയന്നു. പത്തടി താഴ്ചയിലാണ് മറവ് ചെയ്തിരുന്നത്.

മനുഷ്യായുസ്സിന്റെ മുക്കാൽ പങ്കും ജീവിക്കാൻ വേണ്ടിയുള്ള ഓട്ടത്തിനിടയിൽ ജീവൻ പണയം വെച്ച് നേടിയെടുത്ത് കെട്ടിപ്പൊക്കിയ സാമ്രാജ്യങ്ങൾ, സ്വപ്നങ്ങൾ, ലക്ഷ്യങ്ങൾ എല്ലാം തകർന്നടിഞ്ഞു

മരണം പിടികൂടുന്ന ദിവസവും സമയവും സ്ഥലവും മുൻകൂട്ടി അറിഞ്ഞിരുന്നെങ്കിൽ സഹജീവികളെ പീഡിപ്പിക്കുവാനും നിഷ്കരുണം വകവരുത്തുവാനും നന്മ ചെയ്താൽ സ്വന്തം കയ്യൊപ്പ് പതിപ്പിക്കുവാനുമുള്ള തഴച്ചു വളർന്നുകൊണ്ടിരിക്കുന്ന അധികാരമോഹവും ഓരോരുത്തരും എന്നേ ഉപേക്ഷിക്കുമായിരുന്നു.

ഈ മഹാവ്യാധി വൻകിട രാഷ്ട്രങ്ങളെ പോലും സാമ്പത്തികമായി തകർത്തു. ദുഃഖം മനുഷ്യന്റെ വീര്യം കെടുത്തി. പട്ടിണിയും ദാരിദ്ര്യവും കൊണ്ട് ജനങ്ങൾ വലഞ്ഞു. കടകമ്പോളങ്ങൾ, ഗതാഗതങ്ങൾ, വ്യവസായ ശാലകൾ, വിദ്യാഭ്യാസ സ്ഥാപനങ്ങൾ, ആരാധനാലയങ്ങൾ

എല്ലാം അടഞ്ഞു കിടന്നു. നാടും നഗരവും നിശ്ചലമായി. അന്നേരം മനുഷ്യന്റെ സ്വഭാവമായ ചിന്ത നന്നായി പ്രവർത്തിച്ച് ഓൺലൈനിൽ വിദ്യാഭ്യാസവും വീട്ടിലിരുന്ന് ഓഫീസ് ജോലികൾ ചെയ്തു. വീടുകളിൽ ആരാധന നടത്തിയും ആവശ്യ സാധനങ്ങൾ ഫോണിൽ വിളിച്ചു പറഞ്ഞു വീട്ടിലേക്ക് വരുത്തിയും എല്ലാറ്റിനും പരിഹാരം കണ്ടു.

അടഞ്ഞുകിടന്നിരുന്ന ആസ്പത്രികൾ ഹോട്ടലുകൾ സ്കൂളുകൾ ക്ലബ്ബുകൾ അങ്ങനെയെല്ലാമെല്ലാം രോഗികൾക്കുള്ള നിരീക്ഷണാലയങ്ങളാക്കി മാറ്റി.

ഈ മഹാവ്യാധി ഭൂമിയിൽ പടർന്നുപിടിച്ച് ഇത്രയൊക്കെ നാശംവിതച്ചെങ്കിലും അതിന്റെ ഫലമായി ജന ജീവിത രീതികൾ മാറി. അനാവശ്യങ്ങളും ആവശ്യങ്ങളും കുറച്ച് അത്യാവശ്യങ്ങൾ മാത്രം മതിയെന്നാക്കി.

അസുഖങ്ങൾ കുറഞ്ഞു. മനുഷ്യമനസ്സുകൾ പരസ്പരം അടുത്തു. ഭൂമിക്ക് പഴയ പ്രതാപം തിരിച്ചുവന്നു. അന്തരീക്ഷ മലിനീകരണം കുറഞ്ഞതുവഴി ഭൂമിയുടെ അലങ്കാരങ്ങൾ എന്ന് തോന്നിക്കുന്ന നദികളും തടാകങ്ങളും പർവ്വതങ്ങളും എല്ലാം സ്വതസിദ്ധമായ രൂപം കൈവന്നു പോലും. ജലസ്രോതസ്സുകൾ ശുദ്ധമായതോടെ അതിലെ ജീവികൾ പേടി കൂടാതെ സ്വർഗ്ഗീയ വിഹാരം നടത്തി. വെള്ളത്തിൽ ഓക്സിജന്റെ അളവ് കൂടി. പ്രാണവായു ശ്വാസയോഗ്യമായെന്നുമൊക്കെ ഗവേഷകർ കണ്ടെത്തിയത്രെ.

ജോലിയും കൂലിയും ഇല്ലാതെ അന്യനാട്ടിൽ എങ്ങനെ പിടിച്ചുനിൽക്കും. ഈ ചുറ്റുപാടിലാണ് അല്പം മനസ്സമാധാനത്തിനായി സ്വന്തം നാട്ടിൽ പോകാമെന്ന് ആഗ്രഹം പ്രവാസികളിൽ ഏറിയത്. യാത്രാവിമാനങ്ങൾ ആണെങ്കിൽ റദ്ദാക്കി കഴിഞ്ഞു ഉറ്റവരെ കാണാനാകാതെ ഈ നാട്ടിൽ തന്നെ ഒടുങ്ങേണ്ടി വരുമോ എന്ന ഭീതി മറ്റുള്ളവരെപ്പോലെ എന്നെയും പിടിച്ചുലച്ചു.ആ നിസ്സഹായവസ്ഥയിലാണ് ചക്കരക്കാവിലേക്കൊന്നു പോയിവരാമെന്ന ചിന്ത എന്നിൽ രക്ഷാ ബോധം നൽകിയത്. സകല ജ്ഞാനിയായ പടച്ചവൻ യഥാർത്ഥ വിധി നടത്തിക്കൊള്ളുമെന്ന വിശ്വാസത്തിൽ ഞാൻ കഴിഞ്ഞു. ജലാൽ എത്രയോ നിർബന്ധിച്ചിട്ടും ഞാൻ വിസമ്മതിച്ചതിൽ ഖേദിച്ചു.

വിമാനഗതാഗതം പുനരാരംഭിച്ചാലും പല കടമ്പകളും കടക്കേണ്ടിവരും. നാട്ടിൽ ലാൻഡ് ചെയ്താൽ നിരീക്ഷണാലയത്തിൽ നിശ്ചിത ദിവസം താമസിക്കണം. കാലാവധി കഴിഞ്ഞ് രോഗമില്ലെന്ന് ഉറപ്പാക്കിയാലേ സ്വന്തം വീടുകളിലേക്ക് പോകാൻ കഴിയൂ. ഒരു കേടും ഇല്ലാതെ നാട്ടിലേക്ക് പോയവരിൽ ചിലർക്കെങ്കിലും വിമാനയാത്ര കഴിഞ്ഞാൽ

ഈ മാരണം പിടികൂടിയിരിക്കും. രോഗത്തെ ഭയന്ന് യാത്ര വേണ്ടെന്ന് വെക്കുകയേ നിവൃത്തിയുള്ളൂ.

വിമാന സർവീസ് പുനരാരംഭിച്ചതോടെ ഇന്ത്യൻ എംബസിയിൽ ലക്ഷക്കണക്കിന് ജനങ്ങളാണ് പേര് രജിസ്റ്റർ ചെയ്തത്. വിസിറ്റ് വിസ കാലാവധി കഴിഞ്ഞവർ, ഗർഭിണികൾ, മറ്റ് അസുഖങ്ങൾ ബാധിച്ചു മരിച്ചു. കാർഗോ ഫ്ളൈറ്റിൽ കൊണ്ടുപോയ ജഡങ്ങളുടെ ബന്ധുക്കൾ കൊറോണ എന്ന ഈ മാരകരോഗം ബാധിച്ച് ഇവിടെ മറവ് ചെയ്ത പരേതരുടെ അനാഥ ചുഴിയിൽ നട്ടംതിരിയുന്ന കുടുംബങ്ങൾ കൊണ്ട് മനോരോഗത്തിന് അടിമയായവർ നാട്ടിൽ നിന്നെത്തി ഇവിടെ കുടുങ്ങിപ്പോയ വിദ്യാർത്ഥിനികൾ എന്നിവർക്കൊക്കെയാണ് നാട്ടിലേക്കുള്ള യാത്രയ്ക്ക് മുൻഗണന കൊടുത്തത്.

ഏകദേശം രണ്ടു വർഷത്തിലധികം കൊറോണ വൈറസ് ബാധ ലോകത്തിൽ സംഹാര താണ്ഡവമാടി പതുക്കെ പതുക്കെ സമാധാനന്തരീക്ഷം തിരിച്ചുവന്നു. ലോകം മുന്നോട്ട് ചലിച്ചു എങ്കിലും സാമ്പത്തിക നില ആകെ തകർന്നു കഴിഞ്ഞിരുന്നു.

വിസ കാലാവധി കഴിയും മുമ്പ് നാട്ടിൽ നിന്നും തിരിച്ചെത്താൻ കഴിയാത്തവർക്ക് കാലാവധി നീട്ടി കൊടുത്തതിന്റെ പശ്ചാത്തലത്തിൽ ഈ നാട്ടിലേക്കുള്ള ജനപ്രവാഹത്തിലൂടെ ജലാലും ഇവിടെയെത്തി. അവന്റെ തിരിച്ചെത്തൽ എന്റെയുള്ളിൽ സമാധാനവും സന്തോഷവുമൊക്കെ നിറച്ചു.

ചക്കരക്കാവിൽ ജലാൽ വാടകയ്ക്ക് കൊടുത്തിരിക്കുന്ന കെട്ടിടത്തിൽ നിന്നും രണ്ടോ മൂന്നോ മുറികൾ എടുത്ത് എന്നെയും അതിൽ പങ്കാളിയാക്കി കൊണ്ടുള്ള ബിസിനസ് തുടങ്ങാനുള്ള ഉദ്ദേശം അവൻ പലവട്ടവും എന്നോട് പറഞ്ഞു കഴിഞ്ഞു. നേരിട്ട് കണ്ട് എന്റെ സമ്മതം വാങ്ങാനായി എന്നെ കാണാനായി അവൻ ഇവിടെ വന്നു. ഞാൻ അർദ്ധ സമ്മതം മൂളിയിട്ടേയുള്ളൂ എങ്കിലും ഏറെ സന്തോഷവാനായിട്ടാണ് അവനിവിടെ നിന്നും തിരിച്ചു പോയത്.

അവനുമായി സംസാരിച്ചു നിന്ന് നേരം സന്ധ്യ ആകാറായതൊന്നും അറിഞ്ഞില്ല. എനിക്കാണെങ്കിൽ അത്യാവശ്യമായി എക്സ്ചേഞ്ചിൽ ഒന്നു പോകേണ്ടതുണ്ട്. എക്സ്ചേഞ്ചിന് തൊട്ടടുത്താണ് ഇന്ത്യൻ കലാകേന്ദ്രം ഏതായാലും വന്നതല്ലേ അവിടെയും ഒന്ന് കയറാം പിന്നെ ആകട്ടെ എന്ന് കരുതിയാൽ അതിന് കഴിഞ്ഞെന്നുവരില്ല.

കൊറോണ എന്ന മാരണത്തിൽപ്പെട്ട് നിർജീവമായി കിടന്നിരുന്ന ഇവിടം ഇപ്പോൾ സജീവമായതുകൊണ്ട് പഴയതുപോലെ മീറ്റിങ്ങിനും ഗെയിംസിനും നേരം പോക്കാനുമൊക്കെയായി വരുന്നവർ ആരെങ്കിലുമൊ

ക്കെ അവിടെ ഉണ്ടാകാതിരിക്കില്ല.

ഇന്ത്യൻ കലാകേന്ദ്രയുടെ കൂറ്റൻ ഗേറ്റിനരികിൽ ഞാൻ വണ്ടി പാർക്ക് ചെയ്തു. കെട്ടിടത്തിന് ആകെ മാറ്റം വന്നിരിക്കുന്നു. ഏറ്റവും അറ്റത്തായി ഒറ്റപ്പെട്ട ഹാളിൽ പ്രാദേശിക സംഘടനകൾ പരിപാടികൾ നടത്തുന്നതിന്റെ താളമേളങ്ങൾ അന്തരീക്ഷത്തിൽ മുഖരിതമായിരിക്കുന്നു.

എന്റെ മനസ്സിനെ കുഴക്കുന്നതും ആശയറ്റതുമായ ചിന്തകളും പ്രയാസങ്ങളും മാഞ്ഞു പോകുന്ന ഒരു ഇടവും വിനോദോപാധിയും ആയിരുന്നു. ഒരു കാലത്ത് ഇവിടെ അതുകൊണ്ട് ഇന്ത്യൻ കലാകേന്ദ്രയെ എനിക്ക് അങ്ങനെ അങ്ങ് ഉപേക്ഷിക്കുവാൻ കഴിയുമോ

അന്ന് ഇവിടത്തെ സജീവ പ്രവർത്തകനായിരുന്ന സ്റ്റീഫനാണ് എന്നെ നിർബന്ധിച്ച് ഇവിടുത്തെ അംഗം ആക്കിയത്. ഒത്തൊരുമയോടെയും പരസ്പരവിശ്വാസത്തോടെയും പ്രവർത്തിക്കുന്ന ഉദാത്തമായ മാനവ സംസ്കാരത്തിന്റെ ആവാസ ഭൂമി ഇതാ ഇവിടെയാണെന്ന് അന്യദേശക്കാർക്ക് മാതൃക കാണിച്ചു കൊടുക്കുന്ന വിധത്തിലായിരുന്നു ഇവിടത്തെ ഒരുമയും ആഘോഷങ്ങളും വിനോദങ്ങളും എല്ലാം അങ്ങനെ എത്രയെത്ര ഓർമ്മകളാണ് മനസ്സിൽ തളംകെട്ടി നിൽക്കുന്നത്.

ആഘോഷങ്ങൾക്ക് തീരുമാനമായാൽ ഓരോരോ സജ്ജീകരണത്തിനായി ഞങ്ങൾ കുറെ പേർ ഇവിടെ ഒത്തുകൂടും. ജോലി കഴിഞ്ഞെത്തിയാൽ എങ്ങനെയെങ്കിലും ഇവിടെയെത്തുവാനുള്ള ആവേശമാണ്. ഞങ്ങളുടെ പരസ്പരമുള്ള ഇണക്കവും പിണക്കവും സന്തോഷവും സല്ലാപവും കമന്റുകളും പൊട്ടിച്ചിരികളും ഒക്കെ ആയി രസകരമായി കഴിഞ്ഞിരുന്ന ആ സുവർണ്ണ നാളുകൾ ഞൊടിയിടയിൽ മനസ്സിൽ മങ്ങിയും തെളിഞ്ഞും നൊമ്പരം ഉണർത്തിക്കൊണ്ട് തറച്ചങ്ങനെ നിന്നു

അന്നുണ്ടായിരുന്നവരിൽ ചുരുക്കം ചിലർ മാത്രമേ ഇന്നും ഇവിടത്തെ മെമ്പേഴ്സ് ആയി നിലനിൽക്കുന്നുള്ളൂ. കാലങ്ങളുടെ ഓട്ടത്തിനിടയിൽ പുത്തൻ തലമുറ കടന്നുവന്നു. അത് തികച്ചും അനിവാര്യമായ ഒരു കാര്യവുമാണ്

ഇപ്പോഴുള്ള അംഗങ്ങളിൽ പലരും എന്നെ അറിയുക പോലുമില്ല. എന്നെ പേര് ചൊല്ലി വിളിച്ചിരുന്ന സമപ്രായക്കാരും നിറഞ്ഞു കത്തുന്ന വാത്സല്യത്തോടെ ചേർത്തുപിടിച്ചിരുന്ന ചേട്ടന്മാരും ചേച്ചിമാരും എല്ലാം സ്വന്തം നാട്ടിലേക്കും അപൂർവ്വം ചിലർ മണ്ണിനടിയിലേക്കും കടന്നുപോയി.

അവരുടെ വാക്കുകൾക്കെല്ലാം വിവരിക്കാൻ കഴിയാത്തത്ര മാധുര്യം ഉണ്ടായിരുന്നെന്ന് എനിക്കിപ്പോൾ മനസ്സിലാകുന്നു. നമ്മൾ സ്വാതന്ത്ര്യത്തോടെ വിഹരിച്ചിരുന്ന പലയിടങ്ങളും വർഷങ്ങൾ കഴിയുംതോറും നമുക്ക് അപരിചിതമാകുന്നു. കണ്ണകന്നാൽ ഖൽബ് (മനസ്സ്) അകന്നു എ

ന്നൊക്കെ പറയുന്നതുപോലെ.

ഓരോരുത്തർക്കും പ്രിയപ്പെട്ടത് മാത്രം നടന്നാൽ എല്ലാം ക്രമവിരുദ്ധമാകും. ഒന്നിന്റെ ഒടുക്കം മറ്റൊന്നിന്റെ തുടക്കവും ആണല്ലോ എല്ലാം എല്ലാ കാലത്തും ഒരുപോലെയല്ലെന്ന്പല ഉദാഹരണങ്ങളിലൂടെയും ലോകം നമുക്ക് കാണിച്ചു തരുന്നുണ്ടല്ലോ.

സ്റ്റീഫൻ ഇല്ലാതെ ഞാൻ ഇവിടെ വന്നിട്ടുള്ളത് അപൂർവമായിട്ടായിരുന്നു. നാട്ടിൽ ചെന്നാൽ ഇൻഷാ അള്ളാ (ദൈവം വിധിയാക്കിയെങ്കിൽ) സ്റ്റീഫനെ നേരിൽ കണ്ട് ഈ വിശേഷങ്ങൾ എല്ലാം കൈമാറണം.

കൃഷ്ണേട്ടനെയും മാത്യൂസ് സാറിനെയും പിന്നെ എനിക്ക് കാണാൻ കൊതിയുള്ളവരെയും കാണാൻ സ്റ്റീഫനെയും കൂട്ടി ഒന്ന് ചുറ്റിക്കറങ്ങണം ഹാ..! എന്തൊരു രസമായിരിക്കും അവനോടൊപ്പമുള്ള യാത്ര.

അഥവാ അവൻ ഈ നാട്ടിലേക്ക് വരികയാണെങ്കിൽ കഴിഞ്ഞകാല ഓർമ്മകൾ ഒന്ന് പൊടിതട്ടിയെടുക്കുവാനായി അവനുമൊത്തൊന്ന് സഞ്ചരിക്കണം ഇതെല്ലാം വ്യാമോഹങ്ങൾ മാത്രം ആയിരിക്കുമോ. അതിനാണ് കൂടുതൽ സാധ്യത.

ഓർമ്മകൾ കുടഞ്ഞെറിഞ്ഞ് ഇന്ത്യൻ കലാകേന്ദ്രയുടെ ഓഫീസ് മുറിയിലേക്ക് ഞാൻ നടന്നു. എന്നെ അറിയാവുന്ന ആരെങ്കിലും അതിനകത്ത് ഉണ്ടായിരിക്കുമോ എന്ന് നോക്കിയിട്ട് തിരിച്ചു പോകാം എന്ന് ഞാൻ കണക്ക് കൂട്ടി

“അമാന്തിച്ച് നിൽക്കാതെ കേറി വാടാ കബീറെ.” എന്റെയുള്ളിൽ ആഹ്ളാദത്തിന്റെ തെളിനീരൊഴിച്ചു തന്ന്നിറഞ്ഞ ചിരിയോടെ ഇക്കാക്ക എന്നെ അകത്തേക്ക് വിളിച്ചു. തുടക്കം മുതലേ ഇവിടത്തെ സജീവ അംഗമാണ് ഇക്കാക്ക.

എനിക്ക് പരിചിതരും അപരിചിതരുമായവരും അവിടെ സംസാരിച്ചു കൊണ്ടിരിക്കുന്നുണ്ടായിരുന്നു. “അല്ല ഇതാര് കബീറോ നീയെവിടാടാ നിന്നെ ഇപ്പൊ കാണാനും കൂടി ഇല്ല. വാ ഇവിടിരിക്കടാ.” ജേക്കബ് അച്ചായൻ എന്നെ അടുത്ത് ഇരുത്തി. ഒരാളുടെ മനസ്സിന്റെ നോവറിഞ്ഞ് ചടുലമായി പ്രതികരിക്കാൻ കഴിയുന്നവരാണ് ഇവരൊക്കെ. ഇക്കാക്കയെപ്പോലെ ജേക്കബച്ചായനും ആദ്യം മുതലേ ഇവിടത്തെ സജീവ സാന്നിധ്യമാണ്. ഏതായാലും ഞാനിന്ന് വന്നത് ഒട്ടും വെറുതെ ആയില്ല. ഇവരെ കാണാൻ കഴിഞ്ഞല്ലോ.

അൽഹംദുലില്ലാ (എല്ലാ സ്തുതിയും ദൈവത്തിനാണ്).

“ആ അതൊക്കെ പോട്ടെ. നിന്റെ നാട്ടിൽ പോക്കിനെ പറ്റി നീ എന്ത് തീരുമാനിച്ചു. അത് ഇനി എന്നാണ്.” അച്ചായനും ഇക്കാക്കയും എന്നെ കാണുമ്പോൾ എല്ലാം ചോദിക്കാറുള്ള പ്രധാനപ്പെട്ട ഒരു ചോദ്യമാണി

ത്. "അങ്ങനെ ആലോയ്ക്കണ്ണ്ട്."

"എന്നാപ്പിന്നെ കല്യാണം കഴിഞ്ഞിട്ട് വന്നപോരെ നിനക്ക്. അങ്ങനെ മതിയെടാ. ഞങ്ങളൊക്കെ അക്കാര്യം നിന്നോടെന്തോരം പറഞ്ഞിട്ടുണ്ട്. നിനക്കിപ്പോഴും കല്യാണപ്രായം കഴിഞ്ഞിട്ടൊന്നുമില്ല ആണുങ്ങൾക്ക് ഇതൊക്കെ ഒരു പ്രായമാണോടാ."

ജേക്കബെച്ചായൻ നിർത്തിയെടുത്ത് നിന്ന് ഇക്കാക്ക തുടങ്ങി "ഞങ്ങളൊക്കെ ഉള്ളപ്പോ നിനക്കൊക്കെ പ്രായമാകുമോ ടാ കബീറേ."

ആ വാചകങ്ങൾ എനിക്കേറെ ഇഷ്ടപ്പെട്ടു. അപ്പോൾ ഞാൻ വിചാരിക്കുന്നത് പോലെ ഞാൻ അത്ര വയസ്സനൊന്നും ആയിട്ടില്ല അല്ലേ. എന്ന് ഞാൻ ചിരിയോടെ ഓർത്തു.

അദ്ധ്യായം
മുപ്പത്തിയെട്ട്

എല്ലാം കൂടി തലയിൽ കിടന്ന് കുഴഞ്ഞു മറിഞ്ഞ് ഒരു തീരുമാനമെടുക്കാൻ കഴിയാതെ ഞാൻ വലഞ്ഞു. മനസ്സിനെ ശരിക്കും ഒന്ന് വിശകലനം ചെയ്തു. അന്നേരം കിട്ടിയ മനഃശാന്തിയിൽ മനസ്സിന്റെ താക്കീതുകൾക്കും കലഹങ്ങൾക്കും അതിലുപരി ജലാലിന്റെ നിർബന്ധത്തിനും വഴങ്ങിക്കൊണ്ട് നാട്ടിൽ വരാമെന്ന് ജലാലിനോട് സമ്മതം അറിയിച്ചു.

നാട്ടിൽ പോകുന്ന കാര്യം അർബാബിനോട് സൂചിപ്പിക്കണം. അർബാബ് സമ്മതിക്കുമെന്ന് എനിക്കുറപ്പുള്ളതു കൊണ്ടാണ് ജലാലിന് ഉറപ്പ് കൊടുത്തത്

എന്റെ പാസ്പോർട്ട് അർബാബിന്റെ കൈവശം ആണല്ലോ അതും വാങ്ങിക്കണം. അർബാബ് ഇത്രയും നേരമായിട്ടും ഇന്നെവിടെയും പോയിട്ടില്ല. ഞാൻ മജ്‌ലിസിലേക്ക് നടന്നു.

യാതൊരു മടിയും കൂടാതെ പാസ്പോർട്ട് എന്നെ ഏൽപ്പിക്കും മുമ്പ് വെറുതെ ഒന്ന് തുറന്നു നോക്കിക്കൊണ്ട് ഖേദത്തോടെ പറഞ്ഞു "യാ അള്ളാ നിന്റെ വിസ കാലാവധി കഴിയാൻ ഒരുമാസം കൂടിയേ ഉള്ളൂ." ഞാൻ വല്ലാതെ ഞെട്ടി എന്നുള്ളതാണ് സത്യം.

നാട്ടിൽ പോകുന്നതിനെക്കുറിച്ച് പലവട്ടം പല ഘട്ടങ്ങളിലും ഞാൻ ചിന്തിച്ചിരുന്നെങ്കിലും ഇങ്ങനെ ഒരു കാര്യത്തെക്കുറിച്ച് ഇതുവരെ ഞാൻ ശ്രദ്ധിക്കാതിരുന്നത് വല്ലാത്ത അബദ്ധമായി പോയല്ലോ.

എന്റെ യൗവന വസന്തകാലങ്ങൾ ഏറ്റുവാങ്ങിയ എന്റെ പ്രിയപ്പെട്ട നാട് മറിച്ച് ഈ നാടിന്റെ സ്പന്ദനം ഉൾക്കൊണ്ട് അനവധി വർഷങ്ങൾ

സുഖസമൃദ്ധമായി ജീവിച്ച് തീർത്തിട്ടും കൊതി തീരാത്ത ഈ നാട് ഇത്രയും പെട്ടെന്ന് എങ്ങനെയാണ് ഓർക്കാപ്പുറത്ത് ഉപേക്ഷിക്കുക. ആ നാളിന് ഇനി അധികം ദൂരവുമില്ല.

അത്രയും കാലങ്ങൾ ഈ നാട്ടിൽ തന്നെയാകട്ടെ. ഏതായാലും യാത്ര റദ്ദാക്കുക തന്നെ. ഇതറിയുമ്പോൾ ജലാലിന് വല്ലാത്ത മനപ്രയാസം തോന്നുമായിരിക്കും. നിരാശ അത് മനുഷ്യസഹജം ആണല്ലോ. അതൊന്നും ഞാൻ കാര്യമാക്കേണ്ടതില്ല. കാര്യകാരണസഹിതം പറഞ്ഞാൽ അവന് മനസ്സിലാകാതിരിക്കില്ല. ഞാൻ സ്വയം ആശ്വസിച്ചു അല്ലാതെ മറ്റെന്ത് നിവൃത്തി.

ഉള്ളിൽ പൊട്ടിയൊഴുകാൻ വെമ്പി നിൽക്കുന്ന ദീനരോദനത്തിന്റെ പ്രതിഫലനവും പേറിയുള്ള മുഖഭാവം കണ്ടു. ചുമലിൽ മൃദുവായി സ്പർശിച്ചുകൊണ്ട് അർബാബ് വലിയൊരു കാര്യം തന്നെയാണ് പറഞ്ഞത്. "നീ അതോർത്ത് പ്രയാസപ്പെടേണ്ട ഒന്നോ രണ്ടോ വർഷത്തിനു കൂടി, വിസ കാലാവധി നീട്ടാൻ കഴിയുമോ എന്ന് ഞാൻ ഒന്നു നോക്കട്ടെ. അർബാബിന്റെ സ്പർശനവും സാന്ത്വനവും എന്റെ ദുഃഖങ്ങൾക്ക് അവധി കൊടുക്കാൻ ധാരാളം മതിയായിരുന്നു അന്നെനിക്ക്. ആ സ്നേഹത്തിന്റെ വിങ്ങൽ എന്നുള്ളിൽ നിറച്ച ആശ്വാസത്തിന്റെ തണുപ്പും തീർന്നിരിക്കുന്നു. അർബാബിന്റെ കാരുണ്യം കൊണ്ട് രണ്ടുവർഷം കൂടി എനിക്ക് ഈ നാട്ടിൽ ജീവിക്കാൻ കിട്ടിയ സമയവും പാഴായി പോയി. ഇനിയും ഈ നാട്ടിൽ നിൽക്കുവാൻ എനിക്ക് അവകാശമില്ലല്ലോ തമ്പുരാനെ. ഈ നാട് തികച്ചും എനിക്ക് അന്യമാകാൻ പോകുന്നു. എനിക്ക് അത് ഓർക്കുവാൻ കൂടി ഇഷ്ടമില്ലാത്ത ഒരു കാര്യം തന്നെയാണ്.

വിസിറ്റ് വിസ എനിക്ക് അയച്ചു തരാമെന്നുള്ള അർബാബിന്റെ വാക്കുകളാണ് ഇപ്പോൾ എനിക്ക് അല്പമെങ്കിലും ആശ്വാസം നൽകുന്നത്. തന്നെക്കൊണ്ട് ചെയ്യാൻ കഴിയുമെന്ന് ഉറപ്പുള്ള വാഗ്ദാനങ്ങൾ മാത്രമേ മറ്റുള്ളവർക്ക് നൽകാറുള്ളൂ അദ്ദേഹവുമായി ഇത്രയും നാളത്തെ സഹവാസം കൊണ്ട് അത് എനിക്ക് വ്യക്തമായും അറിയാം.

വിസിറ്റ് വിസയിൽ വരികയാണെങ്കിൽ തന്നെ നിശ്ചിതനാൾ കഴിഞ്ഞാൽ ഈ നാട്ടിൽ നിന്നും ഞാൻ പുറത്താകും ഇനിയും അതിലേറെ മോഹിച്ചാൽ അത് വെറുമൊരു വ്യാമോഹം മാത്രമായി അവശേഷിച്ചേക്കാം.

അർബാബിനെയും അദ്ദേഹത്തിന്റെ സാമ്രാജ്യത്തെയും ഇട്ടെറിഞ്ഞ് പോകുന്നതോർക്കുമ്പോൾ അകം വെന്തുരുകുന്നു.

അർബാബ് ആണെങ്കിൽ നരയേറ്റു മുഖപ്രസാദം കുറഞ്ഞു. മനുഷ്യർ എങ്ങനെയൊക്കെ അണിഞ്ഞൊരുങ്ങി നടന്നാലും സൗന്ദര്യത്തി

ന് അല്പസ്വല്പം ഏറ്റക്കുറച്ചിലുകൾ ഉണ്ടാകും എന്നുള്ളത് ഒഴിച്ചാൽ കാലം വരുത്തിവെച്ച വടുക്കൾ തെളിഞ്ഞു വരും എന്നുള്ളത് നിഷേധിക്കാനാവാത്ത ഒരു സത്യം തന്നെയാണ്. ഒരാളുടെ പ്രായത്തെ അവനിൽ നിന്നും പിടിച്ചിറക്കി കൊണ്ടുപോകുവാനും ഒരു സൗന്ദര്യവർദ്ധകത്തിനും കഴിയില്ല.

അർബാബിന്റെ ശരീരം പലപല രോഗങ്ങളുടെയും താവളമായി പോയോ എന്ന് എനിക്ക് തോന്നാറുണ്ട്. അതോടെ എന്നെയും ആകെ ഒരു നിരാശ ബാധിച്ചതുപോലെ ആയിപ്പോയോ. രക്തബന്ധത്തേക്കാൾ കട്ടിയുള്ളതാണ് ഹൃദയബന്ധങ്ങൾ എന്ന മട്ടിൽ ആയിരുന്നല്ലോ ഞാനും അദ്ദേഹവും തമ്മിൽ ഉണ്ടായിരുന്ന ബന്ധം.

ഇനിയും ഇവിടെ കടിച്ചു തൂങ്ങിയിട്ട് എന്ത് കാര്യം? കാര്യങ്ങളെല്ലാം മുമ്പത്തേതുപോലെ ഓടിച്ചാടി നടന്ന് ചുറുചുറുക്കോടെ ചെയ്യുവാനും എനിക്ക് കഴിയുന്നില്ലെന്ന് തോന്നലോ അതോ യാഥാർത്ഥ്യമോ. അതും എനിക്ക് വ്യക്തമല്ല. ഇനി ഈ കഴിഞ്ഞതെല്ലാം സങ്കടപ്പെടുത്തുന്ന ഓർമ്മകളായി എന്നെന്നും എന്നിൽ അവശേഷിക്കുവാനാണ് ഏറെ സാധ്യത.

എത്രയെത്ര പ്രതീക്ഷകളോടെയാണ് ഞാൻ ഈ നാട്ടിലേക്ക് വന്നത്. യൗവനം മുഴുവനും ഇവിടെ പ്രവർത്തിച്ചിട്ടും എന്ത് നേടി. തികച്ചും പരാജയത്തിന്റെ കൈപ്പുനീർ ആവോളം ഇറക്കിക്കൊണ്ട് ശൂന്യമായ മനസ്സോടെ ഒരു തിരിച്ചുപോക്ക് എന്നിൽ കുടിയേറിയ സ്വപ്നങ്ങൾ, സങ്കല്പങ്ങൾ, പ്രതീക്ഷകൾ എല്ലാമെല്ലാം ജീവിത വഴിയിൽ എവിടെയോ വലിച്ചെറിയുവാനാണ് എന്നത്തെയും യോഗം നിറയാൻ കരുതിവെച്ചതെല്ലാം ഒഴിഞ്ഞുപോയൊരു ജീവിതം.

നാട്ടിൽ പോകുവാനായി ജലാലിനോടൊപ്പം എനിക്കും വിമാന ടിക്കറ്റ് ബുക്ക് ചെയ്യുമെന്ന് അവൻ പറഞ്ഞിട്ടുണ്ട്. ചക്കരക്കാവിൽ എന്നെക്കൂടെ പങ്കാളിയാക്കി കൊണ്ടുള്ള പദ്ധതികൾ അവൻ ആസൂത്രണം ചെയ്തു കഴിഞ്ഞു.

ഇവിടെയുള്ളവരിൽ പലരും എന്നിൽ നിന്നും കടം വാങ്ങിയിട്ടുണ്ട്. അതൊക്കെ കിട്ടിയാൽ അതും കൂടി ബിസിനസിലേക്ക് ഇറക്കാം എന്നൊരു തോന്നൽ എന്നിൽ ഉണ്ടാക്കിയത് ജലാലാണ് ഒറ്റാന്തടിയായി കഴിയുന്ന എനിക്ക് പണത്തിന്റെ ആവശ്യമില്ലെന്ന് എന്നിൽ നിന്നും കടം വാങ്ങിയവർ കരുതിയിട്ടുണ്ടായിരിക്കും. തിരിച്ചു ചോദിച്ചാൽ കാശു മാത്രമല്ല അതുവഴി ആ സൗഹൃദം കൂടി നഷ്ടമായ സന്ദർഭവും ഉണ്ടായിട്ടുണ്ട്.

എത്രയോ പേർക്ക് ഓരോരുത്തരുടെ യോഗ്യതക്കനുസരിച്ച് പലയിടങ്ങളിലായി ബാബയുടെയും മക്കളുടെയും ശുപാർശയാൽ ഞാൻ ജോ

ലി വാങ്ങി കൊടുത്തിട്ടുണ്ട്. ചിലർ വല്ലപ്പോഴും വിളിക്കും. മറ്റ് ചിലർ അങ്ങനെ ഒരു മര്യാദ പോലും കാണിക്കാറില്ലെന്ന് മാത്രമല്ല എന്നെ ഒരു പരിചയവും ഉണ്ടായിരുന്നില്ല. എന്ന മട്ടിലുള്ള സംസാരമാണ്. പലരും പലവിധം ആണല്ലോ. തന്നെയുമല്ല എന്നെക്കൊണ്ട് മറ്റൊരാളുടെ കുടുംബം രക്ഷപ്പെടുത്താൻ കഴിഞ്ഞല്ലോ എന്ന ആത്മസംതൃപ്തിയോടെ മനസ്സിനെ ആശ്വസിപ്പിക്കുകയാണ് പതിവ്.

ഓർമ്മയിൽ തെളിഞ്ഞവരെയൊക്കെ വിളിച്ചു നോക്കി. ചിലർ ഓരോരോ അവധികൾ പറഞ്ഞൊഴിഞ്ഞു മറ്റു ചിലർ തരാമെന്ന് വാക്ക് തന്നു ഒന്നു രണ്ടുപേർ എനിക്ക് തിരിച്ചു തന്നിട്ടുണ്ട് എന്ന് വാദിച്ചു. ഓർമ്മശക്തിക്ക് മങ്ങലേറ്റിരിക്കും. അതുകൊണ്ട് എന്നെ പറഞ്ഞു പറ്റിക്കാം എന്നും അവർ കരുതിയിട്ടുണ്ടായിരിക്കും. അങ്ങനെയെങ്കിൽ അങ്ങനെ തന്നെ ആയിക്കോട്ടെ. അവരോടൊപ്പം തർക്കിക്കാൻ നിൽക്കാതെ പടച്ചവന് വിട്ടുകൊടുക്കുന്നതായിരിക്കും നല്ലത്. ഇനി അവരും പടച്ചവൻ തമ്മിൽ ആയിക്കൊള്ളട്ടെ സത്യം എന്താണെന്ന് അവർക്ക് അറിയാമല്ലോ.

തരുന്നവർ തരട്ടെ ഇനിയും അതിനൊക്കെ മെനക്കെട്ട് നടക്കാൻ എന്നെക്കൊണ്ട് ആവില്ല. ഈ ജീവിതം തന്നെ എനിക്ക് നഷ്ടമായത് ആണല്ലോ. അതിനേക്കാൾ വലുതല്ലല്ലോ മറ്റേതൊരു നഷ്ടവും നഷ്ടങ്ങളുടെ പട്ടികയിലേക്ക് അതും ഞാൻ വലിച്ചെറിഞ്ഞു. എങ്കിലും അതിൽനിന്നൊക്കെ ഒരു സംശയം എന്നിൽ ഉടലെടുത്തു. സമ്പത്തിനേക്കാൾ മികച്ചതാണ് മനുഷ്യത്വം എന്ന് കരുതിയത് തികച്ചും തെറ്റായിപ്പോയോ.

ഇനി ഏതാനും ദിവസങ്ങൾ കൂടിയേ ഉള്ളൂ. ഈ നാട്ടിലെ പൊറുതി. ഈ നാട്ടിലെ ജീവിതത്തിന്റെ ഈ പോക്ക് എപ്പോൾ എവിടെ എങ്ങനെ അവസാനിക്കുമെന്നതിന്റെ ഉത്തരവും കൂടിയാകട്ടെ ഈ തീരുമാനം.

ഞാൻ ആവശ്യപ്പെട്ടാൽ എനിക്കെപ്പോൾ വേണമെങ്കിലും അർബാബ് വിസിറ്റ് വിസ അയച്ചു തരും എന്ന് എനിക്ക് ഉറപ്പാണ്. പക്ഷേ ഇനിയും ഒരു തിരിച്ചുവരവ് ഉണ്ടാകില്ലെന്ന് അന്നേരം മനസ്സ് എന്നോട് തിരുത്തി പറയുന്നു. മനസ്സിന്റെ ജല്പനങ്ങൾക്ക് വഴങ്ങാതെ സൗകര്യം പോലെ പ്രിയപ്പെട്ട ഈ നാട്ടിലേക്ക് ഈ വീട്ടിലേക്ക്, ഈ സ്നേഹ തുരുത്തിലേക്ക്, ഈ സ്നേഹ മനസ്സുകളിലേക്ക് ഇനിയും തിരിച്ചുവരുമെന്ന് തീരുമാനത്തിൽ തന്നെ ഉറച്ചു നിൽക്കുകയാണ്.

അർബാബിനോടും കുടുംബത്തോടും പോകുന്ന തീയതി അറിയിക്കണം. അതിനുപോലും വല്ലാത്ത മനപ്രയാസം അനുഭവപ്പെട്ടു. കഴിഞ്ഞ പ്രാവശ്യത്തെ നാട്ടിൽ പോക്കിന് ബാബയും ഉമ്മിയുമൊക്കെ ഈ ഭൂലോകത്ത് ജീവിച്ചിരുന്നു. ഇപ്പോൾ മണ്ണിനടിയിൽ അവരുടെ സ്ഥാനം ഉറപ്പിച്ചു കഴിഞ്ഞിരിക്കുന്നു.

അന്ന് പെട്ടിക്കണക്കിന് സാധനങ്ങളും കൈനിറയെ പണവും ഉമ്മി എനിക്ക് തന്നു. ഇത്തവണ ഉമ്മിയുടെ സ്ഥാനത്ത് അർബാബിന്റെ ബീവി നൂറയാണ്. സാധനങ്ങളെല്ലാം ഞാൻ നൂറയിൽ നിന്ന് ഏറ്റുവാങ്ങുന്ന നേരം ഉമ്മിയെ കുറിച്ച് ഓർത്തുള്ള സങ്കടത്തിന്റെ ആവി എന്നുള്ളിൽ പടർന്നു.

ഞാൻ പോകുന്നു എന്നറിഞ്ഞപ്പോഴേക്കും ബാബയുടെ സഹോദരി മറിയവും സഹോദര ഭാര്യ അംനയും ബാബയുടെ പെൺമക്കളും എന്നെ അവരുടെ വീടുകളിലേക്ക് ക്ഷണിച്ചിട്ടുണ്ട്. സാധനങ്ങളും പണവും ചിലപ്പോൾ അല്പസ്വല്പം പൊന്നുമൊക്കെ സ്വദഖ (നിർബന്ധമില്ലാത്ത ദാനം)തരുവാൻ ആയിരിക്കും. തരുന്ന സാധനങ്ങളിൽ പോരാത്തത് എന്തെങ്കിലുമുണ്ടെങ്കിൽ മാത്രം വാങ്ങിയാൽ മതിയല്ലോ ലഗേജിൽ കൊള്ളുന്നത് കഴിഞ്ഞ് ബാക്കി സാധനങ്ങൾ ജലാൽ പറഞ്ഞ പ്രകാരം കാർഗോ വഴി അയക്കാം.

വീട്ടിൽ എല്ലാവർക്കും പിന്നെ ഇഷ്ടം പോലെ പലർക്കും കൊടുക്കാമല്ലോ. നൂറ തന്ന മൂന്നു പവൻ സ്വർണനാണയങ്ങൾ നാദിർഷയുടെ മകൾക്ക് കൊടുക്കാം. അവളുടെ കല്യാണത്തിന് അവൾക്കിഷ്ടമുള്ള ആഭരണം വാങ്ങിക്കോട്ടെ. സ്വർണത്തിന്റെ കാര്യം ജലാലിനോടൊന്ന് സൂചിപ്പിക്കണം.

അർബാബിന്റെ മക്കൾ അബദിക്കും നോഹക്കും കുട്ടികൾ പിറന്നു അങ്ങനെ നോക്കുമ്പോൾ ബാബയും മക്കളും അവരുടെ മക്കളുടെ മക്കളും ഒക്കെയായി നാലു തലമുറ ആയിട്ടുള്ള അടുപ്പമാണ്. എനിക്ക് ഇത്രയധികം വർഷങ്ങൾ എപ്പോഴാണ് എങ്ങനെയാണ് എവിടേക്കാണ് കടന്നുപോയത് എന്ന് എനിക്ക് ഒരു എത്തും പിടിയും കിട്ടുന്നില്ലല്ലോ.

ഒരു കുടുംബം ഉണ്ടായിരുന്നെങ്കിൽ എന്റെ ജീവിതം മറ്റൊന്നാകുമായിരുന്നു. സമപ്രായക്കാരായ സുഹൃത്തുക്കളെ പോലെ എനിക്കും ഭാര്യക്കും മക്കളുടെയും കുടുംബത്തിന്റെയും സംരക്ഷണത്തിൽ സുഖസുന്ദരമായി ചക്കരക്കാവിൽ കഴിയാമായിരുന്നു. എങ്കിൽ ഇങ്ങനെയുള്ള ചിന്താഗതികൾ ഒന്നും എന്നെ അലട്ടാതിരുന്നേനെ. കാലങ്ങൾ കടന്നുപോയത് ഖേദിക്കേണ്ടിയും വരില്ലായിരുന്നു

ബാബയുടെ മൻസിലിലേക്ക് ഞാൻ നടന്നു ആ കോമ്പൗണ്ടിൽ ഒന്ന് ചുറ്റി നടക്കണം. നാട്ടിൽ പോകുന്ന ദിവസം അടുത്തുവരുന്നു. തിരക്കേറിയാൽ ഈ പരിസരത്ത് വിശദമായൊന്ന് ചിലവഴിക്കാൻ കഴിഞ്ഞില്ലെങ്കിലോ. എന്റെ കാൽപ്പാടുകൾ പതിയാത്ത ഒരിഞ്ച് സ്ഥലം പോലും ഈ കോമ്പൗണ്ടിൽ അവശേഷിച്ചിട്ടുണ്ടായിരിക്കില്ല.

അർബാബിന്റെ അടുത്തേക്ക് ജോലി തേടി വന്ന ആദ്യ ദിവസങ്ങ

ളിൽ പേടിയും അമ്പരപ്പും എന്നെ വരിഞ്ഞുമുറുക്കിയിരുന്നു. അന്നൊക്കെ വസീമും കൃഷ്ണേട്ടനും എനിക്ക് ധൈര്യം പകർന്ന് ഇവിടെത്തന്നെ എന്നെ പിടിച്ചു നിർത്തിയത് ഇന്നിപ്പോൾ അതൊക്കെ രസകരമായ ഓർമ്മകളായി പരിണമിച്ചു കഴിഞ്ഞിരിക്കുന്നു.

വസീമിനും അവന്റെ കൂടെയുണ്ടായിരുന്ന ബംഗാളി പയ്യന്മാർക്കും പകരം ഇന്നിപ്പോൾ പല നാടുകളിൽ നിന്നും വന്ന തൊഴിലാളികൾ എല്ലുമുറിയെ പണിയെടുക്കുന്നുണ്ട്. ഞാൻ അവരെ നോക്കി പുഞ്ചിരിച്ചു. അവരെന്നെയും അത്രയൊക്കെ മതി അവർക്ക് മുമ്പുണ്ടായിരുന്നവരോടുള്ള ഗാഢമായ ബന്ധം ഒന്നും എനിക്ക് ഇവരോടൊന്നും ഇല്ല.

ഒരുകാലത്ത് എന്റെ ഉന്മേഷവും ഊർജ്ജവും മാനസിക ഉല്ലാസവും ആയിരുന്ന തോട്ടത്തിലേക്കാണ് ഞാൻ നടന്നുനടന്ന് എത്തിപ്പെട്ടത്. ഞാൻ എപ്പോൾ ബാബയുടെ മൻസിലിലേക്ക് വന്നാലും സമയമുണ്ടെങ്കിൽ ഇവിടെ ഒന്ന് സന്ദർശിക്കാതിരിക്കാൻ എനിക്കാവില്ല. ഞാൻ നട്ടുനനച്ച് തൊട്ടു തലോടി പരിപാലിച്ചിരുന്ന കൊച്ചുകൊച്ചു ചെടികളും പാകി മുളപ്പിച്ച് ഉണ്ടാക്കിയ തൈകളിൽ പലതും ഫലവൃക്ഷതൈകളും കാലം വരുത്തിവെച്ച മാറ്റങ്ങളാൽ വൻ മരങ്ങളായി തണൽ പരത്തി നിൽക്കുന്നു. ഈ വീടും വീട്ടുകാരും പരിസരവുമായി ഈ വൃക്ഷങ്ങളെക്കാൾ പഴക്കമുള്ള ഓർമ്മകൾ എന്നിൽ മേഞ്ഞു നടക്കുന്നു.

ഒന്നിന് പിറകെ മറ്റൊന്നായി തള്ളിക്കയറുന്ന ഓർമ്മകളും പേറിക്കൊണ്ട് ഞാൻ ആ തണൽ മരങ്ങളുടെ ചുവട്ടിൽ തണലേറ്റ് ഇരുന്നു.

അദ്ധ്യായം
മുപ്പത്തിയൊമ്പത്

എനിക്ക് യാത്ര ചോദിക്കുവാനായി ഉറ്റമിത്രങ്ങൾ വിരളമാണ് ഉറ്റ സുഹൃത്തുക്കളുമൊത്ത് കഴിഞ്ഞു കൂടിയിരുന്ന ആ സുവർണ്ണ കാലങ്ങൾ എല്ലാം എങ്ങോട്ടൊക്കെയോ കടന്നുപോയി. എന്റെ സുഖദുഃഖങ്ങൾ ഏറ്റുവാങ്ങി നിഴലുപോലെ കൂടെ നടന്നിരുന്ന പാക്കിസ്ഥാൻ സുഹൃത്ത് വസീമും അവനോടൊപ്പം ജോലി ചെയ്തിരുന്ന ബംഗാളി സുഹൃത്തുക്കളും എത്രയോ മുമ്പ് അവരവരുടെ നാട്ടിലേക്ക് ചേക്കേറി കഴിഞ്ഞു. ഞങ്ങൾ പരസ്പരം വേർപിരിയുന്ന ഒരു കാലത്തെപ്പറ്റി അതിനുമുമ്പ് ഒന്നും ചിന്തകളിൽ പോലും കടന്നു വന്നിരുന്നില്ല.

വസീം ആദ്യമൊക്കെ ഫോൺ വഴി സന്ദേശങ്ങൾ അയച്ചിരുന്നു. പിന്നെപ്പിന്നെ അതിന്റെ ഇടവേളകൾ കൂടിക്കൂടി വന്നു. ഈ നാട്ടിലേക്ക്

അവനെയും ഭാര്യയെയും വിസിറ്റിംഗ് വിസയിൽ കൊണ്ടുവരുവാനായി അവന്റെ മക്കൾ ശ്രമിക്കുന്നുണ്ടത്രേ. വരുന്ന തീയതിയും പിന്നീട് ഒരിക്കൽ അവൻ അയച്ചിരുന്നു. വന്നാൽ തീർച്ചയായും എന്നെ കണ്ടിട്ടേ മടക്കം ഉള്ളൂ എന്നെനിക്ക് ഉറപ്പും തന്നിരുന്നു. ഞാനും സ്വപ്നങ്ങൾ നെയ്ത് നെയ്ത് അവന്റെ വരവിനായി കാത്തിരുന്നു. എന്തുകൊണ്ടോ പിന്നീട് അവനെ കുറിച്ച് ഒരു വിവരവുമില്ല. പിന്നെയും ഞാൻ അവന് പലപ്പോഴായി അയച്ച മെസ്സേജുകളും ഫലം കണ്ടില്ല. ചിലപ്പോൾ ഞാൻ ഇവിടെ നിന്നും നാട്ടിലേക്ക് പോയതിനുശേഷം ആയിരിക്കുമോ അവന് വരാൻ അവസരം കിട്ടുന്നത്. കാണാൻ യോഗം ഉണ്ടെങ്കിലല്ലേ കാണാൻ ഒക്കൂ. എല്ലാം ദൈവത്തിനു മാത്രം അറിയാവുന്ന കാര്യങ്ങൾ. അങ്ങനെയൊരു യോഗം എനിക്ക് ഉണ്ടാകുമെന്ന് തന്നെ ഞാൻ വിശ്വസിച്ചു.

ഞാൻ മുമ്പ് ജോലി ചെയ്തിരുന്ന സ്ഥാപനങ്ങളും സമയം ചിലവഴിച്ചിരുന്ന സ്ഥലങ്ങളും സഞ്ചരിച്ചിരുന്ന വഴികളും എല്ലാം അവസാനമായി ഒന്ന് കാണുവാനുള്ള മോഹം കൊണ്ട് ജവഹറുമൊത്ത് വെറുതെയൊന്ന് വണ്ടിയിൽ കറങ്ങി.

സങ്കോചമില്ലാതെ ഞാൻ കയറി ചെന്നിരുന്ന വീടുകളും കടകളും സ്ഥാപനങ്ങളും ഓഫീസുകളും ഒട്ടുമിക്കതും തച്ചുടച്ച് പുതിയ കെട്ടിടങ്ങളും മാർക്കറ്റുകളും ഫ്ളാറ്റുകളും അവിടെ സ്ഥാനം പിടിച്ചിരിക്കുന്നു. കൃഷ്ണേട്ടന്റെ അറ്റ്ലസ് സൂപ്പർമാർക്കറ്റ് വിലസി നിന്നിരുന്ന സ്ഥലം എനിക്ക് നോക്കാൻ പോലും ത്രാണി ഇല്ലായിരുന്നു. അതുപോലെ വത്സമ്മ ചേച്ചിയുടെ ഫ്ളാറ്റ് നിന്നിരുന്ന സ്ഥലവും.

ഞാനും സ്റ്റീഫനും സുഹൃദ്ബന്ധം സ്ഥാപിക്കാൻ വേദിയൊരുക്കിയ അൽ ഫത് മ സ്കൂളിന്റെ പരിസരത്ത് വണ്ടി നിർത്തി സമൂഹത്തിന് ഉതകുന്ന എത്രയെത്ര മഹാന്മാരെയും മഹതികളെയും വാർത്തെടുത്ത വിദ്യാലയം ആയിരുന്നു. എന്നെയും സ്റ്റീഫനെയും പോലെ എത്രയോ പേർക്ക് ജോലി ചെയ്തു കുടുംബം പോറ്റാനായി അവസരം ഉണ്ടാക്കിക്കൊടുത്ത ഈ മഹത്തായ സ്ഥാപനം കുറെ ഭാഗം പൊളിച്ചു മാറ്റി. ബാക്കിയായ പൊട്ടിപ്പൊളിഞ്ഞ അവശിഷ്ടങ്ങൾ ഗതകാല സ്മരണകൾ അയവിറക്കിക്കൊണ്ട് ബുൾഡോസറിന്റെ മർദ്ദനത്തെയും കാത്ത് കിടക്കുന്നു സ്കൂൾ ബസ്സുകൾ പാർക്ക് ചെയ്തിരുന്ന പാർക്കിംഗ് ഏരിയ കരിയിലകൾ വീണ് മൂടിക്കിടക്കുന്നു. ഞാനും സ്റ്റീഫനും സ്കൂളിലെ ഇടവേളകളിൽ കൂടുതൽ സമയം ഇവിടെയാണ് ചിലവഴിച്ചിരുന്നത്.

ഉറ്റതാണെന്ന് കരുതി സമയവും ഊർജ്ജവും ചെലവഴിച്ച് പരിപാലിച്ചിരുന്നതൊന്നും ആർക്കും സ്വന്തമല്ല. അത് എത്ര മഹാന്മാരും മഹതി

കളും ആയാലും ഒരിക്കൽ അതൊക്കെ ആർക്കെങ്കിലും കൈമാറേണ്ടി വരും. ഒന്നാലോചിച്ചാൽ ഈ ഭൂമി പോലും.

എനിക്ക് മുമ്പുണ്ടായിരുന്നവരും അവർക്ക് മുമ്പുണ്ടായിരുന്നവരും അങ്ങനെയങ്ങനെ പിന്നോട്ട് നോക്കിയാൽ തൽക്കാലത്തേക്ക് ഈ ഭൂമിയിൽ ജീവിക്കുന്നു. ഓരോരുത്തരുടെയും ഭൂമിയിലെ അവധി കഴിഞ്ഞാൽ സ്ഥിരമായി ഒടുങ്ങേണ്ട മണ്ണിലേക്ക് ലയിച്ചുചേർന്നേ പറ്റൂ. എല്ലാ ജീവജാലങ്ങളുടെയും അവസ്ഥ അങ്ങനെയൊക്കെയാണ്. ഓരോ കാലത്തും ഓരോരുത്തർ വരും. അവധി കഴിഞ്ഞാൽ വന്ന വഴിക്ക് തിരിച്ചുപോകും അങ്ങനെയങ്ങനെ ഭൂമിയുടെ സന്തുലിതാവസ്ഥ നിലനിർത്തുന്നു. ഓരോ ജീവജാലങ്ങളുടെയും അന്ത്യം എവിടെ എപ്പോൾ എങ്ങനെ എന്ന് തീരുമാനിക്കുന്നത് റബ്ബിൽ ആലമീൻ (ലോകത്തിന്റെ ഉടമസ്ഥൻ) ആയ ദൈവം മാത്രം.

എന്നെ എവിടെ വേണമെങ്കിലും കൊണ്ടുപോകുവാനായി തയ്യാറായി നിൽക്കുകയാണ് ജവഹർ. വന്ന വഴി മറക്കാനാവാതെ എന്നോടുള്ള നന്ദിയും സ്നേഹവും ഓരോ വാക്കിലും പ്രവർത്തിയിലും പ്രകടമാക്കുന്ന നല്ലൊരു പയ്യൻ. എന്റെ കാര്യം കഴിഞ്ഞിട്ട് മറ്റെന്ത് കാര്യവും അവനുള്ളൂ. ഇവന്റെ അർബാബ് മുൽജമീനും അവന്റെ ആത്മാർത്ഥത ബോധ്യപ്പെട്ടിട്ടുണ്ട്. ഈ നാട്ടിൽ നിന്നും പോയാൽ എന്നെ ഒട്ടിപ്പിടിച്ച് നടന്നിരുന്ന ഇവനും ഓർമ്മകളുടെ കുത്തൊഴുക്കിലേക്ക് ചെന്നുചേരും. ഇവനെപ്പോലെ ഒരു മകൻ എനിക്കും സ്വന്തമായി ഉണ്ടായിരുന്നെങ്കിൽ ഇതുപോലെ എന്നെ സ്നേഹം കൊണ്ട് പൊതിയുമായിരുന്നില്ലേ.

അർബാബിനൊപ്പം മുടങ്ങാതെ നടക്കാൻ പോയിരുന്ന ബീച്ച് സൈഡിലും ബാബയോടൊപ്പം പലപ്പോഴും പോയിരുന്ന ശീഷാ കഫയിലും അങ്ങനെയങ്ങനെ എന്റെ ഓർമ്മകളിൽ പറ്റിപ്പിടിച്ചിരിക്കുന്ന ഒട്ടനവധി സ്ഥലങ്ങളിലും ജവഹറിനൊപ്പം സഞ്ചരിച്ചു ഒട്ടുമിക്കതും കാലയവനികക്കുള്ളിൽ മറഞ്ഞു. പകരം പുതിയവ ഉണർന്ന് നിൽക്കുന്നു.

എന്റെ പ്രിയപ്പെട്ടവർ അന്ത്യവിശ്രമം കൊള്ളുന്ന ശ്മശാനത്തിന്റെ കൂറ്റൻ മതിൽക്കെട്ടിനകത്തേക്ക് കടന്നു. അവരുടെ കബർസ്ഥാനിൽ ചെന്ന് മനമുരുകി പ്രാർത്ഥിച്ചു. പിരിഞ്ഞിട്ട് വർഷങ്ങൾ കഴിഞ്ഞിരുന്നെങ്കിലും ബാബയുടെയും ഉമ്മിയുടെയും കബർ അടുത്തുനിൽക്കുമ്പോൾ ഇപ്പോഴും കണ്ണുകളിൽ വെള്ളം പൊടിയും

കബീർക്ക ഇനി ഇവിടേക്ക് തിരിച്ചു വരില്ലെന്ന മട്ടിൽ ആണല്ലോ ജവഹർ തമാശ മട്ടിൽ ആണ് അങ്ങനെ പറഞ്ഞത്.

നാളെ നാട്ടിലേക്ക് പോകാൻ ഒരുങ്ങുന്ന എന്നെ കാണുവാനായി പലരും ഒറ്റയായും കുടുംബവുമൊത്തും വന്ന് ഗേറ്റിനു പുറത്തെ കൊച്ചു

ഔട്ട് ഹൗസിൽ ഇരുന്നു.

ആസ്പത്രി ജീവനക്കാരനായ നവാബ് ഒരു കെട്ട് മരുന്നു എനിക്ക് സമ്മാനിച്ചു. വേദനസംഹാരി മുതൽ സാധാരണ ആർക്കും വരാവുന്ന വരവ് പോക്ക് അസുഖങ്ങൾക്ക് വരെയുള്ളവ പാക്കറ്റിൽ ഉണ്ടായിരുന്നു.

ഞാൻ അവരോട് ഒന്നും അറിഞ്ഞോ അറിയാതെയോ പരിചയ കൂടുതൽ കൊണ്ടോ അമിത സ്വാതന്ത്ര്യം കൊണ്ടോ തമാശ രൂപേണയോ വാക്കിലോ നോക്കിലോ പ്രവൃത്തിയിലോ എന്തെങ്കിലും തെറ്റ് ചെയ്തിട്ടുണ്ടായിരിക്കുമോ എന്നുള്ള മാനസികാവസ്ഥ മറച്ചു പിടിക്കാൻ കഴിയാത്തതിനാൽ ഞാൻ അവരോട് ക്ഷമാപണം നടത്തി.

മുസിരീസ് ഭഗവതി ക്ഷേത്രത്തിനും ശ്രീകൃഷ്ണ അമ്പലത്തിനും ഇടയിലാണ് ചക്കരക്കാവ്. ക്ഷേത്രദർശനത്തിന് അതുവഴി വരുമ്പോൾ എന്നെ കാണാൻ വരുമെന്ന സന്ദർഭവും കൂടി ചിലർ പറഞ്ഞു. അങ്ങനെ അങ്ങനെ ഓരോരുത്തരും ഓരോ സ്ഥലത്തേക്കുള്ള യാത്രാമധ്യേ എന്നെ സന്ദർശിക്കുമെന്ന് ഉറപ്പു തന്നു

കബീർക്ക സന്തോഷത്തോടെ പോയി വരൂ യോഗം ഉണ്ടെങ്കിൽ ഇനിയും നമുക്ക് കാണാം. നാളെ അതിരാവിലെ പോകേണ്ടതല്ലേ ഉറങ്ങാൻ നോക്ക്.

ദൈവത്തിന്റെ രക്ഷയും ദീർഘായുസ്സും ആരോഗ്യവും യാത്രാമംഗളങ്ങളും നേർന്നുകൊണ്ട് അവസാനത്തെ ആളും പടിയിറങ്ങി കഴിഞ്ഞ നേരം എന്റെയുള്ളിൽ ഒരു കൊച്ചു ദുഃഖം തളംകെട്ടി നിന്നു.

ഇന്ന് രാവിലെയും ഉച്ചകഴിഞ്ഞും അർബാബിനെയും മറ്റുള്ളവരെയും കണ്ടതാണെങ്കിലും അവരെയൊക്കെ ഒരു നോക്കുകൂടി കാണണം. ഒന്നുകൂടി യാത്ര പറയണം നാളെ ഞാൻ ഇറങ്ങുമ്പോൾ അവരെല്ലാം ഉറക്കത്തിൽ ആയിരിക്കും വീണ്ടും ഒരിക്കൽ കൂടി ഞാൻ കാണാൻ കൊതിച്ചവരോടെല്ലാം ഒപ്പം യാത്രപറഞ്ഞ് എന്റെ കിടപ്പറയിൽ എത്തി ഇനി ഒന്നും ആലോചിക്കാതെ നന്നായി ഉറങ്ങണം.

എന്റെ ജീവിതത്തിന്റെ വലിയൊരു പങ്ക് അപഹരിച്ചെടുത്ത കട്ടിലും കിടക്കയും അവയെ വിട്ടുപിരിയാൻ ആകാത്തപോലെ ഞാൻ തലയിണയിൽ അള്ളിപ്പിടിച്ച് മുഖം പൂഴ്ത്തി കിടന്നു. തലയണ ശരിക്കും നനഞ്ഞു കുതിർന്നിരിക്കുകയാണല്ലോ. നിയന്ത്രണമില്ലാതെ കുതിച്ചുപായുന്ന കണ്ണുനീർ സത്യമായും ഞാനിതൊന്നും മനസ്സറിഞ്ഞതു പോലുമില്ല.

എന്റെ കിടപ്പറയും ഞാനും തമ്മിലുള്ള വിരഹ താപത്തിന്റെ കണികകൾ കണ്ണുനീരായി ഒഴുകി യിരിക്കാനാണ് ഏറെ സാധ്യത. ഓ...! എന്റെ ഒരു കാര്യം. ഇത്രയും പ്രായം ചെന്നിട്ടും ചില നേരങ്ങളിൽ എട്ടുംപൊ

ട്ടും തിരിയാത്ത പൈതങ്ങളെ പോലെയാണ്. ഇനി അതങ്ങനെ തന്നെയാണോ അതുമല്ലെങ്കിൽ കണ്ണുനീർ പിടിച്ചുനിർത്താനുള്ള കരുത്ത് കൈമോശം വന്നിട്ടുണ്ടായിരിക്കുമോ അങ്ങനെയങ്ങനെ ഒരു ദിവസം എന്റെ നാവും കൈകാലുകളും എല്ലാമെല്ലാം പ്രവർത്തനരഹിതമാകും. ബുദ്ധിക്കും ഓർമ്മകൾക്കും മാന്ദ്യം സംഭവിക്കും. അന്നേരം എനിക്ക് ആരാണ് ഒരു തുണ ഇനി അതൊന്നും ഓർത്ത് സങ്കടപ്പെടാതെ ഉറങ്ങാൻ നോക്കാം.

സാധാരണ നിലയിൽ ഈ നേരത്ത് കൂർക്കം വലിച്ച് ഉറങ്ങുന്ന എനിക്കിപ്പോൾ കണ്ണുകൾ വെറുതെ ഒന്ന് അടക്കുവാൻ പോലും തോന്നുന്നില്ല. ഇന്ന് രാത്രി അവസാനിച്ചാൽ സൂര്യ വെളിച്ചത്തിന്റെ പൊട്ടുകൾ കടന്നുവന്ന് വെളിച്ചം അല്പാല്പമായി പരന്നു നേരം പുലരും അന്നേരം ഞാനിവിടെ വിട്ടു പോകേണ്ടി വരുമല്ലോ. ഇന്നത്തെ രാത്രി അവസാനിക്കാതെ ഇങ്ങനെ തന്നെ തുടർന്നു പോയെങ്കിൽ മാനത്ത് ഉദിച്ചു നിൽക്കുന്ന ചന്ദ്ര വെളിച്ചം പൊലിയാതെ നിന്നെങ്കിൽ. രാത്രിയാമങ്ങൾക്ക് അന്ത്യം സംഭവിക്കാതിരുന്നെങ്കിൽ എന്നൊക്കെ ഒരു വിഡ്ഢിയെ പോലെ വെറുതെ ഒന്ന് മോഹിച്ചു. ഏതായാലും ഇന്നത്തെ രാത്രി മുഴുവനും ഉറക്കത്തിന് വിട്ടുകൊടുക്കാതെ കാവലിരിക്കാം നാളെ യാത്രയിൽ വിമാനത്തിൽ ഇരുന്ന് ആവശ്യത്തിലധികം ഉറങ്ങാമല്ലോ.

വല്ലാത്ത ഉഷ്ണം. ഞാനെഴുന്നേറ്റ് എയർകണ്ടീഷന്റെ തണുപ്പ് കൂട്ടി. എന്റെ കിടപ്പറയുടെ കതക് തുറന്നു ചാരിവച്ചു. മനുഷ്യനെ പേടിപ്പിക്കാൻ എന്ന വണ്ണം ഈ പച്ചപ്പാതിര നേരത്തും ദുശ്ശകുനം പ്രഖ്യാപിക്കുന്ന റൂഹാനി കിളികളുടെ ചിലച്ചിൽ കേൾക്കുന്നു. എന്നെപ്പോലെ അവർക്കുമിന്ന് ഉറക്കമില്ലാത്ത രാത്രിയായി പോയോ.

ഒരായിരം വ്യർത്ഥ ചിന്തകൾ കുറ്റബോധത്താൽ എന്നെ കൊത്തിവലിച്ചു. ഞാൻ പ്രാണനായി കൊണ്ടുനടക്കേണ്ടിയിരുന്ന കുടുംബം, കുട്ടികൾ, സ്നേഹം വർഷിക്കുന്ന അന്തരീക്ഷത്തിൽ ആത്മാർത്ഥമായി എന്നെ പരിചരിക്കുവാനും, എന്റെ ആശ്വാസവും അഭയവും ആകുവാനും, ഭാര്യയോടു മാത്രം പറയേണ്ടിവരുന്ന രഹസ്യങ്ങൾ കൈമാറുവാനും, ഭാര്യയുടെ അർത്ഥപൂർണ്ണങ്ങളായ വാക്കുകൾ കേട്ട് ആശ്വസിക്കുവാനും ആ കൈകൾ പിടിക്കുവാനും, എന്തെങ്കിലുമൊന്ന് മിണ്ടിപ്പറഞ്ഞ് ആ മടിയിൽ ഒന്ന് തലചായ്ക്കാനും, 'ഒന്നും പേടിക്കേണ്ടെന്ന് ഞാൻ ഉണ്ടല്ലോ അടുത്ത്' അങ്ങനെയുള്ള ഒരു വാക്കിനും നോക്കിനും സാന്ത്വനത്തിനും തലോടലിനുമെല്ലാം എനിക്കൊരു ഭാര്യ ഉണ്ടായിരുന്നെങ്കിൽ എന്ന് ഇതിനുമുമ്പൊന്നും ഇല്ലാത്ത വിധത്തിൽ ഒരു അന്തർദാഹം എന്നെ വീർപ്പുമുട്ടിച്ചു. മാനസിക വേദനകൾ ഇതിനുമുമ്പും ഞാൻ എത്ര

യോ തവണ അനുഭവിച്ചിട്ടുള്ളതാണ്. അന്നൊന്നും ഇങ്ങനെയൊരു തോന്നൽ എനിക്കുണ്ടായിട്ടില്ല എന്നതാണ് വാസ്തവം

എന്റെ ചിന്തകളെ മറികടന്നുകൊണ്ട് ഉറക്കം എന്നെ കീഴടക്കാൻ തുടങ്ങുമ്പോഴേക്കും ആരോ എന്നെ തൊട്ടുണർത്തുന്നു ഇത്രയും വേഗം നേരം പുലർന്നോ എന്നും പുലരും മുമ്പേ ഉണരുന്ന എനിക്ക് നേരം വെളുത്തിട്ടും എഴുന്നേറ്റ് നടക്കാനും കഴിയുന്നില്ല. ദേഹമാസകലം വിയർക്കുന്നു. ശരീരം വിറക്കുന്നു. ആകെ ഒരു നിശ്ചലത. ഒപ്പം അതിശക്തമായ വേദനയുടെ പ്രവാഹം കൈകളിലൂടെ വന്നു വന്നു നെഞ്ചിൽ പടരുന്നു. കൈകൾ കൊണ്ട് നെഞ്ചിൽ അമർത്തിയിട്ടും വർദ്ധിക്കുന്ന വേദന. ശ്വാസം മുട്ടുന്നത് പോലെ. ഞാൻ ആകെ വിവശനായി. വല്ലാതെ ദാഹിക്കുന്നു. എന്നിൽ സംഭവിക്കുന്നത് എന്താണെന്ന് ഒന്നും എനിക്ക് മനസ്സിലാകുന്നില്ല.

എന്താണ് എന്തുകൊണ്ടാണ് എന്നൊന്നും പറയാൻ കഴിയാത്ത ഒരു കൊടും ഭീതി കൊടുങ്കാറ്റിന്റെ ആരവത്തോടെ എന്നിലേക്ക് പാഞ്ഞു കയറി. ഇങ്ങനെയൊരു അസ്വസ്ഥത എന്റെ ജീവിതത്തിൽ ഇന്നുവരെ ഉണ്ടായിട്ടില്ല.

എനിക്ക് ഓർമ്മ വന്ന പ്രാർത്ഥനകൾ എല്ലാം ഞാൻ ചൊല്ലിക്കൊണ്ടിരുന്നു. ഒടുവിൽ ഷഹാദത്ത് കലിമ (ആരാധനയ്ക്ക് അർഹൻ അല്ലാഹു മാത്രമാണെന്നു മുഹമ്മദ് നബി പടച്ചവന്റെ അടിമയും ദൂതനും മാത്രമാണെന്നും ഞാൻ സാക്ഷ്യം വഹിക്കുന്നു എന്നാണ് ശഹാദത്ത് കലിമയുടെ വിവക്ഷ) ചൊല്ലിക്കൊണ്ടിരുന്ന എന്റെ നാവുകൾ കുഴഞ്ഞു. പടച്ച റബ്ബേ (സൃഷ്ടിച്ച ദൈവമേ) ഞാൻ എന്തൊക്കെയാണ് കാണുന്നത്? ആരൊക്കെയാണ് എന്റെ മുമ്പിൽ വന്നു നിൽക്കുന്നത്. കണ്ണഞ്ചിപ്പിക്കുന്ന പ്രകാശ വൃത്തത്തിനുള്ളിൽ മാതാപിതാക്കളും ബാബയും ഉമ്മിയും ജാബറും, എന്നെ അവരുടെ അടുത്തേക്ക് ചെല്ലാനായി നിർബന്ധിച്ച് വിളിക്കുന്നു. എന്നെയും അവരുടെ ലോകത്തിലേക്ക് കൊണ്ടുപോകുവാനായി എന്റെ പ്രിയപ്പെട്ടവർ എല്ലാവരും കൂടി ഒന്നിച്ച് വന്നതായിരിക്കും. അവരുടെ അടുത്തായി വസീമും കുറച്ചു പിറകിലായി കൃഷ്ണേട്ടനും ഉണ്ടല്ലോ. അവരും മരിച്ചുപോയോ. പിന്നെയും ആരൊക്കെയോ അവരോടൊപ്പം നിൽക്കുന്നു അത് അവ്യക്തമാണ്.

എന്തെങ്കിലും പറയുവാനും ചെയ്യുവാനും കഴിയും മുമ്പ് ആരാണിത് എന്നെ എവിടേക്കാണ് കൊണ്ടുപോകുന്നത് ഞാൻ തടഞ്ഞു നോക്കി കുതറി നോക്കി വരുന്നില്ലെന്ന് അത്യുച്ചത്തിൽ കരഞ്ഞു. പക്ഷേ വാക്കുകൾ പുറത്തേക്ക് വരാതെ നില കിട്ടാതെ ഉലയുന്നു എന്റെ ചുണ്ടുകളാണെങ്കിൽ അനങ്ങുന്നില്ല നാവ് മരവിച്ചുവോ.

ഞാൻ ഉയർന്ന് ശരീരം ഭാരം ഇല്ലാതായി. പിന്നെയും ആകാശത്തിലേക്ക് ഉയരുകയാണ്. ഇതുവരെ കാണാത്ത വഴികളിലൂടെ പായുകയാണ് എനിക്കൊന്നും മനസ്സിലാകുന്നില്ലല്ലോ എന്റെ മനസ്സും മരവിച്ചിട്ടുണ്ടായിരിക്കുമോ.

ഒരു തിരശ്ശീലയിൽ എന്നതുപോലെ ഈ ലോകമല്ല ഞാൻ കാണുന്നത്. ഞാൻ ബദ്ധപ്പെട്ട് താഴേക്കൊന്ന് നോക്കി. നീണ്ടുനിവർന്ന് കിടക്കുന്ന ശരീരത്തിന്റെ അനക്കം നിന്നു.

അർബാബു മക്കളും പിന്നെയും ആരൊക്കെയോ എന്നെ കാണാൻ വരുന്നു. നിസ്സഹായത, അമ്പരപ്പ്, സങ്കടം എല്ലാം ചേർന്ന മുഖഭാവവുമായി അർബാബ് എന്റെ മുഖം തൊട്ടൊഴിയുന്നു. ഇന്നലെ യാത്ര ചോദിച്ചപ്പോഴും പതിവില്ലാത്ത വിധം അർബാബ് എന്റെ മുഖമൊന്നു തലോടി

എന്റെ കണ്ണുകൾ അർബാബ് അമർത്തി തിരുമ്മി അടക്കുകയാണ്. ഇപ്പോൾ വെളുത്ത തുണികൊണ്ട് ആസകലം എന്നെ മൂടുന്നു. ആരൊക്കെയോ വിങ്ങിപ്പൊട്ടുന്നു. എനിക്കുവേണ്ടി കരയുന്നത് ആരാണ്. അർബാബിന്റെ മക്കൾ അബ്ദിയും ആദിലും ശഫീഖുമൊക്കെയാണ്. എന്റെ എളിയിലിരുത്തി ഞാൻ വളർത്തിയെടുത്ത എനിക്ക് പിറക്കാതെ പോയ എന്റെ പുന്നാര മക്കളെ പോലെയാണല്ലോ ഞങ്ങൾ പരസ്പരമുള്ള അടുപ്പം. കണ്ണുകൾ അമർത്തി ചിമ്മി പൊട്ടി പൊട്ടി കരയുന്നത് അർബാബ് ആണ് ഒളിച്ചു വെച്ചിട്ടും പതഞ്ഞു ഉയരുന്ന സങ്കട സമുദ്രം.

എനിക്കും കരച്ചിൽ വന്നു. എന്റെ രക്ഷകനായ അർബാബിന്റെ കൈകളിൽ ഒന്നമർത്തിപ്പിടിക്കുവാൻ, പുന്നാരങ്ങളുടെ കണ്ണുനീർ തുടച്ച് ഒന്ന് തഴുകി തലോടി സാന്ത്വനിപ്പിക്കുവാനുമുള്ള ആവേശം എന്നെ വല്ലാതെ വലച്ചു. അതിനൊക്കെ കൈകൾ വേണമല്ലോ. എന്റെ കൈകൾ എവിടെ? അംഗവിക്ഷേപങ്ങൾക്കുള്ള അവയവങ്ങൾ പോലും എനിക്കിപ്പോൾ സ്വന്തമായി ഇല്ലല്ലോ. എന്റെ ശരീരം ചലനമറ്റ് ഭൂമിയിൽ കിടക്കുകയാണ്. ഭൂമിയിലെ ജീവിതം എത്ര സുന്ദരമായിരുന്നു. ഇനിയും അങ്ങോട്ട് എത്താൻ കഴിഞ്ഞിരുന്നെങ്കിൽ ഒരു തവണയെങ്കിലും ഞാൻ എത്ര ശ്രമിച്ചിട്ടും എനിക്ക് അതിനും കഴിയുന്നില്ലല്ലോ.

എന്റെ ചലനമറ്റ ശരീരം ഇവിടത്തെ കബർസ്ഥാനിൽ മറവു ചെയ്യുവാനും അർബാബ് പറയുന്നു. ഈ നാട്ടിൽ വെച്ചു മരിക്കുകയാണെങ്കിൽ ഇവിടെ മറവ് ചെയ്യണമെന്ന് കബീർ അഹമ്മദ് എന്നോട് ഒസിയത്ത് (ആഗ്രഹം) പറഞ്ഞു വെച്ചിരുന്നു.

അർബാബിന്റെ ആശ്രിതനായിട്ട് പോലും എന്റെ കാര്യങ്ങൾക്കും വാക്കുകൾക്കും ഇത്രമാത്രം വിലകൽപ്പിക്കുന്നു. കരച്ചിൽ നിർത്താൻ പാ

ടുപെടുന്ന അമ്മാറിനോടാണ് അദ്ദേഹം പറയുന്നത് അർബാബിന്റെ സഹോദരൻ അമ്മാറിനും അവന്റെ കൂട്ടുകാർക്കും ഞാൻ ഏറെ പ്രിയപ്പെട്ടവൻ ആയിരുന്നുവല്ലോ.

കുറെ നാൾ മുമ്പ് എനിക്ക് തമാശ മട്ടിൽ ആണെങ്കിലും അർബാബിനോട് അങ്ങനെ ഒസിയത്ത് പറയാൻ തോന്നിയത് നന്നായി. അതല്ലെങ്കിൽ നാട്ടിലേക്ക് കൊണ്ടുപോകും വരെ മോർച്ചറിയിലെ ഫ്രീസറിൽ തണുത്തു വിറങ്ങലിച്ച് ഞാൻ എങ്ങനെ കിടക്കുവാനാണ്.

പെട്ടെന്ന് തന്നെ കൂരിരുട്ട് എന്നെ പൊതിഞ്ഞു. എന്നെക്കുറിച്ചും മറ്റുള്ളവരെക്കുറിച്ചുള്ള ചിന്തകളും പിടച്ചിലുകളും എല്ലാം എന്നിൽ അവസാനിച്ചു എന്റെ മനസ്സും എനിക്ക് നഷ്ടപ്പെട്ടു

ജീവിതത്തിന്റെ മുക്കാൽ ഭാഗവും ജീവിച്ചു തീർത്ത ഈ നാട്ടിലെ മണ്ണിൽ ലയിച്ചുചേരുവാനാണ് കബീർ അഹമ്മദിന്റെ വിധി. കബീർ അഹമ്മദിന്റെ മോഹങ്ങളെയും ദുഃഖഭാരങ്ങളെയും ആറടി മണ്ണോട് ചേർത്തുപിടിച്ച് വിശ്രമം കൊള്ളുന്ന കബീർ അഹമ്മദിന് ഇപ്പോൾ കൂട്ടിന് കൂരാക്കൂരിരുട്ടും ഭൂമിയിൽ ചെയ്തു വെച്ച നന്മകളും മാത്രം

***

www.ingramcontent.com/pod-product-compliance
Lightning Source LLC
LaVergne TN
LVHW060236051026
849517LV00005B/1632

* 9 7 8 9 3 9 3 3 9 7 7 4 4 *